புலியின் நிழலில்

புலியின் நிழலில்

எம்.எஸ். (1929–2017)
மொழிபெயர்ப்பாளர்

கன்னியாகுமரி மாவட்டம் திருப்பதிசாரம் கிராமத்தில் பிறந்தார். பள்ளி இறுதிவரை படித்த இவர் அரசு அலுவலகத்தில் சுமார் முப்பதாண்டுகள் பணிபுரிந்து 1987இல் ஓய்வுபெற்றார். இலக்கிய ஆர்வலரான இவர் சுந்தர ராமசாமி போன்ற எழுத்தாளர்களின் நெருங்கிய நட்பைப் பெற்றிருந்தார். படைப்பாளிகளின் நூல்களை மிகுந்த ஆர்வத்துடன் படித்துப் பிழை திருத்திச் செம்மைப்படுத்துவதில் ஆர்வம்கொண்டவர். ஆங்கிலம், மலையாளம், ஹிந்தி ஆகிய மொழிகளிலிருந்து நாவல், சிறுகதை, வாழ்க்கை வரலாறு போன்றவற்றை மொழி பெயர்த்திருக்கிறார். 'அமைதியான ஒரு மாலைப் பொழுதில்', 'ஆட்டுக்குட்டிகள் அளிக்கும் தண்டனை', 'விடியலை நோக்கி', 'ஜானு', 'அன்டன் செக்கோவ் சிறுகதைகள்', 'ஆதியில் பெண் இருந்தாள்' போன்றவை இவரது மொழிபெயர்ப்பில் வெளிவந்த பிற நூல்கள். காலச்சுவடு போன்ற பல பதிப்பகங்களுக்கு இலக்கிய சேவை புரிந்துவந்தார்.

● அன்பார்ந்த வாசகருக்கு,

வணக்கம்.

காலச்சுவடு நூலை வாங்கியமைக்கு நன்றி.

நூலின் உள்ளடக்கம், உருவாக்கம், அட்டைப்படம் இன்ன பிற அம்சங்கள் பற்றிய உங்கள் கருத்துகளையும் ஆலோசனைகளையும் காலச்சுவடு வரவேற்கிறது. தகவல், எழுத்து, வாக்கியப் பிழைகள் தென்பட்டால் அவசியம் தெரிவித்து உதவுங்கள். நூல் தயாரிப்பில் கடும் குறைபாடு இருப்பின் மாற்றுப் பிரதி உங்களுக்குக் கிடைக்கக் காலச்சுவடு ஏற்பாடு செய்யும்.

மின்னஞ்சல்: **publisher@kalachuvadu.com**

காலச்சுவடு நாகர்கோவில் அலுவலகத்திற்குக் கடிதம் அனுப்பலாம்.

தங்கள்
எஸ்.ஆர். சுந்தரம் (கண்ணன்)
பதிப்பாளர் — நிர்வாக இயக்குநர்

Unauthorised use of the contents of this published book, whether in e-book or hardcopy format, for any type of Artificial Intelligence (AI) training — including but not limited to Machine Learning, Deep Learning, Natural Language Processing, Computer Vision, Chatbot Training, Image Recognition Systems, Recommendation Engines, and Language Models — is strictly prohibited without prior licensing from the publisher. Any such unauthorised use may result in legal action.

நாம்தேவ் நிம்கடே

புலியின் நிழலில்

தமிழில்
எம்.எஸ்.

காலச்சுவடு பதிப்பகம்

Published by arrangement with Navayana Publishing, New Delhi.

புலியின் நிழலில் ♦ தன்வரலாறு ♦ ஆசிரியர்: நாம்தேவ் நிம்கடே ♦ தமிழில்: எம். எஸ். ♦ © நாம்தேவ் நிம்கடே ♦ முதல் பதிப்பு: டிசம்பர் 2013, ஐந்தாம் பதிப்பு: செப்டம்பர் 2025 ♦ வெளியீடு: காலச்சுவடு பப்ளிகேஷன்ஸ் (பி) லிட்., 669, கே. பி. சாலை, நாகர்கோவில் 629001

puliyin nilalil ♦ Tamil Translation of 'In the Tiger's Shadow' ♦ Author: Namdeo Nimgade ♦ Translated by M.S. ♦ © Namdeo Nimgade ♦ Language: Tamil ♦ First Edition: December 2013, Fifth Edition: September 2025 ♦ Size: Demy 1 x 8 ♦ Paper: 18.6 kg maplitho ♦ Pages: 352

Published by Kalachuvadu Publications Pvt. Ltd., 669, K.P. Road, Nagercoil 629001, India ♦ Phone: 91-4652-278525 ♦ e-mail: publications@kalachuvadu.com ♦ Printed at Manipal Technologies Limited, Manipal 576104, Karnataka

ISBN: 978-93-82033-13-4

09/2025/S.No. 548, kcp 6042, 18.6 (5) 1k

பொருளடக்கம்

முன்னுரை	11
முகவுரை	17
பாகம் 1: கிராமமும் காடும்	23
இரண்டு தூண்களின் இரகசியம்	25
தாத்தாவுக்குக் கல்யாணம்	31
காந்தியும் ஜரிகைத் தொப்பியும்	36
காளை மாடுகளுடன் ஓட்டம்	39
காளைவண்டிப் பந்தயம்	42
புலியுடன் போரிட்ட பாட்டன்	46
ஸ்கூலுக்கு நேரமாச்சு	53
சீர்திருத்தவாதி அப்பா	61
பன்னிரண்டு வயதில் திருமணமா?	66
அம்பேத்கரைப் பற்றி அறிந்தோம்	70
பச்சை குத்திக்கொண்டேன்	75
உணவு, காற்று, தண்ணீர் பற்றிய கனவுகள்	89
மல்யுத்த வீரனிலிருந்து மெய்க்காப்பாளனாக	96
பாகம் 2: நகரம்	121
லேவாதேவிக்காரரும் ராணியின் அரண்மனையும்	123
ஜெயில் பற்றிய பயம்	128
கலவரம்	137

கோயிலை இடிக்கும் நிம்கடே	144
இழந்த காதல்	152
உதவிக்கு வந்த முஸ்லிம்	155
உணவும் நண்பர்களும்	161
'நான் போர்ட்டர் அல்ல'	170
பாகம் 3: ஜாதிக்கு அப்பால்	**175**
வெற்றிக்கு முதல் படி	177
சிங்கத்தின் குகை	181
கந்தல் உடையுடன் தலைநகரில்	184
கலாச்சார சங்கமத்தில்	189
ஆசிய விளையாட்டுப் போட்டிகளில் துணிகரம்	193
திக்குத் தெரியாத காட்டில்	197
குளவிகள் கற்பித்த பாடம்	201
'குரு' நிம்கடே	204
அம்மா எடுத்த அவசர முடிவு	207
யார் நீ?	211
பாகம் 4: அம்பேத்கருடன் சில நாட்கள்	**215**
பாபாசாகப் பங்களாவில்	217
பதவி ஆசை தேவையா?	225
இந்திய அரசியலமைப்புச்சட்ட வடிவமைப்பு	230
வாழ்க்கை விளக்கம்	236
பாகம் 5: மூன்று முடிச்சு	**245**
திருமணம்	247
புதிய வாழ்க்கை	251
குடும்பம் பற்றி டாக்டர் அம்பேத்கர்	255
போ வெளியே	259
சாது போவாவின் மறைவு	262

பாகம் 6: புதிய உலகம் — 265

- கல்விக்குக் கரையேது — 267
- நான் ஹிந்துவாக இறக்கமாட்டேன் — 273
- புதிய உலகம் — 279
- நடுங்கும் குளிரில் கிடைத்த நட்பு — 282
- தங்க முடியுமா? — 287
- திரும்பிப் பார்க்க நேரமில்லை — 291
- டாக்டர் கிங்கும் டாக்டர் நிம்கடேயும் — 298
- வீடு நோக்கி — 304
- தாய்த்திருநாடே, வணக்கம் — 311
- தலைநகர் நோக்கி — 314
- நிம்கடே ஹோட்டல் — 318
- உலகப் புகழ்பெற்ற ஒரு தலித் — 324
- இரண்டாம் தலைமுறை புத்த திருமணம் — 338
- ஒரு கிராமத்துச் சிறுவன் வீடு திரும்புகிறான் — 347
- எனது அற்புத அடையாள அட்டை — 350

முன்னுரை

நாம்தேவ் நிம்கடேயின் இந்தியாவில் நிறைய புலிகள் இருக்கின்றன. சில காடுகளின் அடர்ந்த புதர்களிலிருந்து குதித்து உறவினர்கள் புதைப்பதற்குக்கூட எதுவும் மிச்சம் வைப்ப தில்லை. வேறு சில கிராமத்தில் பக்கத்து வீட்டுக் காரர்களைத் தாக்குகின்றன. ஏனெனில் பக்கத்து வீட்டார் தாழ்ந்த ஜாதி அல்லது தீண்டப்படாதோர் அல்லது தாழ்த்தப்பட்ட, அசுத்தமானவர்களிடம் இரக்கம் காட்டுகின்றவர். திடமிக்க புலிகள் நாக்பூர், பம்பாய், தில்லி நகர வீதிகளில் சுதந்திரத்துக்கு முன் பல ஆண்டுகள் பிரிட்டிஷாரிடமிருந்து விடுதலை பெறுவதற்காகவும் கல்வி, வேலைவாய்ப்பு, சுய மரியாதை பெறுவதற்காகவும் ஜாதியை ஒழிப்பதற் காகவும் நடைபயின்றிருக்கின்றன. வேறு சில, இந்திய அதிகார வர்க்கத்தின் வராந்தாக்களிலும் அறைகளிலும் பதுங்கி இருந்துகொண்டு தங்கள் அரசியல் இரைகளுக்காக – பழைய தேர்தல் விரோதிகள், புதிய, இந்திய குடியரசில் எல்லோரும் சமம் எனக்கூறும் அதிதீவிர களப்பணியாளர்களுக் காக – காத்திருக்கின்றன.

நிம்கடே மாற்றத்திற்கான புலி. ஸாத்காவ் கிராமத்து புழுதியிலிருந்து எழும்பியவர். தன் பிராயத்து வசதி படைத்த பிள்ளைகள் பள்ளிக்குச் சென்றுகொண்டிருந்தபோது நாம்தேவ் மாடுகளை மேய்த்துக்கொண்டிருந்தார். தீண்டாப்படாத மஹார் இனத்தைச் சேர்ந்தவர். பதினைந்து பேர் கொண்ட குடும்பத்துடன் குடிசையில் வசித்தவர். வேலை இல்லாத நாட்களில் உணவின்றி இருந்தவர்.

தான் மேய்த்துக்கொண்டிருந்த மாடுகள் அடுத்தவர் வயலுக்குள் சென்று மேய, வயல்காரன் இவரை நையப் புடைக்க, அதன் விளைவாகத் தனது பதினான்காம் வயதில் பள்ளியில் சேர்க்கப் பட்டவர். அங்கேயும் அவருக்குத் தீண்டப்படாதோர் அனுபவிக்கும் கஷ்டங்கள் தொடர்ந்தன. தன்னை ஏற்றுக்கொள்ளும் பள்ளிக்குப் பல மைல்கள் நடந்து செல்ல வேண்டும். வகுப்பில் உள்ள 'தீண்டத்தக்க' பிள்ளைகளைத் தொட்டு அசுத்தம் செய்யாதிருக்க வகுப்பறைக்கு வெளியே நின்று பாடங்களைக் கேட்க வேண்டும். ஜாதிப் பிரிவினைக்கான விதிகளை மீறும் போது பயங்கர அடி உதைகளை வாங்க வேண்டும்.

இதுபோன்ற ஒரு தாக்குதலில், இரத்தக் காயம் அடைந்தும் தலை வணங்காத நிலையில், நாம்தேவ் தன் எதிர்காலத்தை நிர்ணயித்தார்.

என் கைகளையும் வாயையும் கழுவிவிட்டு வீட்டை நோக்கி நடந்தேன். என்ன நடந்தது என்று ஒருவரிடமும் கூற வில்லை. உடல் காயங்களை எனது ஆடை மறைத்திருந்தது. இல்லாவிட்டாலும் ஜாதி சம்பந்தப்பட்ட அடி உதை களை என் பெற்றோர் அறிந்திருந்தனர். மனதுக்குள்ளே ஒரேயொரு கனவுதான் இருந்தது: வகுப்பில் எல்லோரையும் மிஞ்ச வேண்டும், நன்றாகப் படிக்க வேண்டும், உயர வேண்டும்.

அதன் பின் வந்த நாட்களில் நிம்கடேயின் கனவு அவரை வெற்றிப் பாதைக்கு இட்டுச் சென்றது. சில சமயங்களில் வீட்டில் குடும்பத்தினரும் நண்பர்களும் மற்றவர்களும் அவர் நேரத்தை எடுத்துக்கொண்டதால் குறைந்த மார்க் எடுத்தே பாஸாக முடிகிறது. பல சமயங்களில் வசதியுள்ள பிற ஜாதி மாணவர்களைவிட உயர்ந்த இடத்தைப் பெற்றுவிடுவார். நாக்பூர் விவசாயக் கல்லூரி, புது தில்லி இந்திய விவசாய ஆராய்ச்சி நிறுவனம் ஆகியவற்றில் பட்டம் பெறுகிறார். விஸ்கான்சின் பல்கலைக்கழகத்தில் டாக்டர் பட்டம் பெற்று அமெரிக்காவில் தாழ்த்தப்பட்ட ஜாதியில் இவ்விதம் பட்டம் பெற்ற இரண்டாவது மாணவர் என்ற பெருமையைப் பெறுகிறார்.

நிம்கடேயின் இந்த அதிசயத்தக்க முன்னேற்றத்துக்கு அவருடைய மனோதிடமும் பிடிவாத குணமும், அவரது அயராத தன்னம்பிக்கை அல்லது அவரை அழிவிலிருந்தும் விரக்தியிலிருந்தும் காப்பாற்றிய வாழ்வின் மீதான நம்பிக்கை இவை மட்டுமே காரணம் என்று சொல்ல முடியாது. அவருடைய குடும்பம், வகுப்பு மாணவர்கள், அண்டை வீட்டார்,

உதவித்தொகை வழங்கிய அதிகாரிகள், நகைத் தொழிலாளி என்று அனைவரும் தக்க சமயங்களில் உதவியிருக்கின்றனர். ஆயினும் வில்லியம் பிளேக்கின் 'புலி' கவிதையில் வரும் ஆதார மான கேள்வி எஞ்சியிருக்கிறது.

இரவின் காடுகளில் சுடர்ந்தொளிரும் புலியே புலியே
அழிவற்ற எக்கரம் அல்லது எக்கண் வடிவமைக்க முடியும்?
எத்தொலைவின் ஆழங்களில் அல்லது ஆகாயங்களில்
உன் விழிகளின் தீ எரிந்திருந்தது?
எச்சிறகுகளின்மேல் அவன் விழையத் துணிந்தான்?
எக்கரம் தீயைப் பற்றத் துணிந்தது?*

சுதந்திரத்துக்கு முன்னும் பின்னும் இந்தியாவில் தீண்டாப் படாதோரின் தலைவராக இருந்த டாக்டர் பீம்ராவ் ராம்ஜி அம்பேத்கர் (1891–1956) அவர்களையே தமது வெற்றிக்குக் காரண கர்த்தா என்று நிம்கடே கூறுகிறார்.

ஒரு காலத்தில் மேட்டிமைத்தனமாக ஹரிசனங்கள், காந்தியின் 'கடவுளின் குழந்தைகள்' என்றழைக்கப்பட்ட இந்தியாவின் நசுக்கப்பட்ட மக்களான தலித்துகள், முன்னாள் தீண்டப்படாதோர் (இந்திய அரசியல் சட்டத்தால் கொள்கை யளவில் விடுவிக்கப்பட்டவர்கள்), அரச பதிவுகளின்படி பட்டியல் இனங்கள், இவர்கள் அனைவருக்கும் தலைவர் அண்ணல் அம்பேத்கர்தான்.

'அழிவற்ற கரம் அல்லது கை'யாக, 'தொலைவின் ஆழங் கள் அல்லது ஆகாயங்களில்' பயணிப்பவராக, 'விழிகளில் தீ எரி'ப்பவராக, விழைவின் சிறகுகளில் தலித்துகளை உயர்த்து பவராக அவர் தகுதி பெறுகிறார்.

நாம்தேவின் இந்தியாவிலும் சரி இன்றைய 17 கோடி தலித்துகளின் இந்தியாவிலும் சரி டாக்டர் பி.ஆர். அம்பேத்கர் தான் 'இரவின் காடுகளில் சுடர்ந்தொளிரும் புலி.'

அமெரிக்க கொலம்பியா பல்கலைக்கழகத்தில் முதல் டாக்டர் பட்டம் பெற்றவரான அம்பேத்கர்தான் பொது இடங் களில் தலித்துகள் தண்ணீர் எடுக்கப் போராடியவர். இந்துக்கள் எல்லாருக்கும் உரிமையான கோயில்களுக்குள் நுழைய உரிமை பெற்றுத் தந்தவர். மேல் ஜாதியினருக்காகவென்றே இருந்த கல்வி நிலையங்களிலும் அரசு வேலைகளிலும் தலித்துகள் சேர வழிவகுத்தவர். 1935இல் அவர், தான் ஒரு ஹிந்துவாக மரணமடைய மாட்டேன், உலகம் முழுதும் பரவிய மனிதனை

* மொழிபெயர்ப்பு பெருந்தேவி.

மதிக்கும் ஒரு மதத்தைத் தழுவியவனாகவே இறப்பேன் என்று கூறினார். சுதந்திர இந்தியாவின் முதல் சட்ட அமைச்சராக ஜவஹர்லால் நேருவால் நியமிக்கப்பட்டவர். அரசியல் அமைப்புச் சட்டத்தின் வரைவுக் குழுவின் தலைவராக இருந்தவர். நீண்ட காலம் அரசியல் தலைவராகவும் அறிஞ ராகவும் இருந்து தனது சொற்பொழிவுகளையும் எழுத்துக் களையும் பல தொகுதிகளாக வெளியிட்டவர். தமது மறைவுக்கு ஆறு மாதங்களுக்கு முன்னர்தான் *1956* அக்டோபர் *14*இல் *5* லட்சம் தொண்டர்களுடன் நாக்புரில் புத்த மதத்தைத் தழுவியவர்.

இந்தப் புத்தகத்தில் அம்பேத்கர் பல இடங்களில் வருகிறார். பிற்பட்ட வகுப்பினருக்காக வாதாடுபவராக, மக்கள் எதிர்ப்பை ஒருங்கிணைக்கும் அமைப்பாளராக, நிம்கடேவை பாதுகாக்கும் குருவாக, அறிவுரைக்காகத் தம்மை அணுகும் பல்வேறு இளைஞர்களின் ஆசிரியராக, ‘கற்பி, ஒன்றுசேர், போராடு’ என்ற மூன்று மனித உரிமைகளின் உருவமாக விளங்குகிறார்.

முடிவாக, பல லட்சம் மக்கள் அண்ணல் அம்பேத்கரின் தலைமையில் மதம் மாறியதன் பொன்விழாவைக் கொண்டாடப் பல்லாயிரம் மக்கள் நாக்பூரில் ‘திக்ஷபூமி’ அல்லது மதம் மாறிய களத்தில் குழுமியதை விவரிக்கிறார்.

உலகெங்குமிருந்து வந்த பௌத்தர்கள் டாக்டர் பாபா சாகிப் அம்பேத்கர் விமான நிலயத்தில் இறங்கி, அம்பேத்கர் திரிசரணங்கள், ஐந்து நன்னெறிகள், *22* உறுதிமொழிகளையும் எடுத்து நவயானா பௌத்தப் பாதையில் இணைந்த இடத்தில் எழுப்பப்பட்டிருந்த கூடாரத்திற்கு வந்த தமது தலித் ‘பௌத்த’ தோழர்களுடன் கொண்டாட்டத்தில் இணைந்துகொண்டனர்.

இந்த மகிழ்ச்சியான கூட்டத்தில் கலந்துகொண்ட எனக்கு முதன்முறையாக டாக்டர் நிம்கடே மற்றும் அவர் மனைவி ஹீரா நிம்கடேயை சந்திக்கும் வாய்ப்பு கிடைத்தது. அவர் களுடைய மகன் டாக்டர் அசோக் நிம்கடேயையும் சந்தித்தேன். அவர் பாஸ்டனில் டாக்டராகப் பணிபுரிகிறார். ஹார்வர்டில் இந்த புத்தகத்திலுள்ள சில சம்பவங்களை எனது மாணவர்களுடன் பகிர்ந்துகொண்டார். இந்தியாவின் முன்னாள் தீண்டாப்படா தோருக்கு இந்த ஐம்பதாண்டுகள் சிறப்பாகவே இருந்திருக்கின் றன. ஆனால் செய்ய வேண்டியது இன்னும் நிறைய இருக்கிறது என்று பேசிக்கொண்டோம். நாங்கள் பேசிக்கொண்டிருக்கும் போது ஒரு தலித் குடும்பமே கற்பழிக்கப்பட்டு, கொலை

செய்யப்பட்டு, அவர்களது உடல்கள் தெருக்களில் வீசப்பட்ட செய்தி பின்னர் எங்களுக்குத் தெரிந்தது. நாக்புரின் அண்மையில் உள்ள கைர்லாஞ்சி என்ற இடத்தில் இது நடந்தது. இந்த அம்பேத்கரிஸ்ட்கள் கொலை செய்யப்பட்டதற்குக் காரணம், அவர்களின் பெண் துணிச்சலாக கல்வி கற்றதும், பக்கத்தில் வசிக்கும் ஜாதி ஹிந்துக்கள் தங்கள் வயலுக்குச் செல்ல இவர்கள் வயலின் குறுக்கே நடந்து செல்வதைத் தடுத்ததுமே என்று பத்திரிகைச் செய்தி கூறுகிறது. உள்ளூர் போலிஸார் இதைப் பற்றி விசாரிக்க மறுத்துவிட்டனர். (இது இந்தியாவில் பரவலான பிரச்சனைதான்.) ஆர்ப்பாட்டக்காரர்கள் போலிஸ் ஸ்டேஷனை எரித்துவிட்டனர். அதன் பின்னர்தான் உலக மற்றும் இந்திய ஊடகங்கள் இந்தச் செய்தியை வெளியிட்டன.

இந்தியாவின் வெளியே இருப்பவர்களுக்கு இங்கே ஜாதி முறை லட்சக்கணக்கானவரைப் பாதிக்கிறது என்பது தெரியாது. *Human Rights Watch*இன் அறிக்கைப்படி இந்தியாவின் மக்கள் தொகையில் ஆறில் ஒருபங்கு, சுமார் 17 கோடி பேர், தொடர்ந்து பொருளாதார, கல்வி வாய்ப்புகளை இழந்து வருகின்றனர். *Broken People: Caste Violence Against Indian "Untouchable" (1999) HRW* அறிக்கை இவ்வாறு குறிப்பிடுகிறது:

> தலித்துகளுக்குப் பாரபட்சம் காட்டப்படுகிறது. அவர்களுக்கு நில உரிமை மறுக்கப்படுகிறது. மோசமான சூழ்நிலையில் அவர்கள் பணி செய்ய வற்புறுத்தப் படுகின்றனர். வழமையாகவே அரச பாதுகாப்புடைய போலீஸ் அல்லது உயர்சாதிக் குழுக்களால் வன்முறைக்கு உள்ளாகின்றனர் அல்லது கொலை செய்யப்படுகின்றனர். தலித் பெண்கள் அடிக்கடி பாலியல் தாக்குதலுக்கு உள்ளாகின்றனர். இந்தியாவின் மறைவான இனவெளியாகப் பார்க்கப்படும் விதத்தில் இந்தியாவின் பல மாநிலங்களில் கிராமம் கிராமமாகச் சாதியடிப்படையில் முழுமையாகப் பிரிக்கப்பட்டுள்ளன. தீண்டாதவராக பார்க்கப்படுவோர் நடைமுறையில் பாரபட்சத்திற்கும் வன்முறைக்கும் ஆளாகின்றனர் என்பதே சமூக யதார்த்தம். இவற்றை மூடிமறைக்கவே தேசிய சட்டமியற்றலும் அரசியல் சட்டமும் பயன்படுகின்றன.

குடியரசு உருவாகும்போது அம்பேத்கர் விரும்பியபடி புத்த மதத்தைச் சேர்ந்த அசோக மன்னரின் சின்னமான சிங்கங்கள் இந்தியாவின் நாணயங்களை அலங்கரிக்கின்றன. புலிதான் இந்தியா, பங்களாதேஷ், நேபாளம் ஆகிய நாடுகளின் தேசிய மிருகமாக விளங்குகிறது. ஆனால் ஒன்பது வகைப் புலிகளில்

மூன்று இனங்கள் அடியோடு அழிந்துவிட்டன. பொதுவாகக் காணப்படும் புலி இனமான ராயல் பெங்கால் புலிகளின் எண்ணிக்கை ஐயாயிரத்துக்கும் குறைவே. சரியான வாழிடம் இல்லாததாலும் வேட்டையாடித் தள்ளுவதாலும் இப்போது உயிருள்ள புலிகளை ஆபத்துக்குள்ளான இனமாகக் கருதிப் பாதுகாக்க வேண்டியுள்ளது.

இந்தப் 'புலியின் கதை'யில் உயர்ந்த மனிதர்களான டாக்டர் அம்பேத்கர், டாக்டர் நிம்கடே மற்றும் அவர்களால் உணர்வூட்டப்பட்ட நிறைய பேர் முக்கியப் பிரமுகர்களாக உள்ளனர். இந்தியாவின் பழைய வழக்கங்களும் ஜாதிமுறையால் ஏற்பட்ட மோசமான விளைவுகளும் விரைவில் 'அழிந்துபோன இனங்கள்' வரிசையில் சேர்க்கப்படும் என்று நம்புகிறோம்.

ஹார்வர்ட் பல்கலை   கிருஸ்தபர் எஸ். க்வீன்

முகவுரை

நான் இந்தப் புத்தகத்தின் மராத்தி, ஹிந்தி படிகளைத் தயாரிப்பதில் என் மனைவி ஹீரா என்னுடன் இணைந்து செயல்பட்டார். கையெழுத்துப் பிரதிகளைத் தயாரித்தார். அவருடைய கவனமான ஈடுபாடும் வருடக்கணக்கான கடின உழைப்பும் இல்லாதிருந்தால் இன்று என் சுயசரிதையை நீங்கள் ஆங்கிலத்தில் படிக்க முடிந்திருக்காது.

நான் நிறைய இடங்களுக்குப் போயிருக்கிறேன். நிறையப் பேரிடம் – தனிப்பட்ட முறையிலோ பொதுக் கூட்டங்களிலோ – எனது வாழ்க்கை அனுபவங்களையும் தீண்டாமைக்கு எதிரான என் போராட்டங்கள் பற்றியும் பேசியிருக்கிறேன். நான் பேசியபோதெல்லாம் கேட்டவர்கள் என் நினைவுகளால் நெகிழ்ந்தார்கள் என்பதை உணர்ந்தேன். குரு நானக் கூறினார்: "ஒருவன் பேசுகிறான், அடுத்தவன் அதை ஆழ்ந்து கேட்கிறான். அப்போது இருவருமே ஞானியாகி விடுகின்றனர்." என்னைப் போன்ற ஓர் எளிய சாதாரண மனிதனைப் பற்றி எழுதுவதால் என்ன பயன் இருக்கப்போகிறது என்று என்னையே கேட்டுக்கொண்டேன். ஆனால் நிறைய நண்பர்களும் என்னுடன் பணிபுரிபவர்களும் எனது அனுபவங்களைப் பற்றி எழுதும்படி என்னைத் தூண்டினர். எழுதுவதன் மூலம் இந்த நினைவுகளும் பெற்ற பாடங்களும் வருங்கால சந்ததியினருக்கு உதவியாக இருக்கலாம்.

இந்த நூலை நான் எழுதியபோது எனது பழைய காலத்தைத் தெளிவாகப் பார்க்க முடிந்தது.

ஆனால் எதைப் பற்றி எழுதுவது என்பதில் தெளிவிருக்க வில்லை. எனது குழந்தைப் பருவ அனுபவங்களைச் சுருக்கி எழுதினாலே அது ஒரு பெரிய புத்தகமாக ஆகிவிடும். ஒரு தடவை என் ஆசான் டாக்டர் அம்பேத்கரிடம் ஏன் அவர் தனது சுயசரிதையை எழுதவில்லை என்று கேட்டேன். "பிற விஷயங்களைப் பற்றி எழுதுவது சுலபம். சொந்தக் கதையை எழுதுவதற்கு நிறைய நேரம் பிடிக்கும்" என்றார் அவர். ஒருவரது வாழ்வைப் புனரமைப்பது என்பது சிரமமான காரியம். மனைவியோடு இணைந்து செயல்பட வேண்டியிருந்தது. என் வாழ்வின் கசப்பு, இனிப்பு, சோகம் மகிழ்ச்சி, வேடிக்கை துயரம் எல்லாவற்றையும் நேரடியாகவே குறிப்பிட்டிருக்கிறேன். இவ் வுலகிலிருந்து பிரிந்துவிட்ட நண்பர்களையும் உறவினர்களை யும் குறித்து நான் எழுதும் வார்த்தைகள் அவர்களுக்கு நினைவஞ்சலியாக அமையும் என்று நம்புகிறேன்.

கிராமீய இந்தியாவில் ஒரு தீண்டத்தகாதவனாக இருப்ப தால் நான் அனுபவித்த பாரபட்சம், கஷ்டம் இவற்றின் பின்னிணியில் பிறக்கும்போதே என்னை அடிமைப்படுத்திய மத அமைப்பைப் பற்றி ஒரு சிறு விளக்கம் தரலாமென்று நினைக்கி றேன். பண்டைக் காலத்தில் இந்து ஜாதி அமைப்பில் நான்கு வகுப்புகள் (சதுர்வர்ணம்) இருந்தன. பிராமணர், க்ஷத்ரியர், வைசியர், சூத்திரர். ஒவ்வொரு ஜாதியும் முழுமுதற் கடவுளின் ஒவ்வொரு அவயவத்திலிருந்தும் தோன்றியதாகக் கூறப்படு கிறது. எந்த ஜாதியிலும் சேராதவர்களுக்கு சமூகத்தில் மதிப்பில்லை. அவர்கள் தீண்டப்படாதோர் (இப்போதைய 'தலித்') என்று அழைக்கப்பட்டனர். மிகவும் தாழ்த்தப்பட்ட இனம் மேற்குறிப்பிட்ட முழுமுதற் கடவுளின் கால்களிலிருந்து தோன்றினார்களாம். ஒரு மோசமான பிறப்புதான் அது. நாங்கள் ஒதுக்கப்பட்டவர்களானோம். தீண்டப்படாதவர்கள், சிலசமயம் பார்க்கக்கூடத் தகுதியற்றவர்கள். ஆயிரக்கணக்கான ஆண்டு களாக ஜாதி அமைப்பின் பின்னாலுள்ள பழமைவாத மனப் போக்கு தலித் மக்களை அவமரியாதை, அநீதி, அடக்குமுறை, அடிமைத்தனம் போன்றவற்றுக்குத் தாழ்த்தியது. இதன் காரண மாக அறியாமை, பின்தங்கிய நிலை, வறுமை, ஆதரவின்மை போன்றவை எங்கள் வாழ்வின் முக்கியப் பகுதியாக ஆகி விட்டன. நிலைமை மேலும் மோசமாகியது. மேற்கூறிய நான்கு முக்கிய ஜாதிகளும் கிட்டத்தட்ட ஆறாயிரம் கிளை ஜாதிகளாகப் பிரிந்தன. மனிதர்களிடையேயும் தீண்டப்படாதோர் இடையிலும்கூட இது மேலும் பிரிவுகளை ஏற்படுத்திற்று. நான் மஹார் என்ற கிளைப் பிரிவைச் சேர்ந்தவன். இதில் நிலமற்ற கூலியாட்கள் இருப்பர். எங்களுக்கும் கீழே மங்க் (பாடகர்கள்),

சம்பார் (தோல் பணி செய்வோர்), மேத்தார் (தெருக்கூட்டுபவர், கழிவறை பணி புரிவோர்) போன்ற துணைப் பிரிவுகள் உண்டு.

ஏழ்மையும் தீண்டாமையும் காரணமாக என் பதினான்கு வயதில்தான் பள்ளி செல்ல முடிந்தது. இல்லையென்றால் என்னுடைய முழு வாழ்க்கையும் இதைவிட மிக மோசமாகப் போயிருக்கும். புழுதி படிந்த கிராமத்தில் சீரழிந்திருக்கும். டாக்டர் பீம்ராவ் அம்பேத்கர் என்ற மாபெரும் மனிதர் மட்டும் இருந்திராவிட்டால் இந்த நிலைமை மாறியிருக்க முடியாது. அவரை நாங்கள் அன்புடன் டாக்டர் பாபா சாகப் அம்பேத்கர் அல்லது வெறும் பாபா சாகப் (அப்பா) என்று அழைப்போம். ஒரு தலித்தாகப் பிறந்து, டாக்டர் அம்பேத்கர் இந்தியாவின் அரசியல் அமைப்பையே உருவாக்கும் அளவுக்கு உயர்ந்து விட்டார். என் வாழ்க்கையையே மாற்றி அமைத்தவர், என் வாழ்க்கையின் முக்கிய மைல்கல் – டாக்டர் அம்பேத்கர் என்பதை நீங்கள் பார்க்கப் போகிறீர்கள்.

முதன்முதலில் நான் ஹார்வர்ட் பல்கலைக்கழக டாக்டர் கிருஸ்தபர் க்வீனுக்கு நன்றி சொல்ல விரும்புகிறேன். இதை எழுத மிகவும் ஊக்கமளித்ததோடு தேவையான விவரங்களை யும் அளித்தார். புலி என்ற உருவகம் இக்கதையின் ஆழ்நிலை யில் பரவியிருப்பதை எங்களுக்கு உணர்த்தினர். புத்த மதத்தைப் பற்றி உலகறியச் செய்வதில் தம்மை அர்ப்பணித்துக்கொண் டவர். அவர் இந்த நூலுக்கு முகவுரை எழுதியிருப்பதில் மிகப் பெருமைகொள்கிறேன்.

இதன் ஆங்கில மொழிபெயர்ப்புக் குழுவுக்கும் நான் கடமைப்பட்டிருக்கிறேன். ஹீரா நிம்கடே, ரேகா துரைசாமி, பீம் நிம்கடே, அசோக் நிம்கடே ஆகியோரே அந்தக் குழு. இந்தப் புத்தகம் வெளிவருவதற்கும் அசோக் உந்துதலாக இருந்தார். இந்த மொழிபெயர்ப்புக்காக உலக முழுதும் தொலைபேசி அழைப்புகள் நடைபெற்றன. பயணங்கள் மேற் கொள்ளப்பட்டன. எழுத்தறிவற்ற ஒரு சின்ன கிராமத்தில் பிறந்தவனுக்கு வேண்டி இக்காரியங்கள் நடைபெறுவது என்ன வேடிக்கை!

கீழ்க்கண்டவர்களும் என் நன்றிக்குரியவர்கள்:

கருணா துரைசாமி (செய்திகள் விடுபட்டுள்ளனவா என்பதைக் கவனித்ததற்காக); புத்த மத அறிஞர்கள் பகவான் தாஸ் மற்றும் டாக்டர் எலினார் ஸெஸ்லியாட் (ஊக்கமளித்து ஆலோசனை வழங்கியமைக்காக); டாக்டர் கே.பி. வாஸ்னிக் (ஒரு அத்தியாயத்தை மொழிபெயர்த்ததற்காக); பி.பி.சியை

சேர்ந்த பாண்டே விஸ்வபாணி (தகவல்கள் தந்தமைக்காக); வசந்த – மீனாட்சி மூன் தம்பதியர் (நான் என் கதையை எப்படியும் எழுதிவிட வேண்டுமென்று தொடர்ந்து ஊக்கமளித்தற்காக); வசந்த் கோப்ரகடே, அஸ்குஷ் நிம்கடே, ராம்பாஜ் (பெரிதும் சிறிதுமாக பல்வேறு உதவிகள் புரிந்தமைக்காக); மராத்தி, ஹிந்திப் பதிப்புகளைப் படித்துவிட்டு ஆங்கிலப் பதிப்பும் வர வேண்டும் என்று ஆவலுடன் கேட்டுக்கொண்ட பல ஜாதிகளையும், இனத்தையும் சேர்ந்த வாசகர்கள்.

இப்போது நான் உங்களை என் பிறந்த ஊரான மத்திய இந்தியாவில் உள்ள ஸாத்காவ் என்ற பழைய குக்கிராமத்துக்கு அழைத்துச் செல்கிறேன்.

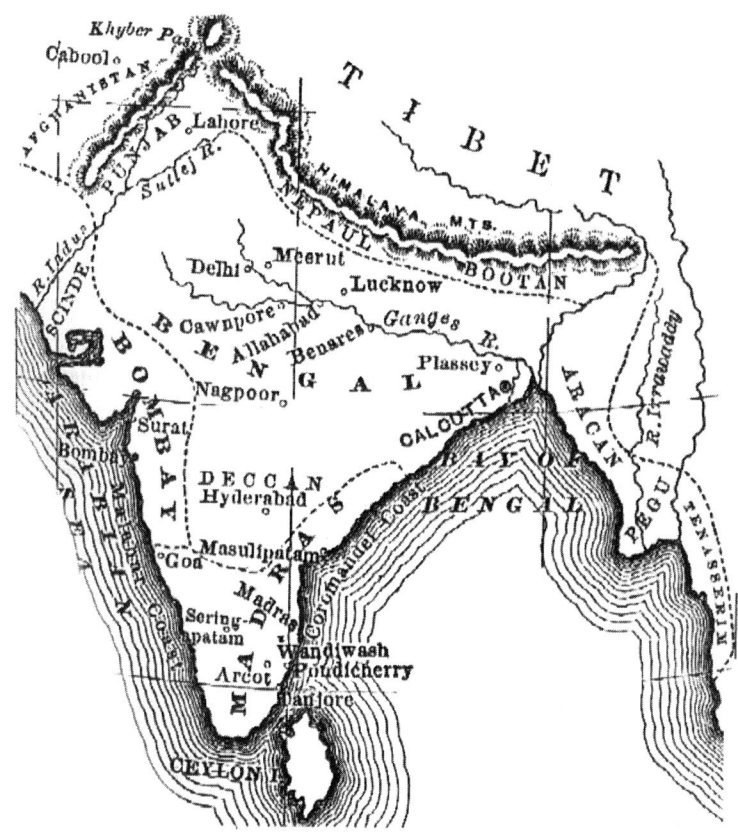

மத்திய இந்தியாவில், நாக்புருக்கு வெளியே ஸாத்காவ் என்ற கிராமத்தில் இந்தக் கதை தொடங்குகிறது. 1889 பிரிட்டிஷ் இந்தியாவின் படம்.

(நன்றி: *Center for Study of the Life and Work of William Carey, D.D. (1761-1834), William Carey University, Hattiesburg, Mississippi, USA.*)

பாகம் 1
கிராமமும் காடும்

இரண்டு தூண்களின் இரகசியம்

என்னுடைய எண்பதாண்டு வாழ்க்கையைப் பின்னோக்கிப் பார்க்கும்போது, ஓர் இருண்ட மண்குடிசையும் அதில் முணுக்முணுக்கென்று எரிந்துகொண்டிருக்கும் ஓர் அகல் விளக்குமே நினைவுக்கு வருகின்றன. அதன் மங்கிய ஒளி புல்லால் வேயப்பட்ட மேற்கூரையைக்கூட எட்டுவதில்லை. அந்த விளக்கு ஒரு சிறிய மண் மேடையில் ஓரடி உயரமுள்ள இரண்டு குத்துக் கற்களின் அருகே வைக்கப்பட்டிருந்தது. அவற்றை பூஜைக்கான மலர்களும் மஞ்சள் பொடியும் அலங்கரித்தன. எரிந்த ஊதுவத்திகளின் சாம்பல் தரையெங்கும் பரந்து கிடந்தது. கற்பூரத்தின் மணம் காற்றில் நிறைந்திருந்தது.

ஆனால் இந்த பூஜை குடிலில் புனிதமான அமைதி நிலவுவதில்லை. பல சிறுவர்கள் ஆடையின்றி குதித்துக் கும்மாளமிட்டுக் கொண்டிருந்தனர். கால்களால் சாம்பலைச் சிதறி, பூக்களை எடுத்து ஒருவர் மேல் ஒருவர் வீசினர். விளையாட ஒரு புது இடம் கிடைத்துவிட்ட மகிழ்ச்சியில் கூச்சலிட்டனர்.

திடீரென குடிசையின் கதவு திறந்தது. ஒரு கரிய உருவம் சிறிய வாசலில் குனிந்தபடி நின்றது. நாங்கள் பயத்தில் உறைந்துவிட்டோம். "டேய் சனியன்களா, இங்கே என்ன செய்துகொண்டிருக்கிறீர்கள்?" என்று கர்ஜித்தது அந்த உருவம். என் தாத்தாவின் குரல்தான் அது. அவரது நெடிய

உருவமும் அடர்ந்த மீசையும் தெரிந்தன. பயந்த முயல் குட்டி களைப் போல் நாங்கள் மூலைக்கொருவராக ஓடினோம். "எத்தனை தடவை சொல்லியிருக்கிறேன், இங்கு வந்து விளையாடக் கூடாதென்று. சாமி இருக்கும் இடத்தைக் காலால் மிதித்து அசுத்தப்படுத்திவிட்டீர்களே!" என்றார் அவர்.

தாத்தா உள்ளே வந்தார். காலை மடக்கி உட்கார்ந்து பயபக்தியுடன் காதுகளைக் கையால் பொத்தியபடி நெற்றியை மேடைமேல் வைத்துக்கொண்டார். அவர் தெய்வ பக்தி உள்ளவர். காலையில் ஆற்றில் குளித்துவிட்டு நேரே இங்கு வந்து பிரார்த்தனை செய்வார். "கடவுளே, இந்த அறியாப் பிள்ளைகளை மன்னித்து விடு. இந்தக் குடும்பத்தின் மீது எப்போதும் உன் கடைக்கண் பார்வை இருந்துகொண் டிருக்கட்டும்."

அப்போது எனக்கு ஆறு வயது இருக்கும். இத்தனை ஆண்டுகளாக அந்த இரண்டு கற்களும் என் மனதில் இருந்து கொண்டிருக்கின்றன. ஜாதிக்கும் தொழிலுக்கும் அப்பாற்பட்ட ஒரு நட்பும் பரிவும் நிரம்பிய ஒரு இரகசியம் எனக்குப் பின்னால் தான் அறிய முடிந்தது.

இந்த குடிசையைத் தொட்டபடி சற்றே பெரிய குடிசை ஒன்றும் இருந்தது. ஆறுக்கு பத்து மீட்டர் அளவு கொண்டது. ஒரே ஒரு சிறிய ஜன்னல். இங்கேதான் என் அம்மா என்னைப்

பிரார்த்தனை குடிசையில் உள்ள இரண்டு கற்கள்.

பெற்றெடுத்தாள். எனக்குப் பின் பிறந்த ஏழு குழந்தைகளைப் பெற்றதும் இங்கேதான். எங்கள் குடும்பம் மிகப் பெரியது. மொத்தம் பதினைந்து பேர். எல்லோரும் இந்த ஒரே குடிசையில் தான் வசித்தோம். இது மகாராஷ்ட்ராவில் உள்ள ஸாத்காவ் என்ற குக்கிராமம். பம்பாயிலிருந்து ஐநூறு மைல் தூரத்தில் – ஒரு பிரபஞ்சத்துக்கு வெளியே – இருக்கிறது. எங்கள் ஊரைச் சுற்றிலும் கொடிய மிருகங்கள் நடமாடும் அடர்ந்த காடு. கிராமத்தை ஒட்டி ஆறு ஓடுகிறது. எங்களுக்கு ஜீவாதாரம் அது; ஆனால் வெயில் காலத்தில் வறண்டுவிடும். சுற்றுப்புறம் காலநிலைக்குத் தகுந்தபடி மாறிக்கொண்டே இருக்கும். மழைக் காலத்தில் எங்கும் பச்சைப் பசேல் என்றிருக்கும்; மற்ற நாட்களில் ஒரே வறட்சிதான். எங்களுக்கு உணவோ தண்ணீரோ கிடைக்காது. தபால், காஸ், ஆஸ்பத்திரி, தார்ரோடு எதுவும் கிடையாது. பேருந்து பற்றிக் கேள்விப்பட்டிருந்தோம்.

எழுத்தறிவற்ற என் பெற்றோர்கள் எந்தப் பதிவுகளும் வைத்திருக்கவில்லை. நான் ஆவணி மாதத்தில் ஒரு புதன் கிழமையன்று மழை பெய்யும்போது பிறந்தேன் என்று சொல்லி யிருக்கிறார்கள். நான் பிறந்த வருடம் 1920 ஒட்டி இருக்கலாம். எங்கள் குடும்பப் பெயர் நிம்கடே. இது மருத்துவகுணம் கொண்ட வேப்ப மரத்திலிருந்து வந்தது.

எங்கள் தீண்டப்படாத இனத்தைச் சேர்ந்த ஒவ்வொருவரும் ஏதாவது மரம் அல்லது செடியைச் சேர்ந்த பெயரைக் கொண்டிருப்பர். எனது மைத்துனனுக்கு தேங்காயைக் குறிக்கும் கோப்ராகடே என்று பெயர். இதுபோன்று அம்பகடே (மாங்காய்), ஜம்கடே (கொய்யா) போன்ற பெயர்களும் உண்டு. இந்த மாதிரி மரம் செடிகள் குறிக்கும் பெயர்கள் அமைதி நிரம்பிய புத்தர் காலத்தைச் சேர்ந்தவையாக இருக்கும் என்று தோன்று கிறது. இந்தியாவில் தீண்டப்படாதோர் பெரும்பாலும் புத்த மதத்தைச் சேர்ந்தவர்கள் என்பதற்கு இது ஒரு சான்று.

அன்றைய வழக்கப்படி குடும்பத்தில் முதல் குழந்தை பிறந்ததும் ஊரிலுள்ள இசை வல்லுநர்கள் தங்கள் இசைக் கருவிகளுடன் அந்த வீட்டுக்கு வந்து சற்று நேரம் வாசித்து அங்கே சாப்பிட்டுவிட்டு பணமும் பெற்றுச் செல்வார்கள். ஆனால் நான் பிறந்தபோது அவர்களுக்குக் கொடுக்க வீட்டில் எதுவுமில்லை. வெறுங்கையுடன்தான் திரும்பினார்களாம்.

நீண்ட நாட்களுக்குப் பிறகு பிறந்த முதல் குழந்தை என்பதால் எல்லோரும் என்னிடம் அன்பாக இருந்தார்கள். ஆனால் என்னைக் கொஞ்சி சீராட்டத்தான் அவர்களுக்கு நேரம் இல்லை. என்னைப் பெற்ற பன்னிரண்டாம் நாளிலேயே அம்மா என்னை வீட்டில் விட்டுவிட்டு வயலில் வேலை

செய்யப் போய்விட்டாள். தன் வயிற்றுக்கே அவளுக்குப் போதுமான உணவு கிடைக்கவில்லை, அப்புறம் குழந்தைக்கு எங்கிருந்து பால் கொடுப்பது! நான் பசியால் அழுதுகொண்டே யிருப்பேன்.

என்னை எப்படி உயிரோடு வைத்திருப்பது என்பதுதான் அம்மாவின் பெரிய கவலை. சிலவேளை ஒரு ஸ்பூன் மாவை ஒரு கப் தண்ணீரில் கலந்து எனக்கு ஊட்டுவாள். ஒரு கழுதை அண்மையில்தான் குட்டி போட்டிருந்தது. அம்மாவுக்கு அது ஒரு பெரிய அதிர்ஷ்டமாகத் தோன்றியிருக்கும். அதன் பாலைக் கறந்து எனக்கு ஊட்டுவாள். நான் பசியால் அழுவதைக் கேட்ட பக்கத்து வீட்டுப் பெண்கள் தங்கள் குழந்தைகளுடன் எனக்கும் பாலூட்டுவார்கள். அந்தக் கிராமத்தில் எனக்கு ஒரு கழுதை உட்பட நிறைய அம்மாக்கள் இருப்பதாக நினைத்துக் கொள்வேன்.

அதனால்தான் நான் உயிர் பிழைத்தேன். பின்னாட்களில் நான் அவர்களுக்கு நன்றி சொல்லியிருக்கிறேன். "நீங்கள் பாலூட்டியதால்தான் நான் உயிரோடு இருக்கிறேன். இவ்வளவு காரியங்களையும் சாதித்திருக்கிறேன்" என்று சொல்வேன். அவர்களுக்குப் புதிய புடவைகளும் பரிசுகளும் கொடுப்பேன். ஆனால் இந்தப் பொருட்கள் எல்லாம் அவர்கள் எனக்கு அளித்த உயிர்ப்பிச்சைக்கு எப்படி ஈடாக முடியும் என்றும் நினைத்திருக்கிறேன்.

பாட்டி சகுணா என் அம்மாவிடம் சொல்வாள்: "உன்னிடம் பாலில்லாவிட்டால் எதற்காக அவனை நெஞ்சோடு சேர்த்து வைத்திருக்கிறாய்? கொஞ்சம் அபின் கொடுத்து அவனை உறக்காட்டிவிட்டு வயலுக்குப்போய் வேலை செய்யேன்" என்பாள். அம்மாவும் அப்படியே செய்வாள். 'ஈயின் கண் அளவு' அபினை சாப்பிட்டுவிட்டு நாள் முழுதும் உறக்கத்தில் கிடப்பேன். அம்மா சற்று ஜாக்கிரதையாக இருந்ததற்கு நான் நன்றி சொல்ல வேண்டும். கொஞ்சம் டோஸ் அதிகமாயிருந்தால் என் பூலோக வாசம் எப்பொழுதோ முடிவிற்கு வந்திருக்கும்.

வேறு சில ஆபத்துக்களும் நேர இருந்தன. ஒருதடவை அப்பாவின் அத்தை ஆற்றிலிருந்து குடம் நிறைய தண்ணீர் எடுத்துக்கொண்டு குடிசைக்குள் நுழைந்தாள். வெளிச்சத்தி லிருந்து திடீரென இருட்டுக்குள் நுழைந்ததும் அவளுக்குக் கண்ணே தெரியவில்லை. சின்ன ஜன்னலிலிருந்து வந்த வெளிச்சம் அவளுக்குப் போதவில்லை. காலில் ஏதோ ஊர்வது போல் தோன்றவே தண்ணீர் குடத்தை அப்படியே போட்டு விட்டு 'பாம்பு பாம்பு' என்று கத்தியபடி வெளியே ஓடினாள்.

ஆனால் அவள் கால் பட்டது பாம்பின் மேல் அல்ல, என்மீதுதான். என்னுடைய கத்தல்தான் அவளை மீண்டும் குடிசைக்குள் வரச் செய்தது. தன் தவறை உணர்ந்துகொண்டதும் ஓவென்று அழத் தொடங்கிவிட்டாள். அவள் கால் என்னை மிதித்திருந்தாலோ, தண்ணீர் குடம் என்மேல் விழுந்திருந்தாலோ அன்றைக்கே நான் சட்னி ஆகியிருப்பேன். இந்த களேபரத்தைக் கேட்டதும் அம்மாவும் ஊர்க்காரர்களும் ஓடி வந்தனர். கவனிப்பாரற்று என்னை தரையில் படுக்க வைத்திருந்ததற்காக அம்மாவை எல்லோரும் திட்டித் தீர்த்தனர். அம்மா அப்படியே தரையில் உட்கார்ந்து என்னைத் தூக்கி மடியில் கிடத்தியபடி அழத் தொடங்கிவிட்டாள்.

குடிசைக்கு வெளியிலும் அப்படியொன்றும் பாதுகாப்பாயில்லை. ஒருநாள் முற்றத்தில் தூங்கிக்கொண்டிருந்தபோது ஒரு கன்றுக்குட்டி துள்ளிக் குதித்தபடி அங்கே வந்தது. அதன் ஒரு கால் என் வயிற்றில் அழுத்தியது. திடுக்கிட்டு விழித்து அலறினேன். அம்மா ஓடிவந்து காப்பாற்றினாள். அப்படியே வாரி எடுத்து நெஞ்சோடு சேர்த்துப் பிடித்துக்கொண்டாள். கன்றுக்குட்டி என்மேல் குதித்து விளையாடியிருந்தால் என் கதி என்னவாயிருக்கும்!

மரணம் என்னைத் தொடர்ந்துகொண்டேயிருந்தது. எனக்கு வயது மூன்று அல்லது நான்கு மாதம்தான் இருக்கும். கோடை காலத்தில் வயலில் வேலை இராது. ஸாத்காவ் வயல்களில் மழைக்காலத்தில்தான் எங்களுக்கு வேலை. ஒரு மாட்டுவண்டியில் சாமான்கள், குழந்தைகள், வயோதிகர் எல்லோரையும் ஏற்றிவிட்டு மற்றவர்கள் வண்டியைத் தொடர்ந்து நடந்து செல்வார்கள். நாங்கள் எல்லோரும் சுமார் நூறு மைல் தூரத்தில் உள்ள வன்ஹாட் என்ற இடத்துக்குக் குடிபெயர்ந்து விடுவோம்.

வழியில் பாண்டர்கவ்டா என்ற இடத்தில் நதிக்கரையில் தங்கினோம். குளிப்பதற்கும் சமைப்பதற்கும் அங்கே வசதி இருந்தது. அம்மாவுக்கும் எனக்கும் நல்ல ஜுரம். அம்மாவைக் கவனித்துக்கொண்டிருந்த சகுணா பாட்டி என்னுடைய உடல் குளிர்ந்து விட்டதைக் கவனித்து பயந்துபோய் உதவிக்காகக் கத்தினாள். ஆட்கள் ஓடி வந்தனர். புதா தாத்தாவுக்கு நாட்டு வைத்தியம் கொஞ்சம் தெரியும். என்னைப் பரிசோதித்தபோது உடம்பில் எங்குமே நாடித்துடிப்பை உணரமுடியவில்லை. நான் இறந்துவிட்டேன் என்று உறுதியானதும் எங்கள் கூட்டமே அழத் தொடங்கியது. நீண்டநாள் பிள்ளையின்றித் தவித்த என் பெற்றோருக்கு தவங்கிடந்து பிறந்த மகன் நான். எனவே என் இறப்பு அவர்களை மிகவும் தாக்கியது. என்னைப் புதைக்கக்

குழி தோண்டியாயிற்று. என் உடம்பை எடுக்க ஆட்கள் வந்த போது ஜுரத்தால் தவித்த என் அம்மா எழுந்து உட்கார்ந்து கதறி அழுது கடைசி முறையாகக் குழந்தையைக் கையில் ஏந்திக்கொள்ள வேண்டும் என்று கெஞ்சினாள்.

என்னை அவள் கையில் கொடுத்ததும் அப்படியே என்னை தன் மார்போடு அணைத்துக்கொண்டாள். கவலையில் அம்மா வுக்கு ஏதாவது ஆகிவிடக்கூடாதே என்ற பயத்தில் சகுணா பாட்டி என் உடம்பை அவளிடமிருந்து இழுத்துப் பிடுங்கினாள். அந்நிலையில் எனது கைபெருவிரல் ஒன்று லேசாக அசைவதை அவள் கவனித்துவிட்டாள். உடனே தாத்தாவைக் கூப்பிட்டு என்னை மீண்டும் பரிசோதிக்கச் சொன்னாள். புதா தாத்தா பரிசோதித்தார். என் உள்ளங்கைகளையும் உள்ளங்கால்களை யும் பலமாகத் தேய்த்து விட்டார். என் கைகால்கள் அசையத் தொடங்கின. சோகமான சூழ்நிலையில் சிறிது நம்பிக்கை துளிர்விட்டது. ஜுர வேகத்தில் நான் மயக்கமாகியிருந்தேன். அம்மாவின் அழுத்தமான அணைப்பில் அவள் உடம்பின் சூடு என்னைத் தாக்கி என் உயிரை மீட்டுத் தந்தது. மீண்டும் ஒரு முறை நான் புனர்ஜென்மம் எடுத்தேன்.

சில வருஷங்களுக்குப் பிறகு, பெரியவர்கள் வயலுக்கு வேலைக்குச் செல்கிறபோது என்னைவிட சின்னவர்களை நான் கவனித்துக்கொண்டேன். எங்களுக்கு உடைகள் எதுவும் கிடையாது. அம்மணமாகவே விளையாடினோம். சில சமயம் எனக்கு அதிர்ஷ்டம் அடிக்கும். மாமாவோ சித்தப்பாவோ தங்கள் கிழிந்த சட்டையை எனக்குத் தந்துவிடுவார்கள். எனக்கு அளவில் பெரியதாக இருக்கும். சட்டைக்கும் நிக்கருக்கும் அது ஒன்றே போதும்.

வயலில் வேலை முடிந்து வந்ததும் அம்மா என்னைக் கவனிக்க வேண்டும் என்று ஆசையாக இருக்கும். ஆனால் அவளுக்கு நேரம் இராது. முதலில் தூரத்து நதியில் இருந்து தண்ணீர் கொண்டு வர வேண்டும். தளர்ந்து போய்விடுவாள். அப்புறம் எல்லோருக்குமாக சமையல் செய்ய வேண்டும். பிறகு அடுப்பில் சமையல் முடியும்போது நான் தூங்கியிருப்பேன். அரைத் தூக்கத்தில் சாப்பிடுவேன். அந்த வயதில் 'ஸ்கூல்' என்றால் என்னவென்றே எனக்குத் தெரியாது. இதுதான் எனது பொன்மயமான குழந்தைப் பருவம். எளிமையான வாழ்க்கை – ஸ்கூல் இல்லை, விளையாட்டுச் சாமான் இல்லை, உடை இல்லை, சில சமயம் உணவுகூட இல்லை.

தாத்தாவுக்குக் கல்யாணம்

இந்தியக் கிராமங்களில் அப்போது கூட்டுக் குடும்பமே நிலவியிருந்தது. எல்லோரையும்விட மூத்த உறவினரே குடும்பத் தலைவராயிருப்பார். எனவே என் தாத்தாவும் பாட்டியுமே என் வாழ்வில் முக்கிய இடம்பெற்றிருந்தனர். புதா தாத்தாவின் குரல் கம்பீரமாக ஒலிக்கும். அவருடைய உடல் வலிமையும் ஆரோக்கியமும் அதில் வெளிப்படும். நல்ல கறுப்பு நிறம், பிரகாசமான முகம். (உங்கள் குழப்பத்தைத் தீர்க்க ஒரு சிறு விளக்கம்: அவருக்கு புதா என்று பெயரிட்டது அவர் புதன் கிழமையன்று பிறந்ததால்தான். மற்றபடி புத்தருக்கும் அவருக்கும் எந்த சம்பந்தமும் இல்லை.) அடர்ந்த நீண்ட மீசை அவருக்கு ஒரு கம்பீரத்தைக் கொடுத்தது. எளிமை யான வாழ்க்கை. கால் முட்டுவரை தொங்கும் வேஷ்டி, தலையைச் சுற்றி ஒரு தலைப்பாகை, வெற்று உடம்பு. ரொம்ப வயதான பிறகுகூட அவரது வலிமை குறையவில்லை. பற்கள் எல்லாம் அப்படியே இருந்தன. இது ஒருவிதத்தில் அவருக்குக் கவலையாக இருந்தது. ஏனெனில் இந்தியாவில் வயதானவர்களுக்குத்தான் மரியாதை. ஒரு தடவை காசிக்கு யாத்திரை போயிருந்தபோது கங்கையில் தன் பற்களைப் பிடுங்கி தானம் செய்துவிட முயன்றார். முடியவில்லை. இறக்கும்போது எல்லாப் பற்களுடனேயே உயிரை விட்டார்.

தாத்தா – பாட்டி புதாவையும் சகுணாவையும் ஆஜோபா, ஆஜீபாயி என்று அழைப்போம். அவர் கள் 'காதல்' திருமணம் செய்து கொண்டார்கள் என்பது ஒரு விசேஷம். அதாவது அவர்கள்

கல்யாணம் பெரியவர்களால் நிச்சயிக்கப்படவில்லை. தாத்தா வின் தம்பி இதுபற்றி ஒருதடவை கூறினார்:

புதாவுக்கு வேறொரு பெண்ணுடன் திருமணம் நிச்சயமாகி இருந்தது. ஆனால் அவளுக்கு வைசூரி நோய் வந்து திருமணத் துக்குச் சில நாட்கள் முன்பே போய்விட்டாள். புதாவுக்கு ஒரே அதிர்ச்சி. இனி கல்யாணமே வேண்டாம் என்று பிடிவாத மாக இருந்துவிட்டார். பல ஊர்களுக்கும் சென்று நாட்டு வைத்தியம் பார்க்கத் தொடங்கினார். அப்போது அவருக்கு வயது நாற்பது இருக்கும். ஒரு தடவை ஹர்ணி என்ற கிராமத் துக்குச் சென்று சகுணா என்ற இளம் விதவைக்கு மருத்துவம் பார்த்தார்.

சகுணாவுக்கு அப்போது முப்பது வயதிருக்கும். நல்ல குடும்பத்தில்தான் வாழ்க்கைப்பட்டிருந்தாள். ஆனால் சில வருஷங்களிலேயே தன் குழந்தைகளையும் கணவனையும் நோயில் பறிகொடுத்து விட்டாள். கவலையில் பைத்தியமே பிடித்துவிட்டது அவளுக்கு. உடம்பில் நோய் வேறு. அவளது வீட்டார் பல்வேறு சிகிச்சைகளை மேற்கொண்டனர். ஒன்றும் பயனில்லை. அப்புறம் யாரோ புதா என்ற வைத்தியரைப் பார்க்கும்படி சொன்னார்கள். புதா வந்தார். பச்சிலையும் சூர்ணங்களும் மந்திரங்களுமாக பல மாதங்கள் சிகிச்சைக்குப் பிறகு சகுணா குணமடைந்தாள். அவளது அறிவும் அழகும் படிப்படியாக மீண்டு வந்தன. அவளைக் குணப்படுத்திய வைத்தியருக்கு அவள்பால் ஒரு ஈர்ப்பு ஏற்பட்டது.

சகுணாவின் ஆட்கள் அவளுக்கு இரண்டாவது திருமணம் செய்து வைக்க முயற்சி செய்கிறார்கள் என்ற விவரம் அறிந்ததும் புதா தன் பெற்றோரிடம் ஓடிச் சென்று அவர்களது சம்மதத்தைக் கேட்டார். குடிசையில் இடி விழுந்தது போலாயிற்று. புதாவின் பெற்றோர்கள் ஒரேயடியாக எதிர்ப்பைத் தெரிவித்தனர். ஒரு பிரம்மச்சாரி ஒரு விதவையை மணப்பதா? என்ன அநியாயம்! குடும்பத்துக்கே தோஷம் அல்லவா? புதாவுக்கு வேறொரு இளம் பெண்ணைத் தேடுவதாகச் சொன்னார்கள். ஆனால் அவர் சம்மதிக்கவில்லை.

மறுநாள் புதா ஹர்ணி கிராமத்துக்குச் சென்று சகுணாவின் பெற்றோரிடம் தான் அவர்கள் மகளை திருமணம் செய்ய விரும்புவதாகத் தெரிவித்தார். அவள் அப்பாவுக்கு ஒரே மகிழ்ச்சி. புதாவின் அறிவு, திறமை, குணம் எல்லாவற்றிலும் அவருக்கு முழுதிருப்தி. ஆனால் ஒரு தடை இருக்கிறதே! சகுணாவின் இறந்துபோன கணவனைத் திருப்திப்படுத்த வேண்டுமே! அதற்காக ஒரு சாந்தி பூஜை நடத்திவிட்டால் போதும். அத்துடன்

ஒரு பிரம்மச்சாரி ஒரு விதவையை திருமணம் செய்ய முடியுமா? நல்லவேளை, அதற்கும் ஒரு வழி இருக்கிறது. புதா ஒரு பால்வடியும் செடி ஒன்றை 'திருமணம்' செய்துகொண்டால் போதும். அவர் அந்தச் செடியை பின்னர் விவாகரத்து செய்து விட்டாரா என்று தெரியவில்லை. ஆனால் அவரும் சகுணா வும் ஒரு எளிய திருமணத்தின் மூலம் கணவன் மனைவி ஆகிவிட்டனர்.

புதிய தம்பதியினர் மாப்பிள்ளையின் ஊருக்கு வந்தபோது அவருக்கு எதிர்ப்புதான் தெரிவிக்கப்பட்டது. ஒரு 'தவறான' கல்யாணம் செய்துகொண்டமைக்காக அவரை வீட்டுக்குள் நுழைய விடவில்லை. பாவம் புதா! கணவனும் மனைவியும் சற்று தொலைவில் புதிதாக ஒரு குடிசையைக் கட்டி வாழத் தொடங்கினர்.

இருவருமே நல்ல உழைப்பாளிகள். திறமையாக உழைத்த னர். அவர்களுக்கு ஒரு பெண் குழந்தை பிறந்தபோது புதாவின் பெற்றோர்களின் மனம் சற்றே இளகியது. அப்புறம் அவர் களுக்குப் பிறந்த மகனுக்கு மராத்ராவ் என்று பெயரிட்டனர். அதுதான் என் தகப்பனார். மராத்ராவ் நல்ல அழகு – அம்மா சகுணாவைப்போல. இப்போது புதாவின் பெற்றோருக்கு பேரக் குழந்தைகளைப் பார்க்காமல் இருக்கமுடியவில்லை. கடைசி யில் குடும்பம் எல்லாம் பழையதை மறந்துவிட்டு ஒன்றுசேர்ந்தது.

என் தாத்தா – பாட்டி புதாவும் சகுணாவும் குணத்தில் எதிரும் புதிரும்தான். புதா ஆறடி உயரத்தில் ஆஜானுபாவராக இருந்தாலும் மிக எளிமையானவர். அவர் யாரிடமும் வம்புக்குப் போனதோ திட்டியதோ இல்லை. இதற்கு நேர்மாறாக சகுணா – அவளும் அழகுதான் – வெட்டொன்று துண்டு இரண்டென பேசுபவள். கோபம் வந்துவிட்டால் அவள் ராட்சசிதான். ஏகப்பட்ட வண்ணமயமான வார்த்தைகளும் மண்டையில் உறைக்கும் பழமொழிகளும் அவள் வாயிலிருந்து எரிமலையாகப் பொங்கி விழும். அதைக் கேட்க எங்களுக்கெல்லாம் ஒரே வேடிக்கையாக இருக்கும். வயிற்றைப் பிடித்துக்கொண்டு சிரிப்போம். பெரியவர்கள்கூட அவள் நாக்குக்கு நடுங்குவார் கள். ஆனால் எங்களுக்கு அவள்தான் பெரிய பாதுகாப்பு. பெண் சிங்கம் தன் குட்டிகளைப் பாதுகாப்பதுபோல் எங்களை அரவணைத்துக்கொள்வாள்.

வீட்டுக் காரியங்களை சகுணா தன் இரும்புக் கரத்தால் ஒழுங்குபடுத்தினாள். எல்லோரும் – குழந்தைகள் உட்பட – விடிவதற்கு முன் எழுந்துவிட வேண்டும். அதனால்தான் நான் இன்றும் சூரியன் உதிப்பதற்கு முன் எழுந்து விடுகிறேன்.

தன் மருமகள்மாரிடம் சகுணா கடுமையாகவே நடந்துகொள்வாள். அதே சமயம் நியாயமாகவும் இருப்பாள். அவர்களுக்கு ஏதாவது நோய் நொடி என்று வந்துவிட்டால் விழுந்து விழுந்து பணிவிடை செய்வாள் – ஏதோ தன் சொந்தக் குழந்தைகளுக்கு வந்துவிட்டதுபோல.

ஆனால் வறுமையும் பஞ்சமும் இருக்கிறதே! சகுணாவால் எங்களுக்கு வயிறு நிறைய உணவளிக்க முடியவில்லை. பணக் கஷ்டம் வேறு. குப்பைகளை அலசி அலசி நெல் மணிகளைப் பொறுக்கி எடுப்பாள். இவ்வாறு கிடைத்த ஒவ்வொரு நெல்லையும் பத்திரமாக தனியே வைப்பாள். சாவிகளையும் அவள் விட்டுவைப்பதில்லை. காட்டுப் பூக்களுடன் கலந்து சப்பாத்தி மாவில் சேர்த்துவிடுவாள். கொதிக்க வைத்த மாவினால் செய்யப் படும் சப்பாத்தி பெரிய அளவில் பொங்கிவிடும். சாப்பிட ஒன்றுமே இல்லாவிட்டால் காட்டுப்பக்கம் சென்று ஏதோ ஒரு புல்லைப் பறித்துவந்து ரொட்டி செய்வாள். விசேஷ நாட்கள் வந்துவிட்டால் அன்று எல்லோருக்குமே விரதம் என்று சொல்லிவிடுவாள். இதனால் ஆத்மா சுத்தமாகும், உணவு மிச்சமாகும்.

சகுணாவுக்கும் புதாவுக்கும் நிறைய குழந்தைகள். அந்தக் காலத்தில் பெண் குழந்தைகளின் அழகு முக்கியமாக கருதப் பட்டது. அவர்களுடைய இரண்டாவது மகள் பாகா மிக அழகாயிருப்பாள். ஒரு தடவை குடும்பம் முழுவதும் வெளியே வர்ஹத் என்ற கிராமத்தில் கூலி வேலையில் ஈடுபட்டிருந்த போது சில வெளிநாட்டு மிஷனரிகள் அங்கு வந்தனர். மராத்ராவையும் பாகாவையும் தாங்கள் தத்தெடுத்துக்கொள்வ தாகக் கூறினர். அவர்களுக்கு சிறந்த வாழ்க்கையையும் கல்வியை யும் அளிப்பதாகச் சொன்னார்கள். புதாவும் சகுணாவும் பிடிவாதமாக மறுத்துவிட்டனர். மிஷனரிகள் போனபிறகு அவர்களை சகுணா பொரிந்து கொட்டினாள். “நாங்கள் ஏழைகள்தான். எப்படியாவது கஷ்டப்பட்டுக் குழந்தைகளை வளர்த்துக்கொள்வோம். ஆனால் அந்த வெள்ளைக்கார பேய் களிடம் ஒருபோதும் கொடுத்துவிட மாட்டோம்” என்றாள்.

இப்போதும் நான் நினைத்துக்கொள்வேன்! மகாராஷ்ட்ரா வில் ஒரு குக்கிராமத்தில் வாழ்நாள் பூராவையும் கழித்த பாகாவும் என் அப்பாவும் அந்த மிஷனரிகளுடன் போயிருந் தால் – ஒருவேளை வெளிநாட்டுக்கே சென்றிருந்தால் – அவர் களது வாழ்க்கை எப்படி இருந்திருக்கும்? அதன் பிறகு புதா வுக்கும் சகுணாவுக்கும் மூன்று குழந்தைகள் பிறந்தன – பத்வார், சோமேஷ்வர், ராமேஷ்வர்.

நான் பிறந்தது என் தாத்தா பாட்டி, என் அம்மா அப்பா, மூன்று சித்தப்பாமார் அடங்கிய குடும்பத்தில். பெரிய குடும்பம் என்பதால் சில சமயங்களில் பாரம்பரிய உறவு முறைகள் குழம்பி விடுகின்றன. என் சித்தப்பா ராமேஷ்வர் என்னைவிட ஏழெட்டு வயதுதான் மூத்தவர். அதனால் எனக்கு அண்ணன் போலத்தான். என் தம்பி அங்குஷ் பிறந்ததும் எனக்கு ஒரே குஷி – விளையாடுவதற்கு ஆள் கிடைத்துவிட்டது. அத்துடன் ஒரு தங்கையும் இருந்தாள். சேற்றில் மலர்ந்த செந்தாமரை போல். எனக்குக் கீழே மொத்தம் எட்டுபேர். இரண்டுபேர் குழந்தைகளுக்கு வரும் நோய்களினால் இறந்துவிட்டனர்.

எனக்கு ஏழு வயதானபோது சகுணா என்னை அழைத்து, "நீ குதிரைமாதிரி வளர்ந்துவிட்டாய். அம்மா கூட வயலில் வேலை செய்யப் போனால் என்ன?" என்று கேட்டாள். சில நாட்களுக்குப் பிறகு அம்மாவும், "நாம்தேவ், நீயும் என்னுடன் வேலைக்கு வாயேன். ஒன்றிரண்டு பைசாவாவது கிடைக்கும். எவ்வளவோ உதவியாக இருக்குமே" என்றாள். எனவே பள்ளிக் கூடம் செல்ல வேண்டிய வயதில் கூலி வேலைக்குச் செல்லத் தொடங்கினேன். வயலில் நாற்று நடும்போது அங்குமிங்கும் ஓடி நாற்றுக்களை எடுத்து நடுபவர்களிடம் கொடுப்பதுதான் என் வேலை.

வயல்களில் வேலை செய்யும்போது என் தாழ்ந்த பிறப்பைப் பற்றி உணர்வதற்கு சந்தர்ப்பமில்லை. ஒருவேளை அந்த அறியாமையே ஒரு பொன்மயமான குழந்தைப் பருவத்தைத் தந்துவிட்டிருக்கிறது. காலம் செல்லச் செல்ல எங்கள் மஹார் பகுதிக்கும் அப்பால் மிக வித்தியாசமான ஒரு பகுதி இருப்பதை உணரத் தொடங்கினேன். அங்கே நாங்கள் உயர் ஜாதியின ரால் தொடப்படக்கூட அருகதை அற்றவர்கள். இந்த உயர் ஜாதியினருக்கு நிலங்கள், வீடுகள், வயல்கள், உணவு, நல்ல உடைகள் இருந்தன. ஆனால் இந்த உயர்ந்த நிலையில் உள்ளவர் களும்கூட வெள்ளைக்காரர்களால் ஆட்டிப் படைக்கப்படுகிறார் கள் என்பதை என்னால் கற்பனை செய்யக்கூட முடியவில்லை.

காந்தியும்
ஜரிகைத் தொப்பியும்

ஒருநாள் உம்ரேர் நகரத்திலிருந்து என் தாய்மாமா தயராம் எங்களைப் பார்க்க வந்தார். எனக்கு தங்க ஜரிகை உள்ள ஒரு தொப்பியைத் தந்தார். எங்கள் சுற்று வட்டாரத்தில் அது போன்ற ஒரு தொப்பி யாரிடமும் இல்லை. எனக்குப் பெருமையாக இருந்தது. பணக்காரனாகிவிட்டது போல் தோன்றியது. உடுக்க வேறு துணி இல்லா விட்டால்தான் என்ன? அம்மா அதைப் பத்திரமாக ஓரிடத்தில் மறைத்து வைத்துவிட்டாள்.

அந்தத் தொப்பியை அணிந்துகொண்டு ஊரைச் சுற்றி வரவேண்டும் என்கிற ஆசையை அடக்க முடியவில்லை. ஒருநாள் அம்மா அதை மறைத்து வைத்திருந்த இடத்தைக் கண்டுபிடித்து விட்டேன். சொல்லப் போனால் எங்கள் வீடு ஒரு சிறு குடிசை தானே! அந்தத் தொப்பியை அணிந்துகொண்டு – உடுத்திக்கொள்ள ஒரு துணி கூட இல்லாமல் – பணக்காரர்கள் வசிக்கும் பகுதிக்குச் சென்றுவிட்டேன். அது நிறைய கடைகள் உள்ள இடம். வண்ணமயமான திருவிழாக்கள் நடைபெறும் பகுதி.

திடீரென அங்கே ஒரே பரபரப்பு. திரும்பிப் பார்த்தால் கடைத் தெருவில் சொக்கப்பனை மாதிரி எரிகிறது. ஏதோ திருவிழா என்று நினைத்துக் கொண்டு அங்கே ஓடினேன். மக்கள் துணிகள், கட்டில் நாடாக்கள் போன்ற எதையெல்லாமோ நெருப்பில் வீசி எரித்துக் கொண்டிருந்தார்கள்.

சிலர் 'மகாத்மா காந்தி கி ஜே' என்றும், பிரிட்டிஷாருக்கு எதிரான கோஷங்களையும் முழங்கிக் கொண்டிருந்தார்கள். திடீரென்று என் தலையிலிருந்து ஜரிகைத் தொப்பி பிடுங்கப் பட்டது. அது அந்த நெருப்பில் வீசி எறியப்படுவதை அதிர்ச்சி திகைப்புடன் பார்த்தேன். ஓடிப் போய் அதை எடுக்க முயலுமுன் அது அந்த அழகிய ஜரிகையுடன் எரியத் தொடங்கிவிட்டது. திட்டிக்கொண்டே தரையில் விழுந்து உருண்டு அழுதேன். என் உடம்பும் பணமும் சொத்தும் தீயில் சாம்பலாகி விட்டது போல் தோன்றியது. ஆனால் அங்கு எழுந்த ஆரவார கூச்சலில் என் அழுகைக் குரல் ஆயிரம் முரசொலியில் ஒரு புல்லாங்குழல் போல் அமிழ்ந்து விட்டது.

நான் அழுதுகொண்டே வீட்டுக்கு ஓடினேன். என் உடம்பெங்கும் ஒரே புழுதி. ஒரு காட்சியைப் பார்க்கச் சென்ற நானே ஒரு காட்சிப்பொருளாகி விட்டேன். சகுணா பாட்டி என்னிடமிருந்து எல்லா விஷயத்தையும் கறந்துவிட்டாள். அப்புறம் என்னைத் திட்டத் தொடங்கினாள். சுள்ளென்ற பொறுக்கி எடுத்த வார்த்தைகள். "எந்த ராஸ்கல் உன் தொப்பியை எரித்தான்" என்று அவள் கேட்டபோது ஒரு புலியின் கைக்குள் அகப்பட்ட ஆட்டுக்குட்டிபோல உணர்ந்தேன். "நான் மட்டும் அங்கே இருந்திருந்தால் அந்தப் பயல்களுடைய வேட்டிகளைப் பிடுங்கி நெருப்பில் எறிந்திருப்பேன். அவர்கள் தங்கள் வீட்டுக்கே நெருப்பு வைக்க வேண்டியதுதானே" என்று கத்தினாள்.

அவள் வசவுகளை நான் ரஸித்துக் கொண்டிருந்தபோதே அவை என்னை நோக்கித் திரும்பின. "யாராவது உன்னை அங்கே வெற்றிலை வைத்து அழைத்தார்களா? ஜரிகைத் தொப்பியை வைத்துக்கொண்டு யாரை மயக்கப் போனாய்? சொல்லாமல் கொள்ளாமல் வரவா செய்யும் சொத்து?" நான் பயத்தில் முதுகை வளைத்துக் கொண்டபோது, என்னை சரமாரியாக அடிக்கத் தொடங்கினாள்.

தலையில் விறகுக் கட்டைச் சுமந்தபடி அம்மா வந்து கொண்டிருந்தாள். என் நிலையைப் பார்த்ததும் விறகை அப்படியே கீழே போட்டுவிட்டு ஓடி வந்து என்னை அணைத்துக் கொண்டாள். ஆனால் பாட்டி எல்லாவற்றையும் அவளிடம் சொன்னபோது அவள் இரக்கமெல்லாம் கோபமாக மாறியது. "அந்தத் தொப்பியை வாங்க அவள் தம்பி எவ்வளவு கஷ்டப் பட்டு உழைத்திருப்பான்! அந்தத் தொப்பியை பத்திரமாகத் தானே ஒளித்து வைத்திருந்தேன். எதற்காக அதைத் திரும்ப எல்லோரிடமும் காட்டி பெருமையடித்துக்கொள்ள கொண்டு

போனாய்!" என்று சொல்லிக்கொண்டே ஒரு விறகுக் கட்டையை எடுத்து என்னை விளாசத் தொடங்கினாள்.

மேலும் ஒரு மூச்சு அடி விழுந்தது. எப்படியோ நான் அங்கிருந்து நழுவி சாமி கும்பிடும் குடிசைக்குள் மறைந்து அழுதபடியே தூங்கிவிட்டேன். இதற்கு முன் இப்படி நான் அடி வாங்கியதே இல்லை. சாயங்காலம் தாத்தா தொழுவதற்காக அங்கே வந்தபோது நான் அயர்ந்து உறங்குவதைப் பார்த்திருக்கிறார்.

அடுத்து நாங்கள் எல்லோரும் காந்தி மக்களிடம் "வெளி நாட்டுப் பொருட்களைப் பகிஷ்கரியுங்கள்; இந்தியராக இருங்கள்; இந்தியப் பொருட்களையே வாங்குங்கள்" என்று கூறுவதைக் கேட்டோம். 1947 இந்திய சுதந்திரத்திற்குப் பல ஆண்டுகளுக்கு முன்னால் காந்தியும் வேறு உயர் சாதி ஹிந்து முஸ்லிம் அரசியல்வாதிகளும் அஹிம்சை வழி எதிர்ப்புகளைக் காட்ட மக்களைத் தூண்டியிருந்தனர். இந்தியச் சந்தைகளிலிருந்து ஆங்கிலேயர்களை வெளியேற்ற காந்தி கடைபிடித்த ஒரு வழி பொருளாதார தன்னிறைவும் பிரிட்டிஷார் தயாரித்த பொருட்களை, குறிப்பாக இந்தியப் பஞ்சினால் பிரிட்டிஷ் ஆலைகளில் தயாரான பிரிட்டிஷ் துணிகளை பகிஷ்காரம் செய்வதும் ஆகும். இதைக் கேள்விப்பட்டதும் எனக்கு காந்தி பேரில் அடக்க முடியாத கோபம் வந்தது. கதையில் வரும் ராட்சசனாக அவர் தோன்றினார். நாடு தழுவிய இந்த இயக்கத்தின் பலனாகக் கிடைத்த பலன் நான் ஆசையோடு வைத்திருந்த ஜரிகைத் தொப்பியை இழந்துவிட்டதுதான்.

காளை மாடுகளுடன் ஓட்டம்

நான் வளரத் தொடங்கியதும் வயலில் என் வேலைகள் மிகவும் பல விதமாக அதிகரித்தன. களை பறிக்க வேண்டும், நாற்று நட வேண்டும், வயலறுக்க வேண்டும். சில நாட்களில் நானும் என் மாமாவும் இரவு முழுதும் காட்டு மிருகங்களோ திருடர்களோ வந்துவிடாதபடி காவலுக்கிருப்போம். இதனாலெல்லாம் நான் சற்று பலசாலி ஆகிவிட்டேன் என்று சொல்லலாம்.

என் தாத்தா சில உயர்ஜாதி நிலச்சுவான்தார்களுக்கு அடிமையாக வேலை பார்த்து வந்தார். அவருக்கு எத்தனையோ வேலைகள்: தொழுவத்தை சுத்தப்படுத்த வேண்டும், சாணம் அள்ள வேண்டும், விறகு வெட்ட வேண்டும். இவை தவிர பக்கத்து கிராமங்களுக்குச் சென்று முக்கியமான செய்திகளைத் தெரிவித்துவிட்டு வரவேண்டும். அப்போதெல்லாம் கிராமங்களில் தபால் ஆபிஸ்கள் இல்லை. இதெல்லாம் ஓர் அடிமை வேலையாள் செய்ய வேண்டியவை. தாத்தாவுக்கு வயதாகி அவரால் வேலை பார்க்க முடியாது என்று வந்தபோது நானும் என் இரண்டு சித்தப்பாமாரும் – ராமேஷ்வர், சோமேஷ்வர் – அதைப் பார்த்து வந்தோம். ராமேஷ்வர் நல்ல வளர்த்தி. சோமேஷ்வர் ஒரு சோனி. எனவே அவர் வேலையும் பொதுவாக என் தலையில்தான் விழும்.

எஜமான் வீட்டில் கல்யாணம், பிரசவம் என்று விசேஷங்கள் வரும்போது எங்கள் வேலை மேலும் கடுமையாகிவிடும். ஒரு வேலையைச் செய்து

முடித்தவுடன் அடுத்த வேலை காத்திருக்கும். எஜமானனின் மகன் திருமணத்தின்போது ஒரு பட்டாளம் உறவினர்கள் மாட்டு வண்டியில் மணமகள் கிராமத்துக்கு ஊர்வலமாகச் சென்றார்கள். அப்போது நாங்கள் அடிமை வேலையாட்கள் ஊர்வலத்துக்கு முன்னால் காவலாக ஓடிச் சென்றுகொண் டிருந்தோம்.

ஒரு தடவை மணமகனை சற்று கிட்டே நின்று பார்த்தேன். ஜரிகை பார்டர் உள்ள ஆடைகள், தங்கம் வெள்ளி ஆபரணங் கள், பளபளக்கும் தலைப்பாகை. உடம்பு முழுதும் மஞ்சளை அரைத்து பூசியிருந்தது. ஒரு கையில் சிறிய கட்டாரி ஒன்றை வைத்திருந்தான். அதன் நுனியில் ஓர் எலுமிச்சம் பழம் திருஷ்டிக் காக சொருகப்பட்டிருந்தது. ஆள் ராஜகுமாரன் மாதிரி அழகாக இருந்தான். அவனைப் போலவே நானும் நகையும் உடையும் அணிந்திருப்பதாகக் கற்பனை செய்து கொண்டேன். சும்மா பகல் கனவுதான்.

ஊர்வலம் மணமகள் கிராமத்தை அடைய ஒருநாள் பிடித்தது. அது கிளம்பியபோது நானும் என் இரண்டு சித்தப்பாக்களும் வண்டிகளுக்கு முன்னால் ஓடத் தொடங்கினோம். வண்டிகளும் காளைகளும்கூட அழகாக அலங்கரிக்கப்பட்டிருந் தன. தார்க்குச்சியால் குத்தப்பட்டு காளைகள் மிகவும் வேகமாகவே ஓடின.

நாங்களோ வெறுங்காலுடன் ஓடினோம். அழுக்குக் கந்தல் உடைகளை உடுத்தியிருந்தோம். உடம்பெங்கும் வியர்வை வழிந் தோடியது. காளைகள் எங்களை மிதித்து விடாமலிருக்க நாங்கள் வெகுவேகமாக ஓட வேண்டியிருந்தது. தீண்டாமையின் சாபத்தினாலும் மாடுகளுடன் போட்டி போட்டுக்கொண்டு ஓட வேண்டியிருந்தது. இந்த மாதிரி வேலைகளை அந்தக் காலத்தில் சதுர்வர்ணத்தின் (சாதி அமைப்பை உருவாக்கிய இந்துக் கோட்பாடு) கீழ்மட்ட ஜாதிகள் மேல் ஜாதியினரின் பெருமைக்காகவும் ஆடம்பரத்திற்காகவும் வேதனை மிகுந்ததாக இருந்தாலும் கட்டாயம் செய்துதான் தீரவேண்டியிருந்தது. இதற்காக எங்களுக்கு கூலி ஒன்றும் கிடைப்பதில்லை. விருந்து எல்லாம் முடிந்தபிறகு மீந்துபோன பலகாரங்களும் உணவுகளும் எங்களுக்குத் தரப்படும். மணமக்கள் உறவினர்களும் விருந்தாளி களும் சாப்பிட்டு முடிந்த பிறகு கிராம கொத்வால் எங்களைக் கூப்பிடுவான். அவனும் கல்யாண வீட்டில் ஊழியம் செய்யும் ஓர் தீண்டப்படாத அடிமைதான். ஓடி வந்த களைப்பினால் நாங்கள் அயர்ந்து தூங்கிக்கொண்டிருப்போம். கொத்வால் வந்து எங்களை எழுப்புவான். எங்களுக்குத் தரப்படும் உணவில்

மீதி வந்துவிட்டால் அதைத் திரும்ப வீட்டுக்குள் கொண்டுபோக மாட்டார்கள். எங்கள் கைப்பட்டதும் அது தீட்டுப்பண்டம் ஆகிவிடுகிறதே. எப்படி உள்ளே கொண்டு செல்வது?

நாங்கள் அவற்றை சாப்பிடுகிறோமோ இல்லையோ அதல்ல விஷயம், எங்களுக்கு ஒரே களைப்பாயிருக்கும். எங்கே இருக்கிறோம் என்ன நடக்கிறது என்பதே எங்களுக்கு நினைவிருக்காது. அசதி எங்களைச் சாப்பிட விடாது. தூக்கக் கலக்கத்தில் உணவு எல்லாவற்றையும் துணியில் மூட்டையாகக் கட்டி எடுத்துக்கொண்டு வீடு திரும்புவோம். வீட்டில் உள்ளவர் களுக்கும் கொடுக்கலாமே. நாங்கள் உறங்குவது மாட்டுக் கொட்டகையில்தான். மாடுகள், சாணங்களின் நடுவில்தான். விரிக்கவோ போர்த்திக்கொள்ளவோ எதுவும் கிடையாது. வெறும் தரையில் படுத்தபடி இருண்ட ஆகாயத்தையும் சந்திரனையும் நட்சத்திரங்களையும் போர்வைகளாகக் கற்பனை செய்துகொள்ள வேண்டியிருந்தது.

மறுநாள் காலையில் வேலை முடித்துவிட்டு ஊருக்குக் கிளம்புவோம். ஒரு தடவை ஒரு ஆற்றங் கரையில் சற்று நேரம் தங்கினோம். அதிகாலை இளம் சூரியனின் மெல்லிய கதிர்களும் காலைக் காற்றும் எங்கள் களைப்பை அடியோடு அகற்றிவிட்டன. சோற்று மூட்டையை ஒரு மரக்கிளையில் கட்டி தொங்க விட்டுவிட்டு ஆற்றில் குதித்து ஆசை தீர நீந்திக் குளித்தோம். மணலில் குஸ்தி போட்டோம். அந்த நாட்களில் ஒவ்வொரு மாலையிலும் வேடிக்கையாக குஸ்தி போடுவோம். குஸ்தி போட்டு உடம்பெங்கும் வேர்வை ஆறாக ஓடினபிறகுதான் பசி எடுக்கும்.

புத்துணர்ச்சியுடன், உணவு மூட்டைகளைப் பார்த்தேன். மனம் அங்கே இருந்தது. 'என்ன செய்யலாம்?' என்று மற்றவர் களைப் பார்த்துக் கேட்டேன். அவர்கள் சம்மதமாகத் தலையை ஆட்டினார்கள். 'நேற்றைய ஊசின உணவை ஏன் வீட்டுக்குக் கொண்டு போக வேண்டும்?' துணி மூட்டையை அவிழ்த்தோம். வயிறார சாப்பிட்டோம். தூக்கக் கலக்கமும் களைப்பும் போய் விட்டதால் ருசித்து சாப்பிட முடிந்தது. கொஞ்ச நேரத்துக்கு பூமிக்கும் வானத்துக்கும் கீழே நாங்கள் சுதந்திரமாக மகிழ்ச்சி யுடன் இருந்தோம்.

காளைவண்டிப் பந்தயம்

பனிக் காலத்தில் விவசாயிகளுக்கு வேறு வேலை எதுவும் கிடையாது. சும்மா மழை பெய்வதைப் பார்த்துக்கொண்டிருந்தால் போதும், ஒரு குளிர்ந்த காற்று வீசும்போது பயிர்கள் அலை அலையாக வளையும். ஒரு பச்சைப் போர்வை அசைவதுபோல. திருப்தியான உணர்வு அப்படியே காற்றில் மிதந்து கொண்டிருக்கும், பொழுது போக்குக்கு இப்போது எங்களுக்கு நிறைய நேரம் கிடைக்கும். எனக்குப் பிடித்தது குஸ்தி போடுவது தான். கிராமத்தின் ஒரு மூலையில் வளர்ந்த பையன்களும் சிறுவர்களும் குஸ்தியில் ஈடுபட்டிருப்பார்கள். இந்த இளம் பயில்வான்களுக்கு விளையாட்டுத் தான் முக்கியம். ஜாதியெல்லாம் இரண்டாம் பட்சம் தான். ஜாதி எல்லையைக் கடக்கத் தயாராக இருப்பார்கள். அவர்கள் செய்யும் உடல் பயிற்சிகளை நான் ஆவலுடன் பார்த்து ரசித்துக் கொண்டிருப்பேன். சூர்ய நமஸ்காரம், உதான் பைதக் போன்ற பயிற்சிகளைச் செய்து கொண்டிருப்பார்கள். நாங்கள் சிறுவர்கள் எங்களுக்குள் குஸ்தி போட்டுக் கொண்டிருப்போம்.

குளிர்காலத்தில் வருடாந்திர காளை மாட்டு ஓட்டப் பந்தயம் நடைபெறும். இது ஜனவரி மத்தியில் தீன் சஸ்க்கான் பண்டிகைக்கு மறுநாள். ஒரு வருடம் சாகிப் நாய்க் என்ற பெரிய செல்வந்தர் இந்தப் பந்தயத்துக்காக ஸாத்காவ் வந்திருந்தார். அவருக்கு பல கிராமங்களில் ஏராளமான சொத்துக்கள் உண்டு. அவருடைய இரண்டு காளைகள் பந்தயத்தில் கலந்துகொண்டன. எங்கள் ஸாத்காவ்

கிராமத்திலேயே அவருக்கு நிறைய நிலங்கள் இருந்தன. அதன் கணக்கு வழக்குகளைப் பார்ப்பதற்கென்றே பல கணக்குப் பிள்ளைகள் இருந்தார்கள்.

நானாசாகிப் நாய்க்கின் ஆட்கள் அவருடைய காளைகளை ஆற்றில் குளிப்பாட்டி, எள்ளுப் புண்ணாக்கு, சப்பாத்தி மாவு, புதிதாய் பறித்த புல் போன்றவற்றை உணவாகக் கொடுத்தனர். பக்கத்துக் கிராமங்களிலிருந்து நிறைய ஆட்கள் பந்தயத்தைப் பார்க்கக் கூடி விட்டனர். நானாசாகிப் நாய்க், ஊர் தலைவர், வேறு பிரமுகர்கள் எல்லோரும் வந்ததும் பந்தயம் தொடங்கியது. முதலில் சாதாரண காளைகள் இறங்கின. பொழுது ஏறஏற பெரிய காளைகள் தயாராயின. மக்களின் ஆரவாரம் எழும்பத் தொடங்கியது.

கடைசிப் பந்தயமாக நானாசாகிப் நாய்க்கின் காளைகள் வந்ததும் பார்வையாளர்களின் ஆர்வத்தைக் கட்டுப்படுத்த முடியவில்லை. பந்தயத்தின் எல்லா அணிகளும் சம பலத்தில் இருந்தன. முடிவு எப்படியிருக்கும் என்று யாராலும் சொல்ல முடியாது. நானாசாகிப் நாய்க்கின் மாடுகள் முன்னேறும் போதெல்லாம் மக்களின் மகிழ்ச்சி கூச்சல் வானைத் தொட்டு விடும். எதிரியின் காளைகள் முன்னேறும்போது ஒருவித கவலை நிரம்பிய அமைதி சூழும். இறுதியில் நானாசாகிபின் மாடுகள் பாய்ந்து சென்று மயிரிழையில் வெற்றிக் கோட்டை அடைந்ததும் மக்களின் உற்சாகத்துக்கு அளவே இல்லை. காளைகளையும் வண்டிக்காரர்களையும் அவர்கள் பாராட்டி னர். காளைகள் களைத்துப் போய்விட்டன. அவற்றின் நாசிகள் விடைத்தன. கண்கள் சிவந்து இருந்தன. உடம்புகள் சிலிர்த்தன. வண்டி ஓட்டியவரும் களைப்புடன் காணப்பட்டார். ஆயினும் வண்டியை லாவகமாக ஓட்டி மக்கள் மகிழ்ச்சி ஆரவாரத்திற் கிடையே நானாசாகிப் மற்றும் ஊர்த் தலைவர் அருகே கொண்டு வந்து நிறுத்தினர்.

திடீரென ஒரு காளை வாயில் நுரை தள்ள தரையில் விழுந்தது. வண்டியோட்டி உடனே கயிறுகளை அவிழ்த்து விட்டு அதற்கு விசிறத் தொடங்கினான். யாரோ அதன் முகத்தில் தண்ணீரைத் தெளித்தனர். காளையின் கண்கள் விரியத் தொடங்கின. காதுகள் படபடவென அடித்துக் கொண்டன. நாக்கு வெளியே தள்ளிவிட்டது. நான்கு கால் களும் தொய்ந்தன. உடம்பு தளர்ந்து, உயிரை விட்டது. எல்லோருக்கும் ஒரே அதிர்ச்சி. கவலை. கண் திருஷ்டிதான் காரணம் என்றனர். ஒரு சிலர் யாரோ சூனியம் வைத்து விட்டார்கள் என்று கூறினர்.

ஒரு கிராமவாசிக்கு ஒரு காளையை இழப்பதென்பது பெரிய கவலைக்குரிய விஷயம். அவன் வாழ்க்கைக்கு அந்த மாடு அவசியம். அது அவனுக்கு உதவி செய்வது மட்டுமல்ல, அவனது தோழனும் கூட. நானாசாகிபும் குலைந்து போனார். தன்னுடைய உயிருக்குயிரான மாட்டைப் பார்த்தபடியே திக்பிரமையுடன் நின்று கொண்டிருந்தார்.

யாரோ இனி காளையை என்ன செய்வது என்று கேட்டார்கள். ‘உங்கள் கிராம வழக்கப்படி செய்துகொள்ளுங்கள்’ என்றார் அவர். அதைப் புதைத்து விடலாம் என்றான் கணக்குப் பிள்ளை. என் இளைய தாத்தா, என் தாத்தாவின் தம்பி கவடூஜி, முன்னே வந்து, தலையைத் தாழ்த்தி, கையை நெற்றியில் வைத்து வணங்கியபடி கூறினார்: “நீங்கள் எங்களுக்கு தந்தை போன்றவர்கள். இந்த மாதிரி விஷயங்களில் இங்குள்ள வழக்கம் வேறு. தீண்டத்தகாதவர்கள் காளையின் உடம்பை பங்குபோட்டுக் கொள்வார்கள். கொத்வாலுக்கு மாட்டின் தோல் கிடைக்கும். இறைச்சியை மஹார்கள் எடுத்துக்கொள்வார்கள்.” நானாசாகிப் இதற்கு சம்மதித்தார்.

மஹார்கள் மாட்டை ஒரு கயிறால் கட்டி வீட்டுக்கு இழுத்துச் சென்றனர். நாங்கள் முதலில் சைவர்களாகத்தான் இருந்தோம். பிறகு விழாக்காலங்களில் மட்டும் மாமிசம் எடுத்தோம். அதுவே எங்களுக்குக் கட்டுப்படி ஆகாது. இது போன்ற புதிய மாமிசம் எப்போதாவதுதான் கிடைக்கும். மிகவும் ஆரோக்கியமான காளை. மிக வேகமாக ஓடியதால் இதயம் நின்றுபோய்விட்டது. சகுணா பாட்டி அதன் ஜீரண உறுப்புகளிலிருந்து சில பகுதிகளை கேட்டு எடுத்துக்கொண்டாள். அவள் அதை சில தோல் துணுக்குகள், எண்ணெய், வேப்பிலை, ஆலமர இலை போன்றவற்றுடன் காய்ச்சி எக்ஸிமாவுக்கான களிம்பு தயாரிப்பாள்.

அன்றைய தினம் ஒவ்வொரு மஹார் வீட்டிலும் கொண்டாட்டம்தான். மீதியிருந்த இறைச்சியை மெல்லிசாக வெட்டி, உப்பு சேர்த்து வெயிலில் காய வைத்து பின்னால் பயன்படுத்துவதற்காக சேமித்து வைத்துக் கொண்டார்கள். இதற்கு காண்டன்யா அல்லது சான்யா என்று பெயர். அந்த நாளில் காண்டன்யா என்பது தங்கத்துக்கும் வெள்ளிக்கும் சமம். மஹார் குடும்பங்களில் இது வரதட்சணையில் கூட இடம்பெறும். சிரமமான நேரங்களில் இதை உணவாகப் பயன்படுத்தலாம் அல்லது விலைக்குக் கொடுத்து தேவையான பொருட்களை வாங்கிக்கொள்ளலாம்.

இப்போதுள்ளவர்களுக்கு, படித்தவர்களுக்கு இதெல்லாம் கேவலமாகத் தோன்றலாம். ஆனால் நாங்கள் எப்போதும் பசியால் வாடிக் கொண்டிருந்தோம். அடிக்கடி மேல் ஜாதியினரான எங்கள் எஜமானர்களின் வீட்டில் கிடைக்கும் உணவு மிச்சங்களை நம்பியிருந்தோம். நாங்கள் வெறும் வயிற்றுடன் தான் நீண்ட நேரம் வேலை செய்ய வேண்டியிருந்தது. வடமொழிக் குறிப்பு ஒன்றுண்டு: புபுக்ஷித ஹ: நர ஹ: கம் ந கரோதி பாபம் (பசித்தவன் உணவுக்காக எந்தப் பாவத்தையும் செய்யத் தயங்க மாட்டான்.) புராணங்களில்கூட ஒரு கதை உண்டு. ஒரு தடவை உலகை பஞ்சம் கடுமையாக வாட்டியபோது விஸ்வாமித்திரர் கீழ்ஜாதியைச் சேர்ந்த வெட்டியான் ஒருவன் வளர்த்த நாயின் காலையே புசித்து விட்டாராம். பசியின் வலிமை அப்படிப்பட்டது.

புலியுடன் போரிட்ட பாட்டன்

நான் சிறுபையனாக இருந்தபோது என் மாமாக்களுடன் மருபார் காட்டுக்கு விறகு சேகரிப்பதற்காக மாட்டு வண்டியில் போவேன். விறகு வீட்டு அவசியத்துக்காகவும் விற்பதற்கும். காடு பயங்கரமான இடம். இப்போது நினைத்தால் கூட உடம்பு நடுங்குகிறது. வெறுங்காலுடன் நடக்கும்போது ரொம்ப ஜாக்கிரதையாக இருக்க வேண்டும். மரக்கட்டைகளுக்கிடையே விஷப் பாம்புகள் இருக்கும். தேள்கள் இருக்கும். செவிப் பூரான்கள்கூட இருக்கும். நாம் அஜாக்கிரதையாக இருக்கும்போது மெதுவாக நம்மீது ஊர்ந்து காதுக்குள் புகுந்துவிடும். பலவிதமான விஷப் பூச்சிகள் இருக்கும்.

விறகு வெட்டுவது மிகவும் சிரமமான வேலை. வியர்த்துக் கொட்டும். ஒரே தாகமாக இருக்கும். ஆனால் காட்டில் தண்ணீர் கிடைப்பது கஷ்டம். ஒன்றிரண்டு நீர்ச்சுனைகள் இருந்தாலும் அங்கே போவது ஆபத்து. கரடிகளும் புலிகளும் சிறுத்தை களும் அந்தப் பக்கத்தில் சுற்றித் திரியும். வயலில் வேலை செய்து கொண்டிருக்கும்போது ஏதாவது மாடு ஒன்றுக்குப் போவதைப் பார்த்தால் உடனே கையில் ஒரு குடுவையுடன் அங்கே ஓடி அந்த மூத்திரத்தைப் பிடிப்போம். குடிப்பதற்குத்தான். (நாங்கள் மாட்டு மூத்திரத்தை தாகத்தைத் தணிப் பதற்குத்தான் குடிப்போம். ஆனால் பிராமணர்கள் பண்டிகை நாட்களில் கோமூத்ரம் என்று சொல்லி

பசுவின் மூத்திரத்தைக் குடிக்கத்தான் செய்கிறார்கள்.) நல்ல கோடை காலங்களில் காட்டுக்குள் துணிந்து சென்று குடுவைகளில் தண்ணீர் எடுத்து வருவோம்.

மழைக் காலம் வந்துவிட்டால் தண்ணீருக்குப் பஞ்சமே இராது. இந்த சமயத்தில்தான் நாங்கள் விவசாயத்தில் இறங்குவோம். நெல் பயிரிடுவோம். எங்கள் ஸாத்காவ் கிராமத்தில் எங்கள் வீட்டுக்கு பின்பக்கமே நெல் வயல்கள் இருந்தன. தண்ணீர் வெளியே போய்விடாமல் இருக்க வயலைச் சுற்றி இரண்டடி உயரத்தில் வரப்புகள் அமைப்போம். துரதிர்ஷ்ட வசமாக இந்த வரப்புகளே பாம்புகளுக்கு இருப்பிடமாகி விடும். மழை வெள்ளம் வயலில் நிறையும்போது பாம்புகள் தங்கள் பொந்துகளிலிருந்து வெளியே வந்துவிடும். ஒருநாள் சாயங்காலம் சகுணா பாட்டி முற்றத்தில் ஒரு பெரிய கயிறு கிடப்பதைப் பார்த்தாள். எதையாவது கட்டுவதற்குப் பயன் படுமே என்று எண்ணி அதை எடுத்து சுற்றத் தொடங்கினாள். திடீரென அந்தக் கயிறு அவள் கையிலிருந்து நழுவி கீழே விழுந்து சரசரவென்று ஊர்ந்து சென்று மறைந்துவிட்டது. அப்போதுதான் அவளுக்கு அது ஒரு பாம்பு என்று உறைத்தது.

ஓர் இரவு பத்வார் மாமா ஒன்றுக்குப் போவதற்காக எழுந்தார். முற்றத்தில் ஓர் ஆட்டுக்குட்டி அலைந்து கொண்டிருந்ததைப் பார்த்து ஒரு கயிற்றை எடுத்து தூக்கக் கலக்கத்தில் அதன் கழுத்தில் சுற்றி ஒரு தூணோடு சேர்த்துக் கட்டிவிட்டார். மறுநாள் காலை சகுணா பாட்டி எழுந்திருந்து பார்க்கிறாள் – முற்றத்து கம்பில் ஒரு புலிக்குட்டி கட்டப்பட் டிருக்கிறது! ஊரெல்லாம் கூடிவிட்டது. எல்லோருக்கும் ஒரே ஆச்சரியம். பிறகு மாமாவும் புதா தாத்தாவும் அதைக் காட்டில் கொண்டுபோய் விட்டுவிட்டு வந்தனர்.

ஒவ்வொரு மாலையிலும் புதா தாத்தா எங்களுக்குக் கதை சொல்வார். காட்டைப் பற்றியும் காட்டு மிருகங்கள் பற்றியும் விதவிதமான கதைகள். தாத்தாவுக்கு எழுதப்படிக்கத் தெரியாது. என் அப்பாவும் அப்படித்தான். ஆனால் அவர்கள் ஊர் சுற்றும் சன்னியாசிகளிடமிருந்து கேட்ட அற்புதமான கதைகளைச் சொல்லியிருக்கிறார்கள். கதை சொல்லும்போது புதா தாத்தாவின் குரல் சந்தர்ப்பத்துக்கு ஏற்றபடி ஒலிக்கும். சில சமயங்களில் கம்பீரமாக இருக்கும். சில சமயம் ஆடு கத்துவது போல் இருக்கும்.

ஒரு பனிக்கால இரவில் தாத்தா எங்களுக்குக் கதை சொல்லிக்கொண்டிருந்தார். குளிருக்காக ஒரு போர்வையால் உடம்பை போர்த்தியிருந்தார். கதை விறுவிறுப்பாகப் போய்க்

கொண்டிருந்தபோது எங்கிருந்தோ ஓர் எலி ஓடி வந்து அவர் போர்வைக்குள் நுழைந்துவிட்டது. ஏதோ பாம்புதான் என்று நினைத்து நாங்கள் பயந்து ஓடினோம். தாத்தா சற்றும் அலட்டிக் கொள்ளாமல் போர்வையை எடுத்து உதறினார். 'பாம்பு' கீழே குதித்து ஓடிவிட்டது.

புதா கதை சொன்னதிலிருந்துதான் பூஜை குடிசையில் இருக்கும் அந்த இரண்டு சிறு கல் தூண்கள் பற்றிய ரகசியத்தை நான் அறிந்துகொண்டேன். அது என் தாத்தாவின் தாத்தாவான கன்பாவுக்கும் ஒரு புலிக்கும் இடையே நடந்த ஒரு பயங்கரமான சண்டை பற்றியது. தாத்தா அற்புதமாகக் கதை சொல்வார் அல்லவா, எங்கள் கண்முன்னால் அந்தக் காட்சி அப்படியே விரிந்து வந்தது. கன்பா தாத்தாவை நாங்கள் பார்த்ததில்லை. ஆனால் அவர் எவ்வளவு பலசாலி, குணசாலி என்று எங்களுக்குத் தெரியும்.

புதா தாத்தா சொன்ன கதை இதுதான்:

அது வேனிற் காலம். கன்பா வயலில் வேலையை முடித்து விட்டு உடம்பைக் கழுவினார். குடிசைக்குள் போனதும் அவர் அம்மா கால்வலியால் அவதிப்படுவதாகச் சொன்னாள். எவ்வளவோ நாட்டு மருந்து சாப்பிட்டாயிற்று, எண்ணையை சூடாக்கி தேய்த்துப் பார்த்தாயிற்று. இனி ஒரே ஒரு வழிதான் இருக்கிறது. "பீபே பழத்தின் சாறைச் சூடாக்கிக் காலில் தடவ வேண்டும்."

தாத்தா அம்மாவுக்கு அடங்கின பிள்ளை. "இப்போதே போய் அந்தப் பழத்தைக் கொண்டு வருகிறேன். இன்று இரவு நீ நிம்மதியாக உறங்கலாம்" என்றார்.

அவர் அம்மாவும் மனைவியும் தடுத்தார்கள். "இருட்டுகிற நேரம். இப்போ போக வேண்டாம். நாளை அதிகாலையில் போனால் போதும்" என்றார்கள். "சித்திரை மாத பௌர்ணமி. நல்ல நிலவாயிருக்கும்" என்று சொல்லிவிட்டு கையில் ஒரு கம்புடன் கிளம்பிவிட்டார்.

காட்டில் மங்கிய ஒளியில் பீபே மரங்களைப் பார்த்தார். லத்தியால் தட்டி பழங்களை விழச் செய்து அவற்றைப் பொறுக்கி ஒரு துணியில் கட்டி எடுத்துக்கொண்டார். அம்மாவுக்கு உதவ முடிந்ததில் அவருக்கு ஒரே சந்தோஷம். ஆனால் அது அதிக நேரம் நீடிக்கவில்லை.

மரங்களின் குளிர்ந்த நிழலில் சருகுகளின் இடையே ஒரு புலி தூங்கிக்கொண்டிருந்தது. கன்பா லத்தியால் மரங்களைத்

தட்டும் ஒலியில் அது விழித்து கோபத்தில் உறுமத் தொடங்கியது. ஒரு கோடலியை எடுத்து வந்திருக்கலாமே என்று நினைத்தார் அவர். புலி வாயை அகலத் திறந்து வாலை அசைத்தது, சிவந்த கண்களால் கன்பாவை முறைத்துப் பார்த்தது. கூரிய பற்கள் பளிச்சிட்டன. மேலும் பயங்கரமாக கர்ஜித்தபடி முன்னே ஒரு அடி எடுத்து வைத்தது.

திரும்பி ஓடிவிடலாம் என்ற எண்ணத்தை கைவிட்டார் கன்பா. புலி ஒரே பாய்ச்சலில் அவர்மீது பாய்ந்து அவரைக் கொன்றுவிடும். அதை எதிர்த்துப் போரிடுவது என்று தீர்மானித் தார் அவர்.

திடீரென்று புலி அவர்மீது பாயவும் அவர் சட்டென்று ஒரு பக்கமாகத் திரும்பினார். தரையில் விழுந்த புலி குனிந்து பதுங்கி மீண்டும் பாய்ந்தது. மீண்டும் கன்பா ஒரு பக்கமாக ஒதுங்கி தன் லத்தியால் அதைத் தாக்கினார். ஆத்திரமடைந்த புலி மீண்டும் தாவியது. கன்பா சந்தர்ப்பம் கிடைத்தபோதெல் லாம் லத்தியால் அடிக்கத் தொடங்கினார். சண்டை தொடர்ந்தது. எந்த நொடியும் புலி அவர் மேல் பாய்ந்து அவரைக் கிழித் தெறிந்து விடலாம்.

கன்பா லத்தியால் அதை எதிர்த்துக் கொண்டிருந்தார். திடீரென லத்தி இரண்டு துண்டாக ஒடிந்தது. இப்போது கன்பா கையை உபயோகித்துப் புலியைத் தாக்கினார். அவரது உடம்பெல்லாம் ரத்தமயம். புலியின் வேகத்தை அவரால் தாக்குப்பிடிக்க முடியவில்லை. புலி அவரை கால் நகங்களால் கீறிப் பிளந்தது. இடுப்புச் சதையைப் பிய்த்தெடுத்தது. கன்பா வாலிபர்தான். பலசாலிதான். நன்றாக சண்டையிடக் கூடியவர் தான். ஆனால் ஆயுதமில்லாமல் என்ன செய்ய முடியும்? பலத்தையெல்லாம் திரட்டி புலியை தூரத் தள்ளினார். எவ்வளவு நேரம் அந்த பயங்கர சண்டை நீடித்ததோ, யாருக்குத் தெரியும்? கன்பாவின் லத்தி புலியின் தோலை பல இடங்களில் கீறி சேதப்படுத்தியிருந்தது. அவருடைய உடம்பிலும் நிறைய காயங்கள். ரத்தம் வெளியேறி அவர் சட்டையையும் வேட்டியை யும் சிவப்பாக்கியது.

அதே சமயம் கன்பாவின் வீட்டில் அவரது மனைவியும் தாயும் அவருக்காகக் காத்துக்கொண்டிருந்தனர். வெகுநேரம் குடிசைக்குள் இருந்து அலுத்துப்போய் வெளியே வந்து காட்டுக் குள் செல்லும் சிறிய பாதையில் நின்றனர். நன்றாக இருட்டத் தொடங்கியது. அவர்கள் பொறுமை இழந்து அழத்தொடங்கினர். கிராமத்தின் இன்னொரு பக்கத்தில் கன்பாவின் நெருங்கிய

நண்பர் பைக்கா வயலில் வேலை முடிந்து வீட்டுக்குத் திரும்பிக் கொண்டிருந்தார். பைக்கா மேல்ஜாதியாயிருந்தாலும் அவர்கள் ஆழ்ந்த நட்புக்கு அது ஒரு தடையாக இருக்கவில்லை. நல்ல நண்பர்கள். தினசரி வேலை முடிந்ததும் இருவரும் சந்தித்துக் கொள்வார்கள். ஆயினும் இந்த ஜாதி ஒதுக்குதல் காரணமாக அவர்கள் சேர்ந்து சாப்பிடும் வாய்ப்பு ஏற்படவில்லை.

அன்று வயலில் வேலை முடிந்ததும் பைக்கா கலப்பையிலிருந்து காளைகளை அவிழ்த்து விட்டுவிட்டு குளிர்ந்த நீரில் குளித்தார். வேப்ப மர நிழலில் அமர்ந்தபடி சில்வம் புகைத்தார். மாலை நேர இதமான காற்றில் சற்று கண்ணயரலாமென நினைத்தவர் திடீரென்று உரக்கக் கத்தினார். 'ஓ கன்பா, நீ எங்கே இருக்கிறாய்? இதோ உன்னைக் காப்பாற்ற ஓடி வருகிறேன். பயப்படாதே." அவர் மனைவி வியப்புடன் குடிசையிலிருந்து வெளியே ஓடி வந்தாள். "என்ன... என்ன! ஏதாவது கெட்ட கனவு கண்டாயா?" என்றாள். துள்ளி எழுந்த பைக்கா "கன்பா ஏதோ ஆபத்தில் சிக்கியிருக்கிறான். என்னை உதவிக்கு அழைக் கிறான். இப்பவே நான் அவனிடம் போக வேண்டும்" என்றார். அவர் மனைவி "சமையல் ஆகிவிட்டது. கறி எல்லாம் வைத்து விட்டேன். கொஞ்சம் சாப்பிட்டுவிட்டுப் போ" என்றாள். "இல்லை, நான் இப்பவே போக வேண்டும். கன்பாவின் குரல் என் காதில் ஒலித்துக்கொண்டேயிருக்கிறது" என்று சொல்லியபடி அவர் கன்பாவின் குடிசையை நோக்கி ஓடினார். "கன்பா, வெளியே வா. நான் உன்னுடன் பேச வேண்டும் என்று கத்தினான்." ஆனால் கன்பாவுக்குப் பதிலாக அவன் அம்மாவும் மனைவியும் வெளியே வந்து அழுதுகொண்டே "கன்பாவைக் காணவில்லை. காட்டில் எங்கோ அகப்பட்டுக் கொண்டிருக்கிறார்" என்றார்கள். தன்னை கன்பா உதவிக்காக அழைத்ததை உணர்ந்த விவரத்தைக் கூறினார் பைக்கா.

அதைக் கேட்டதும் எல்லோரும் அழத் தொடங்கினர். வயலில் வேலை முடிந்து திரும்பிக் கொண்டிருந்த கிராமவாசி களும் அங்கே கூடினர். "எல்லோரும் அவரவர் தடி, கோடாலி, ஈட்டி, தீவட்டி எல்லாம் எடுத்துக்கொண்டு வாருங்கள். நான் மற்றவர்களையும் அழைத்துக்கொண்டு வருகிறேன். எல்லோரும் சேர்ந்து போய் தேடுவோம்" என்றார் பைக்கா. சுமார் ஒரு டஜன் இளைஞர்கள் – பல ஜாதிகளைச் சேர்ந்தவர்கள் – தீவட்டி சகிதம் காட்டை நோக்கிக் கிளம்பினர். கொஞ்ச தூரம் நடந்ததுமே அந்த பீபே மரத்தின் பக்கம் வந்தனர்.

தரையில் மனித காலடித் தடங்களும் புலியின் பாதத் தடங்களும் தென்பட்டன. அவர்கள் கண்கள் வியப்பால்

விரிந்தன. அந்த சேற்றுமண் வியர்வை யாலும் ரத்தத்தாலும் நனைந்திருந்தது. காற்றிலும் அதன் மணம் வீசியது. வீரன் கன்பா கடைசி மூச்சுவரை போராடியிருக்கிறார். அவர் தடி உடைந்து கிடக்கிறது. உடம்பிலிருந்து சதை பிய்த்து தொங்கு கிறது. அவரைத் தொட்டபடி உயிரற்ற அந்த புலியின் உடல். கன்பாவின் உறவினர்கள் கதறி அழுதனர். பைக்காவின் இதயம் கனத்தது. "நாம் இருவரும் சேர்ந்தே காட்டுக்குப் போயிருக்க லாமே... உனக்கு இப்படி நேர்ந்திருக்காதே" என்று கதறினார். கவலை அழுத்த, மயங்கி விழுந்தார். உயர் ஜாதியினர் அவரைத் தூக்கிச் சென்றனர். மஹார்கள் மரக்கிளைகளை ஒடித்துக் கட்டி கன்பாவின் உடலை அதில் வைத்து சுமந்தபடி ஊருக்குத் திரும்பினர். அவர் குடும்பத்தினரின் கவலைக்கு அளவேயில்லை. இந்தத் துயரச் செய்தி அண்டைக் கிராமங்களிலும் காட்டுத் தீபோல் பரவியது. எல்லா ஜாதி மக்களும் கூடினர். கடைசிவரை போராடி, தான் சாகுமுன் புலியை சாகடித்த மாவீரனின் இறுதி யாத்திரையில் கலந்து கொண்டனர்.

ஆனால் கதை இத்துடன் முடியவில்லை. மறுநாள் காலை யில் பைக்காவின் குடிசையிலிருந்து பயங்கர அழுகைக் குரல் கேட்டது. எல்லோரும் ஓடி வந்து பார்த்தனர். கவலையில் ஆழ்ந்த பைக்கா கன்பாவின் பெயரைச் சொல்லி கதறிக் கொண்டே இருந்தவர் அந்தப் பெயரைச் சொல்லியபடியே போய்விட்டார். இருவரும் வெவ்வேறு ஜாதிகள், என்றாலும் எத்தகைய அற்புதமான நட்பு என்று அனைவரும் வியந்தனர். "இதுவல்லவா உண்மையான சினேகம். ஒருவர் பிரிவைத் தாங்க முடியாமல் அடுத்தவர் உயிரையே விட்டுவிட்டாரே! போன ஜென்மத்தில் இருவரும் அண்ணன் தம்பிகளாயிருந்திருப் பார்கள்" என்று கூறி அங்கலாய்த்தனர்.

சில தினங்களுக்குப் பிறகு கன்பாவின் வீட்டில் பதிமூன்றாம் நாள் சடங்கு நடந்தது. குடிசைக்கு வெளியே சுமார் முப்பது அடிதூரத்தில் கட்டாந்தரையில் மிளகுச் செடிபோன்ற ஏதோ இரண்டு செடிகள் முளைத்தன. கிராம மக்களுக்கு அதைப் பார்த்து ஒரே அதிசயம். அவை வேகமாக வளரத் தொடங்கின. மக்கள் அதில் சிறிய செடிக்கு கன்பா என்றும் பெரிய செடிக்கு பைக்கா என்றும் பெயரிட்டனர். அவை நன்றாக வளர்ந்தாலும் அவற்றில் கிளைகளோ இலைகளோ பூக்களோ தோன்றவே யில்லை. நாள் செல்லச் செல்ல அந்தச் செடிகளின் அடிப்பாகம் கனத்து கல் போலாயிற்று. பக்கத்துக் கிராமங்களிலெல்லாம் இருந்து மக்கள் வந்து அதை வணங்க ஆரம்பித்தனர். சிலர்

பூஜைப் பொருட்கள் கொண்டுவந்தனர். அந்த இரண்டு கற்களைச் சுற்றியும் எங்கள் பூஜைக் குடிசையைக் கட்டினோம். இந்த இடமே பின்னர் வாகோபா – புலியின் பகுதி – என்று அழைக்கப்பட்டது. அமாவாசை பௌர்ணமி இரவுகளில் புலியின் ஆவி அந்தப் பக்கம் உலாவுவதாகச் சொன்னார்கள். பக்கத்தில் காடு இருப்பதால் அவ்வப்போது ஏதாவது புலி அந்தப் பகுதியில் நடமாடுவது அதிசயமொன்றுமில்லை.

புதா தாத்தாவின் கதை முடிந்ததும் எங்கள் முதுகெலும்பு சில்லிட்டது. கதையைக் கேட்கும்போது நானும் ஒரு வீரனாக வேண்டும் என்று நினைத்துக்கொண்டேன்.

பிரார்த்தனை குடிசைக்குள் இருக்கும் இரண்டு சிறிய கற்களின் கதை இதுதான். இப்போது எனக்கு ஒரு புலியைக் கண்டால்கூட பயமாயிருக்கிறது. வெட்கக்கேடு. ஆனாலும் தன் தாய்க்காக பயங்கரமான ஒரு புலியுடன் போராடிய அஞ்சாநெஞ்சன், மாவீரன் கன்பாவின் வம்சத்தில் வந்தவன் என்று நினைக்கும்போது மகிழ்ச்சியாகத்தான் இருக்கிறது.

ஸ்கூலுக்கு நேரமாச்சு

எனக்கு ஏழு வயதாகும்போது வயல்களில் வேலைக்குப் போகத் தொடங்கினேன். மூன்று நான்கு வருஷங்கள் கழிந்ததும் மேல் ஜாதியரின் மாடுகளை மேய்க்கும் வேலை கிடைத்தது. பதுன்னா என்ற விவசாயி தம் மாடுகளை மேய்க்கும் பொறுப்பை என்னிடம் ஒப்படைத்திருந்தார். மாதம் பத்து சேர் (சுமார் ஆறு கிலோ) ஜாவர் (சோளம்) சம்பளம். கடினமாக, நம்பிக்கையுடன் உழைத்ததால் சம்பளம் இரண்டு சேர் கூடிற்று. எனக்கு ஒரே சந்தோஷம்.

ஒருநாள் இரண்டு பந்தயக் காளைகளைக் குளிப்பாட்டி அவற்றை எஜமானரின் வயலில் மேய விட்டேன். இரண்டும் நன்றாகக் கொழுத்த, பெரிய காளைகள். ஏனோ தெரியவில்லை, பக்கத்து வயலில் மேய்ந்து கொண்டிருந்த சில காளைகள் இவற்றைக் கண்டதும் மிரண்டு ஓடின. எனது காளைகளும் கலையத் தொடங்கின. நான் அவற்றை அடக்குவதற்காக அவற்றின் பின்னே சென்றேன். பக்கத்து வீட்டுக்காரரின் காளைகள் இதற்குள் வேறொருவரின் வயலுக்குள் நுழைந்து விட்டன. என்னுடைய மாடுகளும் ஆவலுடன் அந்த வயலுக்கே சென்றன.

எதிர்பாராதபடி அந்த வயலின் சொந்தக் காரன் அங்கே வந்துவிட்டான். அவனுக்கும் என் எஜமானருக்கும் ஆகாது. அவன் கோபத்துடன் ஒரு பெரிய ஜாவர் செடியைப் பிடுங்கி – ஒரு கரும்பு அளவு இருக்கும் – என்னை அடிக்கத்

தொடங்கினான். பொதுவாக உயர் ஜாதிக்காரர்கள் எந்த விதத்திலும் எங்களைத் தீண்டுவதில்லை. இப்போது அந்தத் தீண்டாமைகூட என்னைக் காப்பாற்றவில்லை. என் முதுகெல்லாம் ஒரே காயம், வீக்கம். வலியால் ஓவென்று அழத் தொடங்கினேன். பயத்தில் ஒன்றுக்குப் போய் வேட்டி நனைந்துவிட்டது.

"ஏண்டா, உன் எஜமான் இந்த நஷ்டத்தை ஈடு செய்வாரா?" என்று திரும்பத் திரும்பக் கேட்டார். இப்போது அடி நின்று விட்டது. கீழ் ஜாதி என்றும் பார்க்காமல் காலால் உதைக்கத் தொடங்கினார். ஏற்கனவே பட்ட காயங்களின் மேல் விழுந்த உதைகள் காரணமாக ஏற்பட்ட வலியால் நான் மயங்கி விழுந்தேன்.

பக்கத்து வயலில் வேலை செய்துகொண்டிருந்த என் அம்மா என் கதறலைக் கேட்டு ஓடி வந்தாள். என்னைவிட அவள் பலமாக அலறினாள். என் தலையை எடுத்து தன் மடிமேல் வைத்து என்னை அணைத்துக் கொண்டாள். எரியும் என் புண்களில் அவள் கண்ணீர் வழிந்தது சற்று இதமாக இருந்தது. "மகனே, கீழ் ஜாதியில் பிறந்ததால்தான் இந்த கஷ்டம் எல்லாம். ஒரு மிருகத்தை அடிப்பதைவிட மோசமாக உன்னை அடித்து விட்டாரே" என்று சொல்லி விம்மி விம்மி அழுதாள். மிருகத்தனமாக விழுந்த அந்த அடிகள் எனக்கு வரப்பிரசாதமாக அமைந்துவிட்டன. என் பெற்றோர் என்னை பள்ளிக் கூடத்துக்கு அனுப்பிவிடலாமென்று தீர்மானித்து விட்டனர். ஸாத்காவ் ஒரு பெரிய கிராமம்தான். ஆனால் ஊருக்குள் நுழைவது கஷ்டம். அதன் மூன்று பக்கத்திலும் ஆறு ஓடிக் கொண்டிருக்கிறது. மூன்று மைல் தூரத்தில் உள்ள கோவாரி கிராமத்தில்தான் பள்ளிக்கூடம் இருக்கிறது. பல கிராமங்களுக்கும் சேர்த்து அதுதான் ஒரே அரசுப் பள்ளிக்கூடம். ரொம்ப நேரம் யோசித்த பிறகு அப்பா என்னை அங்கே கொண்டு போய் சேர்த்தார். அடிகள் வாங்கிய அதிர்ஷ்டம், எனக்குப் படிக்க முடிந்தது. இந்த வரிகளையும் எழுத முடிந்தது.

1934 ஜூலை மாதம் என் படிப்பு தொடங்கியது. முதலில் ஹெட்மாஸ்டரைப் பார்த்தோம். ஓலை வேய்ந்த மண் அறை தான் அவர் ஆபீஸ். என் பிறந்த வருஷத்தை உத்தேசமாகக் கணித்து 1925 என்று குறித்துக் கொண்டார். அதாவது எனது உண்மையான வயதைவிட ஐந்து வயது குறைவாக. இது ஒரு விதத்தில் எனக்கு நன்மையாக அமைந்துவிட்டது. பின்னால் நியாயமாக ஓய்வு பெற வேண்டிய நாளைவிட விஞ்ஞானி என்ற பதவியில் மேலும் சில வருஷங்கள் தொடர்ந்து பணியாற்ற முடிந்தது.

நான் பள்ளியில் சேரும்போது எனக்கு வயது பதினான்கு இருக்கும். மற்ற பையன்களின் வயதும் பெரிய அளவில் ஏழ்மை நிலைக்குத் தக்கபடி வித்தியாசமாகத்தான் இருக்கும்.

ஹெட்மாஸ்டர் உறுதியாகச் சொல்லிவிட்டார்: தீண்டப் படாதவன், அதனால் ஒருபோதும் வகுப்பறைக்கு உள்ளே நுழையக் கூடாது என்று. நானும் என்னைப் போன்ற வேறு சில பையன்களும் வகுப்பறைக்கு வெளியே வெயிலடிக்கும் வராந்தாவில் நின்றபடி ஜன்னல்வழி ஆசிரியர் பாடம் சொல்வதைக் கேட்க வேண்டும். இரண்டடிக்கு மூன்றடி என்று நிறைய ஜன்னல்கள் இருந்தன. அதிர்ஷ்டவசமாக வகுப்பறை சின்னதாக இருந்தது. என் கண்பார்வை கூர்மையாக இருந்தது. பாடங்களை நன்றாகக் கேட்டு புரிந்துகொள்ள முடிந்தது.

எங்கள் பள்ளிக்கூடம் ஒரு நீண்ட அகலமான ஹாலைக் கொண்டது. மண் சுவர்தான். சிவந்த ஓடு பாவிய கூரை. அவ்வப்போது ஒழுகும். இந்த ஹாலில் நான்கு வெவ்வேறு வகுப்புகள் நடந்தன. இரண்டு ஆசிரியர்கள். வகுப்புகள் ஒவ்வொரு திசையை நோக்கியபடி இருக்கும். இந்த ஆரம்பப் பள்ளியில் ஐம்பது அறுபது பிள்ளைகள் படித்தனர். ஒரு பெண்ணும். எங்களைப் போன்ற தீண்டப்படாத குழந்தை களுக்கு வகுப்பறைக்கு வெளியே வராந்தாவில் மணிக்கணக் காக வெயிலில் நின்றுகொண்டிருப்பது கஷ்டமாக இருந்தது. சில சமயங்களில் ஆசிரியர் எங்களைக் கதவுக்கு வெளியே உட்காரும்படிச் சொல்லுவார். இதுவும் கஷ்டமாகத்தான் இருந்தது. யாராவது அடிக்கடி வகுப்பறைக்கு உள்ளே வந்து கொண்டும் வெளியே போய்க்கொண்டும் இருப்பார்கள். சிலர் தண்ணீர் குடிக்க கிணற்றடிக்குச் செல்வார்கள். அப்போதெல் லாம் நாங்கள் நகர்ந்து அவர்களுக்கு வழிவிட வேண்டும். நாங்கள் தண்ணீர் குடிக்க வெகு தூரத்திலுள்ள குளத்துக்குப் போவோம்.

ஸாத்காவிலிருந்து படிக்கச் செல்லும் ஏழெட்டு சிறுவர் களில் நான் ஒருவன் மட்டுமே தாழ்ந்த ஜாதியைச் சேர்ந்தவன். முதலில் நாங்கள் எல்லோரும் சேர்ந்தே பள்ளிக்குச் செல்வோம். நான் அவர்களை விட்டுச் சற்று விலகியே நடப்பேன். சில நேரங்களில் நான் அவர்கள் சாப்பாட்டு டப்பாவை எதேச்சை யாகத் தொட்டுவிட நேர்ந்துவிடும். உடனே அவர்கள் அந்த உணவு தீட்டுப்பட்டுவிட்டதாகக் கருதி அதை தூர எறிந்து விடுவார்கள். அது வீணாகப் போவானேன் என்று நினைத்து நான் அதை எடுத்து சாப்பிடுவேன். ஆஹா, என்ன ருசி, என்ன மணம்! எங்களுக்கு அதைப்போல சமைக்க வசதியோ

சமயமோ கிடையாது. அப்புறம் நான் ருசி கண்ட பூனையாகி விட்டேன். அவர்கள் மேல் 'தற்செயலாக' விழுந்து உணவு டப்பாவைத் தீண்ட ஆரம்பித்தேன். ஒன்றிரண்டு தடவைக்குப் பிறகு அவர்களுக்கு விஷயம் புரிந்துவிட்டது. உஷாராகிவிட்டார் கள். என்னை அவர்கள் கூட வருவதற்கு அனுமதிக்கவில்லை.

நாளடைவில் கிராமத்திலிருந்து என்னைப் போன்ற மேலும் மூன்று சிறுவர்கள் பள்ளிக்கூடத்துக்கு வர ஆரம்பித்தனர். பொதுவாக எல்லோரிடமும் சீக்கிரம் பழகிவிடுவேன் என்பதால் நாங்கள் சினேகிதர்கள் ஆகிவிட்டோம். சேர்ந்தே பள்ளிக் கூடம் செல்வோம். குறிபார்த்து கல்லெறிந்து மாம்பழம் போன்ற வற்றை வீழ்த்தி ஒன்றாக இருந்து தின்போம். ஓடையிலோ ஆற்றிலோ தண்ணீர் குடிக்கும்போது அதிலுள்ள நண்டுகளையும் மீன்களையும் பார்த்து ரசிப்போம். சிலவற்றைப் பிடிப்போம். பள்ளிக்கூடத்துக்குப் போக வேண்டும் என்கிற நினைப்பு மறந்து போகும். எப்படியோ சிரமப்பட்டு தீமூட்டி அவற்றைச் சுட்டுத் தின்போம். அப்புறம்தான் பள்ளிக்கூட ஞாபகம் வரும். என்ன செய்வது! ஒரே ஓட்டமாக ஓடுவோம்.

சில சமயம் வானத்தில் மேகம் கறுத்து திடீரென மழை பெய்யத் தொடங்கும். குடைக்கு எங்கே போவது? புஸ்தகங் களையும் ஸ்லேட்டையும் மார்போடு சேர்த்து அழுத்திப் பிடித்தபடி தலையைக் குனிந்து கொண்டே நடப்பேன். அடை மழை காலங்களில் ஆற்றைக் கடக்க வேண்டியிருக்கும். சட்டை யைக் கழற்றி அதற்குள் புத்தகப் பையை பொதிந்து தலைக்கு மேல் வைத்துக்கொள்வேன். இந்த மாதிரி காலங்களில் நாள் முழுதும் ஈரச் சட்டையுடன்தான் இருப்பேன். ஆற்றில் பெரு வெள்ளம் ஓடும் காலங்களில் இரவில் என்னைப் போன்ற தீண்டப்படாத நண்பர்கள் வீட்டில் தங்கி விடுவேன். அங்கே நாங்கள் ஒரே குடும்பத்தினர் போல்தான் பழகுவோம்.

மழைக் காலத்தில் வேறு சில ஆபத்துக்களும் உண்டு. வெறுங் கால்களில் நடக்கும்போது அவை சேற்றில் புதைந்து விடும். முள்ளோ ஆணியோ காலில் குத்திவிடும். அதைப் பிடுங்கி எறிந்துவிட்டு வலியுடன் நடப்போம். வழியில் கொஞ்ச தூரம் ஒரு காட்டின் ஊடே செல்ல வேண்டும். அங்கே நாங்கள் பெரிதும் பயப்படுவது ஓநாய்களுக்கும் பாம்புகளுக்கும். மேல் ஜாதி பிள்ளைகளுக்கு அதைவிடப் பயம் தங்கள் ஜாதி கௌரவத்தைக் காப்பாற்றிக் கொள்வதுதான். ஓடையில் தண்ணீர் குடிக்கும்போது மேல் பகுதியில் அவர்கள் குடிப்பார்கள். கீழ்ப் பகுதியில் நின்றுதான் நாங்கள் குடிக்க வேண்டும். மேல் ஜாதியினர் ஏறிய மரங்களில்கூட நாங்கள் ஏறக் கூடாது.

ஆரம்பத்தில் பள்ளிப் பாடங்கள் சுலபமாக இருந்தன. ஆனால் முதல் வகுப்பு தாண்டியதும் என்னுடைய மூன்று நண்பர்கள் ஸ்கூலுக்கு மட்டம் போடத் தொடங்கினர். சில மாதங்களுக்குப் பிறகு ஒழுங்காக வரவில்லை என்ற காரணத் திற்காக ஹெட்மாஸ்டர் அவர்கள் பெயரை அடித்துவிட்டார். இப்போது எங்கள் ஜாதியில் பள்ளிக்கூடம் போவது நான் மட்டும்தான்.

நண்பர்கள் இல்லாதது எனக்கு மிகவும் வேதனையா யிருந்தது. படிக்கப் போகவே பிடிக்கவில்லை. ஏதேதோ காரணங் களைக் கூறி ஸ்கூலுக்குப் போவதைத் தவிர்க்க முயன்றேன். புறப்படும் சமயம் தலை வலிக்கிறது, கால் வலிக்கிறது என்பேன். அல்லது எப்போதும் வரும் 'வயிற்று வலி'யை காரணமாக்கு வேன். அல்லது 'அம்மா, காட்டிலே பிசாசுகள், பாம்புகள் எல்லாம் இருக்கின்றன. எனக்குப் பயமாக இருக்கிறது' என்பேன். அம்மா என்னைத் தீர்க்கமாகப் பார்ப்பாள். 'மற்ற ஜாதி பிள்ளைகளுக்கு அப்படி பயம் இருப்பதாகத் தெரியவில்லையே. பொய் சொல்லாதே' என்பாள். கையில் பிரம்பை எடுத்துக் கொண்டு பள்ளிக்குச் செல்லும் பாதையில் விரட்டுவாள்.

அம்மாவின் இந்தப் பிடிவாதத்துக்குக் காரணம் என் விதியை மாற்றிய அந்த நாளன்று வயலில் வேலை செய்யும் போது நான் பட்ட அடியும் அவமானமும்தான். அத்துடன் அவளுக்குக் கல்வியின் அருமை பெருமை தெரிந்திருந்தது. அவளுடைய மாமா ஒருவருக்கு எழுதப் படிக்கத் தெரியும். ஜோசியரும்கூட. எனவே அவருக்கு ஜாதியில் மிகவும் மரியாதை இருந்தது. ஆனால் சகுணா பாட்டி இதற்கு நேர் எதிர். 'எதற்காக என் பேரனை படி படி என்று கஷ்டப்படுத்துகிறாய்? வயலில் வேலை செய்து பன்னிரண்டு சேர் சோளம் சம்பாதிக்கிறானே, அது போதாதா?' என்பாள். அம்மா எவ்வளவு தீர்க்கதரிசனத் துடன் என் தினசரி கூலியையும் எனது படிப்பையும் எடை போட்டாள் என்பது இப்போது எனக்கு நன்கு புரிகிறது.

இரவில் எங்கள் குடிசையில் கையில் ஸ்லேட்டும் குச்சியு மாக விளக்கு வெளிச்சத்தில் வீட்டுப் பாடங்களைச் செய்வேன். ஆசிரியர் சொல்வதைக் கேட்டு நன்றாகப் புரிந்துகொள்வேன். வகுப்பில் எல்லோரையும்விட கூடுதல் மார்க் கிடைத்தது. ஆனால் ஏனோ இது ஆசிரியருக்குக் கோபத்தைத்தான் தந்தது. அடிக்கடி பிரம்பை என்மீது வீசுவார். பிறகு அதை எடுத்து தண்ணீரை அதன்மீது தெளித்து சுத்தப்படுத்திக் கொள்வார். மற்ற பிள்ளைகளைப் பார்த்து 'கிளாஸுக்கு வெளியே நின்றபடி

இந்தப் பயல் படிக்கும் அளவுக்கு உங்களால் படிக்க முடிய வில்லையே, முட்டாள்கள்' என்று கத்துவார்.

இரண்டாம் வகுப்பு படிக்கும்போது நடந்த ஒரு சம்பவம் தான் தீண்டாமையின் முழு அர்த்தத்தையும் எனக்கு விளக்கியது. ஒருநாள் வெயில் கொழுத்தும் பிற்பகல். எல்லாப் பிள்ளைகளும் மதிய உணவு சாப்பிடுவதற்காக வெளியே மரத்தடிக்குச் சென்று விட்டனர். நான் மட்டும் தனியாகச் சாப்பிட்டேன். சோம்பிய மனம் சும்மா இருக்காது என்பார்களே, மனதில் வேண்டாத எண்ணங்கள் எழுந்தன. ஏன் வகுப்பறைக்கு உள்ளே சென்று எப்படி இருக்கிறது என்று பார்க்கக் கூடாது?

மெதுவாக உள்ளே நுழைந்தேன். வெளியே கண்ணைக் கூசும் வெயிலுக்குப் பதிலாக உள்ளே குளுமையாக இருட்டாக இருந்தது. யாருமே கண்ணில் படவில்லை. சற்று நிம்மதியாக மூச்சு விட்டேன். ஆனால் நெஞ்சு படபடவென்று அடித்துக் கொண்டது. ஆசிரியரின் நாற்காலி பக்கம் நகர்ந்தேன். கரும் பலகை கண்ணில் பட்டது. அது மூன்று கால்களில் மாட்டப் பட்டிருந்தது. கரும்பலகையில் ஏதாவது எழுதிப் பார்க்கலாம் என்ற விபரீத ஆசை தலைகாட்டியது. ஒரு சாக்பீஸை எடுத்துக் கொண்டு அதன் அருகே சென்றேன். எனது படபடப்பில் எனது கால் கரும்பலகையின் ஒரு காலில் தட்டியது. அவ்வளவு தான், ஒரு பயங்கர ஓசையுடன் அது தடாலென்று கீழே விழுந்தது. சாக்பீஸை தூர எறிந்துவிட்டு நான் ஓட்டம் பிடித்தேன்.

“ஐயோ நான் செத்தேன்” என்ற குரல் கரும்பலகையிலிருந்து எழுந்தது.

நான் திகைத்து நின்றுவிட்டேன். எங்கள் கிராமத்தில் நாங்கள் எல்லாவிதமான பிசாசுகளையும் நம்புவோம்.

“என்னைக் காப்பாத்துங்கள். உயிர் போறதே” என்று கத்தியது கரும்பலகை மீண்டும்.

இதற்குள் மாணவர்களும் ஆசிரியரும் வகுப்பறைக்குள் கூடிவிட்டனர். கரும்பலகைக்குப் பின்னாலிருந்து சாதுவர்த்தி என்ற பையன் தோன்றினான். சலவைக்காரன் மகன் அவன். கரும்பலகைக்குப் பின்னால் ஒரு மூலையில் உட்கார்ந்தபடி சாப்பிட்டுக் கொண்டிருந்தான். இரண்டு பாவங்கள் செய்து விட்டேன் நான்: வகுப்பறைக்குள் நுழைந்தது, மேல்ஜாதிப் பையன் ஒருவனை தீட்டுப்படுத்தியது. சாதுவர்த்தி ‘ஓ’வென்று அழுதுகொண்டிருந்தான்.

எல்லோருடைய கோபக் கண்களும் என்மீது பதிந்திருந்தன. தரை அப்படியே பிளந்து பூமாதேவி என்னை விழுங்கிவிடக் கூடாதா என்று விரும்பினேன்.

ஆசிரியர் பிரம்பை எடுத்து என்னை அடிக்கத் தொடங்கினார். வழக்கமாக சற்று தூரத்தில் நின்றபடிதான் என்னை அடிப்பார். ஆனால் இன்று அவர் அந்தத் தூரத்தைக் குறைத்துக் கொண்டார். என்னை அடிப்பதைத் தவிர வேறொன்றும் அவருக்குப் பொருட்டாகத் தெரியவில்லை. என்னைத் திட்டினார். என் ஜாதியை சபித்தார். "முட்டாள் ஜென்மங்கள். என்ன மண்ணாங்கட்டிக்குப் படிக்க வருகிறீர்கள்? போதாக் குறைக்கு கிளாஸுக்குள்ளேயும் நுழைந்து கெடுத்துப் போட்டாயே! எவ்வளவு தைரியம் இருக்க வேண்டும் உனக்கு!" என்று தன் சக்தி முழுதும் உபயோகித்து என்னை மீண்டும் மீண்டும் அடித்தார். "இந்தக் கால்கள்தானே உன்னை இங்கே கொண்டுவந்தது" என்று சொல்லி என் கால்களில் விளாசினார். மாணவர்கள் எல்லோரும் பரபரப்புடன் பார்த்துக் கொண்டிருக்க, நான் மயங்கி தரையில் விழுந்தேன்.

ஆசிரியர் களைத்துப் போய் விட்டார். இந்த நிகழ்ச்சியில் சாதுவர்த்தி ஹீரோவாகி விட்டான். அவன் பங்குக்கு என்னைத் தாக்கத் தொடங்கினான். அடித்தான். உதைத்தான். திட்டினான். வில்லனின் அவதாரமாக மாறிவிட்டான். அவனுடைய செயலால் உந்தப்பட்ட வேறு சில மாணவர்களும் அவனைப் பின்பற்றினர். இது அவர்களுக்கு ஒரு நல்ல சந்தர்ப்பம். அவர்களைவிட நான் அதிகம் மார்க் வாங்கும்போது ஆசிரியர் என்னைக் காட்டி அவர்களைத் திட்டியிருக்கிறார். அதற்குப் பழிவாங்க இது நல்ல வாய்ப்பாக அமைந்துவிட்டது. மழை போல அடிவிழத் தொடங்கியது. திட்டுகள் பொழிந்தன. ஆளுக் கொரு விதமாக உதைக்கத் தொடங்கினர்.

தங்கள் ஆசைதீர என்னை அடித்துப் புரட்டியபின் அவர்கள் எல்லோரும் கிணற்றடிக்குச் சென்று குளித்து என்னைத் தீண்டிய பாவம் தீர தலை முழுகினர். ஈரத்துணியுடன் ஆஞ்சநேயர் கோயிலுக்குச் சென்று வணங்கினர். மிகுந்த சிரமத்துடன் நான் ஊர்ந்தபடி வெளியே வந்தேன். அவர்களின் கோபம் கொப்பளிக்கும் பார்வையை தாங்கிக்கொள்ளவோ, நின்றபடி ஜன்னல்வழி பாடங்களைக் கேட்கவோ திராணி இல்லை, காயத்தினால் உடம்பு பூராவும் எரிகிறது. மனம் நிறைய கவலையுடன் வீட்டை நோக்கி நகர்ந்தேன்.

"ஐயோ, கடவுளே! படிக்கப் போகமாட்டேன் என்று சொன்னபோது அடி கிடைத்தது. படிக்க வந்தபோதும் அடிதான்

கிடைக்கிறது," என்று அழுதேன். என் மனசுக்குள் ஒலித்தது: "விதிகளை மீறியதற்குத்தான் இன்று உனக்கு அடி. வகுப்பறைக் குள் போகாமலிருந்தால் உனக்கு அடி கிடைத்திருக்காதே?" ஆற்றங்கரைக்குச் சென்று கைகளையும் வாயையும் கழுவித் துடைத்துக்கொண்டு வீட்டுக்குப் போனேன். நடந்ததைப் பற்றி ஒருவரிடமும் சொல்லவில்லை. உடைகள் உடம்பிலிருந்த காயங்களை ஓரளவு மறைத்துக்கொண்டன. இம்மாதிரி ஜாதி காரணமாக அடிபடுவது பற்றி அம்மா நிறையவே கேள்விப் பட்டிருக்கிறாள். மனசுக்குள் மேலும் நன்றாகப் படித்து மேலும் நிறைய மார்க் வாங்க வேண்டும், என் நிலையை உயர்த்திக் கொள்ள வேண்டும் என்ற கனவுதான் நிரம்பியிருந்தது.

அதன்பின் பள்ளிக்கூடம் போவது கொஞ்சம் கஷ்டமாக இருந்தது. சில நாட்கள் ஜன்னலுக்கு சற்று தூரத்திலேயே நின்று மேல் ஜாதிப் பையன்களின் பார்வையைத் தவிர்த்தேன். சமூகம் ஒருபோதும் மாறப்போவதில்லை என்ற எண்ணம்தான் மனதில் நிறைந்திருந்தது.

சீர்திருத்தவாதி அப்பா

என் தந்தை மராத்ராவ் பலவிதங்களில் என் தாத்தா புதாவைப்போல் இருப்பார். நல்ல அழகு. ஆறடி உயரம். திடகாத்திரமான உடம்பு. நல்ல பழக்கவழக்கங்கள். இரக்க சுபாவம். அவருடைய குரல் இனிமையாக இருக்கும் – புதாவின் வெடிக்கும் குரல்போல் அல்ல. அப்பா எளிய உடைதான் அணிவார். ஆனால் அது பாந்தமாக இருக்கும். சுத்தமான வெள்ளை வேட்டி பாதம் வரை நீண்டிருக்கும். வெள்ளை சட்டை, வெள்ளை தொப்பி. வீட்டில் பெரியவர்கள் எல்லோரும் அவரை பாபு என்று அழைப்பார்கள்.

அப்பாவுக்கு வயலில் வேலை செய்யப் பிடிக்கும். தரையைக் கொத்துவார், உழுவார், வரப்புகள் அமைப்பார். எந்த சிரம நிலையிலும் அவர் முன்னோர்களைப்போல யாருக்கும் கொத்தடிமை ஆகவில்லை. எல்லோரையும் சமமாகப் பாவித்தார். அடிக்கடி பக்கத்திலுள்ள உம்ரேர் நகரத்துக்குப் போவார். அங்கே அவருடைய உறவினர்கள் இருக்கிறார்கள், மருமக்கள் இருக்கிறார்கள். புதாவின் தங்கை பிஸாவின் கணவனான பாண்டுரங்க் அவருக்கு மராத்தி எழுதப்படிக்க கற்றுக் கொடுத்தார். முதலில் கையைப் பிடித்து ஒவ்வொரு எழுத்தாக எழுதச் செய்தார். இதன் மூலம் அவருக்கு ஓரளவு எழுதவும் படிக்கவும் முடிந்தது.

என் அம்மாவின் சித்தப்பா என் அப்பாவுக்கு ஜோதிடம் கற்றுக் கொடுத்தார். விரைவிலேயே அப்பா அதில் நல்ல தேர்ச்சி பெற்றுவிட்டார்.

பெரிய ஜோசியர் என்ற பெயர் கிடைத்துவிட்டது. திருமணப் பொருத்தம் பார்க்கவும், குழந்தைகளுக்குப் பெயர் சூட்டவும், கல்யாணத்துக்கு நாள் குறிக்கவும், ஜாதகம் எழுதவும் ஆட்கள் நிறைய பேர் வரத் தொடங்கினர். எல்லோருக்கும் அவரிடம் மரியாதையும் நம்பிக்கையும் இருந்தன. அப்பா பணத்துக்காகப் பொய் சொல்வதில்லை. இதன் காரணமாகவே அவரை 'புனித போவா' என்று அழைக்கத் தொடங்கினர்.

கிராமத்தில் அதிக வேலை கிடைப்பதில்லை. குடும்பத்தை நடத்துவது சிரமமாக இருந்தது. அப்பா உம்ரேரில் உள்ள சொந்தக்காரர்கள் யாருடனாவது சேர்ந்து ஏதாவது சிறிய அளவில் வியாபாரம் செய்யலாமா என்று நினைத்தார். அவர் நேர்மையானவர் என்பதால் பலரும் அவரை தங்களுடன் சேர்த்துக்கொள்ள விரும்பினர். சில சமயம் அவர் ஒப்பந்த வேலைகள் செய்வார். மாந்தோப்புகளை கொத்திக் கொடுப்பது, மிளகாய் தோட்டத்தை சீர்படுத்துவது போன்ற வேலைகள். இதில் நல்ல பணம் வந்தது. குடும்பத்தின் நிலைமை உயர்ந்தது. நாங்கள் வயிறு நிறைய சாப்பிடவும் முடிந்தது. எங்கள் கிராமத்தின் ஒரு மூலையில் கொத்வால் ஒருவர் தன் நிலம் ஒன்றை ஒத்திக்கு கொடுப்பதாக அறிந்து அப்பா அதை தொண்ணூறு ரூபாய்க்கு எடுத்தார். ஐந்து வருட கால ஒப்பந்தம். இப்போது எங்களுக்கு வேறு நிலங்களில் வேலை செய்ய வேண்டிய அவசியம் இல்லை. வயலில் வேலை செய்வதற்கான காளை, ஏர் போன்றவை வாங்கினோம். தன் மூன்று சகோதரர்கள் திருமணத்தை உத்தேசித்து 1932இல் அப்பா குடிசையைச் சற்று பெரிதாக்கினார். இதற்காக குடிசையைச் சுற்றியிருந்த பூமியைத் தோண்ட வேண்டியிருந்தது. அப்பாவுக்கு என்ன தோன்றியதோ, வேலைக்காரர் உதவியுடன் கல் தெய்வங்கள் இருந்த குடிசையைச் சுற்றித் தோண்டினார். பதினைந்து இருபது அடி தோண்டிய பிறகும் அந்த கல் உருவங்களின் அடிப்பகுதியைக் கண்டுபிடிக்க முடியவில்லை. தோண்டித் தோண்டி அவர்கள் சலிப்படைந்து போய் அந்த முயற்சியை கைவிட்டார்கள்.

குடிசை பெரிதாகிவிட்டதால் தேவையான சில பொருட்களை – கட்டில், பெஞ்ச், பித்தளை பாத்திரங்கள், தலையணை போன்றவை வாங்கினோம். குடிசையின் மூலையில் சட்டங்களுடன் கூடிய ஓரடிக்கு ஓரடி ஜன்னல்கள் அமைத்தோம். மழைக் காலங்களில் ஜன்னல்கள் வழி தூறல்கள் வீட்டை நனைக்கும். கூரை சற்று ஒழுகும். இருந்தாலும் என்ன, இது எங்கள் சொந்த வீடு அல்லவா! இந்த பகுதியில் இதுதான் பெரிய குடிசை. மக்கள் இதை 'பங்களா' என்று அழைத்தனர். என் மூன்று சித்தப்பாமார்களுக்கும் இங்கு வைத்துத்தான் திருமணம் நடைபெற்றது. எங்கள் கூட்டுக் குடும்பம் பெரிதாயிற்று.

அப்பா அந்த இரண்டு கல்தூண் தெய்வங்களுக்கும் ஆடு, கோழி பலி கொடுப்பதை நிறுத்தினார். பலி கொடுக்கும் வழக்கம் அவருக்குப் பிடிக்கவில்லை. அதற்குப் பதில் மஞ்சள் பொடி, சாம்பிராணி, பூக்கள், கற்பூரம் போன்றவை கொண்டு பூஜை செய்தார். சிதர் தேங்காய் உடைத்து அதை பிரசாதமாக வழங்கினார்.

இன்னொரு சம்பவம் நினைவுக்கு வருகிறது. அப்பா ஒரு சீர்திருத்தவாதி என்பதைக் காட்டிய சம்பவம். எனக்கு அப்போது ஒன்பது பத்து வயதிருக்கும். பக்கத்து கிராமத்தில் இருந்த கொத்வால் ஒருவரின் கடுமையான நோயை தாத்தா குணப்படுத்தியிருந்தார். அதற்கு நன்றி செலுத்தும் வகையில் கொத்வால் கன்பா, பைக்கா தெய்வங்களுக்கு பூஜை நடத்த விரும்பி, எங்களை அழைத்திருந்தார். பூஜையைத் தொடர்ந்து விருந்தும் உண்டு. விருந்தில் இரண்டு வகை உணவுகள் தயாரிக்கப்பட்டன. ஒன்று கொத்வால் ஆட்களுக்கு, மற்றது மஹார் இனத்தவருக்கு. நாங்கள் தீண்டப்படாதவர்களாக இருந்தாலும் எங்களுக்கிடையே ஜாதி வேறுபாடுகள் உண்டு. என் சித்தப்பாமார்களும் நானும் வயிறு நிறைய சாப்பிட்டோம். இந்த மாதிரி சுவையான சாப்பாடு எப்போதும் கிடைக்காதே. ஆனால் அப்பா இந்த ஜாதி வேறுபாட்டைக் கண்டு மனம் வருந்தி சாப்பிடாமலே இருந்துவிட்டார். தீண்டப்படாத ஜாதியரிடையேயும் கிளைப் பிரிவுகள் உண்டு. உதாரணமாக மஹார் ஜாதியினர் தங்களை மங்க் ஜாதியினரைவிட உயர் வாகக் கருதினர். மங்க் என்பவர்கள் இசையைத் தொழிலாகக் கொண்டவர்கள். அவர்கள் திருவிழாக்களில் இசைக் கருவிகள் வாசிப்பார்கள். பெண்கள் பிரசவ வேலை பார்ப்பார்கள். மஹார்கள் மங்க் ஜாதியினரை சந்திக்கும்போது 'ராம் ராம்' என்று கூறமாட்டார்கள். ஆனால் அப்பாவுக்கு இந்த மாதிரி விஷயங்களில் ஒரு முன்னேற்றப் பார்வை இருந்தது. மங்க் இனத்தவரைப் பார்க்கும்போதும் மரியாதையுடன் வாழ்த்துக் கூறுவார். நானும் ஜாதிப் பிரிவைக் கடந்து மங்க் வீடுகளில் தண்ணீர் வாங்கிக் குடிப்பேன்.

இது குடும்பத்தினரின் கொள்கைக்கு விரோதமாக இருந்தது. ஒரு சமயம், நான் சற்று வளர்ந்த பின், உம்ரேரில் தனியாக இருந்தபோது, எனது நண்பன் ஒருவனை சாப்பிட அழைத்திருந் தேன். அவன் ஒரு பங்கி (துப்புரவு செய்யும் இனம்). எங்கள் மஹாரைவிட குறைந்த ஜாதி. திடீரென ஸாத்காவ் போயிருந்த சகுணா பாட்டி வந்துவிட்டாள். நான் அவளை எதிர்பார்க்க வில்லை. எனக்கு இக்கட்டான நிலைமை. நண்பனை அழைத்து விட்டு சாப்பாடு கொடுக்கவில்லையென்றால்...? ஆனால்

எனது பெற்றோர் (1940களில்). படத்தைப் பார்த்து ஏமாந்து போக வேண்டாம். அவர் உயரம் ஆறடிக்கும் மேல். அவள் அவரைவிட ஓர் அடி உயரம் குறைவு. உடல் எடையும் அவரைவிட பாதிதான் இருக்கும்.

பாட்டி என்ன சொல்வாள் என்ற பயமும் இருந்தது. கீழ் ஜாதியினரை அழைத்து உபசரிப்பதை அவள் விரும்ப மாட்டாள்.

சகுணா பாட்டி நடந்து வந்த களைப்பு தீர, முகத்தையும் கைகால்களையும் கழுவிவிட்டு படுத்துக்கொண்டாள். இந்தத் தருணத்தை நழுவ விட விரும்பாமல் என் நண்பனுக்கு உணவு பரிமாறினேன். பாதி சாப்பாட்டில் அவனுக்கு அங்குர் கொடுத்துக்கொண்டிருக்கும்போது பாட்டி விழித்து விட்டாள். எனக்கு ஒரே பயம். பாட்டி என் நண்பனைப் பார்த்தாள். ஆனால் ஒன்றும் கூறவில்லை. விரைவாகச் சாப்பாட்டை முடித்துவிட்டு வெளியே வந்து நண்பனை வழியனுப்பினேன்.

மீண்டும் உள்ளே வந்ததும் பாட்டி அதிர் வெடியாக வெடித்தாள். "நான் ஊருக்குப் போனவுடன் நீ உன் ராஜ்யத்தை நடத்தத் தொடங்கிவிட்டாயா? நமக்கே சாப்பாட்டுக்கு வழி யில்லை, இதில் விருந்து ஒரு கேடா?" என்று முழங்கினாள்.

நான் அமைதியாக நின்றேன். உண்மையில் அவள் சொன்னது எல்லாம் சரிதான். கொஞ்சம் பொறுத்து, "அவனைப் பார்த்தால் தெருக்கூட்டுபவன் மகன் போலிருக்கு. அப்படித் தானா?" என்று கேட்டாள்.

அவன் ஜாதியைக் குறித்து அவளுக்கு சந்தேகம் இருப்ப தாகத் தோன்றியதால் அவளுடைய கருத்தை மறுத்துப் பேசலாம்

என்று நினைத்தேன். "ஸ்வீப்பரின் பையனுக்கு சாப்பாடு கொடுத்தால் என்ன கெட்டுப் போய்விட்டது?" என்றேன்.

இது எரிகிற தீயில் பெட்ரோல் விட்டது போலாயிற்று. "என்னடா சொல்கிறாய்? நேற்று பிறந்த பயல் எனக்குப் புத்தி சொல்ல வந்துவிட்டாயா? இரண்டு நாள் பள்ளிக் கூடத்துக்குப் போய்விட்டால் புத்திசாலி ஆகிவிட்டோம் என்ற நினைப்பா?" என்று கத்தத் தொடங்கினாள். அவள் கத்தி களைத்துப் போகும் வரை நான் அமைதியுடன் காத்திருந்தேன். வேறென்ன செய்வது? தன் அம்மா பழமையில் ஊறி விட்டிருந்தாலும், அப்பா பெண்களின் நிலையை உயர்த்துவதற் காகப் பாடுபட்டார். தண்ணீர் கொண்டுவர அவர்கள் பல மைல்கள் நடந்து வருவது அவருக்குக் கஷ்டமாக இருந்தது. அவருடைய அப்பா புதாவுடன் சேர்ந்து அண்டை வீட்டார் களுடன் பேசி, பக்கத்தில் ஒரு கிணறு தோண்டுவது பற்றி ஆலோசித்தார். எல்லோரும் அவரவர் சக்திக்குத் தக்கபடி பணமோ, உடல் உழைப்போ தர வேண்டும் என்றார். எல்லோருக் கும், குறிப்பாக பெண்களுக்கு இந்த யோசனை பிடித்திருந்தது. இன்றைக்கும் அந்த கிணறு எங்கள் ஜாதி மக்களுக்குத் தொடர்ந்து தண்ணீர் வழங்கிக்கொண்டிருக்கிறது.

மழைக் காலங்களில் வயலில் வேலை செய்ய முடியாது. அந்த நாட்களைப் பயனுள்ளதாக்க அப்பா ஒரு புதிய திட்டத்தைக் கொண்டு வந்தார். போத்லி கிராமத்திலிருந்து ஏக்நாத் மகாராஜ் என்பவரை அழைத்து வந்து பஜனை பாடல்களைப் பாடச் செய்தார். (மக்கள் அவரை மகாராஜ் என்று அழைத்ததற்குக் காரணம் அவர் ஆன்மீக உலகில் முடிசூடா மன்னராக இருந்ததால்தான்.) ஏக்நாத் மகாராஜ் ஒரு பக்திமான், நிறையப் படித்தவர், எல்லோரிடமும் இனிமை யாகப் பழகுவார், புராணங்களைப் பற்றி நன்கு கற்றறிந்தவர். பொதுவாக புராணக் கதைகளைக் கேட்டாலே நம் ஆத்மா சுத்தியடைந்து விடும் என்ற நம்பிக்கை இந்தியா பூராவும் இருக்கிறதே! அதுவரை கிராமத்தின் எங்கள் பகுதியில் யாருக்கும் ராமாயணம், மகாபாரதம் போன்ற இதிகாசக் கதைகளைக் கேட்கும் வாய்ப்பு கிடைத்ததில்லை.

ஏக்நாத் மகாராஜ் பேசும்பொழுது சுமார் இரண்டு டஜன் ஆண்களும் பெண்களும் எங்கள் குடிசையில் நெருக்கியடித்துக் கொண்டு உட்கார்ந்து கேட்டனர். இடமில்லாததால் குடிசைக்கு வெளியே வராந்தாவிலும் சிலர் உட்கார்ந்திருந்தனர்.

பன்னிரண்டு வயதில் திருமணமா?

அந்த நாட்களில் மக்களுக்கு உறுதியான தெய்வபக்தி இருந்தது. புண்ணிய ஸ்தலங்களுக்கு புனித யாத்திரை மேற்கொள்வது நன்மை தரும் என்ற நம்பிக்கை இருந்தது. எனவே தங்கள் பொருளாதார நிலை உயருமுன்பே தாத்தா புதாவும் ஏக்நாத் மகாராஜாவும் ராம்டெக் என்ற இடத்துக்கு யாத்திரை கிளம்பினர். அவர்கள் தங்களுடன் இரண்டு ஊனமுற்ற சிறுவர்களையும் அழைத்துச் சென்றனர். ஊனமுற்ற குழந்தைகளைப் புனித இடங்களுக்கு அழைத்துச் செல்வதால் புண்ணியம் கிடைக்கும் என்று நம்பினார்கள். இரண்டு பேரும் ஆளுக்கொரு சிறுவனை தோளில் சுமந்து சென்றார்கள். முதலில் நாக்புருக்கு ஐம்பது மைல் ரயில் பயணம். வழியில் பல இடங்களிலும் ரயில் நிறுத்தப்பட்டதால் நாக்புர் போய்ச் சேர ஐந்து மணி நேரம் பிடித்தது. அங்கிருந்து ராம்டெக்குக்கு முப்பது மைல் கால்நடைப் பயணம்.

ஏக்நாத் மகாராஜ் புதாவைவிட மெலிந்த உடல்வாகு கொண்டவர். தோளில் ஒரு நொண்டிச் சிறுவனை சுமந்து செல்வது அவருக்கு மிகவும் சிரமமாக இருந்தது. எனவே காசிவரை செல்ல வேண்டும் என்ற முடிவை மாற்றிக் கொண்டனர். காசி அங்கிருந்து சில நூறு மைல் தொலைவில் இருந்தது.

ராம்டெக்கில் இருக்கும் ராமர் கோவில் பிரசித்தமானது. அங்குள்ள குளத்துக்குச் சென்று குளித்தனர். கோவிலுக்குள் தீண்டப்படாதோர் நுழையக் கூடாது என்ற சம்பிரதாயம் இருந்தாலும் தாத்தாவும் அவர் கூட வந்தவர்களும் ராம் மந்திரை வெளியே நின்று பார்க்கவும் பூஜை செய்யவும் முடிந்தது.

பின்னர் புதா தாத்தா காய்ந்த இலைகளைப் போட்டு நெருப்பு மூட்டி தானியங்களும் அரிசியும் கலந்து சமையல் செய்தார். பெரிய இலைகளை சாப்பிடும் தட்டுகளாகப் பயன் படுத்தினர். மற்ற பயணிகளுக்கும் உணவு கொடுக்க வேண்டும் என்று நிறையவே சமைத்திருந்தார். இதன் மூலமும் சற்று கூடுதல் புண்ணியம் கிடைக்கும்.

உணவு சமைத்து முடியும் சமயம் அங்கே கந்தல் உடை யுடன் ஒரு மனிதன் வந்தான். அவன் விரல்களைப் பற்றியபடி இரண்டு அழகான பெண்களும் வந்தனர். தாகத்தாலும் பசியாலும் அவர்கள் துவண்டிருந்தனர். அவர்கள் நிலையைப் பார்த்ததும் புதா அவர்களை சாப்பிட அழைத்தார். சோற்றைப் பார்த்து நாட்கள் ஆகியிருக்கும் போலிருக்கிறது, அள்ளி அள்ளித் தின்றனர். தன் மனைவி அண்மையில் இறந்துவிட்டதாகவும், இரண்டு பெண் குழந்தைகளையும் காப்பாற்ற மிகவும் சிரமப் படுவதாகவும் அவன் கூறினான். அப்புறம் மேற்கொண்டு எதுவும் சொல்லாமல் வாயை மூடிக் கொண்டான். ஏதோ சொல்ல விரும்புபவன் போல் வாயைத் திறப்பான். உடனே மௌனமாகி விடுவான். கடைசியில் புதாவின் வற்புறுத்தலின் பேரில் அவன் மனதை மாற்றிக் கொண்டு பேச ஆரம்பித்தான்.

"நான் ஒரு பரம ஏழை. வேலை எதுவும் கிடைக்கவில்லை. நிறைய நாட்கள் பட்டினிதான். என் குழந்தைகள் இப்படி பட்டினி கிடப்பதை என்னால் பார்த்து சகிக்க முடியவில்லை. வேறுவழியில்லை, அவர்களை விற்று விடலாம் என்ற முடிவுக்கு வந்துவிட்டேன்."

தாத்தாவும் ஏக்நாத் மகாராஜாவும் திகைத்துப் போய் விட்டனர்! நம்ப முடியாமல் ஒருவரையொருவர் பார்த்துக் கொண்டனர். கடைசியில் புதா சற்று தயக்கத்துடன் அவனிடம் கேட்டார். "என்ன விலைக்கு இவர்களை விற்கப்போகிறாய்?"

களைத்த குரலில், "இருபது ரூபாய் கிடைத்தால் இவர் களை விற்று விடுவேன்" என்றான் அவன். அந்த நாட்களில் அது ஒரு பெரிய தொகைதான். நூறு பேர் ராம்டெக்கிலிருந்து நாக்புருக்கு ரயிலில் செல்வதற்கான தொகை.

புதா யோசிக்கத் தொடங்கினார். இப்படியே போனால் பாவம், இந்தப் பெண்கள் சில மோசமான ஆட்கள் கையில் சிக்கி சீரழிந்து விடுவார்கள். சரியான உணவும் வசதியும் தந்து வளர்த்தால் இவர்கள் அழகான பெண்களாகத் திகழ் வார்கள். ஒருவேளை பெரியவள் எனக்கும் சிறியவள் என் தம்பி அங்குஷுக்கும் சரியான ஜோடியாக அமையலாம். குழந்தை விவாகம் என்பது அப்போது மிகவும் சகஜம். பெண்ணும் பையனும் பிராயம் ஆகும் வரை தனித்தனியாக இருக்க வேண்டும். அவ்வளவு தான். தாத்தாவும் அவர்கூட வந்தவர்களும் தங்கள் பயணத்தைக் குறைத்துக் கொண்டதால் அவர்களிடம் கொஞ்சம் தாராளமாகவே பணம் கையிலிருந்தது. எனவே தாத்தா அந்த இடத்திலேயே அந்தப் பெண்களை விலைபேச தீர்மானித்தார்.

"என்னிடம் பதினான்கு ரூபாய்தான் இருக்கிறது" என்றார் அவர் அந்த மனிதனிடம். அவர்கள் பேரம் பேசத் தொடங்கினர். குழந்தைகளின் தந்தை சற்று கீழே இறங்கி பதினாறு ரூபாயில் நின்றான். அதற்கு மேல் குறைக்க அவன் தயாராயில்லை. தாத்தாவுக்கோ பதினான்குக்கு மேல் செல்ல வழியில்லை. ஏக்நாத் மகாராஜாவிடம் ஒரு பைசா கிடையாது. புதாவின் குரு என்ற நிலையில் அவர் 'ஓசி'யில்தான் பயணம் செய்கிறார். எனவே பேரம் திகையவில்லை. இரண்டு ரூபாய்கூட இருந்திருந் தால் என் திருமணம் அப்பவே நடந்து முடிந்திருக்கும்.

ஊருக்குத் திரும்பியதும் தாத்தா எல்லோரிடமும் நடந்த விஷயத்தைச் சுருக்கமாகக் கூறினார். கேட்டவர்களுக்கெல்லாம் ஒரே திகைப்பும் வியப்பும், என் பாட்டி சகுணாவைத் தவிர. "நான் மட்டும் அங்கே இருந்திருந்தால் அந்த அழகான பெண் களை பதினைந்து ரூபாய் கொடுத்து வாங்கியிருப்பேன்" என்றாள்.

"உனக்கு வியாபார புத்தியே கிடையாது" என்று புதாவைப் பார்த்துக் கத்தினாள். "நல்ல பெண்களைத் தேடிக் கண்டு பிடிப்பது எவ்வளவு செலவு பிடிக்கும் என்பது உனக்குத் தெரியுமா! அவர்களுக்குப் பட்டுச் சேலைகள் வாங்க வேண்டும். நகைகள் செய்து போட வேண்டும். கல்யாண ஊர்வலத்துக்கு ஏற்பாடு செய்ய வேண்டும். அந்தக் குழந்தைகள் மட்டும் இங்கேயிருந்தால் பிராயம் வரும்வரை வீட்டு வேலைகளில் எவ்வளவு உதவியாக இருந்திருப்பார்கள்! கையில் பணம் போதாது என்கிறாய். ரயிலில் வராமல் நடந்து வந்திருக்கலாமே. சோறு சாப்பிடுவதற்குப் பதில் சன்னா முர்முரா வாங்கி கொறித்திருக்கலாமே." பிறகு அந்த மனிதனைப் பற்றிக் கூறினாள். "என்ன முட்டாள் அவன். குழந்தைகளை விற்பது என்று

தீர்மானித்தே விட்டான், பின் ஏன் அந்த இரண்டு ரூபாயில் பிடிவாதமாக இருக்க வேண்டும்? இரண்டு ரூபாயில் அவன் பணக்காரனாகி விடுவானா? என்ன மடையனாயிருக்கிறான்!"

எப்படியோ இருக்கட்டும், அந்த இரண்டு ரூபாய் இல்லாததற்கு நான் கடவுளுக்கு நன்றி சொல்ல வேண்டும். விதியின் இந்த விளையாட்டில் நானும் என் தம்பியும் அந்த சின்ன வயது திருமணத்திலிருந்து எப்படியோ தப்பினோம். இல்லா விட்டால் ஆயுசு பூராவும் வயல்களிலேயே உழைத்துக் கொண்டிருப்போம். நிறைய குழந்தைகளையும் பெற்றுப் போட்டிருப்போம். அந்தக் காலத்தில் நிறைய பிள்ளைகள் இருப்பது கடவுளின் அருள் என்று நம்பினார்கள்.

இப்போது நான் அப்பாவாகி, தாத்தாவாகி இருக்கும் போது, தன் அருமைப் பெண் குழந்தைகளை விற்றுவிடத் துணிந்த அந்த ஏழை மனிதனின் மனநிலையை ஒருவாறு ஊகிக்க முடிகிறது. அவன் இதற்காக தன் மனதைக் கல்லாக்கிக் கொண்டிருக்க வேண்டும். ஆனால் ஒரு நொடியில் அன்பும் பாசமும் தலைதூக்கியிருக்க வேண்டும். அதனால்தான் குழந்தைகளை விற்பதற்குத் தயங்கியிருக்கிறான். இல்லாவிட்டால் அந்த இரண்டு ரூபாயை வைத்துக்கொண்டு எத்தனை நாள் தாக்குப்பிடிக்கப் போகிறான்?

அம்பேத்கரைப் பற்றி அறிந்தோம்

கிராமத்துத் தையல்காரன் சாக்யா என்னைப் பார்த்துக் கத்தினான்: "முட்டாள் பயலே, முற்றத்தில் இப்போதான் சாணமிட்டு மெழுகியிருக்கிறது கண் தெரியலையா?"

மஹார்கள் கிராமத்துக்கு வெளியேதான் இருக்க வேண்டும் என்கிற வழக்கப்படி நாங்கள் தனியாகவே இருந்தோம். உயர் ஜாதியர் வீட்டு முற்றத்துக்குள் – குறிப்பாக அதிகாலையில் – வரக் கூடாது. அதுவும் அந்த இடத்தை பசுஞ்சாணத்தால் மெழுகியபிறகு. அந்த நாட்களில் தையல்காரர்கள் அளவெடுப்பதற்குக்கூட எங்களைத் தொடுவதில்லை. எனக்கு சட்டைக்கு அளவெடுக்க வேண்டுமென்றால் உத்தேசம் என் அளவு உடைய ஓர் உயர்ஜாதிப் பையனை அழைத்து அவன் அளவை எடுப்பார்கள். அல்லது கண்ணால் பார்த்தே உத்தேசமாக அளவைக் குறித்துக்கொள்வார்கள். இந்த வழக்கம் எனக்குத் தெரியாததால் முதன்முதலில் எனக்கு சட்டை தைக்கக் கொடுக்கும்போது அந்த பரபரப்பில் சாக்யா என்ற அந்தத் தையல்காரரின் வீட்டு முற்றத்துக்கே சென்றுவிட்டேன். ஆனால் அவருடைய கத்தலையும் முகத்தில் தோன்றிய ஆக்ரோஷத்தையும் பார்த்துப் பயந்து வெளியே ஓடிவந்துவிட்டேன்.

நல்லவேளை, மகாதேவ் என்ற பயில்வான் என் உதவிக்கு வந்தார். அவர் சற்று பரந்த நோக்கு

உடையவர். தெரு முனையை அப்போதுதான் தாண்டியவர் என் குரலைக் கேட்டு வந்து தையல்காரரைப் பார்த்து அதே குரலில், "என்ன, இந்தப் பையனை மிரட்டுகிறாய்? நீ சுத்தம் பார்க்கிற லக்ஷணம் எனக்குத் தெரியாதா? ராத்திரி பூராவும் 'பாயா மஹாரின்' கூட கிடக்கிறாயே அப்போது உன் தீட்டு எங்கே போயிற்று?" என்று கத்தினார். (பாயா மஹாரின் என்றால் தீண்டப்படாத ஜாதியைச் சேர்ந்த விலைமாது என்று அர்த்தம்.)

சாக்யா முகத்தைத் தொங்கப் போட்டுக்கொண்டு தன் வேலையில் மூழ்கிவிட்டார். பின்னர், வளர்ந்த பிறகு, அந்த தையல்காரருக்கும் கணவனால் விரட்டப்பட்ட ஒரு மஹார் பெண்ணுக்கும் தொடர்பு இருந்தது என்ற விஷயம் தெரியவந்தது.

கொஞ்ச நாட்களுக்குப் பிறகு, எனக்கு பத்து வயதிருக்கும், இன்னொரு சம்பவம் நடந்தது. ஏக்நாத் மகாராஜ் காயத்ரி புராணத்திலிருந்து ஒரு விஷயத்தைப் படித்துக் காட்டினார். உயர்ஜாதியினர் மட்டுமல்ல, எல்லோருமே பூணூல் போட்டுக் கொள்ளலாம், சந்தனப் பொட்டு வைத்துக்கொள்ளலாம். உடனே பல மஹார் இளைஞர்கள் நாங்கள் அவர்களைவிட தாழ்ந்தவர்கள் அல்ல என்பதைத் தெரிவிக்க பூணூலை மாட்டிக் கொண்டு நெற்றியில் சந்தனப் பொட்டுடன் காட்சியளிக்கத் தொடங்கிவிட்டனர்.

நானும் என் வயதுப் பையன்களுடன் பூணூல் சந்தனத் துடன் திரிந்தேன். இந்தத் திடீர் மாற்றத்தை உயர்ஜாதி இளைஞர் களால் பொறுத்துக்கொள்ள முடியுமா?

ஒருநாள் நாங்கள் விளையாடிக் கொண்டிருக்கும்போது அவர்கள் சிலபேர் எங்களிடம் வந்து பூணூலையும் சந்தனக் குறியையும் அகற்ற வேண்டும் என்று பயமுறுத்தினர். வீண் குழப்பம் வேண்டாமே என்று சில மஹார் பையன்கள் ஒதுங்கிவிட்டனர். ஏனெனில் அவர்களின் பெற்றோர்கள் அந்த உயர்ஜாதி பையன்களின் வீடுகளில்தான் வேலை செய்து பிழைத்தனர். நான் மட்டும் அப்படியே நின்றபோது, கிஸன் என்ற பத்தொன்பது வயது கொல்லனின் மகன் என்னைப் பிடித்து என் நெற்றியில் இருந்த சந்தனத்தை அவனது செருப்பால் தேய்த்து அழித்து விட்டான். அவன் முகம் வெற்றிக் களிப்பில் ஒளிர்ந்தது. எனது நெற்றி எரிந்தது. மனம் பழிவாங்க வேண்டும் என்று துடித்தது.

சில நாட்களுக்குப் பிறகு கிஸனுடைய அம்மா கையில் ஒரு குடத்துடன் வயலுக்குள் போவதைப் பார்த்தேன். மரங் களுக்குப் பின்னால் மறைந்தபடி நான் அவளைப் பின்

தொடர்ந்தேன். அவளை சமீபித்ததும் சிறு கற்களை எடுத்து அவள்மேல் எறிந்தேன். அவள் திடுக்கிட்டு விட்டாள். அவள் முன்னே வந்து "உன் மகன் செருப்பால் என் நெற்றி சந்தனத்தை அழித்தான். அதற்குப் பதிலடி இது" என்றேன்.

அவள் கோபப்படாமல் சொன்னாள்: "அசட்டுப் பையா, உனக்கு யாரிடம் எப்படி பழிவாங்க வேண்டும் என்று தெரிய வில்லை. நீ செய்ததை யாரிடமாவது சொன்னால் என் ஜாதியரிடமிருந்து எனக்குத்தான் பிரச்சனை வரும். எல்லோரும் என்னைத்தான் கேலி செய்வார்கள்."

அதைக் கேட்டதும் எனக்கு அவளிடம் இரக்கம்தான் வந்தது. தவறு செய்த மகனை விட்டுவிட்டு அவன் அம்மாவைத் தண்டிக்க விரும்பினேனே என்று வெட்கமாக இருந்தது.

என் கிராமத்துக்கு வெளியே இருக்கும் பரந்த உலகில் ஒரு பெரிய புயல் எழுந்துவருவதை நான் உணர்ந்திருக்கவில்லை. நூற்றுக்கணக்கான ஆண்டுகளாக நிலவி வந்த ஜாதி வேறுபாடு கள் கொதிக்கத் தொடங்கிவிட்டன. இந்த குழப்பமான நேரத்தில் ஒரு பெயர் – டாக்டர் பீம்ராவ் அம்பேத்கர் – மீண்டும் மீண்டும் எழும்பி ஒலிக்கத் தொடங்கியது. இந்தியாவின் சமூக சீர்திருத்தத் துக்கு முக்கிய சக்தியாக திகழ்ந்தவர் அவர். என் அப்பா அவரைப்பற்றி முதன் முதலில் 1930இல் கேள்விப்பட்டார். அப்போது அவர் உம்ரேர் நகரில் வேலைபார்த்துக் கொண்டிருந் தார். டாக்டர் அம்பேத்கர் தம் தீவிர உழைப்பாலும் அபார அறிவாலும் லண்டனிலும் அமெரிக்காவிலும் படித்துப் பல பட்டங்களைப் பெற்றிருந்தார். நாட்டு மக்களுக்கு – குறிப்பாக தாழ்த்தப்பட்ட ஜாதி மக்களுக்கு – உதவ தம் வாழ்வை அர்ப்பணித்திருந்தார். 1930 – 32இல் டாக்டர் அம்பேத்கர் லண்டனில் நடைபெற்ற வட்டமேஜை மாநாட்டில் முக்கிய தேசத் தலைவர்களான காந்தி, ஜின்னா, நேரு போன்றவர் களுடன் கலந்துகொண்டதன் காரணமாக உலகின் கவனத்தைப் பெற்றிருந்தார். காந்தி தென்னாப்பிரிக்காவில் நிற வேற்றுமை காரணமாக ஏற்பட்ட அநீதியை அனுபவித்தவர். ஆனால் அம்பேத்கர் பிறப்பிலிருந்தே ஜாதி பிரச்சனைக் காரணமாக கஷ்டப்பட்டிருக்கிறார். இந்தியாவில் தீண்டப்படாதோர் அனைவரின் ஆதரவையும் பெற்றிருக்கிறார்.

1936 தீபாவளியின்போது என் தந்தை ஸாத்காவ் ஊரிலுள்ள தீண்டப்படாதோர் அனைவரையும் – வீட்டுப் பெண்கள், முதியோர், குழந்தைகள் உட்பட – அழைத்து உள்ளூர் தாழ்த்தப் பட்டவர்களுக்கான முதல் கூட்டத்தைக் கூட்டினார். அப்பா என்னை அழைத்து தம் அருகில் இருக்கச் செய்து, கூட்டத்தில்

தாம் கூறும் கருத்துக்களை எழுதி வைத்துக் கொள்ளும்படி சொன்னார். இறுதியில் அதை எல்லோருக்கும் படித்துக் காட்டும்படிக் கூறினார்.

நான் எழுந்து நின்று வாசித்தேன். ஒரு கூட்டத்தின் முன் நான் பேசுவது இதுதான் முதல்தடவை. என் கை கால்கள் நடுங்கத் தொடங்கின. இதயம் படபடவென அடித்தது. பின்னால் நூற்றுக்கணக்கான, ஆயிரக்கணக்கான மக்களின் முன்னே அநாயாசமாகப் பேசப் போகிறேன் என்று அப்போது தெரிய வாய்ப்பில்லை. ஆனால் அந்த இரவில், அப்பாவும் புதா தாத்தாவும் தந்த தைரியத்தில் நான் எப்படியோ சமாளித்துக் கொண்டு இவ்வாறு படித்தேன்.

நமது ஜாதியின் மிகப் பெரிய கல்விமானும் அறிஞருமான டாக்டர் பாபா சாகப் அம்பேத்கர் என்பவர் கடல் கடந்து வெள்ளைக்காரர் நாட்டில் படித்து, ஒரு பாரிஸ்டராக இப்போது நம்மிடையே இருக்கிறார். நாம் உயர்ஜாதி ஜனங்களுக்கு சமம் என்கிறார். நமக்கு தண்ணீர் குடிக்கவும் கோயில் பூஜை செய்யவும் உரிமை இருக்கிறது என்கிறார் அவர். நாம் நம்மை மேன்மைப்படுத்திக்கொள்ள வேண்டும். நம்மைப்பற்றிப் பெருமைப்பட்டுக்கொள்ள வேண்டும். நம்மவர்களை உயர்த்த நிறைய காரியங்கள் செய்ய வேண்டியிருக்கிறது. மேல் ஜாதியினர் நடத்தும் விழாக்களின்போது அவர்கள் எச்சில்படுத்திய பண்டங்களின் மிச்சங்களுக்காக யாசிப்பதை நிறுத்த வேண்டும். இறந்த மிருகங்களின் மாமிசத்தை உண்பதை நிறுத்த வேண்டும். நம் குழந்தை களைப் படிக்க வைக்க வேண்டும். நாம் நம்மிடையே ஜாதி வேறுபாடுகளை வளர்க்கக் கூடாது. நம் முன்னேற்றத் திற்காக, நன்மைக்காக நாம் அனைவரும் ஒன்றுபட வேண்டும்.

புதா தாத்தா கூட்டத்தைப் பார்த்துக் கூறினார். "எல்லோரும் கேளுங்கள். எனது பேரன் நாம்தேவ் இப்போது படித்தானே, அதன்படி நடந்துகொள்ளுங்கள். உங்கள் பிள்ளை களைப் பள்ளிக்கூடத்துக்கு அனுப்புங்கள். என் பேரன்போல அவர்களும் எழுதப் படிக்கக் கற்றுக்கொள்ளட்டும்."

ஆனால் கிராமம் இன்னும் இந்த மாற்றங்களுக்குத் தயாராக வில்லை. சுமார் ஒரு வருடமாக நானும் அப்பாவும் எங்கள் ஜாதியினரிடமிருந்தே விலக்கப்பட்டோம். ஒருவரும் எங்கள் வீட்டுக்கு வருவதில்லை. அவர்கள் வீட்டுக்கும் நாங்கள் செல்ல அனுமதிப்பதில்லை. கடைசியில் எங்கள் 'குற்றத்தை' மன்னித்து அவர்களுடன் சேர்ந்து கொள்வதற்காக கிராம மக்கள்

அனைவருக்கும் ஆட்டுக்கறியுடன் விருந்து ஒன்று வைக்க வேண்டும் என்ற நிபந்தனை விதித்தனர். அப்பாவும் தாத்தாவும் இந்தப் 'பெருமை' எங்களுக்கு வேண்டாம் என்று சொல்லி மறுத்துவிட்டனர்.

சில நாட்களுக்குப் பின் என் அப்பாவின் மாமா காவ்டு தன் மகனுடைய திருமணத்துக்கு ஏற்பாடு செய்தார். ஜாதி ஆட்கள் என் அப்பாவோ நானோ, குடும்பத்திலிருந்து யாரோ அந்தத் திருமணத்தில் கலந்துகொண்டால் அவர்கள் யாரும் திருமணத்துக்கு வரமாட்டோம் என்று சொல்லிவிட்டனர். நாங்கள் எங்கள் கொள்கையில் உறுதியாக இருந்தோம். அந்தத் திருமணத்தில் கலந்துகொள்ளவில்லை.

பச்சைக் குத்திக்கொண்டேன்

"ஒன்றுக்கும் உதவாத முட்டாள்!" என்ற குரல் என் காதுக்குள் ரீங்கரித்தது. இந்தத் தடவை இதற்குச் சொந்தக்காரி என் அம்மாதான்.

பள்ளி விடுமுறை நாட்களில் நான் வயல் வேலைக்குப் போவேன். தினசரி இரண்டு பைசா கிடைக்கும். இப்போது வீட்டின் நிலை சற்று சுமாராக இருந்தது. அப்பா உம்ரேர் நகரில் வேலைக்குப் போகிறார். எனவே எனக்குக் கிடைக்கும் பைசாக்களை சேமிக்கத் தொடங்கினேன். ஒருநாள் சில பையன்கள் தெருவில் சிப்பிகளை வைத்து சூதாடிக் கொண்டிருப்பதைப் பார்த்தேன். எனது சின்னப் பிள்ளை விளையாட்டுக்கள் எல்லாம் சாதாரணமானவைதான். டப்டப்லா போன்று எளிமையானவை. மரத்தின் மேல் உட்கார்ந்திருக்கும் ஒரு பையனைப் பிடித்து தரைக்கு இழுக்க வேண்டும். ஆனால் இப்போது சில பையன்கள் விளையாடி பைசாக்களைக் குவிப்பதைப் பார்த்ததும் எனக்கும் ஆசை உண்டாயிற்று. நானும் விளையாட்டில் கலந்துகொண்டேன். எனக்குத்தான் அனுபவமில்லையே. விரைவிலேயே என் மொத்த சம்பாத்தியமான பதினான்கு பைசாவையும் இழந்துவிட்டேன்.

இந்த சமயத்தில்தான் அம்மா அங்கே வந்தாள். யாரோ ஒரு பயல் அவளிடம் சொல்லிவிட்டான் போலிருக்கிறது. ஒரு மூச்சு திட்டிவிட்டு என்னை ஒரு பிரம்புக் கம்பால் அடிக்கத் தொடங்கினாள்.

"பெரிய பணக்காரன்போல் சாப்பிடுகிறான். காசு பெருத்துப் போய் விட்டதா?" என்று சொல்லியபடியே என்னை மீண்டும் அடித்தாள். "குரு ஏக்நாத் மகாராஜா சொன்ன பாரதக் கதையைக் கேட்டுத்தானே இருக்கிறாய். பாண்டவர்கள் ராஜ்யம் சொத்து எல்லாவற்றையும் மட்டுமா, மனைவியைக் கூட சூதாடி இழந்தார்களே. இந்தப் பயல்கள் சூதாடத்தான் செய்வார்கள். அவர்களுக்குத்தான் பள்ளிக்கூடம் போக வேண்டியதில்லையே" என்று கத்தினாள்.

பிறகு அம்மா அந்தப் பையன்களைத் திட்டத் தொடங்கினாள், "தறுதலைகள், இந்த அப்பாவிப் பிள்ளையை ஏமாற்றி அவன் காசையெல்லாம் பிடுங்கிக் கொண்டீர்களா? இப்பவே அதைத் திருப்பிக் கொடுத்து விடுங்கள்" என்றாள்.

அதன்பிறகு நான் இந்த மாதிரி ஆட்டத்திற்கே போகவில்லை. படிப்பிலேயே கவனமாயிருந்தேன். ஆனாலும் எங்கள் சின்ன கிராமத்தில் வேறு பிரச்சனைகளும் இருந்தன. சில ஆசிரியர்கள் குறுகிய எண்ணம் கொண்டவர்கள். என் தம்பி அங்குஷும் இப்போது என்னுடன் ஸ்கூலுக்கு வருகிறான். ஜன்னலுக்கு வெளியேதான் நின்று படிக்கிறான். நான் மூன்றாம் வகுப்புப் படித்துக்கொண்டிருந்தபோது ஒருநாள் ஆசிரியர் கஷ்டமான கணக்கு ஒன்றை செய்யச் சொன்னார். இரண்டே இரண்டு பேர் மட்டும் – மிரே பட்டீலும் நானும் – அதைச் சரியாகச் செய்தோம். மிரேயின் அப்பா கோல்ஹாரி கிராமத் தலைவர். அவர் குடும்பத்துக்கு கிராமத்தில் நல்ல செல்வாக்கு. மிரேக்கு சின்ன வயசிலேயே கல்யாணம் ஆகிவிட்டது. பெண் எங்கள் ஸாத்காவ் கிராமத்தைச் சேர்ந்தவள்தான். அவன் தந்தை ஊர் மக்கள் அனைவருக்கும் நல்ல விருந்து வைத்தார். அன்று சாப்பிட்ட இனிப்பு வகைகள் இன்றும் நினைவில் இருக்கின்றன. இவ்வளவு புத்திசாலிப் பையன் எங்கள் கிராமத்துப் பெண்ணைக் கட்டிக்கொண்டதில் எங்களுக்கெல்லாம் நிரம்பப் பெருமை.

கணக்கை சரியாய் செய்துவிட்ட மிரேவுக்கு ஆசிரியர் ஒரு பரிசு கொடுத்தார். (எனக்குத்தான் பரிசு தர முடியாதே!) என்ன பரிசு? வகுப்பிலுள்ள ஒவ்வொரு பையனுக்கும் செவிட்டில் ஓர் அறை கொடுக்க வேண்டும். இது உங்களுக்கு வேடிக்கையாகத் தோன்றலாம். ஆனால் மிரே தற்காலிகமாகத் தண்டனை கொடுக்கும் உரிமையில் ஆசிரியர் லெவலுக்கு உயர்ந்து விடுகிறானே! அப்புறம் உணவு இடைவேளையில் மிரே எங்கள் பக்கமாக நடந்து சென்றான். "வாழ்த்துக்கள்!" என்றான் என் தம்பி அங்குஷ். "ரொம்பக் கெட்டிக்காரன், புத்திசாலி." ஒரு நிமிஷம் தன்னையே மறந்த அங்குஷ் மிரேயின் முதுகில் செல்லமாக தட்டினான்.

துரதிருஷ்டவசமாக அந்த சமயத்தில் எங்கள் ஆசிரியர் அந்தப் பக்கமாக வந்துவிட்டார். அங்குஷைப் பார்த்துக் கோபத்துடன் கத்தினார். "பற நாயே, வரவர உனக்குக் கொழுப்பேறி போய்விட்டது. எவ்வளவு தைரியம் இருந்தால் ஊர்த்தலைவர் மகனின் முதுகைத் தொடுவாய்? தலைவருக்கு இது தெரிந்துவிட்டால் என்னைத் தொலைத்துவிட்டு உன் தோலையும் உரித்துவிடுவார். உன் அப்பன் ஸ்கூலா இது நீ உன் இஷ்டம்போல் நடப்பதற்கு?"

அப்புறம் அவர் அங்குஷையும் என்னையும் சரமாரியாக அடித்தார், திட்டினார். பிறகு தன்னைச் பரிசுத்தப்படுத்திக் கொள்வதற்காக குளிக்கச் சென்றுவிட்டார்.

வாத்தியாரை இவ்வளவு கோபத்தில் பார்த்த அங்குஷ் நடுங்கிவிட்டான். எனக்கு இதெல்லாம் சகஜம்தான். ஆனால் அவனுக்கு இதுதான் முதல் தடவை. வீட்டுக்கு வந்ததும் அங்குஷ் அப்பாவிடம், "நான் இனி படிக்கப் போகமாட்டேன்" என்றான், ஒரே பிடிவாதமாக. அப்பாவால் அவனை சமாதானப் படுத்த முடியவில்லை. ரொம்ப நேரம் யோசித்த பிறகு அவர் எங்களை உம்ரேரிலுள்ள பள்ளிக்கூடத்தில் சேர்த்துவிடத் தீர்மானித்தார். அங்குள்ள நிலைமை இதைவிட நன்றாக இருக்கும் என்று நினைத்துக்கொண்டார்.

உம்ரேர் நகரம் எங்கள் கிராமத்திலிருந்து இருபது மைல் தொலைவில் இருக்கிறது. எனக்கு அது புதிதல்ல, என் அம்மா வின் ஊர் அது. என் அத்தை பாகாவின் சொந்தக்காரர்கள் நிறையபேர் அங்கே இருக்கிறார்கள். அம்மாவுடன் அங்கே போய் அம்மாவின் சித்தி மகள் கலாபாயின் வீட்டில் தங்கி யிருந்தது நினைவு இருக்கிறது. அவளுக்குப் பிள்ளைகள் இல்லை. என்னிடம் மிக அன்பாக இருந்தாள்.

கலாபாய் வற்புறுத்தியதன் பேரில் நான் என் கையில் என் பெயரை பச்சைக்குத்திக் கொண்டேன். ஊர் ஊராகத் திரியும் ஒரு பச்சைக்குத்துக்காரிதான் அதைச் செய்தது. கோண்ட் ஜாதியைச் சேர்ந்தவள் அவள். பச்சைகுத்திக் கொண்டவர்கள் மட்டும் தான் இறந்தபின் மேலுலகத்துக்குச் செல்ல முடியும். அந்த கோண்ட் பெண்ணுக்கு எழுதப் படிக்கத் தெரியாது. எனவே என் மாமா என் பெயரை எப்படி எழுத வேண்டும் என்று சொல்லிக் கொடுத்தார். அதனால் அது சற்று கோணல் மாணலாகத்தான் பச்சை குத்தப்பட்டது. அதற்காகப் பணம் எதுவும் கொடுக்கவில்லை. ஒரு கைப்பிடி மிளகாய் வத்தல்தான். பின்னர் ஸாத்காவில் வைத்து என் அம்மாவின் உறவினர் ஒருவர் மூன்று தலை உள்ள தத்தாத்மாயாவை தரிசிக்க யாத்திரை செல்லும் வழியில் என் வீட்டுக்கு வந்தார். அவர்

என் கையில் கிருஷ்ணன், ராமன் உருவங்களை பச்சை குத்தி னார். அதனுடன் ஒரு பூ டிசைனும் ஓம் என்ற எழுத்தையும் வரைந்தார். இவையெல்லாம் இத்தனை வருடங்களாக இப்பவும் என் கையில் இருக்கத்தான் செய்கின்றன – சற்று மங்கலாக.

உறவினர்களுக்கு நானும் என் தம்பியும் பாரமாக இருக்கக் கூடாது என்ற எண்ணத்தில் அப்பா உம்ரேரில் நாற்பது ரூபாய்க்கு ஒரு நிலத்தை வாங்கினார். அங்கே மூன்று சித்தப்பாக் களின் உதவியுடன் ஒரு குடிசையைக் கட்டினோம். 1936 ஜூலை யில் பள்ளிக்கூடம் திறந்ததும் நாங்களும் எங்கள் பாதுகாப்புக் காக சகுணா பாட்டியும் அங்கே குடி புகுந்தோம். மீதி குடும்பம் கிராமத்தில் வயலைப் பார்த்துக்கொண்டு தங்கிவிட்டது.

அப்பாவின் இன்னொரு முற்போக்குச் சிந்தனையும் அப்போது வெளிப்பட்டது. என் தங்கை ருக்மிணியையும் ஸ்கூலில் சேர்த்துவிட்டார். பல சுற்றுவட்டார கிராமங்களி லிருந்தும் பள்ளிக்குச் சென்ற தீண்டப்படாத பெண் இவள் மட்டுமே. உம்ரேரில் நான் ஜோகிதானா ஆரம்பப் பள்ளியில் மூன்றாம் வகுப்பில் சேர்ந்தேன். அங்குஷூம் ருக்மிணியும் ஒரு மிஷனரி பள்ளியில் முதல் வகுப்பில் சேர்க்கப்பட்டனர். அப்பாவோ சித்தப்பாவோ அவ்வப்போது ஊரிலிருந்து தானியங் களைக் கொண்டு வருவார்கள்.

ஒரு தடவை உம்ரருக்கு வரும்போது தஸரா உற்சவம் தொடங்கியிருந்தது. போதிராம் சித்தப்பா, “எல்லோரும் நாக்பூர் போய் தஸரா பார்த்துவிட்டு வந்தால் என்ன?” என்று கேட்டார். தஸராவில் முக்கிய நிகழ்ச்சி ரகுஜி ராஜா போஸ்லே அரண்மனையிலிருந்து யானை மேல் பவனி வருவதுதான். மக்கள் ‘ஜே, ஜே, மகாராஜ்’ என்று முழங்குவார்கள். ஒவ்வொரு வருடமும் அவர் தன் வாளால் ஒரு பெரிய எருமையை ஒரே வெட்டில் பலி கொடுப்பதுதான் சிறப்பு நிகழ்ச்சி. மக்கள் பதிலாக ஷம்மி மர இலைகளை கொடுப்பார்கள். இதற்கு ‘தங்கம் வழங்குதல்’ என்று பெயர். மகாபாரதத்தோடு தொடர்புடையது இது. பாண்டவர்கள் அஞ்ஞாதவாசம் செல்லு முன் தங்கள் ஆயுதங்களை ஷம்மி மரக் கிளைகளுக்கிடையே தான் மறைத்து வைத்திருந்தனர். மகாராஜாவுக்கு முன் காணிக்கையாகக் குவிக்கப்பட்டிருந்த ‘தங்க’த்தைக் கண்டதும் பாபுராவ் மெஷ்ராம் “நாமும் அவருக்கு தங்கம் காணிக்கை கொடுத்தால் என்ன?” என்று கேட்டார். அவருடைய வீட்டில் தான் நாங்கள் தங்கியிருந்தோம்.

அப்பாவும் போதிராமும் தங்கள் ஜாதியை நினைத்துச் சற்றுத் தயங்கினர். ஆனால் பாபுராவ் “இங்கே நம்மை யாருக்குத்

எனது பெற்றோர்கள் என் சகோதரி ருக்மணியுடன். நான் பின்னால் இருக்கிறேன்.

தெரியும்...? இதுபோல் மகாராஜாவைப் பார்க்கும் சந்தர்ப்பம் நமக்கு எப்போ கிடைக்கப் போகிறது?" என்றார்.

இறுதியில், அப்பாவும் போதிராமும் ஒப்புக்கொண்டனர். நாங்கள் மிகக் கவனமாக வரிசையில் சென்றோம். மகாராஜா வைரக் கற்கள் பதித்த தங்க சிம்மாசனத்தில் அமர்ந்திருந்தார். ஒரு பட்டு டர்பன், முத்துமாலை, பளபளக்கும் செருப்புகள், ஜரிகை குர்தா அணிந்திருந்தார். அடர்ந்த கறுத்த மீசை, கிருதா, நெற்றியில் சந்தனம், சிவப்புப் பொட்டு எல்லாம் அவரது கம்பீரத்தைக் காட்டின. கம்பீரமான புலியைப் போல் காட்சி அளித்தார்.

அவர் அருகில் சென்றதும் எங்கள் தங்கத்தைக் காணிக்கை யாகக் கொடுத்துவிட்டு பின்வாங்கினோம்.

அப்போது உம்ரேரில் வசிக்கும் ஒரு தையல்காரன் அருகே நிற்பதைக் கண்டு பயத்தில் அப்படியே உறைந்துவிட்டோம். நாங்கள் எல்லோரும் மஹார்கள் என்று அவன் கத்திவிட்டால் மகாராஜா எங்கள் தலையை சீவிவிடமாட்டாரா? ராஜா எதற்கும் அஞ்சாதவர். ஆங்கிலேயர்களோடு சண்டை செய்தவர். எனக்கு வியர்த்தது. ராஜாவின் வாள் முனை என் கழுத்தைத் தொடுகிறது.

புலியின் நிழலில்

நல்லவேளை, அந்தத் தையல்காரன் அப்பாவின் கம்பீர மான அமைதியான முகத்தைப் பார்த்ததும் எங்களைக் காட்டிக் கொடுக்கவில்லை. பின்னர் நான் தெரிந்துகொண்டேன் – அப்பாவின் நேர்மை, நன்னடத்தை, சிறந்த பழக்கம், எல்லாம் அவருக்கு மரியாதையையும் மதிப்பையும் தந்திருக்கின்றன. முதன்முதலில் அவரைப் பார்க்கும் எவரும் அவர் ஒரு தீண்டப் படாதவர் என்று நினைக்கவே மாட்டார்கள்.

எங்கள் கிராமத்தில் பேசப்படும் மொழி சற்று கரடு முரடாகவே இருக்கும். நகரத்துப் பையன்கள் நான் பேசுவதைக் கேட்டுக் கேட்டுச் சிரிப்பார்கள். நாளடைவில், அவர்கள் பேசுவதை உன்னிப்பாகக் கவனித்து நான் என் பேச்சை ஓரளவு சரிப்படுத்திக்கொண்டேன்.

உம்ரேர் ஓரளவு பெரிய நகரம். எனவே நான் வகுப்பறைக் குள் அனுமதிக்கப்பட்டேன். எனது 'தீண்டப்படாத' நாட்கள் எல்லாம் மறைந்துவிட்டன என்று மகிழ்ச்சியடைந்தேன். ஆனால் அது நீடிக்கவில்லை. ஒருநாள் தாகமாயிருந்தபோது எல்லாப் பிள்ளைகளுக்கும் குடிப்பதற்காக வைத்திருந்த தண்ணீரைக் குடித்துவிட்டேன்.

இதை காமே குருஜி என்ற முஸ்லிம் ஆசிரியர் பார்த்து விட்டார். உடனே என்னருகில் வந்து என்னை ஒரு கம்பால் அடித்தார். "அறிவற்ற முண்டம்" என்று கத்திக்கொண்டே மராத்தியும் ஹிந்தியும் கலந்த மொழியில் என்னைத் திட்டி னார். "நீ யாரென்று நினைத்துக் கொண்டிருக்கிறாய்?" ஒன்றும் சொல்லத் தெரியாமல் நான் அவரைப் பார்த்து விழித்தேன். அவர் மீண்டும் என்னை அடித்தார். "நான் சொன்னது உனக்குப் புரியவில்லையா? வெங்காயத்திலிருந்து உருளைக் கிழங்கு செய்ய முடியுமா?" என்றார். வெங்காயத்துக்கும் உருளைக் கிழங்குக்கும் குடிக்கும் தண்ணீரோடு என்ன சம்பந்தம் என்று எனக்குத் தெரியவில்லை. ஸாத்காவில் எங்களுக்கு உருளைக் கிழங்கு கிடைப்பதில்லை. அவை திருமணம் போன்ற விசேஷ நாட்களுக்காக தூர இடங்களிலிருந்து கொண்டு வரப்படும். பின்னால்தான் எனக்குப் புரிந்தது. வெங்காயம் உருளைக் கிழங்கைவிட மிகவும் மட்டமானது. ஆனால் இன்று வெங்காயம் உருளைக் கிழங்கைவிட ஐந்து மடங்கு விலை கூடியது. காமே குருஜியின் ஆத்மா சாந்தி அடையாது.

அன்று முதல் எனக்குக் குடிக்கத் தண்ணீர் கிடைக்க வில்லை. தினம் வசவும் அடியும்தான் அவரிடமிருந்து கிடைத்தன. முஸ்லிம்களும் தீண்டாமையைக் கடைபிடிக்கிறார் கள் என்று அப்போதுதான் எனக்குத் தெரிந்தது. மேல் சாதியினர் என்னைப் போன்ற தாழ்த்தப்பட்ட ஹிந்துக்களைவிட அன்னிய

மதத்தினருடன் நெருக்கமாக இருக்கிறார்கள் என்ற விசித்திர உண்மையைப் புரிந்துகொண்டேன்.

எங்கள் ஹெட்மாஸ்டர் பதக் குருஜி மற்றவர்களைவிட நியாயமாகவும் அன்பாகவும் நடந்துகொள்வார். ஆனால் அவரும் ஜாதிப் பற்று உடையவர்தான். ஒரு சம்பவம் நினைவிருக்கிறது. ஒரு தீபாவளியின்போது நானும் சில சிறுவர்களும் வாழ்த்து சொல்ல ஹெட்மாஸ்டர் வீட்டுக்குப் போனோம். எங்களைப் பார்த்ததும் அவர் திடுக்கிட்டுப் போனார். எங்களை வராந்தா வில் உட்கார வைத்தார். அவருடைய பிள்ளைகளை அழைத்து எங்களுக்கு சில பலகாரங்கள் தரச் சொன்னார். பிளேட்களில் தராமல் பலகாரங்களை காகிதத்தில் வைத்துத் தந்தார். கைகளைக் குவிக்கச் சொல்லி பாத்திரத்திலிருந்து தண்ணீரை ஊற்றினார். எங்களுக்கெல்லாம் சங்கடமாயிருந்தது.

ஒருநாள் ஆசிரியர் ஸ்கூலுக்கு வரவில்லை. மானிட்டர் அவர் பொறுப்பை எடுத்துக்கொண்டான். அவன் கொஞ்சம் கர்வம் பிடித்தவன். சிமுர்க்கர் என்று பெயர். துடிப்பாகப் பேசுவான். கோஷ்டி (பொற்கொல்லர்) ஜாதி. சிமுர்க்கர் செய்த முதல் காரியம் என்னிடம் வந்து "தெட்யா, நீ இங்கே உட்காரக் கூடாது. எழுந்திரு" என்று சொன்னதுதான். (தெட்யா என்பது தாழ்ந்த ஜாதியினரைக் குறிப்பிடும் ஒரு மட்டமான சொல்.)

"ஏன் நான் இங்கே உட்காரக் கூடாது?" என்றேன் நான், அப்பாவித்தனமாக.

அவனுக்கு வெறிபிடித்துவிட்டது. "அப்பே தெட்யா" என்று கத்தினான். "எழுந்து போ."

நான் பேசாமல் நின்றேன். கோபத்துடன் சிமுர்க்கர் தன் வேட்டியை அவிழ்த்து, என்மீது மூத்திரம் பெய்யத் தொடங்கி னான். நான் ஓட்டம் பிடித்தேன். ஓடும்போது அவன் ஸ்லேட்டில் கால்பட்டு அது உடைந்தது. அவன் கோபம் வெடித்தது. நேரே ஹெட்மாஸ்டர் அறைக்குள் சென்றான். ஹெட்மாஸ்டர் வந்து என்னை அடிக்கத் தொடங்கினார்.

"நான் ஒன்றுமே செய்யவில்லை ஸார்" என்றேன். "சிமுர்க்கர் தான் என்மீது ஒண்ணுக்கிருந்தான்."

எல்லோரும் சிரித்தார்கள். வேடிக்கை பார்க்க வந்த வேறு வகுப்பு ஆசிரியர்களும் சிரித்தனர். ஆனால் அவர்கள் சிரித்தது என்னைப் பார்த்துதான். 'இந்த அவமரியாதை என்னைத் தொடர்ந்து இந்த பெரிய நகரத்துக்கும் வந்துவிட்டதே. தீண்டாமை என் வாழ்நாள் முழுதும் என்னைத் தொடரத்தான் செய்யும் போலும்' என்று நினைத்துக்கொண்டேன்.

இப்போது நினைத்துப் பார்க்கும்போது என் முன்னோர் களை விட நான் அதிகம் அடிபட்டிருப்பேன் என்று தோன்று கிறது. கல்விமீது உள்ள அளப்பரிய ஆசைதான் என் இரண்டு மூன்று தலைமுறையைச் சேர்ந்தவர்களைவிட என்னை உயர் ஜாதியினர் அருகே இழுத்து வந்திருக்கிறது. கல்விக்காக நான் செலுத்திய விலைதான் இந்த அடிகள்.

அப்பாவும் சித்தப்பாக்களும் உம்ரேருக்குத் தானியங்கள் கொண்டு வந்தாலும் அது எங்களுக்குப் போதுமானதாக இல்லை. சில சமயங்களில் அவர்கள் வருவதற்கு மிகவும் தாமதமாகிவிடும். எனவே நான் நாலாம் வகுப்புப் படித்துக் கொண்டிருக்கையில் சகுணா பாட்டியுடன் பக்கத்திலுள்ள வயல்களுக்குச் சென்று புல் அறுத்து சந்தையில் விற்று கொஞ்சம் பணம் சம்பாதிப்பேன். ஒருநாள் புல் கட்டை ஒரு வீட்டில் கொண்டுபோய் விற்கப் போனேன். முற்றத்தில் ஒரு சிறிய பெண், சுமார் பத்து வயதிருக்கும், படித்துக்கொண்டிருந்தாள். நீள தலைமயிர். நீளமான பாரம்பரிய பாவாடையை அணிந் திருந்தாள். என்னுடன் வகுப்பில் படிக்கிற மாணவி அவள். மேல் ஜாதி ஹிந்தி பேசும் லோதி வகுப்பைச் சேர்ந்தவள். தலையிலிருந்த புல்கட்டை இறக்கி வைத்துவிட்டு அவள் படித்துக் கொண்டிருக்கும் புத்தகத்தைத் தொட்டு, “என்ன படித்துக் கொண்டிருக்கிறாய்?” என்று கேட்டேன்.

அவள் ‘ஓ’வென்று கூச்சலிட்டாள். “தெட்யா பையன் எங்கள் புனித துளசி ராமாயணத்தைத் தொட்டு விட்டாயே!” என்று கத்தினாள்.

எனக்குத் தூக்கிவாரிப் போட்டது. ஒரு புத்தகத்தைத் தொட்டதற்கு இவ்வளவு கோபமா? அவள் அம்மா உள்ளே யிருந்து பைசாவுடன் வந்தாள். காசை என்மீது எறிந்தபடி. “கீழ் ஜாதிப் பயலே, எங்கள் ராமாயணத்தைத் தொடுவதற்கு என்ன தைரியம் உனக்கு!” என்றாள்.

நான் கவலையுடன் வெளியே வந்தேன். நான் தொடுவதால் அசுத்தம் ஆகும்படி ராமாயணத்தில் அப்படி என்ன இருக்கிறது? வளர்ந்தபின் அதைப் படித்துப் பார்க்க வேண்டும் என்று நினைத்துக் கொண்டேன். பின்னால் துளசி ராமாயணத்தை நான் படித்தபோது அதில் ஜாதி முறை பற்றி நீண்ட விளக்கங் கள் இருப்பதைப் பார்த்தேன். பிராமணர்களை அது உயர்வாகப் பேசுகிறது. தாழ்ந்த ஜாதியினரையும் பெண்களையும் பழிக்கிறது. “முரசு, படிக்காதவன், தீண்டப்படாதவன், மிருகங்கள், பெண்கள் – இவையெல்லாம் அடிக்கத்தான் தகுதிபெற்றவை. (டோல், கோவார், சூத்ர, பரஷுகிரணர், நாரி – யே சப் தட்னா கே அதிகாரி)” என்று கூறுகிறது.

தொடர்ந்து வரும் ஒவ்வொரு அவமதிப்பும் தீண்டாமையை யும் அநீதியையும் எதிர்த்துப் போராட வேண்டும் என்ற கொள்கையை உறுதிப்படுத்தின. ஆனால் சமூகத்தில் உறுதியாய் இறுக்கிக்கொண்டிருக்கும் ஜாதியம் எங்களைப் போன்ற இளைஞர்களை எதையும் செயல்படுத்த முடியாதபடி ஒடுக்கும் அளவிற்கு வலிமை மிக்கதாயிருக்கிறது. கிஸான் பாகோஜி பன்ஸோடே என்ற சமூக ஆர்வலர் கூறினார்: "இறைவா, என்னை ஒரு மிருகமாக அல்லது பறவையாக மாற்றி விடு. தீண்டப்படாதவனாக மட்டும் ஆக்கிவிடாதே" என்கிறார். மங்க் ஜாதியைச் சேர்ந்த அன்னா பாஸ் ஸாதே என்ற கவி மேலும் எங்களை எச்சரிக்கிறார்: "உலகை மாற்ற வேண்டுமானால் அதற்குப் பலத்த அடிதான் கொடுக்க வேண்டும்" என்கிறார்.

எங்கள் பொருளாதார நிலை சற்று உயர்ந்து வந்த தருணத் தில் எங்கள் குடும்பத்தில் பல இழப்புகள் நேர்ந்தன. மாந்தோப்பு புயலால் சீரழிந்தது. மிளகாய் பயிர் நோயில் வாடியது. கோதுமைப் பயிர் மட்டும் ஏதோ தப்பியது. சுதந்திரப் போராட்டத்தின் காரணமாக விலைகள் வீழ்ச்சி அடைந்தன. ஸாத்காவில் நாங்கள் ஐந்து வருஷ குத்தகைக்கு எடுத்திருந்த வயலில் மழை காரணமாக சரியாக பயிரிட முடியவில்லை. சிறிது சிறிதாக நாங்கள் ஏழ்மையை நோக்கி நகர்ந்து கொண்டிருந்தோம்.

பணத்துக்காக அப்பா மிகவும் கவலைப்பட்டார். வேறு ஏதாவது வழியிருக்கிறதா என்று பார்க்க உம்ரேருக்கு வந்தார். உம்ரேர் போன்ற பெரிய நகரத்திலும் அப்பாவின் அடக்கம், உண்மை, பொறுமை எல்லாம் நிறைய பேருக்குத் தெரிந்திருந்தது. இங்கும் அவரை சாது போவா என்று அழைத்தார்கள். இங்கே யும் பஞ்சாங்கம் பார்த்துப் பலன் கூறும் அவரது திறமை நன்கு பரவியிருந்தது. ஒருநாள் ஏதோ யோசனையில் நடந்து சென்றுகொண்டிருக்கும்போது அவரது பழைய நண்பர், பொற்கொல்லர், விதோபா ஸாவ்ஜி கனோர்கர் என்பவரை சந்தித்தார். என் அப்பாவின் நல்ல குணம், சுபாவம் இவற்றால் பெரிதும் கவரப்பட்டவர் ஸாவ்ஜி. அப்பாவைப் பார்த்ததும், "என்ன சாது போவா, ஏதோ கவலையாய் இருப்பது போல் தெரிகிறது! எல்லோரும் நலம்தானே?" என்று கேட்டார்.

பேசுவதற்கு அப்பாவுக்கு சிறிது தயக்கமாயிருந்தது. ஆனால் விதோபா ஸாவ்ஜி அவரை வற்புறுத்தி விசாரித்து அவரது பொருளாதார நிலைபற்றி கேட்டறிந்தார். பிறர் குணத்தைப் பற்றி நன்குணர்ந்திருந்த ஸாவ்ஜி அப்பாவுக்கு தன் தங்கப் பட்டறையில் ஒரு நல்ல வேலை கொடுத்தார். மாதம் பதினெட்டு ரூபாய் சம்பளம்.

விதோபா ஸாவ்ஜியின் நகை வியாபாரத்தில் அப்பா நன்கு உழைத்தார். ஓரளவு படிக்கத் தெரிந்ததால் கல்வி அறிவற்ற கிராம மக்களிடம் விலை பற்றி விவரமாக விளக்க முடிந்தது. அவரது சுபாவமும் பழகும் தன்மையும் அவர்கள் மனதைக் கவர்ந்ததில் ஸாவ்ஜி குடும்பத்திற்கு பல நீண்டகால நல்ல வாடிக்கையாளர்களைத் தந்தது. உயர் ஜாதியைச் சேர்ந்த ஊழியர்களும் கணக்கர்களும்கூட அவரை சாது போவா என்றே அழைத்தனர். விதோபா ஸாவ்ஜி அவரைத் தம் குடும்பத்தில் ஒருவராகவே நடத்தினார். அவருடைய இளைய சகோதரிகள் ஸ்ரீஹரி அவரைத் தமக்கு மூத்தவராகவே மதித்தார்.

1938இல் நான் நான்காம் வகுப்பு தேறிவிட்டேன். உம்ரேரில் உள்ள அனைத்துப் பள்ளி மாணவர்களைவிட எனக்குத்தான் அதிகம் மார்க். எனவே பள்ளி அதிகாரிகள் எனக்கு பீஸ் கட்டுவதிலிருந்து விலக்கு அளித்தனர். அதற்கும் மேலாக ஆங்கிலம் படிப்பதற்கான அரிய வாய்ப்பையும் அளித்தனர்.

ஆங்கிலத்தின் மேல் உள்ள ஆர்வம் எனக்கு உம்ரேர் பஜாரில் நிகழ்ந்த ஒரு சந்திப்பின் காரணமாக அதிகரித்தது. அப்பாவுடன் கடைத் தெருவில் நடந்து சென்று கொண்டிருந்த போது காக்கி உடையணிந்த ஒரு நெடிய ஆங்கிலேயன் எங்களை அழைத்து ஆவிபறக்கும் ஒரு பானத்தை அழகிய சிறிய சைனா கிண்ணம் ஒன்றில் பருகத் தந்தான். அது சுவையாக இருந்தது. வித்தியாசமாக இருந்தது. பார்த்தால் டீ! இந்தியாவில் அவன் தேயிலையின் மகத்துவத்தைப் பரப்பிக் கொண்டிருந்தான். மொழிபெயர்ப்பாளன் என்னிடம் தேயிலை எப்படி தயாரிப்பது என்று விளக்கி ஒரு பாக்கெட் தேயிலையும் ஓர் அழகிய கிண்ணமும் தந்தான். சில வருஷங்களில் தேயிலையே நகரங்களிலும் கிராமங்களிலும் முக்கிய பானமாக மாறப் போகிறது. எங்கள் வழக்கமான சோள மாவிலிருந்து தயாரிக்கும் பானம் இருந்த இடம் தெரியாமல் மறைந்துவிடப் போகிறது.

இன்னொரு நாள் வேறொரு ஆங்கிலேயன் கடைத் தெருவில் நின்றுகொண்டு போவோர் வருவோருக்கெல்லாம் 'லக்ஸ்' என்று எழுதப்பட்ட ஒரு பாக்கெட்டை வழங்கிக் கொண்டிருந்தான். ஆங்கிலேய விற்பனையாளர்களுக்கு அடிப்படை இந்திய மொழிகள் தெரியும். எனக்கும் ஒன்றைத் தந்துவிட்டு, மராத்தியில் "குளிக்கும்போது இதை உன் உடம்பில் தேய். பிறகு தண்ணீர் விட்டு கழுவிவிடு" என்றான்.

ஆங்கில ஆசிரியர் எனக்குக் கற்பித்திருந்ததை பயன் படுத்தும் நல்ல வாய்ப்பு என்று நினைத்துக்கொண்டு "தாங்க் யூ ஈரோப்பியன்!" என்றேன். அவனுக்கு ஒரே சந்தோஷம். என்னுடைய அபாரமான ஆங்கிலத்திற்காக இன்னொரு லக்ஸ் சோப்பைத் தந்தான்.

பள்ளிக்கூட படிப்பு சம்பந்தமான வேலைகள் அதிகரித்து விட்டன. அதனால் புல் அறுக்கவோ விறகு வெட்டவோ போக முடியவில்லை. சிறு சிறு தொழில்கள் செய்யக் கற்றுக் கொண்டேன். கைவினைஞர்கள் செய்வதைப் பார்த்துப் படித்தது தான். இதன் மூலம் கொஞ்சம் பணம் சம்பாதிக்க முடிந்தது. பக்கத்திலுள்ள கடைக்குச் சென்று வீடுவீடாக சுத்தி மற்றும் ஆணி பிடுங்கும் கருவிகளை விற்பனை செய்தேன். பித்தளை, செம்பு பாத்திரங்களில் பெயர் பொறித்தேன். படிப்பின் அருமையை இவை அழுத்தமாக என் மனதில் பதித்தன.

திங்கள்கிழமை எங்களுக்கு அரைநாள்தான் வகுப்பு. பிற்பகலில் நான் தோளில் ஒரு பெட்டியைத் தொங்கவிட்ட படி கடைத் தெருவில் ஊசி, நூல், தீப்பெட்டி போன்ற சிறிய பொருட்களை விற்பனை செய்வேன். இந்த மாதிரி வியாபாரம் செய்வதன் மூலம் பலதரப்பட்ட மக்களுடன் பழகிக்கொள்ள முடிந்தது.

ஒருநாள் அந்தப் பழைய நண்பரான தங்கநகை செய்யும் விதோபா ஸாவ்ஜி என்னைக் கடைத் தெருவில் சந்தித்தார். "ஏ, நாம்தேவ். எப்படி இருக்கிறாய்? ஒரு நாளைக்கு எவ்வளவு கிடைக்கிறது?" என்றார்.

"நாலணா முதல் எட்டணா வரை கிடைக்கும்" என்றேன்.

"என்னுடைய கடையில் ஒரு மூலையில் உட்கார்ந்து தங்கப் பாசி, நெக்லஸ், மூக்குத்தி, வெள்ளிக் கொலுசு எல்லாம் விற்கிறாயா? ஒரு நாளைக்கு எட்டணா தருகிறேன்" என்றார். மகிழ்ச்சியுடன் ஒப்புக்கொண்டேன். இனி பெட்டியை தோளில் மாட்டிக்கொண்டு தெருத்தெருவாக அலைய வேண்டியதில்லை. இப்படி நானும் அப்பாவும் நகை வியாபாரத்தில் இறங்கினோம்.

1938இல் நான் நான்காம் வகுப்புத் தேறினேன். என்னுடைய ஆங்கில நடுநிலைப் பள்ளிப் படிப்பு முடிந்தது. மேலும் படிக்க மிகவும் ஆசையாயிருந்தது. ஆனால் எங்களுக்கு சாப்பாட்டுக்கே வழியில்லை. அப்புறமல்லவா படிப்பு பற்றி யோசிக்க வேண்டும். அந்தக் காலத்தில் தீண்டப்படாதவர்களுக்கு ஸ்காலர்ஷிப் கிடைக்காது. அதிர்ஷ்டவசமாக, உம்ரேரில் இரண்டு உயர்நிலைப் பள்ளிகள் இருந்தன. நல்ல மாணவர்களை தங்கள் பள்ளியில் சேர்த்துக்கொள்ள அவை போட்டி போட்டன. நடுநிலைப் பள்ளியில் எனக்குக் கிடைத்த மார்க் விவரம் எங்கும் பரவி யிருந்தது. ஓர் உயர்நிலைப் பள்ளியின் ஹெட்மாஸ்டர் தானே எங்கள் நடுநிலைப் பள்ளிக்கு வந்து, என் மார்க் விவரங்களைப் பற்றி விசாரித்து, பதிவுகளையும் பார்த்திருக்கிறார். தமது உயர்நிலைப் பள்ளியில் என்னைச் சேர்த்துக்கொள்வதாகவும்

முழு பீஸ் சலுகை தருவதாகவும் கூறினார். இவ்வாறு என்னால் என் படிப்பைத் தொடர முடிந்தது.

சகுணா பாட்டிக்கு வயதாகி விட்டது. என் தங்கை ருக்மிணிக்கு உடம்பு சரியாகவில்லை. தம்பி அங்குஷ் இன்னும் சிறியபிள்ளைதான். ஆகவே வீட்டு வேலைகள் – கிணற்றிலிருந்து தண்ணீர் கொண்டுவருவது, மாவு அரைப்பது, அரிசியில் கல் பொறுக்குவது – எல்லாம் என் தலைமேல்தான். பகலில் படிப் பதற்கே நேரம் கிடைக்காது. இரவில் எண்ணெய் விளக்கொளியில் தான் படிக்க வேண்டும். நேரத்தை வீணடிப்பது பற்றி சகுணா பாட்டிக்கு சில கருத்துக்கள் உண்டு. பகலில் சுற்றித் திரிய வேண்டும். இரவில் வயலில் பஞ்சு பொறுக்க வேண்டும் என்பாள். எனது படிப்பைப் பற்றிக் குறிப்பிடுகையில், பள்ளிக்கூடத்தில் தான் படிக்கிறாயே, இரவில் எதற்காக எண்ணெயை வீணாக செலவழித்துப் படிக்க வேண்டும் என்பாள்.

உம்ரேர் கிராமம் மிளகாய் வத்தலுக்குப் புகழ் பெற்றது. வயலில் மிளகாய் பறிப்பவர்களுக்கு நல்ல கூலி கிடைக்கும். சகுணா பாட்டி பள்ளிக்கூடத்துக்கே வந்து என்னை மிளகாய் பறிப்பதற்காக வயலுக்கு அழைத்துச் சென்றுவிடுவாள். அடிக்கடி இந்த மாதிரி நடக்கவே ஒருநாள் ஹெட்மாஸ்டர் அவளிடம், "உன் பேரன் நன்றாகப் படிக்கிறான். ஸ்கூலுக்கே அவனால் நல்ல பெயர். வகுப்பில் படித்துக்கொண்டிருக்கும்போது அவனை அழைக்காதே. அவனை அமைதியாகப் படிக்கவிடு" என்றார். அதன்பிறகு அவள் ஸ்கூலுக்கு வருவதை நிறுத்திவிட்டாள். ஆனால் விடுமுறை நாட்களின்போது அவள் என்னை வயலுக்கு அழைத்துச் சென்றுவிடுவாள். சூரியன் உதிப்பது முதல் மறைவது வரை வயலில் வேலை செய்ய வேண்டும். இச்சமயம் பயிர் செய்வதற்கும் விற்பனைக்கும் சம்பந்தமில்லாத ஒரு விசித்திர மான வேலை என்னைத் தேடிவந்தது.

எல்லாம் என் பெரிய அத்தை சீதாவை கரகான் கிராமத் தில் உள்ள ஒருவருக்குத் திருமணம் செய்து கொடுத்ததிலிருந்து ஆரம்பமாயிற்று. அவள் கணவரை நான் கிஸான் மாமா என்று அழைப்பேன். அவர் ஒரு நடிகர். நன்கு பாடுவார். கிராம கூத்துகளில் நடிப்பார். அவர் இதிலேயே மகிழ்ச்சியா யிருந்திருப்பார். ஆனால் தாத்தா புதா ஒற்றைக் காலில் நின்று தன் மகள் சீதாவை தம் வீட்டுக்கு இழுத்து வந்துவிட்டார். மாப்பிள்ளை கிஸான் மாமா நாடகத்தையெல்லாம் விட்டு விட்டு வேறு வேலைக்குப் போகத் தொடங்கினார். அவரும் சீதாவும் வேலைக்குச் செல்ல ஆரம்பித்ததும் அவர்கள் நிலை சற்று உயர்ந்தது.

அப்புறம் கிஸான் மாமாவுக்கு கண்ணில் நோய் வந்தது. எனது சொந்தக்காரப் பெண்ணின் கணவன் தன்னிடம் கண்ணுக்கு அற்புதமான நாட்டு மருந்து இருப்பதாகச் சொன்னான். அந்த மருந்தை கண்ணில் விட்டதும் கிஸான் மாமா வலியினால் அலறிவிட்டார். சற்று நேரத்தில் வலி குறைந்துவிட்டது. மருந்து செயல்படுவதற்காக நாங்கள் காத்திருந்தோம். ஆனால் பாவம், அந்த மருந்து விஷத்தன்மை கொண்டதாம். நாட்கள் செல்லச் செல்ல கிஸான் மாமாவின் பார்வை மங்கத் தொடங்கியது. அவர் அழுதார். மருந்து தந்தவனைத் திட்டித் தீர்த்தார். ஆனால் அதற்குள் அந்த ஆள் தன் ஊருக்கு நழுவிவிட்டான். கிஸான் மாமாவின் கண்கள் குருடாகிவிட்டன. அவரால் ஒரு வேலையும் செய்ய முடியாது. அவர் தம் மனைவி சீதாவுடன் உம்ரேரில் உள்ள அவள் சகோதரி (என் அத்தை பாகா) வீட்டுக்குச் சென்று விட்டார். கடைசியில் என் அப்பா அவர்களுக்காக எங்களுக்குப் பக்கத்திலுள்ள ஓர் இடத்தை வாங்கி அதில் ஒரு குடிசை கட்டி அவர்களை அங்கே குடி அமர்த்தினார்.

சகுணா பாட்டிக்கு அவர்களைப் பற்றி ஒரே கவலை. அப்புறம் அவளுக்கு ஒரு யோசனை தோன்றியது. கிஸான் நன்றாகப் பாடுவார். ஏக்தாரி என்ற ஒற்றைக் கம்பி வாத்தியத்தை இசைத்தபடி அவர் வீடுகள் தோறும் சென்று பஜனை பாடல்கள் பாடினால் பக்தி உணர்வு கொண்ட மக்கள் அவருக்கு தாராள மாக பிச்சை இடுவார்கள். கிஸானின் வழக்கமான நாடோடி பாடல்களும் காதல் பாட்டுக்களும் ஒத்துவராது. எனவே சகுணா ஏக்நாத் மகாராஜாவை அழைத்து கிஸானுக்கு பஜனை பாடல்களைச் சொல்லிக் கொடுக்க கேட்டுக்கொண்டாள்.

ஆனால், யார் கிஸானின் கையைப் பிடித்துக் கொண்டு ஊர் பூராவும் அழைத்துச் செல்வார்கள்? அவருடைய குழந்தை கள் மிகவும் சின்னப் பிள்ளைகள். ஊருக்குப் புதுசு. திடீரென சகுணாவுக்கு என் நினைவு வந்தது. என்னுடைய படிப்பு, வயலில் வேலை இவற்றுக்கிடையே கண் தெரியாத ஒரு பாடகரை ஊரைச் சுற்றி அழைத்துச் செல்ல வேண்டி வரும் என்று கனவில்கூட நினைத்ததில்லை. என் படிப்பு பாதிக்கும் என்று மீண்டும் மீண்டும் கூறினேன். ஆனால் சகுணா பாட்டி ஒரே பிடிவாதமாக இருந்தாள். “என்னடா படித்துப் பெரிய கணக்குப் பிள்ளை ஆகப் போகிறாயா?” என்று கத்தினாள். அப்புறம் குரலைத் தணித்துக்கொண்டு, அவள் மகள் சீதாவின் நிலைமை யைச் சொல்ல ஆரம்பித்தாள். “அவள் குடும்பத்துக்கு இந்த சின்ன உதவியாவது செய்யக் கூடாதா? இதில் வெட்கப்பட என்ன இருக்கிறது! திருடுகிறாயா? சூதாடுகிறாயா? ஒன்று

மில்லையே. எல்லோரும் உன்னைப் பாராட்டுவார்கள். உனக்குப் புண்ணியம் கிடைக்கும்" என்றாள்.

'மாட்டேன்' எனறு சொன்னால் சகுணாவிடமிருந்து ஒரு பூகம்பமே வெடித்துவிடும். தாங்க முடியாத அளவு வசவும் திட்டும் வெளிவரும். வேறு வழியில்லை. ஒப்புக்கொண்டேன். காலையிலும் மாலையிலும் விடுமுறை நாட்களிலும் கிஸான் மாமாவை ஒவ்வொரு இடமாக அழைத்துச் செல்ல ஆரம்பித்தேன். போகும்போதெல்லாம் நாலு பக்கமும் பார்ப்பேன் – என் தோழர்கள் யாராவது நிற்கிறார்களா என்று. யாராவது தென்பட்டால் கிஸான் மாமாவை வேறு வழியாக அழைத்துச் சென்றுவிடுவேன்.

அவரது இனிமையான குரலையும் பஜனைப் பாடல்களையும் கேட்டு மக்கள் அவரது பையை அரிசி, கோதுமை, மாவு, பணம் போன்றவற்றால் நிரப்புவார்கள். அவரது தடியின் ஒரு முனையைப் பிடித்துக்கொண்டு அவரை அழைத்துச் செல்லும்போது அவரது வாழ்க்கை எப்படி மாறிவிட்டது என்பதைப் பற்றி நினைத்துக்கொள்வேன். கவலையில்லாத மனிதன், நாடகங்களில் நடிப்பார். இப்படி கண்கள் தெரியாமல் விருப்பமில்லாத ஒரு பையனால் அழைத்துச் செல்லப்பட்டு, பஜனைப் பாடல்களைப் பாடிக்கொண்டு வீடுவீடாக போய் பிச்சை எடுத்துக்கொண்டிருக்கிறாரே என்று நினைத்து வருத்தப் படுவேன்.

ஒரு தடவை கிஸான் மாமா சாப்பிடும்போது திடீரென வாந்தி எடுத்துவிட்டார். "ஏன் இந்தக் கத்திரிக்காய் வாயில் துள்ளிக் குதித்துக் கொண்டிருக்கிறது" என்றார். பார்த்தால் அவர் கக்கிய உணவின் இடையே இருந்து ஒரு தவளைக் குஞ்சு வெளியே துள்ளி ஓடியது. நாங்கள் எல்லோரும் சிரித்து விட்டோம். கிஸான் மாமாவுக்கு இது வேடிக்கையாகத் தெரியவில்லை. அவருக்கு உதவியதன் மூலம் எனக்கு கிடைத்த ஒரே லாபம் நிறைய பஜனைப் பாடல்களை மனப்பாடமாக்கிக் கொண்டதுதான். இன்றும்கூட எழுதும்போதும் பேசும்போதும் பல வரிகள் என்னையறியாமலேயே வெளிப்படுகின்றன.

சில நாட்கள் சென்றதும் கிஸானின் உறவினர்கள் அவரை பெரிய நகரமான நாக்புருக்கு அழைத்துச் சென்றுவிட்டனர். அங்கு அவருக்கு கண் ஆபரேஷன் நடந்தது. கண்ணாடி போட்டுக்கொண்டதும் பார்வை நன்றாகத் தெரிந்தது. என் உதவியில்லாமலே பஜனைப் பாடிக்கொண்டு வீடுவீடாகச் சென்று பிச்சை எடுத்தார். எனக்கும் சுதந்திரம் கிடைத்தது.

உணவு, காற்று, தண்ணீர் பற்றிய கனவுகள்

"டேய் நாம்தேவ், அங்கே ஏன் தனியாக இருந்து சாப்பிட்டுக் கொண்டிருக்கிறாய்? வா என்னுடன். விருந்து சாப்பாடு எப்படியிருக்கும் என்று காண்பிக்கிறேன்."

வாசல் படியிலிருந்து என் மாமாப் பையன் பஜீத் கத்துகிறான். ஏதோ திருவிழாவையொட்டி எங்களுக்கு பள்ளி விடுமுறை. நான் உம்ரேரில் தனியாக இருந்தேன். எல்லோரும் என்னை அங்கே விட்டுவிட்டு ஸாத்காவுக்குச் சென்றுவிட்டனர். எங்கெல்லாமோ சுற்றிவிட்டு காசு ஒன்றும் கிடைக்காமல் பசியோடு வீட்டுக்கு வந்து அடுப்பை மூட்ட விறகு பொறுக்கிக் கொண்டிருந்தேன்.

"பஜீத், எனக்குத்தான் கல்யாணத்துக்கு அழைப்பு இல்லையே. எப்படிப் போவது?" என்றேன்.

"அழைப்பா? ஏ நாம்தேவ். உனக்கு ஒன்றுமே தெரியாது, அழைப்பாவது மண்ணாங்கட்டியாவது. பேசாமல் என்னுடன் வா." நான் நண்பர்களுடன் பழகுவது சகுணா பாட்டிக்கு அறவே பிடிக்காது. "கரீ நாஹீ தானா பன் பாட்டீல் போவா மனா" என்பாள். (வீட்டில் குடிக்க கஞ்சியில்லை, வெளியே நடப்பதோ பண்ணையார் மாதிரி.) சிலசமயம் வீட்டில் சாப்பிட ஒன்றுமே இருக்காது. அந்த மாதிரி நேரங்களில் சகுணா பாட்டி பழைய தந்திரத்தை மேற்கொள்வாள். உமி, தவிடு, விதைகள் போன்றவற்றைக் கொண்டு ரொட்டி தயாரித்து

விடுவாள். அத்துடன் சேர்த்து சாப்பிட கறி ஒன்றும் இல்லா விட்டால் தண்ணீரைத்தான் குடித்துக்கொள்ள வேண்டும். சின்னவர்களான அங்குஷூம் ருக்மிணியும் முதலில் இதை சாப்பிட மறுத்தார்கள். ஆனால் பசி வந்துவிட்டால் எல்லாம் பறந்துவிடுமே. ஆனால் சகுணாவுக்கு சுயமரியாதை உண்டு. என்ன பட்டினியானாலும் மேல் ஜாதி கல்யாண வீடுகளுக்குப் போய் உணவை யாசிக்கவே மாட்டாள். இப்போது எனக்கு அந்தக் கொள்கையிலிருந்து மாற வேண்டியிருந்தது.

பஜீத் என்னை இழுத்துக்கொண்டு போனான். நான் மறுப்பு தெரிவிக்கவில்லை. அவனுக்கு நகரத்தின் மூலை முடுக்குகள் எல்லாம் நன்றாகத் தெரியும். போகும்போது என்னிடம் இது நீல்கண்ட் ராவ் முத்தே என்ற பணக்கார நெசவாளரின் மகள் கல்யாணம் என்று தெரிவித்தான்.

நாங்கள் போனபோது மாப்பிள்ளை ஊர்வலம் வந்து கொண்டிருந்தது. அழகாக அலங்கரிக்கப்பட்ட காளைகள் பூட்டிய வண்டியில் மாப்பிள்ளை வருகிறார். வாத்தியங்கள் இசைக்கின்றன. கிராமத்தில் நான் இப்படியெல்லாம் பார்த்த தில்லை. எனக்கு ஒரே பிரமிப்பாக இருந்தது. அப்புறம் நிறைய சடங்குகள் நடைபெற்றன. அவை முடிந்ததும் மணமகன் ஆட்கள் ஒரு பெரிய கூடாரத்துக்குள் சென்றனர். இலையால் செய்யப்பட்ட தட்டுகளில் விதவிதமான உணவுகள் வழங்கப் பட்டன. அவற்றின் மணம் என் மூக்கைத் துளைத்தது.

"பஜீத், வீட்டுக்குப் போவோம். நாள் முழுதும் வயலில் வேலை செய்து ஒரே பசியாயிருக்கிறது" என்றேன்.

"அவசரப்படாதே" என்றான் பஜீத். "இந்த கோஷ்டி ஜாதியில் ஒரு வழக்கம். எல்லோரும் சாப்பிட்டு வயிறு நிறைந்த பிறகும் அவர்களின் தட்டுக்களில் மேலும் உணவுகளைப் போட்டுக்கொண்டே இருப்பார்கள்."

எனக்கு ஆச்சரியமாக இருந்தது. "ஏன் அப்படி?" என்றேன்.

"இது அவர்களுக்கு ஒரு கௌரவம். சமூகத்தில் அவர்கள் பெரிய பணக்காரர்கள் என்பதைக் காட்டுவதற்காக பலகாரங் களை அள்ளி அள்ளிப் போடுவார்கள். ஆனால், நாம்தேவ், இதுதான் நமக்கு நல்ல சான்ஸ்."

"என்ன சொல்கிறாய், பஜீத்?" இந்த மாதிரி பணக்காரர்கள் எங்களைப் போன்ற தீண்டப்படாதவர்களை சாப்பிட அழைப்பார்கள் என்று தோன்றவில்லை. நிறைய சிறுவர்கள்

எங்களைச் சுற்றி நிற்கத் தொடங்கினர். சிலர் கந்தல் உடை அணிந்திருந்தனர். சிலருக்கு உடையே இல்லை.

"நாம்தேவ், இதற்கு அழைப்பு ஒன்றும் தேவையில்லை என்று சொன்னேன் அல்லவா, பார்... பார். இதுதான் நல்ல சந்தர்ப்பம்."

விருந்தினர்கள் சாப்பிட்டு முடித்த தட்டங்களில் நிறைய பலகாரங்கள் மீதியிருந்தன. வேலைக்காரர்கள் அவற்றை அப்படியே எடுத்து பந்தலுக்கு வெளியே வீசினர். இதற்காகக் காத்திருந்த சின்னப் பையன்கள் அவற்றைப் பொறுக்க ஓடினர். பஜீத் என்னையும் இழுத்துக்கொண்டு ஓடினான். இருளில் மறைந்து நின்றிருந்த நாய்களும் குரைத்தபடியும் உறுமியபடியும் தங்கள் பங்குக்காகப் பாய்ந்து வந்தன. கூச்சலும் உதையும் அடியுமாக ஒரே களேபரமாக இருந்தது. கற்கள் எறியப்பட்டதால் நாய்கள் சற்று தொலைவில் சென்று நின்றன. அவற்றைத் திருப்திப்படுத்த உணவுகள் இருந்த சில தட்டங்கள் அவற்றின் பக்கம் வீசப்பட்டன.

பசியுடன் கூடிய சிறுவர்கள் ஓடிச் சென்று உணவுத் தட்டங்களை வேகவேகமாகக் காலி செய்தனர். பஜீத்தும் நானும் சேர்ந்து கொண்டோம். எல்லாம் வித்தியாசமாக இருந்தது. உணவு அத்தனை ருசி. அவ்வளவு சுவையான பண்டங் களை இதற்கு முன் சாப்பிட்டதே இல்லை. இருந்தாலும் எனக்கு ஏனோ மகிழ்ச்சியாக இல்லை. ஒருவித வெறுப்புதான் மனதுக்குள் தோன்றியது. சின்ன வயதில் மேல் ஜாதியினரிடம் பிச்சை எடுத்திருக்கிறோம். திருவிழாக்கள் முடிந்தவுடன் உணவு யாசித்திருக்கிறோம். ஆனால் எச்சில் உணவுகளை எங்களுக்குத் தருவதில்லை. எப்போதும் புதிய உணவுகள்தான்.

இனிமேல் பஜீத்துடன் இது போன்றவற்றுக்குப் போவ தில்லை என்று தீர்மானித்தேன். வீட்டில் அமைதியாக சப்பாத்தி யும் சட்னியும் சாப்பிட்டால் போதும், மகிழ்ச்சியும் கௌரவமும் இருக்கும். இப்படி தெரு நாய்களுடன் போட்டி போட்டுக் கொண்டு கல்யாண விருந்து சாப்பாட்டைத் தின்ன வேண்டாம்.

உம்ரேரில் மஹார்கள் வசித்த பகுதியில் கிணறு இல்லை. பக்கத்தில் ஒரு நீர் தேக்கம் இருந்தது. ஆனால் நாங்கள் அங்கே போகக் கூடாது. அரை மைல் தூரத்திலுள்ள ஒரு கிணற்றி லிருந்துதான் தண்ணீர் எடுக்க வேண்டும். அந்த கிணறு சீதா என்பவரால் கட்டப்பட்டது. பிச்சை எடுத்தே நிறைய பணம் சேர்த்துவிட்டாள். அவள் சாகும்போது ஊர்க்காரர்களை அழைத்து தன் சேமிப்பையெல்லாம் ஏதாவது ஒரு நல்ல

காரியத்துக்குப் பயன்படுத்திக்கொள்ளும்படி கேட்டுக் கொண்டாள். ஊரார் அந்தப் பணத்தைக் கொண்டு ஒரு கிணறு வெட்டினர். அருகே பயணிகள் தங்குவதற்காக ஒரு சிறிய சத்திரத்தையும் கட்டினர்.

1941இல் நான் எட்டாம் வகுப்பு படித்துக் கொண்டிருந்தேன். ஆண்டுத் தேர்வுகள் நெருங்கிக் கொண்டிருந்தன. தீவிரமாகப் படிக்க வேண்டியிருந்தது. வெகு தூரத்திலிருந்து தண்ணீர் கொண்டு வருவதற்கு அதிக நேரம் செலவிட வேண்டியிருக்கும். அத்துடன் வறட்சி காரணமாக கிணற்றில் நீர் கீழே போய் விட்டது. மண் குடத்தை நிரப்ப நிறைய நேரம் பிடித்தது. ஆகவே ஒரு வழி செய்தேன். இரவு நேரத்தில் இருட்டில் யாருக்கும் தெரியாமல் குளத்திலிருந்து தண்ணீர் எடுக்கத் தீர்மானித்தேன். இது பல இரவுகள் வெற்றிகரமாக நடைபெற்றது. ஆனால் ஒருநாள் குளத்துக் காவல்காரன் என்னைப் பிடித்துக் கொண்டான். என்னை அடித்தான், திட்டினான். "திருட்டு நாயே, எங்கள் பணத்தைக் கொண்டு குளத்தை வெட்டியிருக் கிறோம், எங்கள் தண்ணீரைத் திருடுகிறாயா? குளம் வற்றி விட்டால் நாங்கள் எங்கே போவது?" என்று சொல்லிக்கொண்டே என் குடத்தைப் பிடுங்கி தரையில் எறிந்தான். அது சுக்கல் சுக்கலாக உடைந்துவிட்டது.

எனக்கு அவமானமாயிருந்தது. பூனைகளும் நாய்களும் கழுதைகளும் இந்தக் குளத்தில் தண்ணீர் குடிப்பதைப் பார்த்திருக் கிறேன். பசுக்களும் எருமைகளும் குடிக்கின்றன. சில சமயம் அவை குளத்தில் குளிக்கவும் செய்கின்றன. நான் தீண்டப் படாதவன் என்பதால் ஒன்றிரண்டு குடம் தண்ணீர் எடுத்ததற் காக இந்த வசவும் அடியும். மிருகங்களைவிட நாங்கள் கேவல மாகிப் போய்விட்டோமா? இதைப் பற்றி நான் என் நண்பர் களிடம் சொன்னேன். ஆனால் அவர்கள் அதைப் பொருட்படுத்த வில்லை. தண்ணீர் கொண்டு வருவது வழக்கமாக பெண்கள் செய்யும் வேலை. நான் அதைச் செய்ததற்காக அவர்கள் என்னை கேலி பண்ணினர். கிணற்றடியில் பெண்களுக்கு மத்தியில் நின்றுகொண்டு தண்ணீர் எடுக்கிறேன் என்று சிரித்தனர். கிராமத்துப் பெண்களுடன் கிருஷ்ண லீலை நடத்து கிறாயா என்றனர்.

அந்த கோடையில் டோம்ரே என்ற மாணவன் தன் பெற்றோரைப் பார்ப்பதற்காக உம்ரேர் வந்திருந்தான். குளத்தி லிருந்து தண்ணீர் எடுக்க நான் படும் கஷ்டத்தை அவனிடம் சொன்னேன். அவனுக்கு ஒரே ஆச்சரியம். அரசாங்கம் உம்ரேரில் பல கிணறுகளைக் கட்டியிருக்கிறதே, அவற்றை ஏன் பயன்

படுத்தக்கூடாது என்று கேட்டான். அவன் சமதா சைனிக் தல் என்ற சுய உதவி இயக்கத்தின் தலைவனாக இருந்தான். அந்த இயக்கம் டாக்டர் அம்பேத்கரால் தீண்டப்படாதவர்களுக்காக தொடங்கப்பட்டது. டோம்ரே நாக்பூர் சென்றதும் இந்த பிரச்சினையைப் பற்றி சமதா சைனிக்தல் தலைவர்களிடம் பேசியிருக்கிறான். 1941 அக்டோபரில் தசரா விழாவின்போது அரசாங்க கிணறுகளில் இருந்து நாங்கள் தண்ணீர் எடுக்கும் உரிமைக்காக ஒரு சத்தியாகிரகம் நடத்துவதாகத் தீர்மானிக்கப்பட்டது. உம்ரேரிலும் சுற்றியுள்ள கிராமங்களிலும் இந்த சத்தியாகிரகத்தின் வெற்றிக்காக பிரசாரம் செய்தோம்.

அந்தச் சமயத்தில் உம்ரேர் மாவட்டம் மாற்றத்துக்காகத் தயார் நிலையில் இருந்தது. பிரபல சமூக சீர்திருத்தவாதி தசரத் பட்டீல் அதற்கு ஆதரவாக இருந்தார். தசரா சத்தியாக்கிரகத்துக்காக பெரிய பெரிய தலைவர்கள் உம்ரேர் மற்றும் பக்கத்து கிராமங்களுக்கு வரத் தொடங்கினர். உம்ரேரிலுள்ள மஹார்களின் சமூக சீர்திருத்தத்துக்காக ஆதரவு அளித்தனர். தலைவர்கள் அம்பேத்கர் சதுக்கத்தில் ஒன்று கூடி 'பாபா சாகப் அம்பேத்கருக்கு ஜே' என்று கோஷமிட்டு நடந்தனர்.

சதானந்த் டோங்ரே தமது சொற்பொழிவில் எங்களுக்கு அரசாங்க கிணறுகளிலிருந்து தண்ணீர் எடுக்கும் உரிமை கிடைக்க வேண்டும் என்ற தீர்மானத்தை முன்மொழிந்தார். நான் அதை ஆமோதித்தேன். பின்னர் சமதா சைனிக் தல் தொண்டர்கள் காக்கி சராயும் சிவப்பு சட்டையும் அணிந்து, காலி வாளிகளுடன் அரசாங்கக் கிணற்றை நோக்கி அணி வகுத்து நடந்தனர். கலவரம் எதும் நடந்துவிடாதபடி கவனித்துக் கொள்ள போலிஸ் தயாராக இருந்தது. இருபத்திரண்டாயிரம் மக்கள் கொண்ட உம்ரேர் கிராமத்தில் மூன்றில் இரண்டு பங்கினர் கோஷ்டி இனத்தவர். இவர்கள் சண்டையில் இருந்து பின்வாங்கக் கூடியவர்கள் அல்ல. ஆனால் இந்த பெரிய ஊர்வலத்தையும் தீர்மானத்தையும் நம்பிக்கையையும் கண்ட அவர்கள் வெறுமனே கையைக் கட்டிக்கொண்டு பார்த்தபடி யிருந்தனர். நாக்பூர் நகரில் ஜாதி ஹிந்துக்களுக்கும் மஹார்களுக்குமிடையே பயங்கர கலவரம் மூண்டதாக கேள்விப்பட்டிருந்தனர். அதன் காரணமாகவே அவர்கள் செய்வதறியாது தங்களுக்குள் மெல்லிய குரலில் பேசிக்கொண்டிருந்தனர். "இல்லை பாபா, இந்த மஹார்கள் கொலை மட்டும் செய்வதில்லை, ஆட்களையே வெட்டி சின்னாபின்னமாக்கி விடுவார்கள்." எனவே ஒருவரும் எங்களை எதிர்க்கவில்லை. எந்தத்

தடையுமின்றி நாங்கள் அரசு கிணற்றிலிருந்து தண்ணீர் எடுத்தோம். எங்கள் உரிமையை நிலைநாட்டினோம்.

தண்ணீர் எடுக்கும் உரிமைக்காக எங்கள் ஜாதியில் நடந்த இரண்டாவது சத்யாக்கிரகம் இது. மஹார் நகரில் தண்ணீருக்காக டாக்டர் அம்பேத்கர் 1927இல் மேற்கொண்ட சத்யாக்கிரகத்துக்கு பதினைந்து ஆண்டுகளுக்குப் பிறகு நடைபெறுவது. இந்த வெற்றிக்குப் பிறகு நாங்கள் மஹார் இளைஞர்கள் பாதுகாப்புக் கருதி தனியாக வெளியே செல்வதில்லை என்று தீர்மானித்தோம். இதிலிருந்து கிடைத்த ஒரு நன்மை நாங்கள் ஒன்று சேர்ந்தோம், ஒற்றுமையாக இருந்தோம் என்பதுதான். எங்கள் உம்ரேர் பகுதி நல்ல புகழ் பெற்றுவிட்டது. ஒரு சிறிய விதை பிரமாண்டமான மரத்தைத் தோற்றுவிப்பதுபோல, நீர்தேக்கத்திலிருந்து நான் தண்ணீர் எடுத்த சம்பவம் ஒரு மாபெரும் இயக்கத்துக்குத் தொடக்கமாகிவிட்டது. இது எனது நம்பிக்கையையும் தைரியத்தையும் வளர்த்தது. என் இனத்தின் துயரங்களையும் கஷ்டங்களையும் குறைக்க என்னால் மேலும் உதவ முடியும் என்று உணரத் தொடங்கினேன்.

உம்ரேரில் எங்கள் சமூகம் நகரத்துக்கு வெளியே இருந்தது. அதைத் தொட்டு இருந்த புல்வெளியை கிராமவாசிகள் கழிப்பிடமாகப் பயன்படுத்தி வந்தனர். ஆழ் குழி வசதி ஒன்றும் இல்லாததால் பெரிய பணக்காரர்கள்கூட தரையைத்தான் பயன்படுத்த வேண்டும். தோட்டி இனத்தைச் சேர்ந்த மஹார்கள் மனிதக் கழிவை கறுத்த வாளிகளில் எடுத்து மாட்டு வண்டிகளில் ஏற்றுவார்கள். அந்தப் பகுதி முழுதும் ஒரே துர்நாற்றமாக இருக்கும். போதாக் குறைக்கு ஒரு பர்லாங் தொலைவில் தோல் பதனிடும் ஆலை ஒன்றிருந்தது. அழுகிய மாட்டு இறைச்சியும் கழுகு, வல்லூறு, காகம் போன்ற பறவைகளின் கூச்சலும் தாங்க முடியாத அளவு இருக்கும். மழை பெய்யத் தொடங்கிவிட்டால் கேட்கவே வேண்டாம்.

தண்ணீருக்கான சத்யாக்கிரகம் வெற்றி பெற்றதைத் தொடர்ந்து இந்த நாற்ற விஷயத்தைப் பற்றி நகரசபை அலுவலர் மிஸ்டர் நாயுடுவை சந்திக்கத் தீர்மானித்தேன். நான் சொல்வதை அவர் கவனமாகக் கேட்டார். பிறகு, எதற்காக நல்ல சுத்தமான காற்றோட்டமுள்ள ஸாத்காவ் ஊரைவிட்டு இந்த நாற்றம் பிடித்த ஊருக்கு வந்தாய் என்று கேட்டார். இந்த துர்நாற்றம் வீசும் காற்று அல்ல, கல்விதான் என்னை இங்கே இழுத்து வந்தது என்றேன்.

முதலில் எங்கள் பகுதிக்கு வந்து நிலைமையை கொஞ்சம் நேரில் பாருங்கள் என்றேன். ரொம்ப வேலை நெருக்கடியில்

இருந்தாலும் சமயம் கிடைக்கும்போது வந்து பார்ப்பதாக ஒப்புக்கொண்டார். அப்படியே வரவும் செய்தார். நகர எல்லையை அணுகியதுமே உம்ரேர் நகருக்கும் எங்கள் பகுதிக்கும் இடையே எவ்வளவு பெரிய வித்தியாசம் இருக்கிறது என்பதை உணர்ந்துகொண்டார். இரண்டும் வெவ்வேறு உலகங்கள். நான் முற்றத்தில் எனது உடைந்த கட்டிலில் ஒரு போர்வையை விரித்து அவரை அதில் உட்காரச் சொன்னேன். அப்போது பயங்கர நாற்றத்துடன் ஒரு காற்று வீசியது. குதித்து எழுந்தவர் தம் கர்ச்சீப்பை உருவி மூக்கை மூடிக் கொண்டார். எங்கள் பரிதாப நிலையை உணர்ந்து கொண்டதாகக் கூறினார். ஆபீஸ் போனதும் அவர் செய்த முதல் வேலை மனிதக் கழிவுகளை வெகு தூரத்தில் உள்ள ஒரு இடத்தில் கொண்டுபோய் கொட்ட வேண்டும் என்று உத்தரவிட்டதுதான். இதன் மூலம் என் சுற்றுப் பகுதிகளை நாற்றமின்றி வைக்க முடிந்தது. இந்த வெற்றியிலிருந்து எனக்கு சமூக சீர்திருத்தத்தில் மிகுந்த ஆர்வம் ஏற்பட்டது.

மல்யுத்த வீரனிலிருந்து மெய்க்காப்பாளனாக

ஒன்பதாம் வகுப்பு பரீட்சை கேள்விகளுக் கான விடைகளை எழுதிய தாள்களை ஆசிரியரிடம் கொடுக்கும்போது, மற்ற மாணவர்கள் தங்கள் விடைத்தாள்களின் தலைப்பில் ஸ்ரீ கணேசாய நமஹ அல்லது ஓம் நமசிவாய என்று எழுதுவதைக் கவனித்தேன். நானும் அதுபோல என் விடைத் தாள்களில் கொட்டை எழுத்துக்களில் ஜெய் பீம் என்று எழுதினேன். டாக்டர் பாபா சாகப் அம்பேத்கருக்கு வெற்றி என்ற தலித் முழக்கம் அது. அன்று ஏப்ரல் 14, பாபா சாகப் அம்பேத்கரின் பிறந்தநாள் விழா நடைபெற்றிருந்தது. ஆனால் விஷயம் தெரிந்த ஆசிரியர் ஜிர்கும்ட்வார் குருஜி என்னை எச்சரித்தார். "நீ எழுதியதை அழித்து விட்டு பேசாமல் உன் வரிசை நம்பரை மட்டும் எழுது. இல்லாவிட்டால் விடைத் தாள்களைத் திருத்துபவர் நீ என்ன ஜாதியைச் சேர்ந்தவன் என்பதைக் கண்டுபிடித்து விடுவார்."

"ஸார், முதலில் மற்ற பிள்ளைகள் எழுதி யிருப்பதையும் அழித்துவிடச் சொல்லுங்கள். நானும் அழித்து விடுகிறேன்" என்றேன் அமைதி யான குரலில். சில மாணவர்கள் அழித்து விட்டார் கள். ஒரு சிலர் கோபத்துடன் என்னை முறைத்துப் பார்த்துவிட்டு முணுமுணுத்தபடி இருந்துவிட்டனர்.

ஒருவன் மட்டும், “பரீட்சை எல்லாம் முடியட்டும், உன்னைக் கவனித்துக்கொள்கிறேன்” என்று கிசுகிசுத்தான். அதுபோலவே, பரீட்சை முடிந்ததும் தாண்டே என்பவன் அவனது ஏழெட்டு நண்பர்களுடன் என்னைச் சுற்றி வளைத் தான். அவர்கள் என்னை வாய்க்கு வந்தபடித் திட்டி, பிடித்துத் தள்ளினர். நான் சின்னப் பையன் என்றாலும் வயலில் உழைத்து உடலில் பலம் இருந்தது. சித்தப்பாக்களுடன் குஸ்தி விளையாடி யிருக்கிறேன். எனினும் இப்போது நான் ஏழெட்டு பேருக்கு எதிராக ஒருத்தன். அவர்கள் பட்டணத்தைச் சேர்ந்தவர்கள், நான் ஹிந்திப்பட ஹீரோ அல்ல. உதவிக்கு சத்தம் போட்டபடி முடிந்தமட்டில் அவர்களை எதிர்த்துப் போராடினேன்.

பயங்கரமான தாக்குதல்களால் தலைகுப்புற கீழே விழுந்தேன். மூக்கிலிருந்து ரத்தம் கொப்பளித்தது. மேல்ஜாதிக் கும்பல் ஒன்று என்னை மிருகத்தனமாகத் தாக்குகிறது. உடனடி யாக ஏதாவது செய்யாவிட்டால் அவர்கள் என்னை சட்னி யாக்கி விடுவார்கள். காட்டில் என் கன்பா தாத்தா புலியுடன் போராடி உயிரிழந்தார். நானோ என்னைப் போன்ற சிறுவர் களால் தாக்கப்பட்டுக் கொண்டிருக்கிறேன். அவர்கள் என்னை மனிதப் பிறவி என்றுகூட மதிக்கவில்லை. இதுதான் அவர்களது அடியைவிட என்னை அதிகமாகத் தாக்கியது. சட்டென்று எனக்கு ஒரு விஷயம் நினைவுக்கு வந்தது. மல்யுத்தத்தின்போது நமது தாக்குதல் முறையை திடீர் திடீரென மாற்றிக்கொள்ள வேண்டும். என் அருகில் இருந்த பையனைப் பலமாகக் கீழே இழுத்து கரடிப் பிடியால் இறுக்கி என் பலம் கொண்ட மட்டும் அடிக்கத் தொடங்கினேன். மற்றவர்கள் என்னை அடிப்பதையும் குத்துவதையும் பொருட்படுத்தவில்லை. பாவம் அந்தப் பையன் அடி தாளாமல் மூச்சு திணறியபடியே மற்றவர் களிடம் என்னை விட்டுவிடும்படியும் இல்லாவிட்டால்தான் செத்துப்போய் விடுவேனென்றும் கெஞ்சினான். உடனே அவர்கள் என்னை விட்டுவிட்டு ஓடிப் போய்விட்டார்கள்.

இதற்குள் இந்த சண்டையைக் கண்ட யாரோ உதவிக்குக் கத்தினார். நான் ஆஸ்பத்திரிக்கு எடுத்துச் செல்லப்பட்டேன்.

அன்று மாலை மஹார் பகுதியில் பாபா சாகபின் பிறந்த நாள் விழாவுக்கான ஏற்பாடுகள் நடைபெறத் தொடங்கின. நாக்பூர் மாவட்டக் கலெக்டர், பேலாவிலிருந்து பிரபல சமூக சேவகர் தசரத் பட்டீல் போன்றவர்கள் வந்தனர். தீண்டப் படாதோருக்கு எதிராக இழைக்கப்படும் அட்டூழியங்கள் பற்றியும் அதைக் களைவதற்கான முறைகள் பற்றியும் பலர் பேசினர்.

என் தங்கை ருக்மிணி அப்பாவுடன் வந்திருந்தாள். அந்த சூழ்நிலையில் ஏற்பட்ட உற்சாகத்தில் ஓடிப்போய் மேடையில் ஏறிப் பேசத் தொடங்கினாள்.

> பாபாசாகபின் உரைகள் நமது சமூகத்தை விழிப்படையச் செய்துவிட்டன. நாம் இனி முன்னேற்றப் பாதையில் செல்வோம். இது பற்றி எந்த சந்தேகமும் இல்லை. இன்று சில மாணவர்கள் என் அண்ணனை மிருகத்தனமாக தாக்கியிருக்கின்றனர். அவனை ரத்தம் சிந்த வைத்திருக்கின்றனர். நம் தலைவரைப் புகழ்ந்ததற்காக அவனை அடித்திருக்கின்றனர். ஓ உயர்ஜாதி மக்களே, கவனமாகக் கேளுங்கள், இன்று நீங்கள் எங்களைத் தாக்குகிறீர்கள். ஆனால் நாங்கள் விழித்துக்கொண்டோம். எங்கள் சமூகம் முன்னேறும். உங்களைவிட அதிக சிறப்புடன் வருவோம். இவ்வாறுதான் நாங்கள் உங்களை பழிவாங்குவோம்.

ருக்மிணியின் இந்த பேச்சு பலத்த கரவொலியை எழுப்பியது. தசரத் பட்டூல் அவள் முதுகைத் தட்டி அவளை மிகவும் பாராட்டிப் பேசினார். என் மனதில் அவளைப் பற்றிய பெருமையும் மகிழ்ச்சியும் பொங்கியது.

சில தினங்களுக்குப் பிறகு ராம நவமி உற்சவம் நடைபெற்றது. அப்போது நானும் என் நண்பர்களும் கூட்டத்தின் நடுவே என்னைத் தாக்கியவர்களைக் கண்டுபிடித்து அவர்களுக்கு செம்மையாக அடி கொடுத்தோம். இது எங்கள் பகுதியிலும் பள்ளியிலும் பரபரப்பை ஏற்படுத்தியது. ஹெட்மாஸ்டர் எங்கள் இருகோஷ்டிகளுக்கும் இடையே மத்தியஸ்தம் செய்து நிலைமையைக் கட்டுக்குள் கொண்டுவந்தார்.

என் தங்கை ருக்மிணியை எவ்வளவோ சிறப்பாகச் சொல்ல முடிந்திருக்கலாம். அவள் தைரியம் மிக்கவள். அறிவுள்ளவள். ஆனால் என்ன துரதிர்ஷ்டம் பாருங்கள். அவள் நாலாம் வகுப்பு தேறியவுடன் சொந்தக்காரர்கள் அவளுக்கு உடனே திருமணம் முடித்துவிட வேண்டுமென்று திட்டமிட்டார்கள். நல்ல வரன் எதுவும் கிடைக்காததால் அவள் ஐந்தாம் வகுப்பு தொடர்ந்து படிக்க இசைந்தனர். ஆனால் விரைவிலேயே நாக்புரிலிருந்து ஒரு பையன் கிடைத்துவிட்டான். எனக்கும் வேறு சிலருக்கும் அவன் என் தங்கைக்கு ஏற்றவன் அல்ல என்றே தோன்றியது. அவளைவிட அவன் குறைவாகவே படித்திருந்தான். என் அப்பா அம்மாவுக்கும்கூட இதில் விருப்பமில்லை. ஆனால் என் தாத்தா பாட்டியின் விருப்பத்துக்கு எதிராக நாங்கள் என்ன செய்ய முடியும்?

இப்போது நினைக்கக்கூட மனசுக்குக் கஷ்டமாயிருக்கிறது. இந்த திருமணம் ருக்மிணியை மிகவும் சீரழித்துவிட்டது. அவள் கணவன் ஒரு போலிஸ்காரன். சீக்கிரம் கோபம் வந்துவிடும். அவளைக் கொடுமைப்படுத்துவான். கணவன் வீட்டில் அவளுக்கு மகிழ்ச்சியோ அமைதியோ மதிப்போ கிடைக்கவில்லை. அவளுக்கு நம்பிக்கை அளிக்கும் ஒரே ஜீவனாக ஒரு பெண் குழந்தை இருந்தது. ஆனால் அதுவும் ஒரு வயதில் போய்விட்டது. ருக்மிணி மனம் உடைந்து போனாள். அதன் பிறகு அவளுக்கு கணவன் வீட்டில் இருப்பதே மூச்சுத் திணறலாயிருந்தது. அன்பு இல்லை, ஆதரவு இல்லை. அவள் நோய்வாய்ப்பட்டாள். ஒரு தடவை அவளை ஆஸ்பத்திரியில் சேர்த்தேன். வீடு திரும்பிய பிறகு அவள் உடல் நிலை மேலும் மோசமாயிற்று. முடிவில், திருமணமான ஆறாவது வருஷத்தில் அவள் இறந்து போனாள். அவள் பட்ட கஷ்டங்களிலிருந்து மரணம்தான் அவளுக்கு விடுதலை அளித்தது. பெண் கல்வியில் அவளுக்கிருந்த ஆர்வமும் ஈடுபாடும் தொடர்ந்திருந்தால் அவள் வாழ்வும் எங்கள் சமூகமும் எவ்வளவோ முன்னேற்றம் கண்டிருக்கும்.

எங்கள் ஸ்கூல் ராஷ்ட்ரிய ஸ்வயம் சேவக் சங்கத்தின் (ஆர்.எஸ்.எஸ்) ஆதிக்கத்தில் இருந்தது. அவர்கள் எங்களை அதில் இணைய வற்புறுத்தி வந்தார்கள். நான் அதன் கூட்டங் களுக்குச் சென்றிருக்கிறேன். அவர்களுடைய தேசிய இந்துத்வக் கொள்கை எனக்குப் பிடிக்கவில்லை. ஆனால் தோல் தொழில் செய்யும் என் நண்பன் சைதாரம் ரஹாதே கொஞ்ச நாளாவது அவர்களுடன் சேர்ந்து இருக்கும்படி வற்புறுத்தி வந்தான். அவர்களுடைய ஒழுங்கான அமைப்பு முறை, ஒழுக்கக் கட்டுப் பாடு போன்றவற்றைக் கற்றுக்கொண்டு பின்னர் நமக்கு சொந்த மான ஓர் அமைப்பை உருவாக்கலாம் என்பான். "டேய் நாம்தேவ், உனக்கு எப்போதும் பணக் கஷ்டம், உடுக்க நல்ல துணிகூட இல்லை. அந்த சங்கத்தில் சேர்ந்தால் நல்ல ஷர்ட்டும் அரை நிஜாரும் கிடைக்கும். அதை வாங்கியபின் மெதுவாக அதிலிருந்து நழுவி விடலாம்" என்று சொல்லிச் சொல்லி, கடைசியில் அப்படியே செய்தோம்.

பணம் இல்லாவிட்டால் ஒருவனுக்கு யாரும் உதவுவ தில்லை. அவன் எல்லோருக்கும் பணிந்துதான் நடக்க வேண்டும் என்பதை பலமுறை அனுபவத்தில் கண்டுவிட்டோம். ஒரு சம்பவம் நினைவுக்கு வருகிறது. அப்போது நான் உம்ரேரில் ஆறாம் வகுப்பு படித்துக் கொண்டிருந்தேன். மழைக்காலம். ஒருநாள் பொற்கொல்லர் ஸ்ரீஹரி ஸால்ஜி (அவர் கடையில் தான் என் அப்பா வேலை பார்த்துக்கொண்டிருந்தார்)

என்னைப் பார்த்ததும் அவர், “நாம்தேவ், உன் அப்பா ஸாத்கா வில் உடல் நலம் இல்லாமல் இருப்பதாகக் கேள்விப்பட்டேனே, அங்கு நல்ல டாக்டர்கூட கிடையாதே” என்றார். நான் வீட்டுக்கு ஓடிப்போய் தம்பி அங்குஷிடம் சொன்னேன். இருவரும் உடனே ஸாத்காவுக்குப் புறப்பட்டுவிட்டோம். பிலாபுர் வரை ரயிலில் சென்று பிறகு ஸாத்காவுக்கு நடக்கலாம் என்று தீர்மானித்தோம். கையில் பணமில்லை. டிக்கட் எடுக்காமல் ரயிலில் சென்றோம். பிலாபுர் வந்ததும் ரயிலில் இருந்து இறங்கும்போது டிக்கட் பரிசோதகர் எங்களைப் பிடித்துக் கொண்டார். அப்பாவின் உடல் நலம் பற்றியும் அவசரமாக அவரைப் பார்க்க வேண்டியது பற்றியும் சொன்னோம். ஆனால் பயனில்லை. எங்களை ஸ்டேஷன் மாஸ்டர் முன்னே கொண்டு நிறுத்திவிட்டார்.

டிக்கட் எடுக்காமல் பயணம் செய்வது எவ்வளவு மடத்தனம் என்பதை அப்போதுதான் உணர்ந்தோம். பேசாமல் நடந்தே வந்திருக்கலாம். இரண்டு மணி நேரம் ஸ்டேஷனில் இருந்த பிறகு டிக்கட் பரிசோதகர் இரக்கப்பட்டு எங்களை விட்டு விட்டார். இருட்டிவிட்டது. மூன்று நதிகளைக் கடந்து சகதிப் பாதையில் நீண்டதூரம் நடந்தால்தான் ஸாத்காவ் போய் சேர முடியும். எனவே இரவு அங்குள்ள எனது நண்பன் ஒருவன் வீட்டில் தங்கிவிட்டுக் காலையில் புறப்பட்டோம். அப்பாவைப் பார்த்தால் அவர் சும்மாதான் இருக்கிறார். லேசான ஜுரம்தான். மனம் சமாதானப் பட்டது. மறுநாள் நடந்தே உம்ரேர் வந்து சேர்ந்தோம்.

ஒருநாள் மாலை வீட்டில் திருவையில் மாவு அரைத்துக் கொண்டிருந்தேன். விதோபா ஸாவ்ஜியின் கடையின் தலைமை எழுத்தர் அப்பாவைப் பார்க்க வந்திருந்தார். மாவு அரைத்துக் கொண்டிருந்த என்னைப் பார்த்ததும், “நாம்தேவ், ஹைஸ்கூலில் படிக்கும் பையன் நீ, படிப்பில் முன்னேறி வருகிறாய். இப்படி மாவு அரைத்துக் கொண்டிருக்கிறாயே. எவ்வளவு நேரமும் சக்தியும் வீணாகிறது. இந்தா, இந்த ஓரணாவை எடுத்துக்கோ. பக்கத்தில் உள்ள மில்லில் கொண்டு போய் அரைத்துவிட்டு வா” என்றார். பைசா வேண்டாமென்று மறுத்தபோது அவர் வற்புறுத்தி தந்துவிட்டே போனார். அவர் போன பிறகு நான் வீட்டிலேயே அரைத்து முடித்தேன். பஜாரில் மில்வரை போய் விட்டு வருவதென்பது நேர விரயம். அதை தலையில் சுமந்து கொண்டுதான் போய்வர வேண்டும். கூட்டம் அதிகமாயிருந்தால் மில்லில் நீண்ட நேரம் காத்திருக்க வேண்டும். இப்போ நேரமும் மிச்சம், அலைச்சலும் மிச்சம்.

நகைக் கடையில் ஒரு முஸ்லிமும் வேலை பார்த்தார். வயதானவர். வாடிக்கையாளர்களிடமிருந்து பாக்கித் தொகை

களை வசூலிக்கச் செல்வார். எல்லோரிடமும் மரியாதையாகப் பழகுவார். என் அப்பாவின் நெருங்கிய நண்பர். மனைவி இல்லை. எனவே பெரும்பாலும் எங்கள் வீட்டிலேயே எங்களுடன் நேரத்தைக் கழித்தார். நான் அவருடைய முதுகையும் கால்களையும் பிடித்துவிடுவேன். மகிழ்ச்சியுடன், "நாம்தேவ், நீ பெரியவனாகி படித்து வேலைக்குப் போய் மாதம் இருநூறு ரூபாய் சம்பாதிப்பாய்" என்பார். அது நடக்காது என்றுதான் எனக்குத் தோன்றியது. அப்போது ஒருநாள் முழுவதும் கஷ்டப்பட்டு உழைத்தாலும் ஒரு ரூபாய்கூட கூலி கிடைக்காது. ஆயினும், 1952இல் புது தில்லியில் வேலை கிடைத்தபோது முதல் சம்பளமாக 240 ரூபாய் வந்தது. பழைய ஷேக்கின் வார்த்தைகளை மகிழ்ச்சியுடன் நினைத்துக் கொண்டேன்.

கோடை விடுமுறையில் வீட்டின் வருவாயைப் பெருக்குவதற்காக பல்வேறு வேலைகளைப் பார்த்தேன். ஒரு தடவை கரீம்சேத் என்பவரின் சர்க்கரை ரேஷன் கடையில் கணக்கு வழக்குப் பார்த்தேன். நாள்முழுதும் உழைத்தால் எட்டணா சம்பளம் கிடைக்கும். ஒருதடவை அவரிடம் சம்பளத்தைச் சற்றுக் கூட்டித் தரும்படி கேட்டேன். அவர், "நீ குறை சொல்லக் கூடாது. உன்னுடைய எட்டணா என்பது நியாயமாக உழைத்து சம்பாதிப்பது. அதன் உண்மை மதிப்பைவிட கௌரவம் உடையது. உனக்குத் தெரியுமா, ஒரு தாசி ஒரு மணி நேரத்தில் ஐந்து ரூபாய் சம்பாதித்து விடுவாள், ஆனால் அந்தப் பணத்துக்கு ஏதாவது மதிப்போ கௌரவமோ இருக்கிறதா?" என்றார். இந்த உலக மகா அறிவுக்கு முன்னால் நான் எப்படி வாய் திறக்க முடியும்? 'உத்தமியான மனைவி பட்டினியால் தவிக்கும் போது ஒரு தாசி ருசியான தின்பண்டங்களை சாப்பிட்டுக் கொண்டிருப்பாள், என்றொரு பழமொழி உண்டு. நான் தலையைக் குனிந்து கொண்டு வேலையைப் பார்க்கப் போய்விட்டேன்!

உம்ரேரில் என் பள்ளி நாட்களில் பாகா என்னிடம் காட்டிய பரிவையும் உதவியையும் குறிப்பிடாவிட்டால் அது ஒரு மன்னிக்க முடியாத குறையாய் விடும். அவள் என் அப்பாவின் தங்கை. அவரைப் போலவே அழகான உடலமைப்புக் கொண்டவள். கல்யாணமாகி மாமியார் குடும்பத்துடன் வசதியான வீட்டில் மகிழ்ச்சியாக இருந்தாள். நான் அவள் மாமனாருக்கு உதவிகள் செய்வேன். மூட்டுவலியால் சிரமப்படும் அவருக்கு கை கால்களைப் பிடித்து விடுவேன். என் படிப்பைப் பற்றி அவருக்கு மிகவும் மகிழ்ச்சியும் பெருமையும் இருந்தது. எங்கள் ஆரம்பப் பள்ளி அவள் வீட்டருகேதான் இருந்தது. அவளும் அவள் கணவர் மோதுராமும் எங்களை

அடிக்கடி கவனித்துக் கொண்டார்கள். நான் புல் அறுத்து, கட்டி, விற்கப் போகும்போது அத்தை தன் வீட்டில் கிடக்கும் புல்களையும் பொறுக்கி என் கட்டில் சேர்த்துவிடுவாள். எனக்குக் கூட கொஞ்சம் பைசா கிடைக்கட்டுமே! சில சமயம் விசேஷ நாட்களில், என்னை சாப்பிடக் கூப்பிடுவாள். அன்று மட்டன் சாப்பாடு கிடைக்கும். எனக்கு சற்று கூடுதல் பங்கு கிடைக்கட்டும் என்பதற்காக என் தட்டத்தில் இறைச்சித் துண்டுகளைப் போட்டுவிட்டு அவற்றை சோறால் மூடிவிடுவாள்.

எங்கள் வீட்டுப் பொருளாதார நிலைமை மேலும் மோசமாயிற்று. என் சம்பாத்தியத்தைக் கொண்டு வயிற்றை நிரப்ப முடியவில்லை. பாகா அத்தை அடிக்கடி நாங்கள் சாப்பிட்டோமா என்று விசாரிப்பார்கள். மூத்தவன் என்பதால் சாப்பிட்டாச்சு என்று சொல்லிவிடுவேன். ஆனால் குழந்தைகளின் வாடிய முகங்களைப் பார்த்தாலே அவளுக்குப் புரிந்துவிடும். வற்புறுத்தி சாப்பிட வைப்பாள். அவளுடைய மாமாவுக்கு நான் உதவி செய்துவிட்டு வீட்டுக்குத் திரும்பும்போது ஏதாவது தானியமோ காய்கறிகளோ கட்டித் தருவாள். தண்ணீர் எடுக்கச் செல்லும்போது அவள் குடத்தினுள் தானியங்களைப் போட்டு வழியில் எங்கள் வீட்டில் தந்துவிட்டு கிணற்றுக்குப் போவாள்.

1942இல் நான் ஒன்பதாம் வகுப்புப் படித்துக் கொண்டிருந்த போது டாக்டர் அம்பேத்கர் தாழ்த்தப்பட்டோர் கூட்டமைப்பை முன்னிட்டு நாக்புரிக்கு வரப்போவதாக அறிந்தேன். நான் அவரைப் பற்றி கேள்விப்பட்டிருந்தேனேயொழிய அதுவரை நேரில் பார்த்ததில்லை. உண்மையிலேயே அப்படி ஒரு மனிதர் இருக்கிறாரா? இவ்வளவு அறிவுள்ள ஒருவர் நிஜமாக இருக்க முடியுமா? அப்படிப்பட்ட ஒருவருக்கு எங்கள் மீட்சிக்காக பாடுபட நேரம் கிடைக்குமா? ஒரு கற்பனை புருஷராகவே தோன்றும் பாபாசாகபைப் பார்க்கவும் அவர் பேச்சைக் கேட்கவும் துடித்துக் கொண்டிருந்தேன். அந்தக் கூட்டத்தின் நுழைவுக் கட்டணமான ஒரு ரூபாய் இருபத்தைந்து பைசாவுக் காக நான் வயல்களில் மேலும் கடினமாக வேலை செய்தேன். பணம் கிடைத்துவிட்டது. பத்து பைசா கூடவே இருந்தது. ஆனால் ரயில் டிக்கெட்டுக்கு பணம் இல்லை. உம்ரேரிலிருந்து நாக்புருக்கு இருபத்தொன்பது மைல் நடந்தே சென்றேன். அங்கே ஸ்ரீ பாபுராவ் மேஷ்ராம் என்று ஓர் உறவினர் இருந்தார். அவர் வீட்டில் தங்கினேன். அவர் ஒரு சமூக சீர்திருத்தவாதி. கவிஞரும்கூட. பல ஆண்டுகளுக்கு முன் மகாராஜாவுக்குக் மரியாதை செலுத்தும் நிகழ்ச்சியில் எங்களுக்கு தங்க இடம் அளித்துக் காப்பாற்றியவர் அவர்.

நான் தலைநகருக்குத் தனியாகச் செல்வது இதுதான் முதல்தடவை. நாக்புரில் ஜனக் கூட்டத்தைப் பார்த்து ரசித்துக் கொண்டே வீதிகளில் நடந்தேன். இந்தியாவில் பிரிட்டிஷ் சாம்ராஜ்யத்தின் ஒரு முக்கிய நகரமாக திகழ்ந்திருந்தது நாக்புர். நாட்டின் மத்தியப் பகுதியில் இருப்பதால் வடக்கு – தெற்கு மற்றும் கிழக்கு – மேற்கு செல்லும் அனைத்து ரயில்களும் நாக்புர் வழியாகத்தான் சென்றன. ஆங்கிலேயர் காலத்தில் கட்டப்பட்ட அற்புதமான அரசுக் கட்டிடங்களும் சர்வ கலாசாலையும் இருந்தன.

மூன்று நாள் மாநாடு ஜூலை 18இல் தொடங்கியது. எழுபத்தையாயிரம் பேர் கூடியிருந்தனர். பாபா சாகப் அம்பேத்கர் மேடையில் வீற்றிருந்தார். நல்ல உடல் கட்டும் உயரமும் கொண்ட அவர் மற்றவர்களிலிருந்து தனியாகவே தோன்றினார். கறுத்த தலை மயிரை பின்பக்கமாக சீவியிருந்ததில் அவர் பரந்த நெற்றி தெளிவாகத் தெரிந்தது. கண்ணாடி அறிவால் ஒளிர்ந்தது. ஒலிப் பெருக்கியில் அவர் குரல் கம்பீரமாக ஒலித்தது.

என் உறவினர் ஸ்ரீபாபுராவ் மேஷ்ராம் பாபா சாகபை வரவேற்கும் விதமாக ஒரு கவிதையைப் பாடியபோது எனக்கு மிகப் பெருமையாக இருந்தது. இந்த மாபெரும் கூட்டத்தில் அவரே இயற்றிய பாடல் ஒலிப் பெருக்கியில் ஒலித்தது.

பாபா அம்பேத்கர் க்யா கஹூன் ஞான் ஔர் சௌகத் தேரீ
ஔர் பஸ்கயீ ஹை பீம்ராவ் தில்மேம் மூரத் தேரீ

(உங்கள் தோற்றத்தையும் பெருமையையும் நான் எவ்வாறு வர்ணிக்க முடியும் பாபா அம்பேத்கர்? உங்கள் உருவத்தை எங்கள் இதயத்தில் அல்லவா வைத்திருக்கிறோம்!)

அந்த மூன்று நாட்களும் உற்சாகத்தையும் நம்பிக்கையையும் அளித்தன. என் துயரங்களை அறிந்துகொள்ளும் சந்தர்ப்பமாக அமைந்தது. ஒவ்வொரு நாளும் அந்த சம்மேளனத்தில் புதிய உத்வேகமும் கருத்துக்களும் திட்டங்களும் எழுந்தன. தீண்டப் படாதோரின் அனைத்துப் பிரிவுகளையும் ஒன்றிணைத்து ஒரே அமைப்பை உருவாக்க வேண்டும் என்ற தம் குறிக்கோளை வெளியிட்டார். அவருடைய ஆர்வம் அதற்கு மேலும் சென்றது. இந்தியாவில் பெண்கள் படும் பாட்டைப் பற்றி அவர் குறிப்பிட்டார். கூட்டத்தில் வேட்டியும் பான்டும் சட்டையும் அணிந்த நபர்கள் மட்டுமல்ல, புடவை கட்டியவர்களும் கணிசமாக இருந்தனர். 75,000 பிரதிநிதிகளில் 30,000பேர் பெண்கள். அவர்கள் சுலோசனாபாய் டோங்ரேயின் தலைமையில் அழைத்து வரப் பட்டிருந்தனர். இது டாக்டர் அம்பேத்கருக்கு மிகுந்த மகிழ்ச்சியை

அளித்தது. வீட்டு வேலைகளுக்கு அப்பால் தங்கள் சமுதாய பிரச்சினைகளிலும் உழைக்க பெண்கள் தைரியமாக முன் வரவேண்டிய அவசியத்தை அவர் வற்புறுத்தினார். போன தலைமுறையிலும் இந்தத் தலைமுறையிலும் எல்லா ஜாதியைச் சேர்ந்த பெண்களும் அடக்கப்பட்ட நிலையிலும் கல்வியற்ற நிலையிலும் தங்கள் வாழ்வை கழித்திருக்கின்றனர். பர்தா முதல் உடன்கட்டை போன்ற வழக்கங்களுக்கு உட்படுத்தப் பட்டுள்ளனர் என்றார் பாபா சாகப். அவர் மேலும் கூறினார்:

> கல்விக்கும் முன்னேற்றத்துக்கும் நம் பெண்கள் பாடுபட வேண்டுமென விரும்புகிறேன். கல்வியறிவு பெற்ற ஒரு பெண் தன் குடும்பத்தையும் தன் இனத்தையும் முன்னேற்ற முடியும். குழந்தைகளின் கல்விக்காக பெண்கள் ஒன்று சேர்ந்து பாடுபட வேண்டும். ஆண் குழந்தைகளுக்கும் பெண் குழந்தைகளுக்கும் இடையே வித்தியாசம் பாராட்டக் கூடாது. பெண்களின் இளவயது திருமணத்தை ஒழிக்க வேண்டும். குறைந்த அளவு குழந்தைகளைப் பெறுவதே குடும்பத்தின் நலனுக்கும் சமூகத்தின் நலனுக்கும் ஏற்றதாகும்.

இந்த விதமாக, பெண்கள் உரிமை, குடும்பக் கட்டுப்பாடு இரண்டும் தேசியக் கொள்கையாக அறியப்படுவதற்கு முன்பே பாபா சாகப் அம்பேத்கர் அவற்றின் முக்கியத்துவத்தைப் பற்றி முழங்கியிருக்கிறார். 1936இல் பம்பாய் சட்டசபையில் அம்பேத்கர் குடும்பக் கட்டுப்பாடு குறித்துப் பேசும்போது காங்கிரஸும் மற்ற கட்சிகளும் அவரை எள்ளி நகையாடினர். உண்மையாகவே அவருக்கு நல்ல தீர்க்கதரிசனம் இருந்தது. தலித் பெண்கள் மற்றவர்களைவிட அதிக அளவில் முன்னேறுகிறார்கள் என்பது குறிப்பிடத்தக்கது.

எனது உறவினரும் ஆதரவாளருமான பாபுராவ் மெஷ்ராமின் சிபாரிசின் பேரில் நான் நாக்புரில் பாபா சாகபின் பாதுகாவலர்களில் ஒருவனாக நியமிக்கப்பட்டேன். காலையில் அவர் உலாவச் செல்லும்போது உடன் செல்வேன். கிராமத்தில் நான் மேற்கொண்ட உடல் உழைப்பும் குத்துச் சண்டையும் அன்று நல்ல பலனளித்திருப்பதாக உணர்ந்தேன். கூட்டம் முடிவுற்றதும் டாக்டர் அம்பேத்கர் நாக்புர் மேயர் அளிக்கவிருந்த ஒரு பாராட்டு விருந்துக்கு கால்நடையாக சில நண்பர்களுடன் புறப்பட்டார். ஹோட்டல் வாசலில் நானும் சில பாதுகாவலரும் கூட்டத்தை விலக்கி அவர் செல்வதற்கு வழி அமைத்தோம். அப்பொழுது கிழிந்த உடையி லிருந்த மூன்று பெண்கள் சற்று முன்னே வந்து “இவர்களில் யார் பாபா சாகப் அம்பேத்கர்?” என்று கேட்டனர்.

டாக்டர் அம்பேத்கர் தம்மை அறிமுகப்படுத்தியதும் அந்தப் பெண்களில் ஒருவர் அவருக்கு ஓர் அரளிப்பூ மாலையணிவிக்க வந்தார். பாபா சாகப் நல்ல உயரம். மாலையைப் பெற்றுக் கொள்வதற்காக நன்றாக குனிய வேண்டியிருந்தது. அந்தப் பெண், "நாங்கள் மிகவும் ஏழைகள். நுழைவுக் கட்டணம் செலுத்த வழியில்லை. எனவே இங்கே வெளியே பல மணி நேரம் உங்களுக்காக காத்துக்கொண்டு இருந்தோம். உங்கள் தரிசனம் கிடைத்ததில் நாங்கள் பாக்கியசாலிகள் ஆகிவிட்டோம்" என்றாள்.

பாபா சாகப் நெகிழ்ந்துபோய்விட்டார். எப்படி மாலை வாங்க முடிந்தது என்று கேட்டார். அதிகப்படியாக புல் அறுத்து கட்டுகளாக்கி விறகுக் கட்டுடன் அவற்றை விற்று கிடைத்த பணத்தில் இந்த எளிய அன்பளிப்பை வாங்கியதாகச் சொன்னார் கள். பாபா சாகபின் கண்களில் நீர் நிறைந்தது. உணர்ச்சிவசப் பட்டவராகத் தளுதளுத்த குரலில் கூறினார்:

அம்மா, மிகச் சிறிய வயதிலே என் தாயாரை இழந்து விட்டேன். அவள் எப்படி இருப்பாள் என்ற நினைவே எனக்கு இல்லை. ஆனால் உங்கள் அன்பையும் பக்தியையும் பார்க்கும்போது அவளுக்கு என்மீது இருந்திருக்கும் அன்பை யும் தாய்ப் பாசத்தையும் உணர முடிகிறது. நான் கல்வி கற்றதைப் போல உங்கள் குழந்தைகளும் மேன்மையுற எல்லா வகையிலும் பாடுபடுவேன் என்று உறுதியாகக் கூறுகிறேன். அதனால் நீங்கள் அமைதியான கௌரவமான நிறைவான வாழ்க்கையை பெற முடியும். அப்படி என்னால் செய்ய முடியாமல் போனால் ஒரு துப்பாக்கி முனையில் என் உயிரை மாய்த்துக்கொள்வேன்.

இதைக் கேட்டு நாங்கள் அனைவரும் திகைத்துப் போய் விட்டோம். ரோஜா, மல்லிகை போன்ற நறுமண பூக்களால் கட்டப்பட்ட ஆயிரக்கணக்கான மாலைகள் அவருக்கு அணிவிக்கப்பட்டன. ஆனால் இந்த எளிய அரளிப்பூ மாலை தான் அவர் உள்ளத்தைத் தொட்டிருந்தது.

உம்ரேரில் உயர்நிலைப் பள்ளியில் படிக்கும் தலித் மாணவர் கள் இணைந்து தருண் உத்யகால் மண்டல் (இளைஞர் முன்னேற்றக் குழு) என்ற அமைப்பை ஏற்படுத்தினோம். விளையாட்டு மற்றும் இலக்கிய வளர்ச்சிக்காக ஆரோக்கிய மான செயல்பாடுகள் கொண்ட அமைப்பை உருவாக்க பாடு பட்டோம். கால்பந்து விளையாட்டு முதல் லத்திகள் கொண்டு தற்காப்பு கலை உட்பட பல துறைகளை ஏற்படுத்தினோம்.

நிறையப் புத்தகங்கள் சேகரித்து ஒரு நூல்நிலையம் அமைத்தோம். பரோடாவின் கேய்க்வார் மகாராஜா நிறையப் புத்தகங்களை அன்பளிப்பாக தந்திருந்தார். ஊர்ஊராகச் செல்லும் ஒரு நூல்நிலையத்தையும் அவர் தொடங்கிவைத்தார். நாங்கள் சிறிய அளவில் அம்பேத்கர் நூல்நிலையம் ஒன்றை நடத்தி வந்தோம்.

எங்கள் உறுப்பினர்கள் கல்வியின் முக்கியத்துவத்தைப்பற்றி அண்டை கிராம மக்களிடம் பேசுவோம். டாக்டர் அம்பேத்கரின் சமூக முன்னேற்ற இயக்கம் பற்றிய செய்திகளைப் பரப்புவோம். ஒரு தடவை நாங்கள் எட்டு மாணவர்கள் தூர்கேடா என்ற கிராமத்துக்குச் சென்று சாராயத்தின் தீமை பற்றிய ஒரு சிறு நாடகத்தை நடத்தினோம். கிராம மக்களின் பேச்சு வழக்கிலேயே நடத்தப்பட்ட இந்த நாடகங்களை அவர்கள் மிகவும் ரசித்துப் பார்த்தனர்.

ஒரு காட்சியில், என் நண்பன் ஏக்நாத் குடிகாரனாக நடிப்பான். ஒரு கள்ளச் சாராய வியாபாரியிடமிருந்து பாட்டில் பாட்டில்களாக நாட்டுச் சரக்கு வாங்கிக் குடிக்கும் பாத்திரம் அது. நாங்கள் நிறைய பாட்டில்களில் தண்ணீரை நிரப்பி வைத்திருந்தோம். ஏக்நாத்தும் மற்ற 'குடிகாரர்'களும் அதைக் குடித்துவிட்டு மேடையில் ஆட்டம் போட வேண்டும். ஆனால் வேடிக்கை என்னவெனில் ஏக்நாத் உண்மையிலேயே ஒரு குடிகாரன். தன் நடிப்பு தத்ரூபமாக இருக்க வேண்டும் என்பதற் காக முதலிலேயே நிறையக் குடித்திருந்தான். நாங்கள் நிரப்பி யிருந்த தண்ணீர் பாட்டில்களைக் காலி செய்தபின், 'சாராயம் தீர்ந்துவிட்டதென்று என்னை ஏமாற்ற வேண்டாம்' என்று கத்தினான். 'கடைக்காரனை' அவன் திட்டிக் கழித்ததை பார்வை யாளர்கள் வெகுவாக ரசித்தனர்.

திரைக்குப் பின்னாலிருந்து நாங்கள் அவனுக்கு ஜாடை காட்டியதெல்லாம் வீணாயிற்று. எல்லாம் காலியாகிவிட்டது என்று நாங்கள் கூறியதை அவனால் புரிந்துகொள்ள முடிய வில்லை. நடிப்பில் நிஜமாகவே மூழ்கிப் போனவன் 'சாராய வியாபாரி'யை பலமாக அடிக்கத் தொடங்கிவிட்டான். கிராம மக்கள் அவன் 'நடிப்பை' மிகவும் சுவாரஸ்யமாக ரஸித்துக் கொண்டிருக்கிறார்கள். மேலும் தண்ணீர் பாட்டில்கள் தயாரிக்க எங்களால் முடியவில்லை. சிறப்பாக 'நடித்து'க்கொண்டிருக்கும் ஏக்நாத்தை மேடையிலிருந்து அகற்றிவிட்டால் கிராம மக்களுக்கு கோபம் வந்துவிடும். அது பெரிய ஆபத்து.

வேறு வழியில்லாமல் என் நண்பர்கள் சிலர் திரைக்குப் பின்னால் ஒரு பாட்டிலில் ஒன்றுக்கிருந்து அதை 'சாராய வியாபாரி'யிடம் கொடுத்தனர். 'புதிதாகத் தயாரிக்கப்பட்ட'

சாராயத்தை ஏக்நாத் ஆர்வமுடன் பறித்துக் குடிக்க ஆரம்பித் தான். இரண்டு மூன்று மடக்குக் குடித்ததும் அவன் கண்களில் நீர் வழிய வாயிலிருந்த அத்தனையையும் மேடை முழுக்கத் துப்பினான். தள்ளாடியபடி பாட்டிலிலிருந்த மிச்சத்தையும் கீழே ஊற்றியபின் நிஜ குடிகாரன் போல் நடந்ததை மக்கள் பலமாகக் கை தட்டி ரசித்தனர்.

எங்கள் நிகழ்ச்சி வெற்றி அடைந்த மகிழ்ச்சியில் மறுநாள் நாங்கள் உம்ரேர் திரும்பினோம். வழியில் சிரித்தபடி பேசிக் கொண்டே இருந்தோம். திடீரென ஏக்நாத், "டேய், நீங்கள் தந்த கடைசி பாட்டிலில் இருந்தது வித்தியாசமாக இருந்ததே. அந்த அழுக்குத் தண்ணீரை எங்கே பிடித்தீர்கள்?" என்று கேட்டான். அதைப்பற்றி மூச்சுவிடக் கூடாது என்று நாங்கள் கொண்டிருந்த தீர்மானம், திருப்பித் திருப்பி அவன் கேட்ட கேள்விகளில் உடைந்துவிட்டது. வேறு வழியின்றி சிரித்துக் கொண்டே அந்த கடைசி பாட்டிலின் ரகசியத்தைச் சொல்லி விட்டோம். ஏக்நாத் கோபத்தில் கொதித்துவிட்டான். பல மைல் தூர பயணத்திற்கு பிறகே அவனை அமைதிப்படுத்த முடிந்தது.

உம்ரேரில் நான் மூன்றாம் வகுப்பு முதல் உயர்நிலை வகுப்பு வரை படித்ததால் அங்கே எனக்கு நிறைய நண்பர்கள் கிடைத்தனர். நல்ல படிப்பவன் முதல் முழு முட்டாள் வரை எல்லா தரப்பிலும் அவர்கள் இருந்தனர். என் ஜாதியைவிட குறைந்த ஜாதியைச் சேர்ந்தவர்களும் அதில் அடக்கம். உதாரண மாக தோல் வேலை செய்யும் ராஹ்தே சகோதரர்கள், முடிதிருத் தும் பலிராம் வாஸ்டே போன்றவர்கள். சகுணா பாட்டி வெளியூரில் இருக்கும்போது எங்கள் நட்பு கிளை விரித்துப் பரவும்.

பாண்டுரங்க் நவ்நகே என்று ஒரு நண்பன். அவ்வளவு நன்றாகப் படிக்கமாட்டான். இயல்பாகவே முரட்டு சுபாவம், மனம் போனபடி திரிவான். என்மூலம் அவன் திருந்திவிடுவான் என்ற நினைப்பில் அவன் பெற்றோர் எங்கள் நட்புக்கு நல்ல ஊக்கமளித்தனர். ஆனால் நடந்தது நேர் மாறாக. அவனது நடவடிக்கையும் விளையாட்டும் என்னை மிகவும் இக்கட்டான நிலைக்குத் தள்ள ஆரம்பித்தன. இதற்கு நேர்மாறாக துலாராம் டோங்ரே ஒரு நல்ல நண்பன் என்பதற்கும் மேலாக எனக்கு வழிகாட்டியாகவும் இருந்தான். அவ்வப்போது அறிவுரை கூறுவான். தூரத்து சொந்தமும்கூட. எங்களுக்கு உம்ரேரில் தண்ணீர் எடுக்கும் உரிமை கோரி சத்யாகிரகத்தில் ஈடுபட்ட சமூக சீர்திருத்தவாதி சதானைத் டோங்ரேயின் உறவினன்.

துலாராம் ஓரளவு நல்ல வசதியுள்ள குடும்பத்தைச் சேர்ந்தவன். சரியான வயதிலேயே படிக்கத் தொடங்கிவிட்டான். நாக்புரில் உள்ள பிரபல மோரிஸ் காலேஜில் நான் ஒன்பதாவது படிக்கும் போது அவன் ஏற்கனவே அங்கு படித்துக்கொண்டிருந்தான்.

என் படிப்பு விரைவாக முன்னேறிக்கொண்டிருந்தது. இப்போது நான் எனது 'மேஜர்' பாடத்தை தீர்மானிக்க வேண்டிய நிலை. எனது பிரச்சனையை துலாராமிடம் சொன்னபோது, நமது ஜாதியில் பெரும்பாலோர் 'ஆர்ட்' பாடங்களையே எடுத்திருக்கிறார்கள். சயன்ஸ் எடுத்தவர்கள் யாருமில்லை. நீ அதையே எடுத்துப் படி என்றான். அவன் சொல்வதை நான் ஏற்றுக்கொண்டு, கெமிஸ்ட்ரி, பிஸிக்ஸ், கணிதம் பாடங்களைத் தேர்ந்தெடுத்தேன்.

இன்னொரு நண்பன் லக்ஷ்மண் நக்தேவ்தே. விளையாட்டு வீரன். எப்போதும் சமூக சீர்திருத்த நிகழ்ச்சிகளில் முக்கிய பங்கு கொள்பவன். 1942இல் இரண்டாம் உலக யுத்தச் சமயத்தில், அம்பேத்கர் தமது பேச்சின்போது நமது சமூகத்தைச் சேர்ந்த துடிப்பான இளைஞர்கள் ராணுவத்தில் சேர்ந்து, மஹார் பட்டாலியன் அமைத்து, தம் வாழ்க்கை நிலையையும் உயர்த்திக் கொள்ள வேண்டும் என்று கூறியதைக் கேட்டதும், தன் ஒன்பதா வது வகுப்பு படிப்பைப் பாதியில் நிறுத்திவிட்டு பட்டாளத்தில் சேர்ந்துவிட்டான்.

விடுமுறையின்போது அவன் மிலிட்டரியிலிருந்து ஊருக்கு வந்து தன் வீரதீர செயல்களைப் பற்றி கதை கதையாகக் கூறுவான். அதைக் கேட்டு எங்களுக்கு மயிர் கூச்செரியும். ராணுவத்தில் சேர ஆசையாயிருக்கும். அத்துடன் செய்தித்தாள் களிலும் 'கட்அவுட்'களிலும் இது குறித்து பெரிய விளம்பரங்கள் வந்தன. "நீங்கள் மெட்ரிக் தேறியிருந்தாலும் தோற்றிருந்தாலும் ராணுவத்தில் சேர முடியும்" என்றான். ஆனால் எங்கள் குடும்பத்தினரின் ஆசைகளும் கனவுகளும் வேறாயிற்றே. கிராமத்திலேயே இருந்துவிட்டோம். வருடந்தோறும் லக்ஷ்மண் புதிய ராணுவ உடையுடன் ஊருக்கு வரும்போது தனது பழைய உடைகளை எங்களுக்குத் தந்துவிடுவான். எங்கள் பரிதாப நிலை அவனுக்கு நன்றாகத் தெரியும்.

எனது உறவினர்களாலும் நான் பெருமளவில் பாதிக்கப் பட்டிருந்தேன். அதில் முக்கியமானவர் தயால் மாமா. ஒரு காலத்தில் எனக்கு ஜரிகை வைத்த தொப்பி வாங்கித் தந்தவர். உம்ரேர் நகரத்துக்கு வெளியே வயல் நடுவில் வசித்து வந்தார். நான் ஒன்பதாவது முடித்ததும் தயால் மாமாவைப் பார்க்கப்

போனேன். தமது மாட்டு வண்டியில் விறகுக் கட்டைகளை ஏற்றிக்கொண்டிருந்தார், நாக்புரில் கொண்டுபோய் விற்பதற்காக. என்னையும் தம்முடன் வருகிறாயா என்று கேட்டபோது உடனே சம்மதித்தேன்.

விறகை விற்று முடிந்த பிறகு நகரின் மத்தியில் நாங்கள் ஒரு கம்பீரமான அழகிய கட்டிடத்தைக் கண்டோம். வெள்ளையடித்த பிரமாண்டமான தூண்கள், மரங்கள், மணல் பரப்பான பாதைகள், புல்வெளிகள், பெரிய தோட்டம். அதிசயத்துடன் அதைப் பற்றி மாமாவிடம் கேட்டேன். அது ராணியின் மஹால் என்றார் அவர். எனக்கு ஆச்சரியமாக இருந்தது. நாக்புரில் ஒரு ராணி வசித்ததாக எனக்கு நினைவில்லை. ஒரு காலத்தில் நாக்புரில் ராணிகள் இருந்திருக்கலாம் என்றார் அவர். இப்போது அது விவசாயக் கல்லூரியாகத் திகழ்கிறது. எப்போதாவது இந்த கம்பீரமான கட்டிடத்தில் படிக்க வேண்டும் என்று நினைத்துக்கொண்டேன். ஆனால் அது ஒரு அசட்டுப் பையனின் பகல் கனவாகவே இருந்தது.

1945இல் எனது மெட்ரிக் பரீட்சை முடிந்ததும் எனக்கு சற்றுப் பயமாக இருந்தது. அங்குஷ் என் வீட்டு வேலைகளில் பாதியைப் பகிர்ந்து கொண்டு உதவினான். சகுணா பாட்டி ஸாத்காவுக்குப் போய்விட்டாள். ஆகவே எனக்கு நண்பர்களுடன் சேர்ந்து நீச்சலடிக்கவும், விவாதிக்கவும், குஸ்தி போடவும், சமூக வேலைகள் செய்யவும் நிறைய நேரம் கிடைத்தது. ஆனால் இப்போது அவற்றையெல்லாம் விட்டுவிட்டுப் படிப்பிலேயே கவனம் செலுத்த வேண்டியிருந்தது. தவறவிட்ட நேரத்தை ஈடு செய்ய வேண்டும்.

உம்ரேர் நகரம் அளவில் வளர்ந்துவிட்டதால் என் கவனத்தைத் திசை திருப்பும் எதிர்பாராத பல நிகழ்ச்சிகளும் தோன்றின. நகருக்கு வெளியே இடங்கள் மலிவாக கிடைத்ததால் எங்கள் வீட்டைச் சுற்றி நிறைய குடிசைகள் முளைத்தன.

நாக்பூர் விவசாயக் கல்லூரி – 'ராணியின் அரண்மனை'.

தனிமையில் இருந்ததற்குப் பதிலாக இப்போது விரைவாக வளர்ந்து வரும் ஒரு சமூகத்தின் நடுவில் இருந்தோம். குடிசைகளை விட ஆட்களின் எண்ணிக்கை அதிகரித்தது. பழைய அமைதி யான சூழ்நிலை மறைந்துவிட்டது. கூச்சலும் குழந்தைகளின் சண்டைகளும் நாளுக்குநாள் அதிகரித்தன. குடிகார கணவர்கள் மனைவிகளை அடித்தனர். இது தினசரி நடைபெறும் காட்சி. படிப்பதற்காகப் புத்தகத்தைத் திறந்ததும் ஏதாவது ஒரு மூலையி லிருந்து ஒரு பெரிய கூச்சல் எழும். எங்களுக்கு பணத்தின் பற்றாக்குறை இருந்தது மட்டுமல்ல அற்புதமான அமைதியும் பற்றாக்குறையாகி விட்டது.

ஒரு விதத்தில் இந்த சண்டைகளும் தகராறுகளும் வேடிக்கை யாகத்தான் இருந்தன என்று சொல்ல வேண்டும். எங்கள் வீட்டுக்குப் பின்னால் ஒரு பெண் குடியிருந்தாள். ராட்சசி. அவள் வாயிலிருந்து கிளம்பும் வசவுகளைக் கேட்க வேண்டுமே. ஒரு தடவை தன் பக்கத்து வீட்டுக்காரியுடன் அவள் போட்ட சண்டை நினைவிருக்கிறது. எக்கச்சக்கமான வசவுகள், கெட்ட வார்த்தைகள். அடுத்த வாரம் அதே வேகத்துடன் அவளுக்குக் குறைவில்லாமல் அந்தப் பக்கத்து வீட்டுக்காரி பொரிந்து தள்ளினாள். பிறகு ஒருவரை ஒருவர் திட்டித் தீர்த்துவிட்டு அவர்கள் முன்னோர்களையும் தொடர்ந்து வசைபாடினர். கடைசியில் அந்த ‘ராட்சசி’ தனது முந்தானையை இடுப்பில் சொருகியபடி போருக்குத் தயாரானாள். நாங்கள் பிரமிப்புடன் அவள் முழங்குவதைக் கேட்டுக்கொண்டிருந்தோம்.

“அடி தேவடியா! இதோ நான் வருகிறேன். உன் கருப்பைக்கு கீழே இருந்து உள்ளே நுழைவேன். அங்கே இருந்துகொண்டு காலால் உன்னை உதைப்பேன். உன் குடலில் ஊஞ்சல் ஆடுவேன். ஹோலியில் நான் உள்ளே நுழைந்து தீபாவளி வரை அங்கேயே தங்குவேன். என்னை சாதாரண பெண் என்று நினைக்காதே. உன் உயிரையே எடுத்துவிட்டு உன் உடம்பை சின்னாபின்ன மாக ஆக்குவேன். ஆயுசு பூராவும் என்னை நீ மறக்க மாட்டே.”

ஒரு காதல் நாடகமும் அரங்கேறியது. ஒரு சோக நாடகம். ஒரு பெண்ணுக்கு ஒருவன் மேல் ஆசை. ஆனால் அவள் அண்ணனுக்கு அவனைப் பிடிக்காது. ஒருநாள் அந்த அண்ணன் குடிசைக்கு வெளியே மறைந்திருந்து, தங்கையின் காதலனை கையும் மெய்யுமாகப் பிடித்து, செமையாகச் சாத்தியிருக்கிறான். காதலன் எப்படியோ தப்பித்து ஓடிவிட்டான். பின்னர் அண்ண னின் குடிசைக்குள் புகுந்து அவனைக் கத்தியால் குத்தி கொன்று விட்டான். கோர்ட்டில் கேஸ் நடந்தது. தங்கைக்காரி காதலன்

பக்கம் சேர்ந்துகொண்டு அவன் தற்காப்புக்காகத்தான் அண்ணனைக் கொன்றான் என்று கூறிவிட்டாள். பின்னர் எல்லோரும் அவளை 'பௌமாரி' (அண்ணனைக் கொன்றவள்) என்றே அழைக்கத் தொடங்கினர்.

இந்த மாதிரி குழப்பமும் இரைச்சலும் உள்ள இடத்தில் இருந்துகொண்டு எப்படிப் படித்தோம் என்று எனக்கு இன்னும் புரியவில்லை. எங்களுக்குக் கிடைத்த ஒரே சந்தர்ப்பம் அதிகாலையில் எழுந்து படிப்பதுதான். அப்போது அமைதியாக இருக்கும். சகுணா பாட்டி அதிகாலையில் எழுந்திருக்கும் வழக்கத்தை எங்களிடம் திணித்திருந்தாள். அது இப்போது ஒரு வரப்பிரசாதமாக அமைந்துவிட்டது.

பரீட்சை நெருங்கியதும் நான் தீவிரமாகப் படிக்கத் தொடங்கினேன். பரீட்சை மும்முரமாக நடந்துகொண்டிருக்கும் போது ஒரு துயர சம்பவம் நடந்தது. ஒருநாள் என் நண்பர்கள் புத்தா, பாண்டுரங்க், மகாதேவ் மேஷ்ராம் மூவரும் என்னைப் பார்க்க வந்தனர். சமையல் வேலை பார்க்கும் ஒரு ஏழையின் பதினான்கு வயதுப் பெண் காய்ச்சலில் இறந்துவிட்டாள் என்ற செய்தியைத் தெரிவித்தனர். அவன் சமீபத்தில்தான் உம்ரேருக்கு வந்திருக்கிறான். எனவே நிறைய ஆட்களை அவனுக்குத் தெரியாது. அத்துடன் அவன் மஹார் ஜாதியில் தாழ்ந்த பிரிவான ஸேம்வன்ஷி வகுப்பைச் சேர்ந்தவன் என்பதால் உம்ரேரில் உள்ள மஹார்கள் இறந்த உடலை மயானத்துக்கு எடுத்துச் செல்ல உதவிபுரிய மறுத்துவிட்டனர். மற்றவர்களால் வெறுத்து ஒதுக்கப்படும் நம் மக்கள், நம்மில் ஒருவரையே வெறுத்து ஒதுக்குகிறார்களே. இந்த மாதிரியான குறுகிய புத்தி கொண்டவர்களால் மனம் மிக வேதனைக்குள்ளாகியது.

பரந்த உள்ளம் கொண்ட சிலர் உதவி செய்ய முன்வந்துள்ள தாக என் நண்பர்கள் கூறினர். இந்த மாதிரி விஷயங்களில் எப்போதும் நான் முன்னே நிற்பதுதான் வழக்கம். ஆனால் இப்போது எனக்கு பரீட்சை நேரம். ஆண்டு இறுதிப் பரீட்சை மறுநாள் காலையில் தொடங்குகிறது. என் எதிர்காலமே இந்த பரீட்சையில்தான் தொங்கிக்கொண்டிருக்கிறது. ஆனால் அவர் கள் உதவிக்காக வற்புறுத்தினார்கள். வேறுவழியில்லை என்றார் கள். நான் அவர்களுடன் சென்று எல்லாம் முடிந்து களைப்புடன் திரும்பும்போது இரவு வெகுநேரமாகி விட்டது. சாப்பிடவே தோன்றவில்லை. அப்புறமல்லவா படிப்பது!

காலையில் கொஞ்சநேரம் படித்துவிட்டு பரீட்சை எழுதச் சென்றேன். நன்றாக எழுதவில்லை. பரீட்சைகள் முடிந்தபிறகு

மனசு சரியானதும் நண்பர்களுடன் பிவாபுர் சென்றேன். பாபாசாகபின் பிறந்தநாள் விழா, அம்பேத்கர் ஜெயந்தி அங்கே கொண்டாடப்பட்டது. எங்கள் இனத் தலைவர் ஜன்பந்து குருஜி அந்த நிகழ்ச்சிக்கு என்னை தலைமை தாங்கும்படி கேட்டுக்கொண்டார். இளைஞர்கள் தலைமையேற்க வேண்டிய காலம் வந்துவிட்டது என்றார். என் நண்பர்களுக்கெல்லாம் ஒரே குஷி. 'நிம்கடே கரே புகார், பாபா சாகப் கி ஜெய் ஜெய்கார்' (பாபா சாகப் அம்பேத்கரின் புகழ்பாட நிம்கடே அழைக்கிறார்) என்று பாடினார்கள்.

பரீட்சை முடிவுகள் வந்தன. சில பாடங்களில் சொற்ப மார்க்குகளில்தான் பாஸாகி இருந்தேன். வேறு சில பாடங் களில் நல்ல மார்க் கிடைத்திருந்தது. எப்படியோ, பரீட்சையில் தேறிவிட்டேன் என்பதுதான் விஷயம்.

1945இல் தாழ்த்தப்பட்ட இன மாணவர் இயக்கம் நடத்தும் மாநாட்டில் கலந்துகொள்வதற்காக நாக்புர் சென்றேன். நிறையப் பேர் பேசினார்கள். காம்ப்ளே என்பவரின் பேச்சு என்னைக் கவர்ந்தது. மக்கள் அவரை 'மைக்கேல் காம்ப்ளே' என்று அழைத்தனர். அவர் ஆங்கிலத்தில் பேசினார். அவரது ஆங்கிலம் இயல்பாக, தெளிவாக இருந்தது. அவர் கூறினார்:

> நம் எதிரே நாம் காணும் இந்த அற்புத கட்டிடங்களும் ஹால்களும் காலேஜ்களும் தானாக எழுந்தவை அல்ல. நமது உழைப்பால் தோன்றியவை. நமது முன்னோர்களும் சித்தப்பாமார்களும் சகோதரர்களும் சேற்றிலும் புழுதியி லும் நின்றபடி தங்கள் வியர்வையும் இரத்தத்தையும் சிந்தி எழுப்பிய கட்டிடங்கள் இவை. ஆனால் நம்மால் சுதந்திர மாக இங்கே வரவோ இந்த கட்டிடத்தில் கல்வி கற்கவோ முடியுமா? முடியாது. ஜாதிப் பிரிவினையாலும் ஏழ்மை யாலும் நாம் இங்கு வருவதிலிருந்து விலக்கப்பட்டிருக் கிறோம். நாம், நம் குழந்தைகள், நம் பேரக் குழந்தைகள் அனைவரும் கல்வி கற்பதன் மூலமே இந்த அநியாயத்தை சரிசெய்ய முடியும்.

அடுத்த மாநாடு சந்திராபுர் நகரில் நடக்கவிருந்தது. அதை நல்ல முறையில் நடத்த நான் உட்பட பல மாணவர்கள் நிதி திரட்ட முன்வந்தோம். பல கிராமங்களுக்கும் சென்று நிதிதிரட்ட இது எனக்கு ஒரு நல்ல வாய்ப்பாக அமைந்தது. என்னிடம் பணம் இல்லாததால் கால்நடையாகவே சென்றேன். இவ்வாறு அந்தக் கோடையில் நாக்புர், பந்துரா, சந்தா மாவட்டங்களில் சுமார் நானூறு மைல்கள் நடந்து இருநூறு கிராமங்களுக்குச்

சென்றிருக்கிறேன். சில நாட்களில் உச்சி வேளையில் என் தலையின் நிழல் பாதங்களைத் தொட்டபடி இருக்கும்.

ஒவ்வொரு கிராமத்திலும் மாலை வேளையில் உள்ளூர் சமூக சேவகர்களும் நானும் கூடி மக்களிடம் பாபா சாகப் அம்பேத்கர் பற்றிப் பேசுவோம். எப்படி அவர் கல்வி கற்றார், தன்னை முன்னேற்றிக் கொண்டார் என்பது பற்றியும் அவர் தோற்றுவித்த சமூக இயக்கம், அதில் அவர் பெற்ற முன்னேற்றம் போன்றவை பற்றியும் பேசுவோம். கிராமத்து மக்கள் ஏழைகள், கடின உழைப்பாளிகள், நிறையத் தர முடியாது. எனினும் அவர்கள் சக்திக்கேற்றவாறு தரத்தான் செய்தார்கள். சிலர் ஒன்று அல்லது இரண்டு அணா தந்தார்கள், சிலர் ஒன்று அல்லது இரண்டு ரூபாய் தந்தார்கள்.

பிரம்மபுரியில் நாம்தேவனே என்ற மாவட்ட அதிகாரி மஹார் இனத்தைச் சேர்ந்தவர். எனக்கு உணவளித்து, தங்க வசதி செய்து, ஒரு பெரிய தொகையை நன்கொடையாகத் தந்தார். அத்துடன் எனது சொந்தச் செலவுக்காக என்று தனியாக ஐந்து ரூபாய் கொடுத்தார். "நீ ஒரு மாணவன், இருந்தும் ஊருக்கு ஊர் இந்தக் கொளுத்தும் வெயிலில் நடந்தே செல்கிறாய். ஸன்ஸ்ட்ரோக் வந்துவிடும், உனது சக்தியை எல்லாம் உறிஞ்சிவிடும். இந்தப் பணத்தை யாத்திரைக்குப் பயன்படுத்திக்கொள்" என்றார்.

ஆயினும் நான் கால்நடையாகவே சென்றேன். சமூக சேவை செய்யும்போது எனக்காக ஒரு பைசாகூட செலவழிக்கக் கூடாது என்பது என் திட்டம். ஒவ்வொரு கிராமத்துக்குப் போகும்போதும் அங்குள்ள பண்பாடு, கலாசாரம், விசேஷ பழக்கவழக்கங்கள், நம்பிக்கை போன்றவற்றை நேரடியாக பார்த்து புரிந்துகொள்ள முடிந்தது. உரலில் தானியங்கள் குத்தும் போது பெண்கள் பாடும் பாடல்களைக் கேட்டு மனப்பாடம் செய்தேன். அபங் மற்றும் பஜனைகளையும் பழமொழிகள், கிராம சொலவடைகளையும் தெரிந்துகொண்டேன். கட்கே மகாராஜ் என்ற சன்னியாசி மற்றும் அவரது சீடர்களிடமிருந்து கீர்த்தனைகளையும் மதச் சொற்பொழிவு நிகழ்த்துவதையும் கற்றுக்கொண்டேன். பின்னால் இவை என் எழுத்துக்களுக்கும் மேடைப் பேச்சுக்கும் உதவின. முன்னேறிய கிராமங்களையும் முன்னேற வேண்டிய கிராமங்களையும் அறிந்துகொண்டேன். சமூக சீர்திருத்தத்துக்காக உழைக்கும் பல இளைஞர்களிட மிருந்து நிறைய விஷயங்களைத் தெரிந்துகொண்டேன். வழியில் எனக்கு நிறைய நண்பர்கள் கிடைத்தனர். உன் நாக்கில் இனிமை இருந்தால் உலகில் எந்த மூலையிலும் உனக்கொரு நண்பன் கிடைப்பான் என்று ஒரு மராத்தி பழமொழி உண்டு.

புலியின் நிழலில்

இறுதியாக நாக்பூர் அடைந்து, கிடைத்த அன்பளிப்பு பணத்தையெல்லாம் பிரபல சமுதாயத் தலைவர் ஸேகா ராம் மேஷ்ராம் என்ற வக்கீலிடம் கொடுக்கச் சென்றேன். நிறைய கூட்டங்களில் அவர் பேச்சைக் கேட்டிருக்கிறேன். அன்பளிப்பைப் பெற்றுக்கொள்ளுமுன் என் ஊர் எது என்று கேட்டார். உம்ரேர் என்று சொன்னதும் அவர் ஆர்வத்துடன், “உம்ரேரிலிருந்து ஒரு பையன் கால்நடையாகவே கிராமம் கிராமமாகச் சென்று பிரசாரம் செய்கிறானே. தனக்கென ஒரு பைசாகூட எடுத்துக் கொள்வதில்லை. வேறு தொண்டர்கள் பத்து ரூபாய் கிடைத்தால் ஐந்தை தங்களுக்காக செலவழித்து விடுகின்றனர். அந்தப் பையன் பெயர் நிம்கடே. அவனை உனக்குத் தெரியுமா?” என்று கேட்டார்.

“நான்தான் நிம்கடே” என்று வெட்கத்துடன் சொல்லிவிட்டு 115 ரூபாயை அவரிடம் ஒப்படைத்தேன். அவர் வியப்புடன் என்னைப் பார்த்தார். பின் கேள்வி மேல் கேள்வி கேட்டார். என் குடும்பப் பின்னணி பற்றி விசாரித்தார். எனது போராட்டம் பற்றிக் கேட்டார். இதுதான் எங்கள் முதல் சந்திப்பு. பின்னர் நாங்கள் இருவரும் நல்ல நண்பர்களாகி விட்டோம்.

சண்டாவில் நடைபெறவிருந்த மாநாடு தள்ளி வைக்கப் பட்டதாக அட்வகேட் மேஷ்ராம் என்னிடம் சொன்னார். தாழ்த்தப்பட்டோர் சம்மேளனமும் மாணவர் சம்மேளனமும் பம்பாயில் நடைபெறுவதாக இருந்தது. அதில் கலந்துகொள்ள மாணவர்கள் மற்றும் சமூகப் பணியாளர் குழு ஒன்று புறப் பட்டது. என்னையும் அவர்களுடன் கலந்துகொள்ளும்படி மேஷ்ராம் கூறினார். என்னிடம் பணமில்லை என்று கூறி பணிவாக மறுத்துவிட்டேன். நான் கொடுத்த 115 ரூபாயிலிருந்து ஐந்து ரூபாயை எடுத்து என்னிடம் தந்து, “இந்த கொளுத்தும் வெயிலில் அலைந்து ரொம்ப கஷ்டப்பட்டிருக்கிறாய். உனது செலவுக்காகவும் டிக்கட்டுக்காகவும் நானே இந்த ஐந்து ரூபாயைத் தருகிறேன். பம்பாய் மாநாட்டுக்குப் போ” என்றார். அவருடைய தாராள உள்ளத்துக்கும் எனது பணியை அங்கீகரித்ததற்கும் நான் அவருக்கு நன்றி சொன்னேன்.

உம்ரேருக்குத் திரும்பி வந்து நடந்தவற்றை உதய்கால் மண்டல் உறுப்பினர்களிடம் சொன்னதும் அட்வொகேட் மேஷ்ராமின் முன் யோசனை பற்றி வியப்பும் மகிழ்ச்சியும் அடைந்தனர். அவர்களில் ஏழுபேர் என்னுடன் பம்பாய் வர இசைந்தனர்.

1945 மே மாதம் பம்பாயில் நடைபெற்ற மாநாட்டில் இந்தியா முழுவதிலுமிருந்து பிரதிநிதிகள் கலந்துகொண்டனர். உள்ளூர்பள்ளி ஒன்றில் நாங்கள் தங்கினோம். கலந்துகொண்டவர்

நாக்பூர் பல்கலைக்கழகம்.

எண்ணிக்கை குறித்து பாபா சாகப் அம்பேத்கருக்கு மிக்க மகிழ்ச்சி. தமது உரையில் அவர் இவ்வாறு குறிப்பிட்டார்:

> எனது சமாஜ் பந்துக்களே, நமது தாழ்த்தப்பட்டோர் இயக்கத்தின் வளர்ச்சியில் இது ஒரு முக்கிய மைல்கல். மூன்று வருஷம் முன்புதான் நாக்புரில் 1942இல் நமது அமைப்பு உருவானது. அதற்குள் நாம் மிகவும் வளர்ந்து விட்டோம். தாழ்த்தப்பட்டோர் அனைவரும் இப்போது ஒரு கொடியின் கீழ் வந்துகொண்டிருக்கிறார்கள். இது எனக்கு மிக்க மகிழ்ச்சி அளிக்கிறது. ஆனால் நமக்கு வசதிகள் குறைவு. ஒரு சிறு பத்திரிகைகூட இல்லை. நமக்கு இழைக்கப்பட்ட கொடுமைகளைப் பதிவு செய்யவோ வெளியிடவோ வசதி இல்லை. பணம் இல்லாமல் ஏழைகளுக்குக் கல்வி அளிக்க முடியாது. எனவே நமது சிரமங்களை அகற்ற நாம் எல்லோரும் இணைந்து போராட வேண்டியது மிக அவசியம்.

இந்தக் கூட்டத்தில்தான் பாபா சாகப் தமது பிரபலமான செயல்முறையை வெளியிட்டார்: "ஸுசிக்ஷித் பனோ, சங்கடித் ரஹோ, ஔர் ஸங்கர்ஷ் கரோ" (கற்றுக் கொடு, இணைந்து கொள், புரட்சி செய்).

மறுநாள் அதே இடத்தில் தாழ்த்தப்பட்ட இன மாணவர் சம்மேளனம் நடைபெற்றது. பாபா சாகப் அம்பேத்கர் ஓர் எழுச்சி மிக்க உரை நிகழ்த்தினார். "நான் பெற்ற கல்வி போல்

எவரும் கடின உழைப்பாலும் உறுதியான மனதாலும் பெற்று விட முடியும். ஒருவன் சுயமாக முன்னேற்றம் அடைய முடியும். அதன்பின் தன் சமுதாயத்தையே முன்னுக்குக் கொண்டுவர முடியும்." இது என் மனதில் ஆழமாகப் பதிந்தது. என்ன வந்தாலும் தீர்மானமாக கடின உழைப்பால் மேல் படிப்புப் படிக்க வேண்டும் என்று முடிவு செய்தேன்.

மாநாடு முடிந்ததும் நானும் என்னுடன் வந்த என் ஊர் நண்பர்களும் பம்பாய் மாநகரைச் சுற்றிப் பார்த்தோம். இதுவரை நான் பார்த்த பெரிய நகரம் நாக்பூர்தான். ஆனால் பம்பாய் ஓர் உலகம் போலிருந்தது. மிகப் பெரிய பிலிம் ஸ்டூடியோக்கள் இங்கிருந்தன. பிறை போன்ற மெரைன் ட்ரைவ் வரை எங்கு பார்த்தாலும் வானளாவிய கட்டிடங்கள். இதை ஒப்பிடுகையில் நாக்புர் ஒரு குக்கிராமமாகவே தோன்றியது.

இந்தப் பயணத்தில் நாங்கள் சிறப்பாகக் கருதியது பாபா சாகபின் வீட்டுக்குச் சென்றதுதான். டாக்டர் அம்பேத்கர் டில்லியில் அமைச்சர் பதவியில் இருந்தார். அவரது மருமகன் முகுந்த்ராவ் எங்களை பாபா சாகபின் வீட்டைச் சுற்றிக் காண்பித் தார். படுக்கை அறை, நூல்நிலையம், படிக்கும் இடம் போன்ற வற்றைப் பார்த்தோம். அங்கு வளரும் ஒரு பூனையைப் பார்த்த தும் அது எங்களைவிட அதிர்ஷ்டசாலி என்று நினைத்துக் கொண்டோம். அந்த வீட்டிலும் வெளியிலும் அதற்கு சுதந்திர மாகச் சுற்றிவர முடியும் அல்லவா! இந்த கம்பீரமான இடத்தைப் பார்த்தபிறகு எங்களுக்கு பாபா சாகப் மீது மிகுந்த மதிப்பும் கர்வமும் ஏற்பட்டது. அந்த வீட்டுக்கு அவர் 'ராஜ கிரஹம்' என்று பெயர் சூட்டியிருந்தார். உயர்ஜாதி கோடீஸ்வரர்கள் வாழும் அந்த இடத்தில் அந்தப் பெயர் பொருத்தமானதுதான் என்று தோன்றியது.

நாங்கள் அனைவரும் ஏழைக் குடும்பத்தைச் சேர்ந்தவர்கள். கையிலுள்ள பணத்தைக் கவனமாக வைத்துக்கொள்ள வேண்டிய நிலை. அந்நாட்களில் எட்டணா (அரை ரூபாய்) கொடுத்தால் நல்ல முழு அளவு சாப்பாடு கிடைக்கும். ஒரு நாள் பிற்பகல் ஒரு ஹோட்டலுக்குச் சென்றோம். சாப்பாடு டிக்கெட் வாங்கி மேஜை முன் அமர்ந்தோம். எங்களுக்கு ஒரே பசி. முந்தின நாள் மத்தியானம் முதல் சாப்பிடவில்லை. முதலில் போட்ட உணவை அள்ளித் தின்றோம். அடுத்த உணவு வரும்வரை பொறுமையில்லை. கறி வருவதற்கு முன்பே தட்டிலிருந்த சப்பாத்திகளைத் தீர்த்துவிட்டோம். கறி வந்ததும் சோறு வருவதற் குள் அதையும் விழுங்கினோம். குழம்பு வருவதற்குள் சோறும் உள்ளே போயிற்று. தட்டில் இடப்படும் எல்லாவற்றையும்

அள்ளி அள்ளித் தின்று தீர்த்தோம். கடைசியில் ஹோட்டலில் இருந்த சாதம் அவ்வளவையும் நாங்களே முடித்துவிட்டோம். சமையல்காரர்களும் வெயிட்டர்களும் களைத்துப்போய் எங்களைத் திகைப்புடன் பார்த்துக்கொண்டிருந்தனர்.

அடுத்த நாள் நாக்புரிலுள்ள சிலர் அதே ஹோட்டலுக்குச் சாப்பிட போயிருக்கின்றனர். ஹோட்டல் முதலாளி அவர்கள் எங்கிருந்து வருகிறீர்கள் என்று கேட்டிருக்கிறார். நாக்புர் என்று தெரிந்ததும் அவர் அவர்களிடம் “மன்னிக்க வேண்டும், நாக்புர் ஆட்களுக்கு இங்கு அனுமதி இல்லை” என்று மறுத்துவிட்டார்.

நண்பர்களுடன் ஜாலியாகச் சுற்றிப் பார்த்துக்கொண்டிருந்ததில் பரீட்சை ரிஸல்ட் வரப் போகிறது என்பதை நான் மறந்தே போய்விட்டேன். ஜூன் மாதம் பரீட்சை முடிவுகள் வெளியாயின. எனக்கு மிகக் குறைந்த மூன்றாம் ராங்க் தான் கிடைத்திருந்தது. மனசுக்கு மிக கஷ்டமாயிருந்தது. நண்பர்களுடன் சுற்றித் திரிந்தது, நீச்சல், குஸ்தி, விழாக்கள், திருமணங்கள் எல்லாமே இதற்குக் காரணம் என்று என்னையே திட்டிக் கொண்டேன். சின்னச் சின்ன விஷயங்களுக்காக எவ்வளவு விலைமதிப்பற்ற நேரத்தை வீணாக்கி விட்டேன். அந்த நேரத்தை படிப்புக்கும் பயன்படுத்தியிருக்கலாம். மனதை ஒரே விஷயத்தில் ஒருமுனைப்படுத்துவது சிரமம்தான்.

எப்படியோ, தோற்றுப் போகவில்லையே என்று சமாதானப் படுத்திக் கொண்டேன். சென்ற ஆண்டு முயற்சிகள் வீணாகிப் போய்விடவில்லை. எப்படியாவது எதாவது ஒரு காலேஜில் அட்மிஷன் கிடைத்துவிடும். இந்த நம்பிக்கை, எந்த காலேஜில் எப்படி படிப்பது என்பது பற்றி என்னைத் தீவிரமாகச் சிந்திக்க வைத்தது.

நான் பாஸானது பற்றி என்னுடைய நண்பர்களுக்கும் மிக்க மகிழ்ச்சி. என்னுடைய பொருளாதார நிலையை அறிந்த அவர்கள் கொஞ்சம் பணம் சேகரித்து எனக்காக ஒரு பார்ட்டி நடத்தினார்கள். இந்த மாதிரி மகிழ்ச்சியான சமயத்தில் கொஞ்சம் மது அருந்துவது தவறல்ல என்று யாரோ சொன்னார்கள். சாராயம் அருந்தி எனக்கு நிறைய அனுபவம் இல்லை எனினும் இந்த உற்சாகமான வேளையில் சிந்தி என்கிற பானம் அருந்திக் கொண்டாடினோம்.

அன்று வானம் மேக மூட்டத்திலிருந்தது. திடீரென ஒரு மின்னல் பக்கத்து வீட்டில் பாய்ந்தது. தொலைவிலிருந்து இடியோசை. சில நொடிகள் எங்கள் கண்கள் குருடாகி காது செவிடானது. எங்கிருந்தோ அழுகைக் குரல் கேட்டது. அங்கே

ஓடினோம். அது ஒரு திருமண வீடு. கல்யாண ஏற்பாடுகள் தடபுடலாக நடந்துகொண்டிருந்தன. மாடியில் பல பெண்கள் மணமகளைச் சுற்றி பாரம்பரிய பாடல்களைப் பாடிக் கொண்டிருந்தனர். அப்போதுதான் மணமகளுக்கு அலங்காரம் செய்துகொண்டிருந்த ஒரு பெண்ணை மின்னல் தாக்கியிருக் கிறது. நிறையபேர் காயமடைந்தனர், சிலர் மயக்கமுற்றனர். காயம்பட்டவர்களை நாங்கள் கட்டிலில் கிடத்தி ஆஸ்பத்திரிக்குத் தூக்கிச் சென்றோம். அது ஒரு சின்ன ஆஸ்பத்திரி. ஒரு டாக்டரும் ஒரு உதவியாளர் மட்டுமே இருந்தனர். நிறைய நோயாளிகள் என்பதால் எங்களையும் கூடவே இருந்து உதவும்படிக் கேட்டுக் கொண்டனர். எனவே பரீட்சையில் ஜெயித்ததற்காக கொண்டாடப்படவிருந்த பார்ட்டியை மறந்தே போய் விட்டோம்.

நான் மெட்ரிக் பாஸ் செய்தது பற்றி என் பெற்றோருக்கு மிக்க மகிழ்ச்சி. அவர்களுடைய கடின உழைப்பும் தியாகமும் வீண்போகவில்லை. என் மீதிருந்த அவர்கள் நம்பிக்கை வலுப் பெற்றது. அப்பா, “நாம்தேவ், உன்னால் முடிந்தவரை படித்து விட்டாய். இனி வாழ்க்கையை நல்ல முறையில் பயன்படுத்திக் கொள்ள வேண்டும். இப்போது உனக்கு நல்ல வேலை கிடைக்க வாய்ப்பு இருக்கிறது” என்றார். அவருடைய முஸ்லிம் நண்பர் பிஜாரி, “உனக்கு போலிஸில் வேலை நிச்சயமாகக் கிடைக்கும். வயிறார சாப்பிடலாம்” என்றார். ஆனால் என் மனதில் இருந்த எண்ணம் வேறு. பம்பாய் கூட்டத்தில் பேசிய பாபா சாகப் என் மனதில் மேல்படிப்பு என்ற கருத்தை ஊன்றி இருந்தார். அப்போதே நான் வேலையில் சேர விரும்பவில்லை. மேலே படிக்க வேண்டும். முடிந்தால் ராணியின் அரண்மனை எனப்படும் நாக்புர் விவசாயக் கல்லூரியில் சேர வேண்டும் என்ற எண்ணமே மனதில் நிறைந்திருந்தது.

மேற்கொண்டு படிக்க அப்பாவிடம் அனுமதி கேட்டேன். அட்மிஷன் பீஸ் மட்டும் கிடைத்தால் போதும், மேற்கொண்டுள்ள செலவை நான் பார்த்துக்கொள்கிறேன் என்றேன். அப்பா விஷயம் தெரிந்தவர். இளகிய மனசு, சிந்தனையாளர். ஏற்கனவே பக்கத்து கிராமத்திலுள்ள, மெட்ரிக்கில் தோற்ற ஒரு பையனுக்கு உதவியிருக்கிறார். அந்தப் பையனின் தந்தையிடம் அவன் தொடர்ந்து படிக்க வேண்டும் என்று வற்புறுத்திச் சொல்லி எங்கள் வீட்டிலேயே தங்கிப் படிக்கும்படியும் உதவினார். அவன் தந்தையார் பதிலாக எங்களுக்கு எந்த உதவியும் செய்ய முடியவில்லை. ஒருதடவை கொஞ்சம் அரிசி தந்தார். இன்னொரு தடவை கொஞ்சம் பருப்பு. அவ்வளவுதான். பையனது பரீட்சை

பீஸுக்காக தம் நண்பர்களிடமிருந்து ஒரு தொகையைப் பெற்றுக் கொண்டார் அப்பா.

அப்பாவின் ஆசியுடன், நாக்பூர் யூனிவர்சிட்டி அட்மிஷன் படிவத்தைப் பரபரப்புடன் பூர்த்தி செய்தேன். அதில் ஒரு விவரம் விண்ணப்பதாரின் குடும்பத்தின் சொத்தாக எவ்வளவு பயிரிடும் நிலம் இருக்கிறது என்பது. எனக்கு விரக்தியாயிற்று. நாங்கள் விவசாயக் கூலிகளே தவிர நிலச்சுவான்தாரர்கள் அல்லவே. எனது விண்ணப்பம் நிராகரிக்கப்படும் என்ற எண்ணத்தில் மனம் உடைந்துவிட்டேன். என் நண்பர்கள் சிலர் ஆலோசனை கூறினர். சமூக ஊழியர் ஒருவருடன் காலேஜ் பிரின்சிபாலைப் பார்க்கும்படியும், நிலமற்ற மாணவர்களும் கல்லூரியில் சேர்ந்து விவசாயம் பற்றிப் படிப்பது எவ்வளவு முக்கியம் என்பதை வற்புறுத்திச் சொல்லும்படியும் சொன்னார்கள்.

ஹேமச்சந்திர காண்டேகர் என்ற சமூக சீர்த்திருத்தவாதி என்னுடன் வர ஒப்புக்கொண்டார். நாக்பூர் காலேஜில் பிரின்சிபல் மிஸ்டர் சர்ச்சில் இங்கிலாந்து போயிருந்ததால் அவருக்குப் பதிலாக மிஸ்டர் பால் என்பவர் பொறுப்பிலிருந்தார். அவரிடம் நிலமற்ற விவசாய கூலியாட்களும் பயிரிடுவதில் ஒரு சாதனை படைக்க முடியும் என்று அவர் எனது விண்ணபத்தை ஏற்றுக்கொண்டார். இந்த விஷயத்தை இங்கிலாந்திலிருக்கும் பிரின்சிபாலுக்கு அவர் தெரிவித்து ஒப்புதல் பெற்றிருக்க வேண்டும். ஏனெனில் அந்த வருடம் தேர்வு செய்யப்பட்ட தாழ்த்தப்பட்ட பிரிவைச் சேர்ந்த ஆறு மாணவர்களில் நான்கு பேர் நிலமற்றவர்களே.

பாகம் 2

நகரம்

லேவாதேவிக்காரரும் ராணியின் அரண்மனையும்

விவசாயக் கல்லூரியில் சேர்வதற்கு அனுமதி கிடைத்ததும் பணத்தின் தேவை அதிகரித்தது. அந்த நாட்களில் மாணவர்கள் அனைவரும் கல்விக் கட்டணம் செலுத்த வேண்டும். கல்வி உதவித் தொகை என்பதே கிடையாது. இது குறித்து நான் உம்ரேர் நகரின் நல்லுள்ளம் படைத்த பெரு மக்களுக்கு ஒரு விண்ணப்பக் கடிதம் எழுதினேன். கல்வித் தாகம் கொண்ட ஓர் ஆர்வமிக்க ஏழை மாணவனுக்கு பொருளுதவி செய்யுமாறு அதில் குறிப்பிட்டிருந்தேன். இந்தக் கடிதத்தை எடுத்துக் கொண்டு நகரின் முக்கிய பிரமுகர்களைப் பார்க்கப் போனேன். நிறையப் பேர் எனக்கு அனுதாபம் தெரிவித்தனர். ஒரு சிலர் புத்திமதிகள் அளித்தனர். சிலர் ஒரு ரூபாய் இரண்டு ரூபாய் தந்தனர். இதை வைத்துக்கொண்டு காலேஜில் நுழைவது எப்படி? எங்காவது கடன் வாங்க முடியுமா என்று அப்பாவைக் கேட்டேன். இருவரும் ஹேல்வட்கர் சாகூகார் என்ற லேவாதேவிக்காரரிடம் சென்றோம். அவர் எங்களைப் பார்த்து ஏளனமாகச் சிரித்தார். "டேய், உங்களுக்கெல்லாம் சாப்பாட்டுக்கே வழி யில்லை, ஆனால் அறிவுப் பசி எடுக்கிறதோ? வேலை பார்க்காவிட்டால் உயிரை விட்டுவிடுவீர் களோ?" என்றார்.

அப்பா அவரிடம் கெஞ்சினார். காலில் விழுந்து கும்பிட்டார். அந்த கல்நெஞ்சக்காரருக்கு மனம் இளகவில்லை.

“போ இங்கிருந்து. மரத்தைப் பிடித்துக் குலுக்கினால் பணம் விழாது. நான் எப்படி உனக்குப் பணம் தர முடியும். உனக்குப் பணம் தந்தால் எப்படி திருப்பித் தருவாய் என்பதற்கு என்ன உத்திரவாதம்” என்று மறுத்துவிட்டார்.

அப்பாவுக்கு ஏற்பட்ட அவமரியாதையால் என் மனம் குமுறியது. இந்திய லேவாதேவியர்களைப் பற்றி அம்பேத்கர் கூறியிருப்பது நினைவுக்கு வந்தது.

> மிக மோசமான ஒட்டுண்ணி ஜாதி . . . அவன் தன் பணத்தை நல்ல காரியத்துக்காக, உற்பத்திக்காக பயன்படுத்துவதில்லை. ஏழ்மையைத்தான் உண்டுபண்ணுகிறான். வளர்ச்சிக்கு உதவாத வகையில் பணத்தைப் பயன்படுத்துகிறான் . . . லேவாதேவி என்பது மனுவால் உருவாக்கப்பட்ட தன் மதத்தில் கூறப்பட்டுள்ள கடமை என்றும் அது நியாய மானது என்றும் கூறுகிறான். அவனுக்கு உதவ அவன் பக்கமாகத் தீர்ப்பு கூற நீதிமன்றங்களில் பிராமண நீதிபதி கள் இருக்கின்றனர் என்பதால் அவன் தன் தொழிலை நன்றாக நடத்திக்கொண்டிருக்கிறான். வட்டி, வட்டிக்கு வட்டி என்று சேர்த்து குடும்பங்களைத் தன் வலைக்குள் இருக்க வைக்கிறான். மொத்த தேசத்தையே தன் கைக்குள் பிடித்து வைத்துக்கொள்கிறான். ஏழ்மையில் பட்டினியால் வாடும் படிப்பறிவில்லாத இந்தியா அவனிடம் அடமானம் வைக்கப்பட்டிருக்கிறது.

என்னை மட்டுமல்ல பணத்துக்கும் சொத்துக்குமாக வெறி பிடித்தலையும் மக்களுக்கும் இது பற்றி அறிவுறுத்த வேண்டும் என்ற கொதிப்பு என்னுள் எழுந்தது.

உறுதியான தீர்மானத்துடன், கடின உழைப்பும் தன்னம்பிக்கையும் விடாமுயற்சியும் தீவிர முனைப்பும் உடைய வர்கள் வாழ்க்கையில் மிகக் கடினமான நோக்கங்களையும் பெற்றுவிடுவார்கள் வேறு இடங்களில் என்பது எனது நம்பிக்கை. அப்பாவும் நானும் பணத்துக்காக முயற்சி செய்தோம். பிரயநந்தி பரமேஷ்வர் – வெற்றிக்காக விடாமுயற்சி செய்தல் – ஒன்றே எங்களை தக்க வைத்தது. விடோபா ஸாவ்ஜி எனக்கு இருபத்தைந்து ரூபாய் தந்தார். கரிம் சேட்ஜி, மன்சுக் சேத்ஜி, கோவிந்த்ராவ் முனிம்ஜி ஆகியோரிடமிருந்து மேலும் இருபது ரூபாய் கிடைத்தது. அம்மாவின் வெள்ளிக் காப்பும் வேறு சில பொருட்களும் விற்று இன்னும் முப்பது ரூபாய் சேர்த்தோம். மொத்தம் இப்போது என் கையில் எழுபத்தைந்து ரூபாய் இருந்தது. விவசாய கல்லூரி பீஸ் கட்டணம் மாதம் நாற்பது ரூபாய்.

விவசாயக் கல்லூரி ஹாஸ்டல் கட்டணங்கள் சற்று அதிகம். எனவே எனக்கு அங்கு தங்க முடியாது. அதற்குப் பதிலாக

எட்டு ரூபாய் மாத வாடகையில் சோக்காமேலா ஹாஸ்டலில் தங்கினேன். கிராமங்களிலிருந்து வரும் ஏழை மாணவர்களின் வசதிக்காக முற்போக்கு சிந்தனையுள்ள சமூக சீர்திருத்த வாதிகளால் கட்டப்பட்டது அந்த ஹாஸ்டல். தீண்டப்படாத இனத்தைச் சேர்ந்த, பக்தியுள்ள, பக்தன் விட்டல் பகவானை கோயிலுக்கு வெளியே நின்று மட்டுமே தரிசித்து வந்த பதினைந் தாம் நூற்றாண்டு கவிஞரின் பெயரில் அழைக்கப்படுகிறது. அந்த ஹாஸ்டல் என் கல்லூரியிலிருந்து நான்கு மைல் தொலைவில் இருந்தது. என்னிடம் சைக்கிள் இல்லை; நடந்து தான் போவேன். லேப் பிராக்டிக்கல்களுக்காக காலை ஏழு மணிக்கே புறப்பட வேண்டும். பிறகு குளிக்கவும் சாப்பிடவும் திரும்பி வர வேண்டும், மீண்டும் வகுப்புகளுக்கு பதினொரு மணிக்குச் செல்ல வேண்டும். மாலை ஐந்து மணிக்கு ஹாஸ்டல் திரும்புவேன்.

அப்பாவுக்கு மேலும் சிரமம் கொடுக்கக்கூடாது என்பதற் காகவும் எனது இதர செலவுகளைக் கவனித்துக்கொள்ளவும் நான் இரண்டு வங்காளி பையன்களுக்கு டியூஷன் எடுத்தேன். அதில் மாதம் பத்து ரூபாய் கிடைத்தது. ஒரு கிருத்துவ பெண்ணுக் கும் டியூஷன் எடுத்ததில் மேலும் இரண்டு ரூபாய் கிடைத்தது. அவள் வீடு நான் காலேஜ் போகும் வழியில்தான் இருந்தது. அவள் அம்மா எனக்கு காபி தருவாள். நாள் முழுதுமுள்ள களைப்பை அது போக்கிவிடும். அந்தப் பெண் படிப்பில் மிகவும் மோசம். அவள் பார்வையே அவளது அசட்டுத் தனத்தை வெளிச்சமிட்டுக் காட்டும்.

ஒருநாள் நான் மிகவும் களைப்பாக இருந்தேன். அவளுக்குத் திரும்பத் திரும்ப ஒரு பாடத்தை எடுத்தேன். ஆனால் கவிழ்த்து வைக்கப்பட்ட கப்பில் ஊற்றிய டீ போல வீணாயிற்று. என்னுடைய பொறுமைக்கும் சகிப்புத்தன்மைக்கும் அது ஒரு சவாலாகவே இருந்தது. எரிச்சலுடன் அவள் கன்னத்தில் ஓர் அறைவிட்டேன். “எவ்வளவு நேரம் இந்த ‘டாரி’க்குச் சொல்லிக்கொடுத்துக் கொண்டிருக்கிறேன், ஒரு எழவும் புரிய மாட்டேங்குது” என்றேன்.

அவள் கண்களில் நீர் நிறைந்தது. “என்னை அடிக்கவா செய்கிறாய்? அப்பா என்னைப் படிப்பிக்கத்தான் உனக்கு சம்பளம் தருகிறார்” என்றாள்.

“மன்னித்துக்கொள். நான் உன்னை அடிக்க வேண்டுமென்று நினைக்கவில்லை. இன்று நான் அதிக களைப்பாக இருக்கிறேன். இனி இப்படி நடக்காது” என்றேன். பரிவுடன் அவள் கன்னத்தைத் தடவிக் கொடுத்தேன்.

அதே சமயம் டாக்டர் பெரைரா, அவர்களது குடும்ப நண்பர், அறைக்குள் வந்தார். அவர் அந்த வீட்டுக்கு அடிக்கடி வருவார். திடுக்கிட்டு நான் அவள் கன்னத்திலிருந்து கையை எடுத்தேன். அவர் சற்று கேலியுடன், "பரவாயில்லை, தொடர்ந்து நடக்கட்டும்" என்று சொன்னார். ஒரு காதல் காட்சி அரங்கேறிக் கொண்டிருப்பதாக அவர் நினைத்திருக்கக் கூடும்.

அவர் போன பிறகு அவள் கண்ணீருடன், "எதற்காக 'டாரி' என்று என்னைத் திட்டினாய்?" என்று கேட்டாள். 'டாரி!' என்பது கிராமங்களில் மந்த சுபாவமுள்ளவர்களைக் குறிக்கும். 'ஒன்றுக்கும் உதவாத', 'அசடு' என்ற பொருளில் பயன்படுத்துவார்கள். எனக்கு சற்று பயமாக இருந்தது. என் டியூஷன் வேலை இன்றுடன் முடிந்தது என்று நினைத்துக் கொண்டேன்.

எனினும் சமாளித்துக்கொண்டு, "எங்கள் கிராமப் பக்கத்தில் மக்கள் டார்லிங் என்று சரியாக உச்சரிக்க முடியாமல் 'டாரி' என்றுதான் சொல்வார்கள்" என்றேன். அவள் முகத்தில் புன்னகை தோன்றியதும் நான் நிம்மதியுடன் பெருமூச்சு விட்டேன்.

இவ்விதமாக தினசரி எனது படிப்பும் டியூஷனும் தொடர்ந் தன. அப்பாவிடமிருந்து மாதம் ஒன்றிரண்டு போஸ்ட் கார்ட் வரும். குடும்ப விஷயங்களை எழுதியிருப்பார். என் படிப்பை உற்சாகப்படுத்துவார். நான் நாக்பூர் வந்த பிறகு என் தம்பி அங்குஷ் உம்ரேரில் தனிமையாகிவிட்டான். எனவே அம்மா இரண்டு கைக் குழந்தைகளுடன் உம்ரேருக்கே வந்து அவனுடன் தங்கினாள். தம்பிகள் ராம்பெரி, பிரபாகர், தங்கை அஞ்சலி அனைவரும் உம்ரேர் பள்ளியில் சேர்க்கப்பட்டனர். இப்படி கிராமத்தில் ஊன்றிய எங்கள் குடும்பம் ஸாத்காவிலிருந்து உம்ரேருக்கு வந்ததும் நகரவாசிகள் ஆகிவிட்டனர். உம்ரேருக்கு ரயில் வசதி இருந்தது. விடுமுறைகள் தோறும் அங்கே சென்று விடுவேன்.

சோக்காமேலா ஹாஸ்டலில் இருக்கும்போது ஒருநாள் அப்பாவிடமிருந்து ஒரு கடிதம் வந்தது. சகுணா பாட்டி காலமாகிவிட்டாள். என் கண்களில் நீர் நிறைந்தது. துக்கத்தில் இதயம் கனத்தது. அவளுடன் இருந்த குழந்தைப் பருவம் நினைவுக்கு வந்தது. எத்தனை ஏச்சுக்கள், பேச்சுக்கள், திட்டுக் கள், கவிதையாகப் பொழியும் வசவுகள்! வயதானவர்கள் மீது அவள் வீசும் ஏச்சுகளை நினைத்து வயிறு குலுங்கச் சிரிப்போம். அவள் குரலைக் கேட்க இப்போது ஆசையா யிருக்கிறது. பாட்டி மட்டுமல்ல, அவள் எனக்கு இன்னொரு அம்மாவாகவும் இருந்தாள். ஒழுக்கத்தையும் சுயமரியாதையையும் எங்களுக்குள் திணித்தவள் அவள்.

என் படிப்பில் கவனம் சிதறிவிடக் கூடாதென்று பாட்டி இறந்தது பற்றி அப்பா எனக்கு எழுதவில்லை. மாந்தோப்பில் ஏதோ வேலை செய்யும்போது அவளுக்குக் காயம் ஏற்பட்டிருக்கிறது. குணமடைந்துவிட்டாலும் சற்று நொண்டித்தான் நடக்க முடிந்தது. சில நாட்களுக்குப் பிறகு மீண்டும் அவள் உடல்நிலை மிக மோசமாகியது. இறுதிவரை காரியவாதியாக இருந்தாள். எனக்கு விவரம் தெரிவித்து என் படிப்பைக் குலைத்துவிடக்கூடாது என்று எல்லோரிடமும் சத்தியம் வாங்கிக்கொண்டாள். இறுதி ஊர்வலத்துக்கு பான்ட்வாத்திய கோஷ்டிக்கு ஏற்பாடு செய்ய வேண்டாம் என்று சொல்லி விட்டாள். காசை மிச்சப்படுத்துவதற்காக உடல் மேல் போர்த்த புதிய உடைகள் வாங்க வேண்டாம் என்றும், எரிப்பதற்குப் பதில் புதைத்தால் போதும் என்றும் கூறிவிட்டாள்.

சகுணாவின் கடைசி தினத்தன்று அப்பா அவளைக் குளிப்பாட்டி, தலைசீவி விட்டார். கடையிலிருந்து ஜிலேபி வாங்கிவரச் சொல்லி, அவளை தம் மடியில் இருத்தி ஊட்டி விட்டார். அவர்களிடையே நிலவிய அன்பு பற்றி எனக்குத் தெரியுமாதலால் இந்தக் காட்சியை என் மனக் கண்ணால் பார்க்க முடிந்தது. கண்களில் நீர் வழிந்தது. தன்னை எரிக்க வேண்டாம், புதைத்தால் போதுமென்று அவள் சொன்னது எனக்கு ஒரு ஹிந்தி பாடலை நினைவு படுத்தியது.

ப்ரான் மேரே நிகல் ரஹே ஹைங் நாம் ந கர்னா ப்ராணநாத் ∣
மிட்டீ பர்தே பர்தே ஹோகீ ஆக்கிரீ முலாகாத் ∥

(என் உயிர் உடலிலிருந்து பிரிகிறது; அழாதீர்கள் என் கணவா, என் இறைவா, என்மீது மண்ணை அள்ளிப் போடும் போது, அதுவே நம் கடைசி சந்திப்பு.)

என் படிப்புக்கான செலவைக் குறைத்துக் கொள்கிறேன். நல்ல உடைகள் இல்லாததால் ராணுவத்தில் இருக்கும் என் நண்பன் நாக்தேவ்தே தந்த உடைகளை அணிந்துகொள்கிறேன். பழைய உடைகள் விற்கும் கடையிலிருந்து இரண்டு அணாவுக்கு பாண்டும் சட்டையும் கிடைக்கும். எழுதாத பக்கங்கள் இருக்கும் பழைய நோட்டுப் புத்தகங்களைப் பயன்படுத்துகிறேன். புதிய புத்தகங்கள் வாங்குவது பற்றி நினைத்துக்கூட பார்க்க முடியாது. விவசாயம் சம்பந்தப்பட்ட, மிகவும் அவசியமான, பழைய புத்தங்களை மட்டுமே வாங்குகிறேன். வேறு பாட புத்தகங்களை – ஆங்கிலம் உட்பட – வாங்கவில்லை. சகுணா பாட்டிக்கு என்னைப் பற்றி மிகப் பெருமையாக இருக்கும்.

ஜெயில் பற்றிய பயம்

தசரா, தீபாவளிப் பண்டிகைகளை முன்னிட்டு கல்லூரிகளுக்கு ஒரு மாதம் விடுமுறை அளிக்கப்படும். வீட்டுக்குப் போவதற்குப் பதிலாக வரப்போகும் 1946 தேர்தல் வேட்பாளர்களுக்காக உழைத்தேன். 1945 செப்டம்பர் 27இல் பாவ்னி என்ற கிராமத்தில் நடைபெற்ற தேர்தல் ஊர்வலத் தில் கலந்துகொண்டேன். அட்வகேட் சகாராம் மேஷ்ராம், முக்கிய விருந்தினராக நாக்புரிலிருந்து வந்திருந்தார். அவருடன் நானும் மற்ற சமூக சீர்திருத்த உழைப்பாளிகளும் கலந்து பேசும் வாய்ப்பு கிடைத்தது. பாபா சாகப் அம்பேத்கரின் பணி பற்றிப் பேசினோம்.

புராணங்களில் ஏதாவது ஒரு பக்தன் கஷ்டப் பட்டால்கூட அவரை ரட்சிக்க பகவான் அவதாரம் எடுத்து காட்சி அளிக்கிறார். ஆனால் 70 மில்லியின் தீண்டப்படாதோர் அடிமைப்பட்டு வறுமையிலும் அறியாமையிலும் கிடந்து அவதிப்படுகின்றனர். ஆயினும் அவர்களைக் காப்பாற்ற ஒரு கடவுள்கூட அவதாரம் செய்யவில்லை. எனவே இந்தக் கடவுள் களை வணங்குவதைவிட நம்மை சமூக நிலை பள்ளத்திலிருந்து தூக்கி எடுத்து நமக்கு விடுதலையும் முன்னேற்றமும் அளித்த டாக்டர் அம்பேத்கரின் அறிவுரையைக் கேட்டு அவர் வழி நடப்போம். நாம் சுய மரியாதையுடன் வாழ்வோம், அடிமை களாக அல்ல. நமது வாழ்வை வளப்படுத்துவதற்காக மேல் படிப்பு படித்து அறிவைப் பெறுவோம். நாம் தோற்றவர்கள் அல்ல, தாழ்ந்தவர்கள் அல்ல.

மகாபாரதக் கர்ணன் கொள்கையைப் பின்பற்றுவோம். தாழ்ந்த குடியில் பிறந்ததற்காக எவ்வளவு வேதனைகளை அனுபவித்தவன் அவன். வடமொழி சுலோகம் ஒன்றுண்டு:

ஸூதோ வா ஸூதபுத்ரோம் வா யா வா கோ வா பாவாம்யகம் |
தைவாயத்தே குலே ஜன்மம் மதாயத்தே ச பௌருஷம் ||

(நமது பிறப்பு, ஜாதி, குடும்பம் போன்றவற்றை நாமே தீர்மானிக்க முடியாது. அது நம் கையில் இல்லை. ஆனால் புகழ்தரு செயல்களைப் புரிவது நம் கையில்தான் இருக்கிறது.)

நான் இதைப் பின்பற்றினேன். இறந்த மிருக உடல்களை இழுத்துச் சென்று புதைப்பது, அழுகிய மாமிசத்தை உண்பது, அடிமைத் தொழில் புரிவது போன்ற பாரம்பரிய வேலைகளை விட்டுவிட வேண்டும் என்று பிரசாரம் செய்தேன். கோயிலுக்குப் போக வேண்டிய அவசியம் இல்லை. ஜாதி முறையை எதிர்த்தேன். அதைக் குருட்டுத்தனமாகப் பின்பற்றி, மக்களை இழிவுபடுத்தி கஷ்டப்படுத்துபவர்களைத் தாக்கிப் பேசினேன். ஒரு சில உயர் ஜாதியினரைத் தவிர மக்கள் என் பேச்சைக் கேட்டுப் பாராட்டினர். நாக்புரில் என்னுடன் படித்த சில நண்பர்கள், ஏ.டி. மேஷ்ராம், பலிராம் வாக்மாரே போன்றவர்கள் தங்கள் கௌரம்பி கிராமத்துக்கு நான் வந்து பேசுவதற்கான தேதி குறித்தனர்.

அது பாவ்னி நகரத்துக்குப் பக்கத்தில் இருந்தது. வைஸ்காம்கா நதியை நீந்திக் கடந்து, ஒரு சிறு மலைமேல் ஏறி அந்த கிராமத்தை அடைந்தோம். வழியில் ஒரு சிவன் கோவில் இருந்தது. தீண்டப் படாதோர் ஹிந்துக் கோயில்களின் உள்ளே செல்லக்கூடாது. அவர்கள் வந்தாலே கோவில் தீட்டுப்பட்டு விடும். எங்களில் ஒரு சிலருக்கு திடீரென ஓர் ஆசை பிறந்தது. கோயிலுக்குள் சென்றால் என்ன? மிருகங்களும் பறவைகளும் சுதந்திரமாக உள்ளே சுற்றித் திரியும்போது எங்களுக்கு மட்டும் என்ன? இளம் ரத்தம் அல்லவா! எங்களை அழைத்தது பக்திப் பெருக்கு அல்ல, மனிதர்கள் என்ற எங்கள் உரிமையை நிலைநாட்ட வேண்டும் என்கிற ஆர்வம். கோயிலின் உள்ளே காலெடுத்து வைக்கும்போது தகோஜி பன்கர் என்பவரைப் பார்த்தோம். அவர் ஏ.டி. மேஷ்ராம் என்பவரின் மைத்துனர். கோயிலுக்கு சற்று வெளியே நின்றவர் மிகுந்த பயபக்தியுடன் தரையில் விழுந்து சாஷ்டாங்கமாக நமஸ்காரம் செய்தார். நாங்கள் அவரைச் சுற்றி நின்று கொண்டு சரமாரியாகக் கேள்விகளைக் கேட்டோம்.

“கோயில் என்றால் என்ன?” என்று கேட்டான் ஒருவன்.

“கடவுள்” என்றார் தகோஜி.

“என்ன கடவுள், என்ன மாதிரி கடவுள் – எங்களுக்கு எதிராக அநீதி இழைக்க அனுமதிக்கும் கடவுளா?”

தகோஜியிடம் பதில் இல்லை. மற்றவர்கள் சேர்ந்து கொண்டனர். “உலகத்தில் இத்தனை அநியாயங்கள் நடக்கும் போது அதை வெறுமனே பார்த்துக்கொண்டிருப்பவர் எப்படி கடவுளாக முடியும்? அந்த மாதிரிக் கடவுளை நாம் ஏன் வணங்க வேண்டும்?”

கேள்விக் கணைகள் சூடாக விழுந்தன. கிராமப் பண்ணையாரின் மகன் அந்தப் பக்கமாக வந்தார். அவரும் ஒரு காலேஜ் மாணவர்தான். ஆனால் எங்களைப் போல் அல்லாமல் பழைய வழக்கங்களைப் பின்பற்றுபவர். இப்போது எங்கள் விவாதம் அவருடன் தீவிரமாக நடந்தது. நாங்கள் ஹிந்துக் கடவுள்களையும் மதத்தையும் கடுமையாக விமர்சித்தோம். அவர் கோபத்தில் கொதித்துக் கொண்டிருப்பது தெரிந்தது. கோயிலுக்குள் நுழையாமல் சென்றுவிட்டோம்.

பின்னர் கிராம பண்ணையாரின் மகன் கிராமத்து மேல் ஜாதியினரிடம் இதுபற்றிப் பேசி அவர்களது மனதில் நஞ்சை கலந்துவிட்டார். அவர்களில் சிலர் நள்ளிரவில் கோயிலுக்குள் புகுந்து, சிவலிங்கத்தையும் நந்தியையும் சேதப்படுத்தினர். பிறகு பாவ்னி போலிஸ் ஸ்டேஷன் சென்று, மகாதேவ் மேஷ்ராம், அர்ஜுன் மேஷ்ராம், பலிராம் வக்மாரே, ராம்டேகே, தகோஜி பன்கர், நான் என்று ஆறு பேர் மீது கோவிலில் நாசவேலை புரிந்ததாக பிராது கொடுத்தனர்.

நான் புயார் என்ற கிராமத்துக்குச் சென்று இருந்ததால் இது பற்றிய விவரம் தெரியவில்லை. அங்கே கீர்த்தனம், பிரவசனம் போன்றவற்றை நிகழ்த்தச் சென்றிருந்தேன். திடீரென 1945 அக்டோபர் 2 அன்று பாவ்னி போலிஸ் ஸாத்காவுக்கு வந்து என்னைப் பற்றி விசாரித்திருக்கின்றனர். சின்ன கிராமம் என்பதால் செய்தி காட்டுத் தீயாகப் பரவிற்று. மேல் ஜாதியினர் வசிக்குமிடத்தில் என்னைப் பற்றி நிறையவே பேசினார்கள். “நிம்கடேவைத் தேடி வந்தது நல்லதாயிற்று. இல்லாவிட்டால் அவன் நம்ம தத்தாத்ரேயர் கோயிலையும் நாசப்படுத்தியிருப்பான்” என்று சொல்லிக்கொண்டனர். வேறு சிலர் இப்போதெல்லாம் இந்த மஹார்கள் கட்டுக்கடங்காமல் நடக்கிறார்கள். அவர்களுக்கு ஒரு பாடம் கற்பித்தால்தான் அடங்குவார்கள் என்றனர். ஜாதி வேற்றுமை, நம்பிக்கையின்மை, வெறுப்பு, விரோதம் என்று ஒரு விஷ சூழ்நிலை பரவியது. நட்பும் அண்டை வீட்டுக்கார பரஸ்பர சிநேகமும் மறைந்துவிட்டது.

என்னுடைய படிப்பைப் பற்றி பெருமைப்பட்டிருந்த ஜனங்கள் இப்போது என்னை வெறுக்கத் தொடங்கினர்.

தொண்ணூறு வயதிலும் திடகாத்திரமாக நடந்துகொண்டிருந்த புதா தாத்தா இடிந்துபோய் உட்கார்ந்துவிட்டார். வாழ்க்கையில் முதல் தடவையாகக் கைத்தடி உதவியுடன் நடக்க ஆரம்பித்தார். "ஓ நாம்தேவ், உனக்கு எத்தனை தடவை புத்தி சொல்லியிருக்கிறேன், எப்போதும் ஜாக்கிரதையாக இருக்க வேண்டும், தைரியமாக இருக்க வேண்டும் என்று. பயங்கரமான புலிகூட ஒவ்வொரு நிமிஷமும் எச்சரிக்கையுடனும் விழிப்புடனும் இருக்கிறது. தன் நிழலைப் பார்த்துக்கூட சந்தேகப்படுகிறது. இத்தனை வருஷம் வாழ்ந்துவிட்டேன். எந்த காரியத்துக்காகவும் போலிஸ் பக்கம் போனதே இல்லை. ஞாபகம் வச்சுக்கோ, போலிஸ் ஸ்டேஷன் முன்பக்கமாக நடக்கக்கூடாது, பின் பக்கமாகவே போய்விட வேண்டும். என்னதான் செய்துவிட்டாய் நீ?" என்றார் தழுதழுக்க. அவருடைய கரகரத்தக் குரலைக் கேட்கும்போது அனைவரின் கண்களிலும் நீர் நிறைந்தது.

இதற்குள் கிராமத்து ஜனங்கள் எல்லாம் குடிசை முன் கூடிவிட்டனர். விளையாடிக்கொண்டிருந்த சிறுவர்களும் வேடிக்கை பார்க்க வந்தனர். அம்மா வெளியூரில் இருந்ததும் சகுணா பாட்டி போய்விட்டதும் ஒருவிதத்தில் நல்லதாய் போயிற்று. அவர்கள் இருந்து இதைப் பார்த்தால் எப்படி இருக்கும்? என் கௌரவம், என் படிப்பு பத்தியெல்லாம் எனக்குக் கவலை பிறந்தது. என் பெற்றோர் எனக்காகச் செய்த தியாகம் எல்லாம் வீணாயிற்று. அவர்கள் நம்பிக்கை, எதிர்பார்ப்பு எல்லாம் இப்போது மண்ணோடு மண்ணாயிற்று.

அப்பா சொன்னார்: "நாம்தேவ், மனதைத் தளர விடாதே. நீ என்ன திருடிவிட்டாயா, சூதாடினாயா, யாரையாவது கொலை செய்துவிட்டாயா? சமூக சேவைக்காக சௌராம்பி போயிருக்கிறாய், என் நாம்தேவிடம் எனக்கு நம்பிக்கை இருக்கிறது. அவன் இந்த மாதிரி நாசவேலை ஒன்றிலும் இறங்க மாட்டான். மகனே, போய் வா. எனக்கு நான்கு பிள்ளைகள் அல்ல, மூன்றுதான் என்று நினைத்துக்கொள்கிறேன்."

அவருடைய இதமான வார்த்தைகளைக் கேட்டதும் என் இதயம் கனத்தது. கண்கள் பனித்தன.

"நாமா, இதென்ன, உன் கண்களில் கண்ணீரா!" என்றார் அப்பா மெதுவாக. "சமூக சேவையில் இறங்கியவன் பல்வேறு விஷயங்களைச் சந்திக்கத்தான் வேண்டியிருக்கும். உண்மைதான் ஜெயிக்கும், அழாதே" என்றார்.

"அப்பா, இவ்வளவு உயர்ந்த ஒரு மனிதருக்கு மகனாய் பிறந்திருக்கிறேன் என்ற நினைப்பில் வந்த ஆனந்தக் கண்ணீர் இது. உங்களுக்கு என் மீதிருக்கிற நம்பிக்கையைப் பார்த்தபோது இனி டாக்டர் அம்பேத்கரின் செய்திகளை மக்களுக்குப் பரப்பு வதாகத் தீர்மானித்துவிட்டேன். நம் ஜாதி மக்களுக்காக பாடு படுவேன். நமது குடும்ப கௌரவத்துக்கு இழுக்கு ஏற்படும்படி எதையும் செய்ய மாட்டேன்" என்றேன்.

போலிஸ் என்னை பாவ்னிக்கு அழைத்துச் சென்றது. நான்கு நாட்களுக்கு முன்புதான் அங்கே நான் இந்து மதத்தை யும் ஜாதி அமைப்பையும் கடுமையாகத் தாக்கிப் பேசியிருந்தேன். பரபரப்பான சூழ்நிலை உருவாகியிருந்தது. எனக்கு ஆதரவாளர் களான என் ஜாதி ஆட்கள் ஒரு பக்கம், கோபமும் பழி வாங்கும் துடிப்பும் கொண்ட உயர்ஜாதி மக்கள் ஒரு பக்கம். சப் இன்ஸ்பெக்டர் கொஞ்சம் விவரம் தெரிந்தவர். "நீ குற்ற மற்றவன் என்று எனக்குத் தெரிகிறது. நான் உன்னை இப்போது அரெஸ்ட் செய்யாமலிருந்தால் இங்கே இனக் கலவரம் வெடித் திருக்கும். எனவே எங்களுடன் ஒத்துழைத்து, குழப்பம் எதுவும் ஏற்படாமலிருக்க உதவி செய்" என்றார். ஒவ்வொருவரும் இருநூறு ரூபாய் ஜாமீனில் வெளிவந்தோம். எனக்கு ஜாமீனாக பாவ்னி பலிராம் வாக்மெயரின் தம்பி ரகுநாத் வாக்மெயர் உதவினார்.

பாவ்னியில் எங்கு பார்த்தாலும் இதுதான் பேச்சு. ஒவ்வொரு வரும் கதையை தமக்கு தோன்றியபடி திரித்துக் கூறினர். உண்மை அடங்கியிருக்கும்போது பொய் தலைவிரித்து ஆடத் தானே செய்யும். விஷயம் நாக்பூர் வரை எட்டியது. *நவபாரத்* பத்திரிகையில் தலைப்புச் செய்தி, 'அம்பேத்கரின் ஆட்கள் ஹிந்துக் கோயிலை இடித்துத் தள்ளினர்.' யாரோ ஒருவர் பன்றியைக் கொன்று குடி தண்ணீர் எடுக்கும் கிராமத்துக் கிணற்றில் வீசிவிட்டதாக ஒரு வதந்தியும் வேகமாகப் பரவியது.

மஹார்கள் திமிர்பிடித்து அலைகிறார்கள் என்றும், கல்வி அறிவு பெற்று வானத்தைத் தொடப் போகிறார்கள் என்றும் கூறப்பட்டது.

வேப்பமரத்தில் பாவைக்காய் காய்த்தாற்போல் என்று ஒரு பழமொழி உண்டு. முதலில் எங்கள் பணக்கஷ்டம், பிறகு காலேஜ் படிப்பில் தடை, இப்போது எல்லாவற்றுக்கும் மேலாக கோர்ட் வழக்கு. அடிக்கடி பண்டாரா மாவட்டத்துக்குப் போக வேண்டும். அதற்கு பஸ்ஸில் ஒரு மணி நேரம் பயணம் செய்ய

வேண்டும். உலகின் எல்லா கஷ்டங்களும் துயரங்களும் என் தோள்மேல் சாய்ந்துவிட்டது போல் தோன்றியது. படிப்பில் கவனம் செலுத்த முடியவில்லை.

பின்னால் திரும்ப இடமில்லை. முன்னால் செல்ல வழியில்லை. எங்கும் ஒரே இருட்டு, இரவுக்கும் பகலுக்கும் வித்தியாசமின்றி.

இதுவரை எங்கள் ஜாதியில் ஒருத்தருமே கோர்ட் வாசல் படி மிதித்ததில்லை. கோர்ட்டிலிருந்து அழைப்பு வரும்போது காலேஜுக்கு லீவ் போட்டுவிட்டு பண்டாரா வரை போக வேண்டும். படிப்பு பாழாய் போயிற்று. குடும்பமே பயப்படும் அளவுக்கு மனம் குழப்பமடைந்திருந்தது. தினசரி ஷேவ் செய்யாமல் தாடியும் மீசையும் வளர்ந்து தொங்கியது. இந்தக் குழப்பத்திற்கிடையிலும் நான் எப்படியோ பரீட்சை எழுதி காலேஜ் முதல் வருடத்தையும் முடித்துவிட்டேன்.

கோர்ட் கேஸ் இருந்தாலும் என் வழக்கப்படி பக்கத்துக் கிராமங்களுக்குச் சென்று அங்குள்ள தாழ்த்தப்பட்ட இனப் பிள்ளைகளை தாழ்த்தப்பட்ட மாணவர் இயக்கத்தில் சேர்க்கத் தவறவில்லை. இது எனக்கு சற்றே நிம்மதி அளித்தது. உறுப்பினர் சந்தா வெறும் நான்கு அணா மட்டுமே. அந்த நாட்களில் இதுவே சற்று பெரிய தொகை. பாபாசாகபின் வழிகாட்டலின் படி ஏறக்குறைய அனைத்து தீண்டப்படாதோர் குடிசைகளிலிருந்தும் மக்கள் தங்கள் குழந்தைகளைப் பள்ளிக்கு அனுப்பிக் கொண்டிருந்தனர். இப்போது வேலையாட்களும் ரோடு வேலை செய்பவர்களும், கூலிகளும் படித்தவர் பட்டியலில் இடம் பெறத் தொடங்கிவிட்டனர். கல்வி பற்றிய விழிப்புணர்வு எங்கள் மக்களுக்கு வந்துவிட்டது.

அட்வகேட் சகாராம் மேஷ்ராம் வீட்டுக்குப் பக்கத்திலேயே சோக்காமேலா ஹாஸ்டல் இருந்தது. அவர் எங்கள் ஹாஸ்டலின் முன்னாள் மாணவர். எனவே அவருக்கு எல்லா மாணவர்களையும் நன்றாகத் தெரியும். ஞாயிற்றுக்கிழமை தோறும் அவர் எங்களை அருகிலுள்ள பூங்கா ஒன்றுக்கு அழைத்துச் செல்வார். அங்கு நாங்கள் பாபாசாகபின் புத்தகங்கள் பற்றி விவாதிப்போம். 'சூத்திரர்கள் என்பவர் யார்?', 'காந்தியும் காங்கிரஸும் தாழ்த்தப்பட்டோருக்கு செய்தது என்ன?' போன்ற புத்தகங்கள் பற்றி விவாதித்திருக்கிறோம். எல்லா தாழ்த்தப்பட்ட மாணவர்களும் விவாதத்தில் பங்கு கொண்டு தங்கள் கருத்துக்களைப் பயமின்றி திறமையாக வெளிப்படுத்த

வேண்டும் என்பதே அவர் ஆசை. திறம்பட விவாதிப்பதற்காக சில விஷயங்களில் எதிரான கருத்துக்களை எடுத்துக்கொண்டு தர்க்கம் புரிய வேண்டும் என்பார். பயிற்சியின் காரணமாக எங்கள் எல்லோருக்கும் விவாதிப்பதில் நல்ல திறமை கிடைத்தது. அநியாயத்தை எதிர்த்துப் போராடவும் சமூக சீர்திருத்தத்தைச் செயல்படுத்தவும் நம்பிக்கை பிறந்தது. ஹாஸ்டலை விட்டுச் சென்றபின் எங்களில் பலர் தீவிர சமூகவாதிகளாகவும் புரட்சி வாதிகளாகவும் மாறி தங்களுக்கு நல்ல பெயரையும் புகழையும் தேடிக்கொண்டனர். அதைப் பற்றி விவரமாகப் பின்னர் பார்க்கலாம்.

1941 ஜனவரி 24இல் சோக்காமேலா ஹாஸ்டல் தன் வெள்ளிவிழாவைக் கொண்டாடியது. காந்தியை விழாவுக்கு முக்கிய விருந்தினராக அழைத்தால் நிறைய கிராண்ட் கிடைக்க வழியுண்டு என்று விழா அமைப்பாளர்கள் நம்பினர். ஆனால் நிறைய மாணவர்கள் இதற்கு எதிர்ப்புத் தெரிவித்தனர். காந்தியைப் பற்றி எப்போதுமே நல்ல அபிப்பிராயம் கொண்ட உங்கள் பலருக்கு இது வியப்பாகத் தோன்றலாம். ‘ஹிந்து மதம் இருப்பதைவிட தீண்டாமை ஒழிவதையே நான் விரும்பு கிறேன்’ போன்ற அறிவிப்புகளுக்கு எதிராக யார்தான் வாய் திறக்க முடியும்? காந்தி ஒரு தீர புருஷர், சந்தேகமே இல்லை. இந்தியாவில் அன்னிய ஆட்சியை எதிர்த்திருக்கிறார். அரை வேட்டியை மட்டுமே உடுத்திக்கொண்டு வெளிநாடு சென்றிருக் கிறார். சர்ச்சில் சும்மாவா சொன்னார்: ‘அரை நிர்வாண பக்கீர்’ என்று! தமது எளிய வாழ்க்கையில் இந்தியாவின் மிக சாதாரண மனிதனை பிரதிபலித்தார். எந்த அரசியல்வாதியும் இதற்கு இணையாக நிற்க முடியுமா? காங்கிரஸ் கட்சியின் வசதியான ஓர் அடையாளமாக அவர் மாறியதில் அதிசயம் என்ன இருக்கிறது! ஆனால் அவர் எப்போதுமே காங்கிரஸின் வசதியான அடையாளமாக இருக்கவில்லை. இந்தியா செல்ல வேண்டிய பாதை குறித்து அவருக்கு கருத்து வேறுபாடு இருந்தது. கிராமங்களை முக்கியமாகக் கருதினார் அவர். நேருவோ தொழில் முன்னேற்றத்துக்கு முதலிடம் கொடுத்தார். ஜார்ஜ் ஆர்வெல் என்ற எழுத்தாளர் காந்தியைப் பற்றி “அரசியல்வாதி களிடையே அவர் ஒரு புனிதமானவர்; புனிதர்களிடையே அவர் ஓர் அரசியல்வாதி” என்று குறிப்பிட்டார். காந்தியின் விசித்திரமான குணத்தை இதைவிட சிறப்பாக யாரும் குறிப்பிட முடியாது. ஆனால் காந்தியின் உருவம் அவருடைய சீடர் களிடையே தீண்டாமையை அகற்ற முடிந்திருந்தது என்றால் காந்தியின் கருத்துக்களால் கொஞ்சம் நன்மை ஏற்பட்டுள்ளது என்று கூறலாம்.

காந்தி எங்களுக்காகப் பாடுபடுபவர் என்றுதான் நாங்கள் முதலில் நம்பியிருந்தோம். தீண்டாமையின் கொடுமைபற்றி நிறையவே பேசியிருக்கிறார். ஆனால் பாபா சாகப் மிகவும் போராடி பெற்ற எங்களுக்கான தனித் தொகுதி உரிமை 1932 புனா ஒப்பந்தத்தின் மூலம் பறித்து தனித் தொகுதியுடன் கூடிய கூட்டுத் தொகுதியாக மாற்றிவிட்டார். தாழ்த்தப் பட்டோருக்காக ஒதுக்கப்பட்ட தொகுதிகளிலிருந்து வெற்ற பெற்ற வேட்பாளர்கள் மற்ற இனத்தவருக்காகவும் செயல்படும் வழிபிறந்தது. ஆனால் எல்லாவற்றையும்விட காந்திமேல் நாங்கள் வெறுப்புக்கொள்ளக் காரணம் அவர் பாபா சாகப் அம்பேத்கர் தாழ்த்தப்பட்டோரின் தலைவர் என்பதை ஏற்றுக்கொள்ள முடியாது என்று சொன்னதால்தான். லண்டனில் நடைபெற்ற வட்டமேஜை மாநாட்டில், இந்தியாவுக்கு சுதந்திரம் அளிப்பது பற்றிப் பேசும்பொழுது, தாழ்த்தப்பட்டோரின் பிரதிநிதியாக டாக்டர் அம்பேத்கர் வருவதை எதிர்த்தார். தமது எண்ணம் நிறைவேறுவதற்காக அவர் அடிக்கடி உண்ணாவிரதம் இருக்கத் தொடங்கினார். இது ஒருவித பிளாக்மெயில் போன்றது. பாபா சாகபையும் எங்கள் இனத்தையும் எரிச்சல் மூட்ட வைத்தது. எழுதப்படிக்காத கிராமவாசிகள்கூட காந்தியின் இந்த நாடகத்தைக் கேலி செய்யத் தொடங்கினர். எத்தனை தடவை தங்கள் கோரிக்கையைக் கைவிட்டு காந்தியை மரணத்திலிருந்து காப்பாற்றியிருக்கிறோம் என்று கிண்டல் செய்தனர்.

தாழ்த்தப்பட்டோருக்காக தலைமை தாங்கி அவர்களுக்கு சம உரிமை அளிக்கப்போவதாக சொன்னபோதெல்லாம் எங்கள் முன்னேற்றத்தைத் தடைசெய்யவே முயன்றிருக்கிறார். ஜாதி பாகுபாடு வேண்டாம் என்று அவர் கூறியபோதெல்லாம் பரம்பரை ஜாதிமுறையில் நம்பிக்கைக் கொண்டிருந்தார். அரசியல் உரிமை, அரசியல் ஏற்றத்தாழ்வின்மைதான் சரியான தீர்வு என்று பாபா சாகப் நினைத்ததற்குப் பதிலாக தனிநபர் கருத்து மாற்றத்தினாலேயே சீர்திருத்த முடியும் என்று நம்பினார். வர்தாவில் உள்ள காந்தி ஆஸ்ரமத்தில் ஒரு பிராமணப் பையனை பெருக்குவதற்காக வைத்திருந்தார் – தெருக்கூட்டுபவர்களின் பாரம்பரிய வேலை ஒரு சமூகப் பணி, அர்த்தமுள்ளது என்பதைக் காட்டுவதற்காக. ஆனால் தெருக்கூட்டுபவர்கள் சமூகத்தில் மேல்நிலைக்குச் செல்ல வேண்டுமென்பதில் அவருக்கு அக்கறை இல்லை.

1938இல் மாநில முதலமைச்சர் டாக்டர் என்.பி.காரே, செருப்புத் தைக்கும் இனத்தைச் சேர்ந்த ஆர்.யு. அக்னி போஜ் என்பவரை அமைச்சராக நியமித்தபோது காந்திக்கு அது

பிடிக்கவில்லை. ஜூலை 26இல் காந்தி வர்தாவில் காங்கிரஸ் செயற்குழுவைக் கூட்டி காங்கிரஸ் கட்சியின் ஒழுக்கத்தை டாக்டர் காரே கடைபிடிக்கவில்லை என்று குற்றம் சாட்டினார். மந்திரிப் பதவிக்கு அல்ல, கிராம அலுவலர்களாக ஆகக்கூட தாழ்த்தப்பட்டோருக்குத் தகுதி இல்லை என்றார். இதில் வெறுப்படைந்த டாக்டர் காரே மத்திய பிரதேச பெரார் முதலமைச்சர் பதவியை ராஜிநாமா செய்துவிட்டார். மந்திரி சபை கலைக்கப்பட்டது. தாழ்த்தப்பட்ட ஒருவர் அமைந்த மந்திரி சபை இவ்வாறு முடிவுக்கு வந்தது.

காந்தியின் இந்த செயல்பாடு, வாயில் ராமநாமம், கையில் பட்டாக்கத்தி என்ற பழமொழியையே பலருக்கு நினைவூட்டியது. காந்தியின் காதுக்கும் இது எட்டியிருக்கும். எனவேதான் நாக்புரைக் கடந்து சென்று, ஒரு சிறிய ஸ்டேஷனில் ரயிலை விட்டு இறங்கி, கார்மூலம் சோக்காமேலா கிராமத்துக்குத் திரும்பி வந்து விழாவில் கலந்துகொண்டார். தாழ்த்தப்பட்டோர் அவருக்குக் கறுப்புக் கொடி காட்டி அமைதி ஊர்வலம் நடத்தினர். ஆனால் சில குண்டர்கள் எதிர்ப்பில் ஈடுபட்டவர்களை கண்மூடித் தனமாகத் தடியால் தாக்கி, விழா நடக்கும் கூடாரத்தை நோக்கிக் கற்களை வீசினர்.

நிலைமை மோசமாகிவிடும் என்று உணர்ந்த அட்வகேட் மேஷ்ராம், என்.எல்.கன்பாரே மற்றும் சமூக சீர்திருத்த ஊழியர்கள் சிலர் காந்தியையும் பிரின்சிபல் டி.சர்ச்சிலையும் தங்கள் திறந்த குடைகளால் மறைத்து வெளியே கொண்டு சென்றனர். எதிர்ப்பாளர்கள் தங்கள் கோபத்தை அட்வகேட் மேஷ்ராம் மீது காட்டினர். அவரது விலா எலும்பை முறித்தனர். அவரை ஒரு கிணற்றில் தள்ள முயன்றபோது சில சமூக சீர்திருத்த வாதிகள் அவரைக் காப்பாற்றினர். இதற்கெல்லாம் காரணம் தாழ்த்தப்பட்டோர்கள்தான் என்று பத்திரிகைகளில் செய்தி வந்தது. ஆனால் உண்மையில் நாங்கள் அம்பேத்கரிஸ்ட்கள் தான் காந்தியை ஆபத்திலிருந்து காப்பாற்றினோம்.

நாக்புரின் நிலைமை மோசமாகிவிட்டிருந்தது.

கலவரம்

லின்லித்கோ பிரபு இந்தியாவின் வைசிரா யாக இருந்தபோது டாக்டர் அம்பேத்கரை தமது நிர்வாக சபையில் நியமித்தார். ஆங்கிலேய கனவான் என்ற முறையில் அவர் டாக்டர் அம்பேத்கரின் அறிவுத் திறமைக்கு மதிப்பளித்தார். ஒருமுறை அவரிடம், “டாக்டர் அம்பேத்கர், நீங்கள் இருநூறு பட்டதாரிகளுக்கு சமம்” என்றார். “எப்படி?” என்று கேட்டார் டாக்டர் அம்பேத்கர்.

லின்லித்கோவால் உடனே பதில் சொல்ல முடியவில்லை. டாக்டர் அம்பேத்கர் விளக்கினார். “அழுத்தமான தீர்மானம், பக்தி, கடின உழைப்பு ஆகியவற்றால் நான் என் அறிவை வளர்த்துக் கொண்டேன். இவ்வாறு பல விஷயங்களில் ஆழ்ந்த புலமை பெற்றுவிட்டேன். இது போன்றே உயர்ந்த கல்வியை என்போன்ற தாழ்த்தப்பட்ட மக்களுக்கும் அளிக்க விரும்புகிறேன். இது செயல்பட நீங்கள் அவர்கள் கல்விக்காக உதவித் தொகை பெற ஆவன செய்ய வேண்டும்.”

லின்லித்கோ இதை ஏற்றுக்கொண்டார். 1945இல் இங்கிலாந்து சென்று உயர் கல்வி படிப்பதற்காக பதினாறு மாணவர்களுக்கு கல்வி உதவித் தொகை வழங்கப்பட்டது. அதில் மூன்றுபேர் சோக்காமேலா ஹாஸ்டலில் தங்கியிருந்தவர்கள். ஹாஸ்டல் அவர் களுக்கு சிறந்த முறையில் வரவேற்பு அளித்தது. பதினாறு வயதில் அல்லாமல் உரிய காலத்தில் பள்ளியில் சேர்க்கப்பட்டிருந்தால் எனக்கும் அவர் களுடன் இங்கிலாந்து செல்ல வாய்ப்பு கிடைத்திருக் கும் என்று நினைத்துக்கொண்டேன்.

1945 டிசம்பர் 12இல் மாகாண தேர்தல் சம்பந்தமாக பாபா சாகப் அம்பேத்கர் நாக்புர் வந்தார். அகில இந்திய தாழ்த்தப்பட்டோர் கூட்டமைப்பு, சமதா சைனிக் தல், நாக்புரிலுள்ள தாழ்த்தப்பட்டோர் எல்லாம் அவருக்கு ஒரு பெரிய வரவேற்பு அளித்தனர். நான் அவருக்கு பாதுகாவலராக இருந்தேன். பெரிய அளவில் மக்களின் ஆதரவைப் பெற்று வரும் இந்த பரபரப்பான சூழ்நிலையில் அவருடைய பாதுகாப்பு பற்றி எங்களுக்குப் பயமாக இருந்தது. அவருக்கு மிக நெருக்கமாக இருந்து அவரைக் கவனித்துக்கொண்டேன். பலதடவை அவர் காலை மிதித்திருக்கிறேன். அதற்காக மானசிகமாக மன்னிப்பும் கேட்டுக்கொண்டேன்.

கூட்டம் பஸ்தூர்சந்த் பார்க்கில், மத்திய பகுதியில் நடைபெற்றது. இந்தத் தேர்தலில் நாம் நமது நலன்களைப் பிரதிநிதித்துவப்படுத்தும் வேட்பாளர்களையே தேர்ந்தெடுக்க வேண்டும் என்றும், காந்தியும் காங்கிரஸ் கட்சியும் நமது பிரதிநிதித்துவத்தில் தலையிடக் கூடாது என்றும் கூறினார். அரசியல் பலம் இல்லாமல் நமக்கு எதிர்காலம் இல்லை. விழிப்புடன் நமது உரிமைகளை காப்பாற்றிக்கொள்ள வேண்டும் என்றார். தமது எழுத்தாலும் பேச்சாலும் பாபா சாகப் எங்கள் எல்லோருடைய மனதையும் தொட்டுவிட்டிருந்தார், அவருடைய எழுத்தைப் படிக்காத, பேச்சைக் கேட்காத கிராமவாசிகள் உட்பட. நல்ல செயல்களும் புகழும் இறக்கையின்றியே வெகுதூரம் பறந்து செல்லும் (சூரத் ஸே கீரத் படீ பின் பங்கோம் ஸே உட்ஜாய) என்ற ஹிந்தி பழமொழி எனக்கு நினைவு வந்தது.

தாழ்த்தப்பட்டோர் அம்பேத்கரின் பேச்சைக் கேட்கத் துடித்துக்கொண்டிருந்தனர். அதற்காக எந்தக் கஷ்டத்தையும் பொறுத்துக்கொள்ள அவர்கள் தயார். எனக்கு தத்து மாமா என்ற ஓர் உறவினர் இருந்தார். விறகு வெட்டிக் கொடுப்பது அவர் வேலை. எப்பொழுதும் ஒரு கோடாலி அவர் தோளில் தொங்கிக்கொண்டிருக்கும். ஒருநாள் முழுக்க கடின வேலை செய்தபிறகு பாபா சாகப் அம்பேத்கரின் பேச்சைக் கேட்க ஆவலாயிருந்தார். அப்போது குடிபோதையிலிருந்த ஒருவன் அவரிடம் தனக்குக் கொஞ்சம் விறகு வெட்டித் தரும்படிச் சொன்னான். தன்னால் அப்போது முடியாது, பாபா சாகப் பேச்சைக் கேட்கப் போய்க்கொண்டிருக்கிறேன் என்றார் அவர். இது அவனுக்கு மிகுந்த கோபத்தை உண்டுபண்ணியது. மீண்டும் தத்து மாமாவை விறகு வெட்டவேண்டுமென்று கட்டாயப் படுத்தினான். மீண்டும் அவர் மறுத்துவிட்டார். திடீரென்று அவன் மாமாவின் தோளிலிருந்த கோடாலியைப் பிடுங்கி தத்து மாமாவின் தோளில் வெட்டினான். "எவ்வளவு துணிச்சல்

உனக்கு, என் வேலையைச் செய்ய மறுக்க. இந்த அம்பேத்கரின் பேச்சைக் கேட்பதால் உனக்கு என்ன கிடைக்கப் போகிறது?" என்று கத்தினான். பாவம் தத்து மாமா. காயம் பலமாக இருந்ததால் அம்பேத்கரின் பேச்சை அவரால் கேட்க முடியாமல் போயிற்று.

நடந்ததைக் கேள்விப்பட்டதும் நான் ஆஸ்பத்திரிக்குச் சென்று தத்து மாமாவைப் பார்த்தேன். அவர் உடல் வேதனையும் மன வேதனையும் என் மனதைத் தொட்டன. என் கிழிந்த சட்டையை மாற்றுவதற்காக அப்பா எனக்கு இரண்டு ரூபாய் தந்திருந்தார். அதைத் தத்து மாமாவிடம் கொடுத்தேன்.

"நாம்தேவ், நீ இப்போ காலேஜில் படிக்கிறாய், கிழிந்த சட்டைப் போடக்கூடாது" என்று சொல்லியிருந்தார் அப்பா. அடுத்த மாதம் அவர் உம்ரேரிலிருந்து என்னைப் பார்க்க வந்தபோது நான் அந்தப் பழைய கிழிந்த சட்டையையே போட்டுக்கொண்டிருந்தேன். அதில் பல இடங்களில் இருந்த கிழிசல்களை ஊசிநூலால் தைத்திருந்தேன். "போனமாதம் புதுச்சட்டை வாங்குவதற்கு இரண்டு ரூபாய் தந்துவிட்டுப் போனேனே, நான் சொல்வதைக் கேட்கமாட்டாயா?" என்றார்.

நான் நடந்ததைச் சொன்னேன். தத்து மாமாவுக்காக அப்பா மிகவும் வருத்தப்பட்டார். நாங்கள் இருவரும் அவர் வீட்டுக்குப் போனோம். எங்களைக் கண்டதும் மாமா எழுந்து வரவேற்றார். அவர் கண்களில் நீர் பெருகியது. "உங்கள் மகன் நாம்தேவுக்கு நல்ல இரக்க குணம். ஏழைகளுக்காக வெறும் வார்த்தையால் இரக்கப்படுவது மட்டுமல்ல, உதவவும் செய்கிறான்" என்றார். இதைக் கேட்டதும் அப்பாவின் முகம் பெருமையில் மலர்ந்தது.

பாபா சாகப் அம்பேத்கர் நாக்பூர் வந்த இரண்டு நாட்களுக்குப் பிறகு சமதா சைனிக் தல் சார்பில் ஒரு கூட்டம் நடைபெற்றது. நிறையப் பேர் தாழ்த்தப்பட்டோருக்கு இழைக்கப்படும் அநீதி பற்றியும், அவர்கள் உரிமைக்காகப் போராட வேண்டிய அவசியம் பற்றியும் பேசினர். அகில இந்திய தாழ்த்தப்பட்டோர் அமைப்பின் செயலர் பி.என். ராஜ்போஜ், "பல்வேறு தாழ்த்தப் பட்ட இன மக்களைத் தந்திரமாக பிரித்துவிட காங்கிரஸ் கட்சி முயல்கிறது. தாழ்த்தப்பட்டோருக்காக ஒதுக்கப்பட்ட தொகுதிகளில் தங்கள் வேட்பாளர்களை நிறுத்தத் திட்டமிட்டிருக்கிறது. இந்தச் சூழ்ச்சிக்கு எதிராக நான் காங்கிரஸின் அடையாளச் சின்னமான காந்தித் தொப்பியை எரித்துவிடப் போகிறேன்" என்றார்.

ஹோலிப் பண்டிகை போல் தீ மூட்டப்பட்டது. கூட்டத்தில் நிறையப் பேர் தாங்கள் அணிந்திருந்த காந்தித் தொப்பியை அந்த நெருப்பில் எறிந்தனர். நானும் அப்பாவின் வெள்ளைத் தொப்பியைப் பிடுங்கி எறிந்தேன். (அந்த மாதிரி தொப்பிகளை கிராமவாசிகள் வெயிலுக்காக அணிந்துகொள்வார்கள்.) நீண்ட காலம் முன்பு ஸாத்காவில் நான் சிறுவனாக இருந்தபோது காங்கிரஸ் கட்சியைச் சேர்ந்த விஷமிகள் என்னுடைய தங்க ஜரிகை வைத்த குல்லாவைப் பிடுங்கி தீயில் எறிந்தது நினைவுக்கு வந்தது. அதற்கு இப்போது நான் பழிதீர்த்துக்கொண்டேன். இதே சமயத்தில்தான் எச்.என். ஹர்தாஸ், வழக்கமான 'ராம் ராம்', 'ஜோஹர் மாய்பாப்', 'நமஸ்கார்' போன்றவற்றுக்குப் பதிலாக 'ஜய் பீம்' என்ற புதிய முழக்கத்தைத் தாழ்த்தப்பட்டோர் பயன்படுத்த வேண்டும் எனத் தீர்மானித்தார். இது அவ்வள வாக பிரபல்யமாகாவிட்டாலும் ராஜ்போக 'ஜய் பீம்' முழக்கத்தை அடிக்கடி நினைவுபடுத்திக் கொண்டார். படிப்படியாக அது பயன்படுத்தப்பட்டு இப்போது ஸ்திரமாகிவிட்டது.

மறுநாள் பத்திரிகைகளில் நிகழ்ச்சி பற்றி விரிவாக செய்தி வரவே, நாக்புரியின் மேல்ஜாதி மக்கள் ஆத்திரமடைந்தனர். ஜாதிப்பிரச்சனை எழும்பியது. தடியடி, கல்வீச்சு, கற்பழிப்பு, கத்திக் குத்து சம்பவங்கள் அடிக்கடி நிகழ்ந்தன.

நாக்புரில் நிறைய மஹாார்கள் நெசவாலைகளில் வேலை பார்த்துவந்தனர். தேர்தலில் போட்டியிடும் அட்வகேட் சகாராம் மேஷ்ராமை அவர்கள் ஆதரித்தனர். மேஷ்ராமின் ஆதரவாளர் களுக்கு சிரமம் கொடுப்பதற்காக காங்கிரஸ் கட்சி ஹர்தாலுக்கு அழைப்பு விடுத்தது. பொருளாதார நெருக்கடியில் நாக்புர் மில்களில் வேலை செய்யும் மஹாார்கள் தங்கள் வேலையை விட்டுவிட்டு வேறெங்காவது சென்றுவிடுவார்கள் என்று நினைத்தனர். ஆனால் மஹாார்கள் பொறுமைசாலிகள். ஒருவருக் கொருவர் உதவுவதற்காக தங்கள் பொருட்களையெல்லாம் சேர்த்து ஒன்றாக்கினர். வெற்றி கிடைப்பதற்காக பாதி பட்டினி கிடக்கவும் செய்தனர்.

நாக்புர் பகுதியில் சீதாபர்தி என்ற இடத்தில் ராதாபாய் காம்ப்ளே என்ற பெண் மில்லில் வேலை பார்த்து வந்தாள். திறமையான பேச்சுக்காரி. தன் நாவன்மையால் பெண் ஊழியர் களை தங்கள் உரிமைகளுக்காகப் போராட வைத்தாள். ஊழியர் களை அணிவகுத்து கூட்டமாக வேலைக்குச் செல்லும்படி செய்தாள். தனியாகப் போகும் பெண்கள் ஜாதிவெறி பிடித்த குண்டர்களுக்குப் பலியாக நேரலாம் என்பதால் பெண்கள் தங்கள் முந்தானையில் மிளகாய்ப் பொடியை மறைத்து

வைத்திருந்தனர். யாராவது தாக்க வந்தால் அவர்கள் கண்களில் பொடியைத் தூவிவிட்டு தங்கள் கற்பையும் மானத்தையும் காப்பாற்றிக் கொள்ள முடியும்.

நாக்பூர் அச்சமூட்டும் ஆபத்தான இடமாக மாறிவிட்டது. முடிவில் தீண்டப்படாதோர் வாக்கு அளிக்காமல் இருக்க மேல்ஜாதியினர் ஒரு தந்திரம் செய்தனர். தீண்டப்படாதோருக்கான வாக்குச் சாவடிகளை மேல்ஜாதியினர் வசிக்கும் இடத்தில் அமைத்தார். ஓட்டளிக்க வரும்போது அவர்களுக்கு இடைஞ்சல் பண்ணலாமே என்பது அவர்கள் திட்டம். ஆனால் கொடுமைக்கும் அநீதிக்கும் ஒரு அளவு உண்டல்லவா? எங்கள் ஜாதியைச் சேர்ந்த மல்யுத்த வீரர்களும் துணிவுள்ள வாலன்டியர்களும் எங்கள் பெண்களை பத்திரமாக வாக்களிக்க அழைத்துச் சென்றனர். மேல் ஜாதியினரும் தங்கள் பயில்வான்களையும் குண்டர்களையும் தயார் நிலையில் வைத்திருந்தனர். இரண்டு பக்கமும் கத்திகளும் வாட்களும் வேறு ஆயுதங்களும் ரத்தத்தை ருசி பார்க்கக் காத்திருந்தன.

தேர்தல் தினத்தன்று எங்கும் சண்டையும் அடிதடியுமாக இருந்தது. அட்வகேட் சேசாராம் மேஷ்ராம் போலிஸால் சூழப்பட்டு கைதானதாகக் கேள்விப்பட்டோம். உடனே நிறைய மஹார்கள் ஒன்றுகூடி போலிஸ் ஸ்டேஷன் முன் குவிந்தோம். போலிஸ் லத்தி சார்ஜ் செய்தது. நிறையப் பேர் காயமுற்றனர். கோபத்தில் திளைத்த கும்பல் கட்டுக்கடங்காத நிலையில் இருந்தது. போலிஸ் துப்பாக்கி சூடு நடத்தியது. முதலில் ஆகாயத்தைப் பார்த்து சுட்டனர். பின்னர் கூட்டத்தை நோக்கி. கூட்டத்தில் ஒரே குழப்பம் நிலவியது. ஆட்கள் அங்குமிங்கும் ஓடினர். நாங்கள் உயிரைக் காப்பாற்றிக்கொள்ள ஒவ்வொரு திசையாக ஓடினோம்.

நிறையப் பேர் உயிரிழந்தனர். நிறையப் பேர் காயமுற்றனர். எனக்கு முன்னால் ஒரு பாலத்தருகில் என் நண்பன் ராம்தாஸ் டோங்ரே சுடப்பட்டு உயிரிழந்ததைப் பார்த்தேன். அண்மையில் தான் அவனுக்கு திருமணமாகியிருந்தது.

இந்தக் கலவரத்தில் சம்பத், ஹுஸேன் என்ற இரண்டு தொழிலாளிகள் குண்டர்களை எதிர்த்துத் தீவிரமாகப் போராடினர். ஆனால் கடைசியில் அவர்களும் துப்பாக்கிச் சூட்டுக்கு இரையாகிவிட்டனர். அவர்களுக்கு மரியாதை செலுத்தும் வகையில் கவிஞர் பாபுராவ் மேஷ்ராம் (அவருடன்தான் நான் தங்கியிருந்தேன்) ஒரு இரங்கற் பாவை ஹிந்தியில் எழுதினார்:

ஸம்பத் ஹுஸேன் தோனோம் வஹ் வீர் தே ஹமாரே
கர் வார் துஷ்மனோம் பே ரண மே கயே ஹைங் மாரே।

(சம்பத்தும் ஹுஸேனும் நமது ஒப்பற்ற வீரர்கள். நிறையப் பேர்களை கொன்றொழித்த பின் தாமும் வீரமரணமடைந்தனர்.)

கலவரத்தின்போது எல்லா ஜாதிகளையும் சேர்ந்த நிறையப் பேர் மோசமான இடங்களில் மோசமான நேரத்தில் பொறியில் அகப்பட்டுக் கொண்டனர். எங்கள் பகுதியில் பிவாஷர்கால் நேஷ்டி என்ற மேல்ஜாதியைச் சேர்ந்த உள்ளூர்வாசி எங்கு செல்வது என்று தெரியாமல் திகைத்து நிற்பதைக் கண்டேன். அவர் வாக்களிப்பதற்காக இந்தோரா வந்திருக்கிறார். என்னைப் பார்த்ததும் பயத்தில் நடுங்கிக்கொண்டே, "நாம்தேவ், கடவுளைப் போல வந்துவிட்டாய். என்னைக் காப்பாற்று தம்பி" என்று கெஞ்சினார்.

அவரைப் பார்த்து எனக்கு வருத்தமாயிருந்தது. "அண்ணா, நீங்கள் இந்த காந்தி தொப்பியை அணிந்திருந்தால் உங்களால் உயிர் தப்ப முடியாது. என்னிடம் கொடுத்துவிடுங்கள்" என்றேன். காந்தி தொப்பியை வாங்கிக்கொண்டு அவரை பாபுராம் மேஷ்ராம் வீட்டுக்குப் பத்திரமாக அழைத்துச் சென்றேன். கலவரம் ஓய்வதுவரை அவர் அங்கேயே மறைந்து இருந்தார். நிலைமை அமைதியானதும் நான் அவரை அந்த இடத்திலிருந்து பத்திரமாக வெளியே அழைத்துச் சென்றேன்.

அதன் பிறகு சில தினங்களுக்கு ஜாதி வெறி தலை விரித்தாடியது. ஆங்காங்கே அடிதடியும், கத்திக் குத்தும், கொலையும் நடைபெற்றன. சில இளைஞர்கள் போலிஸ் தாக்குதலுக்கும் கைதுக்கும் பயந்து தலைமறைவாயினர். ரௌட் என்ற பையன் பயம் காரணமாக விவசாயக் கல்லூரிக்கு வருவதையே நிறுத்திவிட்டான். மாணவர்கள் வெளியே போகும்போது கூடிய மட்டும் சேர்ந்தே போவோம் தனியாகப் போவதில்லை. டியூஷன் எடுக்க வேண்டியிருப்பதால் நான் சிலசமயம் தனியாகத் தான் போகவேண்டியிருந்தது.

சோக்காமேலா ஹாஸ்டலின் மேலாளர் தும்பலீஸ்வார் உயர் ஜாதியைச் சேர்ந்தவர். அவருடைய நன்மைக்காக ஹாஸ்டலை விட்டுப் போய்விடும்படி எச்சரிக்கப்பட்டார். ஆனால் அவரோ, "இங்குள்ள மாணவர்களிடம் எனக்கு நல்ல நம்பிக்கை இருக்கிறது. அவர்கள் என்னைக் காப்பாற்றுவார்கள்" என்று சொல்லிவிட்டு பாதுகாப்பாக இருந்தார்.

நாக்பூரில் நிலைமை சீர்பட சில நாட்கள் ஆயின. ஒருநாள் வழக்கம்போல காலேஜிலிருந்து வீடு திரும்பிக் கொண்டிருக்கும் போது எனக்கு பழக்கமான ஒருவனை சந்தித்தேன். வழக்கம் போல் 'ஜெய் பீம்' என்றேன்.

அவன் கண்கள் பயத்தில் சுற்றுமுற்றும் பார்த்தன. மெதுவான குரலில், "இந்த மாதிரி வாழ்த்துவதை நம்ம ஊருக்கு வெளியே சொல்லிவிடாதே. மறைந்திருக்கும் யாராவது கேட்டுவிட்டால் நம்மை தாக்க வந்துவிடுவார்கள்" என்றான். இன்னொரு நாள் ஒருவர் தன் மகனுடன் பார்க்கில் அணிவகுப்பு நடப்பதைப் பார்த்துக்கொண்டிருந்தார். என்னைப் பார்த்ததும் தந்தையின் தோளில் அமர்ந்தபடி வேடிக்கைப் பார்த்துக்கொண்டிருந்த பையன் 'ஜெய் பீம்' என்று கத்தினான். அவன் அப்பா உடனேயே பையனின் வாயைப் பொத்தி, "பொது இடத்தில் அப்படிச் சொல்லக் கூடாது, யாராவது எதிரிகள் கேட்டுவிட்டால் நம்மை அடித்து சட்னியாக்கி விடுவார்கள்" என்று எச்சரித்தார்.

சில வேளைகளில் கெட்டதிலிருந்தும் நல்லவை பிறப்பதுண்டு. இனக் கலவரத்தின்போது மஹார்கள் எல்லோரும் ஒரு தாய் வயிற்றுப் பிள்ளைகளாக இணைந்து கொண்டனர். ஜாதிப் பிரிவுகளையோ தங்களுக்குள்ள கருத்து வேறுபாடுகளையோ பொருட்படுத்தவில்லை. தங்கள் இனத்தைப் பாதுகாக்க குழந்தைகளும் பெண்களும்கூட தயாராக இருந்தனர். ஆண்கள் நாலைந்து பேராக சேர்ந்து இரவிலே ஊரைச் சுற்றி வந்தனர். பழிக்குப் பழி வாங்குவதில் மஹார்கள் பேர் பெற்றவர்கள். ஒரு மஹார் கொல்லப்பட்டால் அவனைத் தாக்கியவர்களில் இரண்டு பேராவது பதிலுக்குக் கொல்லப்படுவார்கள். மஹார்கள் துணிச்சல் மிக்கவர்கள் என்றும் பலசாலிகள் என்றும் பக்கத்து இடங்களிலெல்லாம் செய்தி பரவியது. அந்த ஜாதியுடன் மோதுவதற்கு மற்றவர்கள் தயங்கத்தான் செய்தார்கள்.

மஹார்கள் அதிகம் வசிக்கும் இந்தோரா, மகாபாரதத்தின் குருக்ஷேத்திரம் போலாயிற்று. துப்பாக்கிச் சூடு, அடிதடி, லத்தி சார்ஜ், கொலை என்று நாக்பூர் கலவரத்தின் யுத்தக் களமாக மாறியது. கலவரத்துக்குப் பிறகு யாராவது என்னிடம் 'எங்கே வசிக்கிறாய்?' என்று கேட்டால் பயத்துடன் சோக்காமேலா ஹாஸ்டல் என்று சொல்வதற்குப் பதிலாக பெருமையுடன் 'இந்தோராவில் வசிக்கிறேன்' என்று தெரிவிப்பேன். 'வாஹ், இந்த இந்தோரா மக்களுக்கு பயமே கிடையாது' என்று அவர்கள் வியப்புடன் சொல்லும்போது எனக்கு பெருமையாக இருக்கும்.

கோயிலை இடிக்கும் நிம்கடே

கோயில் இடித்த வழக்கு இன்னும் நடந்து கொண்டிருந்தது. 'மந்திர் தோட்னே வாலா நிம்கடே' என்ற புகழ் எனக்கு கிடைத்துவிட்டது. இந்த விளம்பரத்தின் பயனாக நாக்புருக்கு வெளியே நடக்கும் சமூக சீர்திருத்த கூட்டங்களுக்கும் சந்திப்புகளுக்கும் எப்போதும் நான் அழைக்கப்பட்டேன். கல்லூரி விடுமுறை நாட்களில் நான் அவற்றில் கலந்துகொள்வேன். 1945இல் விதர்பா கொத்வால் பரிஷத் என்னை ஒரு கூட்டத்துக்கு அழைத்தது. நான்கு மாவட்டங்களைச் சேர்ந்த, மஹார் இனத்தின் சற்று தாழ்ந்த பிரிவான கொத்வால் ஜாதியினர் நடத்தும் கூட்டம் அது. கொத்வால் ஜாதியினர் இரவு காவல் புரிபவர்கள்.

கிராமத் தலைவர்களுக்குப் பணி செய்து வரும் கொத்வால் ஜாதியினரும் முக்கியமான புரட்சியாளர்களும் சமூக சீர்திருத்தவாதிகளும் கலந்து கொண்டனர். நாஸிக்கிலிருந்து தாதாசாகப் கெயிக்வாட் முக்கிய விருந்தினராக இருந்தார். பாபா சாகப் அம்பேத்கரின் நெருங்கிய நண்பர் அவர். தாதா சாகப் கெயிக்வாட் சிறந்த பேச்சாளர். சுத்தமான மராத்தியிலிருந்து வண்ணமயமான கிராமத்து மொழிக்கு மாறிவிடுவார். இளைய சமூகப் பணி யாளர்களுக்கும் சிறந்த மாணவர்களுக்கும் பேசுவதற்கு இடம் கொடுப்பவர். அந்த சந்தர்ப்பத்தில் அவர் என்னுடைய கருத்துக்களையும் சொல்லும்படி கேட்டுக்கொண்டார்.

நான் மகிழ்ச்சியுடன் பேசினேன். கிராமத்திலிருந்து வருவ தால் கொத்வால்களின் நிலைமை பற்றி எனக்கு நன்றாகத் தெரியும். கடுமையாக வேலை செய்தாலும் எல்லோரும் அவர் களை அலட்சியப்படுத்தவே செய்தனர். தெருவில் இறந்து கிடக்கும் மிருக உடல்களை அகற்றுவதிலிருந்து திருட்டுக்கள் பற்றி போலிஸில் தகவல் கொடுப்பதுவரை, ஊருக்கு வரும் போலிஸ் இன்ஸ்பெக்டரின் சாமான்களைச் சுமந்து செல்வதி லிருந்து ஊர்த்தலைவர் சொல்வதையெல்லாம் செய்வதுவரை அவர்களுக்கு வேலை இருந்துகொண்டேயிருக்கும். ஆனால் அவர்களுக்கு நிலையான சம்பளம் என்று எதுவும் கிடையாது. கொடுப்பதை வாங்கிக்கொள்ள வேண்டும். பொதுவாக அது போதுமானதாக இராது. சில சமயம் அவர்களுடைய வேலை களை அவர்களது மனைவி குழந்தைகளும் செய்ய வேண்டி யிருக்கும் – அடிமைகள் போல. எனது சிறிய உரையில் இந்த அநீதியும் அநியாயமும் மாற்றப்பட கொத்வால்களுக்கு அவர் களது பணிகள் பற்றிய ஒரு பட்டியல் தயாரிக்க வேண்டும் என்றும் அந்த வேலைகளை மட்டுமே பார்க்க வேண்டும் என்றும் கூறினேன். அவர்களை அடிமைகளாக நடத்தக்கூடா தென்றும், அவர்கள் ஆற்றும் பணிகளுக்கு ஏற்ப தக்க சம்பளம் கொடுக்கப்பட வேண்டும் என்றும் பேசினேன்.

தாதாசாகப் கெய்க்வாட் என் பேச்சைப் புகழ்ந்து பாராட்டி னார். எங்கள் நட்பு, அவர் புதுதில்லி பாராளுமன்ற ராஜ்ய சபைக்குச் செல்லும்வரை தொடர்ந்தது. பின்னும் அவர் மரண மடையும்வரை நீடித்தது.

1946 ஆகஸ்ட் மாதம் நாக்புர் தாழ்த்தப்பட்ட இன மாணவர் சம்மேளனத்தின் தேர்தல் நடைபெற்றது. நான் அதற்காக உழைத்திருந்ததால் பெருவாரியான வாக்குகள் பெற்று தலைமை பதவிக்குத் தேர்ந்தெடுக்கப்பட்டேன். டிசம்பரில் அகில இந்திய தாழ்த்தப்பட்ட இன மாணவர் கூட்டத்தை நாக்புர் கஸ்தூர்பா நகரில் நடத்தினோம்.

பாபா சாகப் அம்பேத்கரை முக்கிய விருந்தினராக அழைக்க விரும்பினோம். ஆனால் அவர் இந்திய அரசியலமைப்புச் சட்டத்தை உருவாக்குவதில் தீவிரமாக ஈடுபட்டிருந்ததால் (1947இல் ஆங்கிலேயரிடமிருந்து விடுதலை பெறும்போது அது எழுதி முடிக்கப்பட்டிருக்க வேண்டும்) வங்காளத்தைச் சேர்ந்த ஜோகேந்திரநாத் மண்டல் முக்கிய விருந்தினராக அழைக்கப் பட்டார். நான் உணவுப் பிரிவை கவனித்துக்கொண்டேன். வந்த விருந்தினர்களுக்கெல்லாம் உணவளிக்கும் பொறுப்பு என்னிடமிருந்ததால் கூட்ட நடவடிக்கைகளைக் கவனிக்க

முடியவில்லை. மாநாடு வெற்றிகரமாக நடந்து முடிந்ததில் எனக்கு மிகவும் மகிழ்ச்சியாக இருந்தது.

எங்கள் மாணவர் அமைப்பில் நிறைய மாணவர்களைச் சேர்ப்பதற்காக நான் நாக்புரின் பல வார்டுகளுக்கும் சென்றேன். தாம்பத் பகுதியில் நான் நான்கு சகோதரிகளை சந்தித்தேன். அவர்கள் தங்கள் அம்மா, பாட்டியுடன் வசித்தனர். அவர்கள் அண்ணன் தில்லியில் வேலை பார்த்துக்கொண்டிருந்தான். அவன் இல்லாமல் இருப்பது அவர்கள் மனதுக்கு கஷ்டமாயிருப் பதால் என்னை அவர்களுடன் அன்று மாலை விருந்துண்ண அழைத்தனர். நான் ஒப்புக்கொண்டேன். அவர்களில் கடைசி சகோதரி புனித உர்சுலா பள்ளியில் படித்துக்கொண்டிருந்தாள் தனது தாவரஇயல் பாடத்தை சொல்லித் தர முடியுமா என்று கேட்டாள். அவள் மிகவும் புத்திசாலிப் பெண். குரல் மிக இனிமையாக இருக்கும். அவளுக்குப் பாடம் சொல்லிக் கொடுக்க அங்கே அடிக்கடிப் போகத் தொடங்கினேன்.

எனக்கு ஏனோ அவளிடம் ஒரு ஈர்ப்பு ஏற்பட்டது. டியூஷன் எடுத்ததில் கிடைத்த பணம் கொஞ்சம் மிச்சமிருந்தது. அவளுக் காக ஒரு துணி வாங்கி அவள் வீட்டருகே இருந்த ஒரு டெய்லரிடம் கொடுத்து அவளுக்கு ஒரு சட்டை தைக்கச் சொன்னேன். அப்போதெல்லாம் துணி தைப்பதற்கு அதிக நாட்கள் எடுத்துக்கொள்வார்கள். தையல் கடைக்கு வரும் சாக்கில் அவள் வீட்டுக்கும் போவேன். என்னைக் கண்டதும் அவள் முகம் மலரும், என் நண்பர்கள் என்னை ‘ரோமியோ’ என்று அழைக்கத் தொடங்கினர். இந்த மலரும் காதலாலும் கோர்ட் வழக்காலும் என் படிப்பில் அதிக கவனம் செலுத்த முடியாமல் போயிற்று.

ஒருநாள் நான் அவளைப் பார்க்கச் சென்றபோது அவள் வீட்டில் இல்லை. அவள் பாட்டி என்னை உட்கார வைத்து நீண்ட நேரம் உபதேசம் செய்தாள். பரீட்சை வருகிறது, நானும் அவளும் படிப்பில் மட்டும் கவனம் செலுத்த வேண்டும். மனதை சிதற விடக்கூடாது. நான் ஒரு ஏழைக் குடும்பத்தைச் சேர்ந்தவன். படிப்பதற்காகவே நாக்புர் வந்திருக்கிறேன். அதில் மட்டுமே கவனம் இருக்க வேண்டும். எனவே அவளைப் பார்க்க வீட்டுக்கு இனி வரக்கூடாது.

நான் திக்பிரமை அடைந்தேன். வெளியே நடந்து செல்லும் போது அவளைக் கண்டேன். பாட்டி சொன்னதையெல்லாம் அவளிடம் சொன்னேன். அவள் பதில் எதுவும் கூறாமல், கண்ணில் நீர்மல்க, வேகமாகச் சென்றுவிட்டாள். எல்லாம் முடிந்துவிட்டது. அருகில் ஒரு ஹோட்டல் ரேடியோவிலிருந்து

ஒரு ஹிந்தி பாடல் கேட்டது. "தேரா கிலௌனா டூட்டா பாலக், தேரா கிலௌனா டூட்டா ஹை, கிஸ்மத் நே லூட்டா" (உன் பொம்மை உடைந்துவிட்டது, குழந்தாய், உடைந்தே போயிற்று. விதி அதை திருடிவிட்டது.) அது எனக்காகவே பாடுவது போலிருந்தது. விரைவாக வீட்டுக்குப் போய்விட்டேன். அங்கேயும் இன்னொரு ரேடியோவிலிருந்து, தேவதாஸ் எனும் படத்தில் கே.எல். சைகால் பாடும் "ஜப் தில் ஹி டூட் கயா, ஹம் ஜீ கே க்யா சுரேங்கே" (என் இதயம் நொறுங்கியபின் வாழ்வதில் என்ன பயன்). சாகும் தருவாயிலுள்ள தேவதாஸ் போலவே என்னை உணர்ந்தேன். காதலை இழந்தவன் அவன், சொற்ப வாழ்நாளை வெறுமையிலும் வேதனையிலும் கழித்தவன்.

எனது நண்பர்களில் யாரோ அட்வகேட் சகா ராமிடம் எனது பிரச்சனையைச் சொல்லியிருப்பார்கள் போலும். அவர் என்னை தம் வீட்டுக்கு அழைத்து, மனதை படிப்பில் மட்டும் செலுத்தும்படி அறிவுரை கூறினார். "இது ஒரு முக்கியமான வருடம் உனக்கு. முதலில், நீ பொருளாதார சிக்கலில் இருக்கிறாய். அப்புறம் கோர்ட்டில் கோயிலை இடித்ததாக உன்மேல் ஒரு கேஸ் இருக்கிறது. காதல் வசப்பட்டு அங்குமிங்கும் அலைந்து கொண்டிராதே, படிப்பில் மட்டும் கவனம் செலுத்து. பரீட்சையில் நீ தோற்றுப் போனால் உன் அம்மாவும் அப்பாவும் எவ்வளவு மனக்கஷ்டம் அடைவார்கள், யோசித்துப் பார், ஒரு வருடம் உன்னால் வீணாக்க முடியுமா? பையா. கவனமாகக் கேள், ஒரு தரமான நல்ல மாணவனாக இருக்க வேண்டுமென்றால் ஐந்து கொள்கைகளை மனதில் வைத்திருக்க வேண்டும். கடினமான உழைப்பு, ஆழ்ந்த கவனம், குறைந்த தூக்கம், மிதமான உணவு, வீட்டு நினைவை மறத்தல். இதைத்தான் மாணவ பஞ்ச லக்ஷணம் என்பார்கள்" என்றார்.

அட்வகேட் மேஷ்ராம் சொல்வதைக் கவனமாகக் கேட்டேன். பழைய நினைவுகள் மனதில் கூத்தடித்தன. ஹெல்வட்கர் ஸாகுகார் என்ற லேவாதேவிக்காரர் என் படிப்பு விஷயமாக கடன் கேட்டபோது என்னையும் அப்பாவையும் ஏளனமாகத் திட்டியது மனதில் ஓடியது. அப்போது, நான் நன்றாகப் படிப்பேன், பணம் மட்டுமல்ல மனிதனை மேல் நிலையில் வைப்பது என்பதை பணக்காரர்களுக்குக் காட்டுவேன் என்றெல்லாம் முடிவு எடுத்திருந்தேன். அப்பாவுக்கு என் மீதிருந்த நம்பிக்கையை நிரூபிக்கவும், அவருக்கு ஏற்பட்ட அவமானத்தையும் கஷ்டத்தையும் துடைக்கவும் நான் கடுமையாக உழைக்க வேண்டும். இப்போதே என் படிப்பு எவ்வளவோ சேதமடைந்துவிட்டது – வெளிக் காரணங்களாலும் உள் காரணங்களாலும். இவற்றையெல்லாம் சரிப்படுத்த எங்கே

எப்படி ஆரம்பிப்பது என்றே தெரியவில்லை. ஒரு சமஸ்கிருத பழமொழி நினைவுக்கு வந்தது: சிந்தா சிதா சமானாஸ்தி (கவலையும், எரியும் பிரேதக் குழியின் விறகைத் தூண்டுவதும் ஒன்றுதான்; உடம்பையும் மனதையும் எரித்து நீறாக்கிவிடும்.)

எனது பரீட்சைக்கு உச்சக்கட்டமாக மிக அவசியமான பாட புத்தகங்கள்கூட என்னிடம் இல்லை. ஒருநாள் எங்கள் ஹாஸ்டலுக்கு அருகே இருந்த பங்களாவில் தீப் பிடித்துவிட்டது. உதவிக்கு ஓடியபோது என் மனதில் தோன்றிய எண்ணம், தீயோடு போராடும்போது என் உடல் எரிந்து சாம்பலாகி விட்டால் அப்புறம் பரீட்சை எழுதத் தேவையில்லையே என்பது தான். என் பாதுகாப்பைப் பற்றிக் கவலைப்படாமல் கட்டிடத்துக்குள் நுழைந்தேன். பக்கத்து வீட்டுக்காரர்கள் மற்றும் என் நண்பர்கள் உதவியுடன் தீ அணைக்கப்பட்டது. என் உயிருக்கு எந்த ஆபத்தும் நேரவில்லை. இப்போது என் மனதில் எரியும் கவலை என்னும் தீயைத்தான் அணைக்க வேண்டியிருந்தது.

எனக்கிருந்த திகைப்பில் திடீரென ஒரு ஐடியா தோன்றியது. என் நண்பர்களிடம் கூறினேன். "நமக்குள் ஒரு ஏற்பாடு செய்து கொள்வோம். நான் உங்கள் அறைகளைப் பெருக்கி சுத்தம் செய்கிறேன், டீ போட்டுத் தருகிறேன், துணிகளைத் துவைக்கிறேன். அதற்குப் பதிலாக நீங்கள் படிக்கும் பாடத்தை என்னோடு பகிர்ந்துகொள்ளுங்கள்."

ஐந்து பேர் ஒப்புக்கொண்டனர். தங்கள் பாட நோட்ஸ் களை எனக்குப் படிக்கத் தருவதாகவும், சந்தேகங்கள் ஏதேனும் இருப்பின் தீர்த்துவைப்பதாகவும் கூறினர். இஞ்சினியரிங் காலேஜ் மாணவர்கள் இருவர் கணிதத்திலும், வேறு சிலர் ஆங்கிலத்திலும் உதவினர். ஒருநாள் எனக்கு *Real Achievements* என்ற புத்தகம் மறுநாள் நடக்கவிருந்த ஆங்கிலத் தேர்வுக்குத் தேவைப்பட்டது.

துலாராம் டோங்ரே என்ற நண்பன் (என்னை அறிவியல் பாடம் எடுத்துப் படிக்கத் தூண்டியவன்) தன் கைப்பணத்தைப் போட்டு அந்த புத்தகத்தை வாங்கினான். அதை மூன்று பகுதி களாகக் கிழித்தான். அவனும் அவனது இரண்டு நண்பர்களும் ஆளுக்கொரு பகுதியாக எடுத்துக்கொண்டு, படித்து ஒவ்வொரு பகுதியின் சுருக்கத்தையும் எனக்கு எழுதித் தந்தனர். இதே மாதிரி வேறு சில ஹாஸ்டல் நண்பர்களும் உதவி செய்தனர். என் உடல், மனம், கல்வி மூன்றையும் கவனித்துக்கொண்ட அவர்களை நான் எப்படி மறக்க முடியும்!

சோக்காமேலா ஹாஸ்டலில் எல்லோரும் இரவு பத்து மணிவரைதான் படிக்க முடியும். உடனே விளக்குகள் அணைக்கப்

பட்டுவிடும். தூங்கப் போக வேண்டியதுதான். ஆனால் கிராமத்தில் வளர்ந்த எனக்கு இது ஒத்து வரவில்லை. எட்டு மணிக்கே எனக்கு தூக்கம் வந்துவிடும். எனக்கு ஒரு வழி தோன்றியது. அடுக்களையில் சமையல்காரர்கள் அதிகாலையில் தங்கள் வேலைகளைத் தொடங்கிவிடுவார்கள். நான் அங்கே போய் படித்தால் என்ன? சமையல்காரர்கள் எனக்கு நண்பர்களாக இருந்ததால் நான்கு மணிக்கே எழுந்திருந்து அங்கே போய் படிக்கத் தொடங்கினேன். அவர்களும் என் படிப்புக்கு இடைஞ்சல் செய்யவில்லை. மெல்லிய குரலில் பேசிக்கொண்டு, பாத்திரங்களை ஓசையின்றி கையாண்டு எனக்கு உதவினர்.

எப்படியோ பரீட்சை எழுதத் தயாராகிவிட்டேன். ஆனால் எனக்கு முழு திருப்தி அளிக்கும் வகையில் அல்ல. பரீட்சைகள் முடிந்ததும் ஏதோ ஒரு பெரிய பாரத்தை தலையில் இருந்து இறக்கி வைத்த உணர்வு ஏற்பட்டது. மனம் சமூக சேவையில் ஊர் சுற்ற விரும்பியது. உம்ரேர் ஊரைப் பார்த்து ரொம்ப நாளாகியிருந்தது. தரம்பெத்தில் உள்ள அந்தக் குடும்பத்தையும் அவர்களின் கடைசிக் குட்டியையும் பார்க்க வேண்டும் என்றிருந் தது. ஆனால் அந்தப் பாட்டியின் சொற்கள் என்னைத் தடுத்தன. கஷ்டப்பட்டு உணர்ச்சிகளை அடக்கிக்கொண்டேன். அந்தப் பாதை அடைக்கப்பட்டு விட்டது. இனி அதை மறந்து விடுவது தான் நல்லது. வேலை ஏதாவது கிடைக்குமா என்று பார்த்தேன். ஒரு ஆபிஸில் செடிகளுக்கு தண்ணீர் ஊற்றும் வேலைதான் கிடைத்தது. வராந்தாவிலும் அறைச் சுவர்களிலும் படர்ந்து அலுவலகத்தைக் குளிராக வைக்கும் செடி. கங்கா கீ தட்டி என்பார்கள். அதில் நீர் ஆவியாகும்போது குளிராக இருக்கும். கையில் கொஞ்சம் காசு கிடைத்ததும் உம்ரேருக்குச் சென்றேன். சில வாரங்கள் நண்பர்களுடன் சுற்றித் திரிவது, கிணற்றில் நீந்துவது, நூல் நிலையத்தில் வாசிப்பது, உறவினர்களுடன் பேசுவது என்று கோடை விடுமுறை ஜாலியாகக் கழிந்தது.

அந்த வருடம் அம்பேத்கர் ஜெயந்தி மிக விமரிசையாகக் கொண்டாடப்பட்டது. பாபா சாகப் ஓர் அற்புதமான சொற் பொழிவு நிகழ்த்தினார். அதைக் கேட்ட அவரது மிகப்பெரிய விமர்சகர் ஆச்சார்யா ஆத்ரே கூட தமது மனதை மாற்றிக் கொண்டார். தமது *நவ்யுக்* பத்திரிகையில் ஒரு சிறப்பிதழ் கொண்டு வந்தார். பாபா சாகபைப் புகழும் பல கட்டுரைகள் அதில் வந்தன. “இனிமேல் நான் ஒருபோதும் டாக்டர் அம்பேத்கரை விமர்சித்து எழுத மாட்டேன். அவரைப் பற்றி இதுவரை மோசமாக எழுதிவந்த என் பேனாவை உடைத்து விட்டேன்” என்று எழுதியிருந்தார் ஆத்ரே.

தீண்டப்படாத எங்களுக்கு இது மிகப் பெருமையாக இருந்தது. அந்த சிறப்பிதழின் விலை எட்டணா. ஆனால் எங்கள் இனத்தில் அதற்கு ஏற்பட்ட கிராக்கியில் அது ஐந்து ரூபாய்வரை விலைக்கு விற்கப்பட்டது. எனது நண்பன் லக்ஷ்மன் நாக்டவ்தே ராணுவத்திலிருந்து விடுமுறையில் வந்து திருமணம் செய்துகொண்டபோது நான் அந்த சிறப்பிதழைத்தான் அவனுக்குத் திருமணப் பரிசாகக் கொடுத்தேன். அவனுக்கு மிக மகிழ்ச்சியாக இருந்தது. தனக்குக் கிடைத்த திருமணப் பரிசுகளில் இதுதான் மிக உயர்ந்தது என்று கூறினான்.

பரீட்சை முடிவுகள் வர இருந்ததால் நான் நாக்பூர் திரும்பி னேன். தோற்றுப் போனால் வீட்டார் மற்றும் நண்பர்கள் முகத்தில் எப்படி விழிப்பது என்ற கவலை படர்ந்தது. முடிவுகள் வெளியானதும் பத்திரிகையை நடுங்கும் கரங்களுடன் திறந்தேன். என் பெயரைத் தேடினேன். மிகக் குறைந்த எண்ணிக்கையி லேயே மாணவர்கள் தேறியிருந்தனர். என் பெயரைத் தேடுவதில் அர்த்தம் இல்லை என்று தோன்றியது. மனம் பைத்தியம் பிடித்ததுபோல் தேறிய மாணவர் பட்டியலில் ஓடியது. திடீரென்று என் பெயர் கண்ணில் பட்டது, நம்ப முடிய வில்லை. கண்களை மூடித் திறந்தபடி மீண்டும் பார்த்தேன். ஆமாம், என் பெயர்தான். வியப்பும் மகிழ்ச்சியும் தோன்றின. பரீட்சை தினத்தில் இருந்த மனக் குழப்பமும் கவலையும் நினைவுக்கு வந்தன.

எங்கள் விவசாயக் கல்லூரியிலிருந்து சுமார் 125 மாணவர் கள் தேர்வு எழுதினர். இவர்களில் 33 பேர் மட்டுமே தேர்ச்சி பெற்றனர். நானும் அவர்களில் ஒருவன். சோக்காமேலா ஹாஸ்டல் மாணவர்களில் நானும் தடானேயும் மட்டுமே வெற்றி பெற்றிருந்தோம். பின்னர் அவ்வருடம் இந்தியா சுதந்திரம் அடைந்ததை முன்னிட்டு தோற்ற மாணவர்களை மதிப்பீடு செய்வதற்காக மீண்டும் ஒரு தேர்வு நடத்தப்பட்டது. நிறையப் பேர் அதில் வெற்றிபெற்றனர்.

நான் வென்றது பற்றி நண்பர்கள் பலர் வியப்பு தெரிவித்தனர். ஆனால் சோக்காமேலா ஹாஸ்டல் வார்டன், “நிம்கடே பாஸ் ஆனது பற்றி நான் ஆச்சரியப்படவில்லை. அவன் நான்கு மணிக்கே எழுந்துவிடுவான். நீங்களெல்லாம் அயர்ந்து உறங்கும் போது அவன் சமையலறை விளக்கில் படித்துக்கொண் டிருப்பான்” என்றார். ஊரிலுள்ள என் பெற்றோர், உறவினர், நண்பர்கள் அனைவரும் என் வெற்றி குறித்து மிகுந்த மகிழ்ச்சி அடைந்தனர்.

1946 இறுதியில் எனக்கு இரண்டு கல்வி உதவித் தொகைகள் கிடைத்தன. ஒன்று, ஹரிஜன் சேவக் சங்கம் அளித்தது, மாதம் பதினைந்து ரூபாய். இரண்டாவது மத்திய பிரதேசம் மற்றும் பெரார் அரசு வழங்கியது, மாதம் இருபத்து ஐந்து ரூபாய். ஒரே சமயத்தில் இரண்டு கல்வி உதவித் தொகைகளை பெற முடியாத காரணத்தால் ஹரிஜன் சேவக் சங்கத்தின் கல்வி உதவித் தொகையை வேண்டாம் என்று சொல்லிவிட்டேன். அதற்கும் ஒரு காரணம் இருந்தது. ஹரிஜன் என்று அழைக்கப் படுவதில் எனக்கு விருப்பமில்லை. கடவுளின் குழந்தைகள் என்ற பொருளில் காந்தியால் உருவாக்கப்பட்டது. தீண்டப் படாதோரையும் பட்டியல் வகுப்பினரையும் குறிப்பது. ஒருவரை விட ஒருவர் தாழ்ந்தவர் என்று சொல்வதை நான் ஏற்கவில்லை.

சூப்பரின்டெண்ட்டுக்கு நல்ல மனசு. என்னிடம் "இரண்டு கல்வி உதவித் தொகையையுமே ஏற்றுக்கொள். இதைப்பற்றி நாங்கள் தெரிவிக்கப்போவதில்லை. வருகிற பணத்தை வேண்டா மென்று ஒதுக்காதே. அடுத்த வருடத்தில் ஹரிஜன் சேவக் சங்கத்தின் கல்வி உதவித் தொகையை வேண்டாமென்று சொல்லிவிடு" என்றார்.

இழந்த காதல்

நான் இன்டர்மீடியேட் பரிட்சையில் தேர்வு பெற்றதும் உம்ரேரில் உள்ள எனது நெருங்கிய நண்பர்கள் அதைக் கொண்டாடுவதற்காக என்னை ஒரு சினிமாவுக்கு அழைத்துச் சென்றனர். அந்த நாட்களில் சரியான தியேட்டர் கிடையாது. திறந்த வெளியில்தான் படம் திரையிடப்படும். இடை வேளையின்போது பெண்கள் பகுதியில் ஒரு அழகிய பெண் இருப்பதைப் பார்த்தேன். அந்த சூழ்நிலையில் அவள் ஒரு தேவதை போல் காட்சியளித்தாள். "யார் அந்த அழகி?" என்று நண்பர்களிடம் கேட்டேன்.

அவள் பெயர் தாரா என்றும் லோடி வகுப்பைச் சேர்ந்தவள் என்றும் கூறினர். லோடி எங்களைவிட சற்று உயர்ந்த ஜாதி. பல வருடங்களுக்கு முன் தனது ராமாயண புத்தகத்தைத் தொட்டதற்காக என்னைத் திட்டிய பெண் அவள்தான் என்று தெரிந்தபோது ஆச்சரியமாக இருந்தது.

இவ்வளவு அழகுடன் கூடிய கிராமத்துப் பெண் ஒரு சினிமா நட்சத்திரமாக ஆகியிருக்க வேண்டியவள் என்று நினைத்துக்கொண்டேன். ஏன் இந்த சின்ன நகரத்தில் அவளை இதற்குமுன் பார்க்க வில்லை? அவள் படிப்பதற்காக நகரத்தில் தங்கி யிருந்ததாகவும் அண்மையில்தான் ஊருக்கு வந்த தாகவும் நண்பர்கள் மூலம் தெரிந்துகொண்டேன்.

ஒருநாள் நான் பாகா சித்தியைப் பார்க்கப் போயிருந்தபோது பக்கத்து வீட்டு வாசலில் தாரா நிற்பதைப் பார்த்து வியப்படைந்தேன். அவள் அருகே

சென்று என்னை அறிமுகப்படுத்திக்கொண்டேன். சின்ன வயசில் அவளுடைய துளசி ராமாயணத்தைத் தொட்டுவிட்டதற் காக அவள் திட்டியதை நினைவுபடுத்தினேன். கொஞ்சம் யோசித்த பிறகு அவளுக்கு அது நினைவு வந்தது. சற்று வெட்கத் துடன் தான் அப்போது சிறுமியென்றும் யாரிடம் என்ன பேசுவது என்று தெரியாத பருவம் என்றும் கூறி தன்னை மன்னிக்கும்படி வேண்டிக்கொண்டாள். நாங்கள் இருவரும் மனம்விட்டுச் சிரித்தோம். அதன்பிறகு நான் உம்ரேர் போகும் போதெல்லாம் அவளைப் பார்க்கத் தவறுவதில்லை.

நாட்கள் செல்லச் செல்ல எங்கள் நட்பு வளர்ந்தது. உம்ரேர் போய் எங்கள் வீட்டை அடைந்ததும் பெட்டியைப் போட்டுவிட்டு உடனே அவளைப் பார்க்கப் போய்விடுவேன்.

என் நண்பர்கள் என்னை அவளுடன் சேர்த்துக் கேலி செய்வார்கள். தாராவின் அம்மா அப்படியொன்றும் பழமை யில் ஊறியவள் அல்ல. என்னை மகிழ்ச்சியுடன் வரவேற்று என் படிப்பைப் பற்றி விசாரிப்பாள். பாகா சித்தி தாரா அடிக்கடி அவளிடம் நான் எப்போ உம்ரேருக்கு வருவேன் என்று கேட்டுக்கொண்டே இருப்பாள் என்பாள். இதைக் கேட்க எனக்கு மகிழ்ச்சியாக இருக்கும். வடமொழியில் ஒரு சுலோகம் இருக்கிறது:

யுவதீஸ்ய லீலயேன யஸ்ய ந த்ரவதே பித்தம்
ஸா ஸாது முடோ வா பசு

(அழகிய பெண்ணின் வேடிக்கையைக் கண்டு இதயத்தில் சலனமில்லாதவன் ரிஷியாகவோ, அலியாகவோ, மிருகமாகவோ இருப்பான்.)

ஜாதி எங்களுக்குத் தடையாக இருந்தது. நாங்கள் திருமணம் செய்துகொள்ள வாய்ப்பில்லை. ஆனாலும் எனக்கு அவளிடம் ஆசை இருந்தது. ஒருநாள் நாக்புரிலிருந்து உம்ரேர் வந்ததும் வழக்கம்போல் அவளைப் பார்க்கப் போனேன். வெயில் கால மானதால் நல்ல தாகம். புதிய ஸாரியில் மிக அழகாக இருந்தாள். டம்ளரில் குளிர்ந்த நீரை என்னிடம் நீட்டியபோது டம்ளரோடு அவள் கையையும் பிடித்தேன். அது எப்படி நேர்ந்தது என்று இப்போது நினைத்தாலும் எனக்கு வியப்பாக இருக்கிறது. இதுவரை ஒருபோதும் இப்படி நடந்ததில்லை. எனக்கு மூச்சு நின்றுவிட்டது. ஒரு நிமிடத்துக்குப் பிறகு அவள் தன் கையை விடுவித்துக்கொண்டாள். நான் தலையைக் குனிந்தபடி நின்றேன். என் அத்துமீறலுக்காகத் திட்டும் வசவும் எச்சரிக்கையும் பொழியும் என்று காத்திருந்தேன்.

அப்படி நேரவில்லை. சின்ன வயசில் நடந்தது மாதிரி இப்போது ஆத்திரத்துடன் திட்டவில்லை. மெதுவான குரலில், "நாம்தேவ், நாம் வெவ்வேறு ஜாதியினர். திருமணம் என்பதைப் பற்றி நினைக்கவே முடியாது. ஏன் இப்படி திடீரென நடந்து கொண்டாய்? நம் அன்பு புனிதமானது, அது அப்படியே இருக்கட்டும். அதுதான் நம் இருவருக்கும் நல்லது. அப்போது தான் நாம் இருவரும் எங்கேயும் யார் முன்னேயும் இயல்பாக பேசிக்கொள்ள முடியும். எதையுமே நமக்கு மறைக்க வேண்டிய தில்லை. ஒரு அடி தப்பாக எடுத்து வைத்தாலும் நமது இந்த வெளிப்படையான நட்பு மறைந்துவிடும். குடும்பத்துக்கு அவமானம், நமக்கு வாழ்நாள் பூரா துயரம்" என்றாள். அவளது அறிவுரையையும் கரிசனையையும் கண்டு எனக்கு வியப்பாக இருந்தது. இறைவன் அவளுக்கு நல்ல அழகைக் கொடுத்ததோடு நல்ல அறிவையும் புரிதலையும் அளித்திருக்கிறான்.

உதவிக்கு வந்த முஸ்லிம்

நான் காலேஜில் மூன்றாவது வருடம் படிக்கும்போது மத்திய அரசின் கல்வி உதவித் தொகைக்கு விண்ணப்பித்தேன். டாக்டர் பாபா சாகப் அம்பேத்கரால் நிறுவப்பட்டது அது. ஆனால் என் விண்ணப்பம் நிராகரிக்கப்பட்டுவிட்டது. கல்வி அமைச்சகம் மேற்படி உதவித்தொகை மருத்துவம், அறிவியல், பொறியியல் போன்ற பாடங்கள் கற்கும் மாணவர்களுக்கு மட்டும் அளிக்கப்படும். விவசாயம் ஒரு அறிவியல் பாடம் அல்ல. எனவே எனக்கு கல்வி உதவித் தொகை கிடைக்க வழியில்லை. இது எனக்குப் பெரிய அடியாக இருந்தது. இந்த விஷயத்தை கல்வி மந்திரியின் பார்வைக்குக் கொண்டுசெல்லத் தீர்மானித்தேன்.

கடிதம் எழுத என் நண்பன் கேசவ் கஜ்பியே உதவி செய்தான். அந்தக் கடிதத்தில் நான் விவசாயம் ஒரு அறிவியல்தான், டெக்னிக்கல் பாடம்தான் என்று நிரூபிக்க முயன்றிருந்தேன். மேலும், விவசாயம் கற்கும் மாணவர்களில் பெரும்பாலோர் கிராமங்களில் இருந்து வந்தவர்கள் என்றும், அவர்களுக்கு இந்த உதவித்தொகை மிகவும் தேவை என்றும் குறிப்பிட்டிருந்தேன். “ஐயா, ஒரு தந்தைக்குரிய பாசம் உங்கள் மனதை ஆக்ரமிக்கும்போது, எனது இந்த கடுமையான வார்த்தைகளுக்காக மன்னித்து விடுவீர்கள், விவசாயம் ஒரு அறிவியல் அல்ல என்று அறிவித்ததற்காக உங்கள் அமைச்சகம் என் போன்றவர்களுக்கு இழைத்த அநீதியை உணர்ந்து கொள்வீர்கள்.”

இந்தக் கடிதத்தின் நகல்களை கல்வி அமைச்சர், டாக்டர் அம்பேத்கர், பாபு ஜெகஜீவன் ராம் ஆகியோருக்கு அனுப்பி னேன். ஜகஜீவன் ராம் எங்கள் ஜாதியைச் சேர்ந்தவர். செல்வாக் குள்ள ஓர் அரசியல்வாதி. அந்த நாட்களில் ஒரு கடிதத்தை நகல்களுடன் அனுப்புவது என்பது செலவு பிடிக்கும் ஒரு விஷயம். அதற்கு என் நண்பர்களின் உதவியை நாடினேன். ஆனால் அவர்கள் என்னைக் கேலி செய்தனர். ஏதோ மலையைப் புரட்டுகிறாய் என்றார்கள். அவர்கள் ஓரளவு செல்வந்தர் குடும்பத்தைச் சேர்ந்தவர்கள். ஆகையால் புத்தகம் வாங்கவோ பீஸ் கட்டவோ சிரமப்படுவதில்லை.

மூன்று வாரங்களுக்குப் பிறகு ஓர் இன்ப அதிர்ச்சி! என் முயற்சிகள் பலனளிக்கத் தொடங்கின. விவசாயக் கல்லூரி மாணவர்களும் இனி கல்வி உதவித் தொகை பெறலாம். என்னைக் கேலி செய்தவர்கள் இப்போது பாராட்டத் தொடங்கி னர். ஆனால் துரதிருஷ்டம் இன்னும் நீங்கவில்லை. அதிக மதிப்பெண்கள் பெறாததால் நான் உதவித்தொகை பெற தகுதி இல்லை என்று தெரிவிக்கப்பட்டது. நான் திகைத்துப் போய்விட்டேன். அழுவதா சிரிப்பதா என்று தெரியவில்லை.

எனக்கு எப்படியாவது உதவித்தொகை வேண்டும். மீண்டும் கல்வி அமைச்சகத்தை நாடினேன். எனது பொருளாதார நிலையை விளக்கி, தேர்வில் மார்க் குறைந்ததற்கான காரணங் களை விளக்கி ஓர் கடிதம் எழுதினேன். என்னைவிட ஜூனியர் களுக்கு இது கிடைக்கும்போது எனக்குத் தராமலிருப்பது ஒரு தண்டனை போலத்தான் என்று குறிப்பிட்டேன். எப்படியோ, என் வார்த்தைகளுக்கு மதிப்பிருந்தது. என் முயற்சியில் வெற்றி பெற்றுவிட்டேன். கல்வி உதவித் தொகை பெற்றதன் மூலம் என் பண நெருக்கடியை கணிசமான அளவில் சமாளிக்க முடிந்தது.

வேறு பிரச்சனைகளும் இருந்தன. கோர்ட்டில் வழக்கு நடந்துகொண்டிருந்தது. எங்களுக்காக அட்வகேட் சகாராம் மேஷ்ராம், நாஷி ராவ் திர்புடே, ஹஜர்நாவிஸ் ஆகியோர் வாதாடினர். வழக்கு பந்தாரா கோர்ட்டில் நடைபெற்று வந்ததால் ஒவ்வொரு தடவையும் ஐம்பது அறுபது மைல் தூரம் செல்ல வேண்டியிருந்தது. ஒருநாள் கோர்ட்டில் விசாரணைக்காகக் காத்திருந்தபோது ஒரு கம்பீரமான மனிதன் என்னருகே வந்து என்னை தன்னுடன் வரும்படி அழைத்துச் சென்றான். எனக்குப் பயமாக இருந்தது. யாரும் நாங்கள் பேசுவதை கேட்க முடியாத ஓர் இடத்துக்கு அழைத்துச் சென்றான்.

அவன் மெதுவான குரலில் பேசினான். "நான்தான் பாகோ உஸ்தாத். அண்மையில் நாக்புரில் ஹிந்துக்களுக்கும் மஹார்களுக்கும் இடையே நடந்த கலவரத்தில் நிறைய ஹிந்துக்களைக் கொன்றிருக்கிறேன். கோயில் இடிப்பு வழக்கில் என் ஜாதி மாணவர்கள் சேர்க்கப்பட்டிருப்பதாகத் தெரிகிறது. நமது பையன்களுக்கு இம்மாதிரி அநியாயம் செய்வது எனக்குப் பிடிக்கவில்லை. நான் உதவி செய்வதற்கு வந்திருக்கிறேன். இதோ, நாம் நிற்கிற இடத்திலிருந்து உன்மீது வழக்குப் போடுபவர்களை சுட்டிக்காட்டு. அவர்களை நான் கவனித்துக்கொள்கிறேன். ஏற்கனவே போலிஸ் என்னைத் தேடிக்கொண்டிருக்கிறது. ஒரு கொலையோ, நூறு கொலையே நான் கவலைப்படப் போவதில்லை. நான் அவர்கள் எல்லோரையும் தீர்த்துக் கட்டி விடுகிறேன்" என்றான். உடை மடிப்பிலிருந்து பளபளக்கும் கூர்மையான கத்தி ஒன்றை எடுத்தான். எனக்கு பலவிதமான உணர்ச்சிகள் தோன்றின. அவன் செய்யத் துணிந்திருக்கும் வேலையை நினைத்துப் பயம், அவனுடைய துணிச்சலை நினைத்து வியப்பு, என் ஜாதி மாணவர்களை அவன் காப்பாற்றப் போவது குறித்துள்ள தைரியம்.

பாகோ உஸ்தாத் ஒரு மல்யுத்த வீரன் என்று தெரிந்தது. கலவரங்களின்போது ஜாதியில் அவனுக்கு முக்கிய இடம் இருந்தது. 1946இல் நடந்த ஜாதிக் கலவரத்தில் அவன் எங்கள் ஜாதி ஆட்களை அடிபடுவதிலிருந்தும் கொலை செய்யப் படுவதிலிருந்தும் காப்பாற்றி இருக்கிறான். போலிஸ் அவனை வேட்டையாடி வருகின்றனர். அவன் குடும்பம் வறுமையில் வாடுகிறது. 1946 டிசம்பரில் நாக்புரில் நடைபெற்ற தாழ்த்தப் பட்டோர் மாநாட்டின் காரியதரிசியாக நான் இருந்தபோது, மிஞ்சிப்போன உணவுப்பொருட்களை பாகோ உஸ்தாத் குடும்பத் துக்கு கொடுத்து உதவினோம். ஆகவே வழக்கில் நான் பொய்யாகக் குற்றம்சாட்டப்பட்டபோது என்னைக் காப்பாற்ற வந்திருக்கிறான்.

எப்படியோ, என் மனம் சற்று பொறுமை காக்கச் சொன்னது. அவனிடம் மெதுவாகப் பேசினேன். வயதான அனுபவசாலி யான ஒருவர் விஷயத்தை விளக்குவது போல் பேசினேன். எங்கள் விரோதிகள் கொலை செய்யப்பட்டால் பழி எங்கள் மீதுதான் விழும். இப்போதுள்ள வழக்குடன் கொலைக் குற்றமும் சேர்ந்துகொள்ளும். என் படிப்புக்கு அது ஒரு பெரிய தடையாக அமையும். இந்த வழக்கு முடியட்டும். எங்கள் பக்கம் நியாயம் இருக்கிறது, நிச்சயமாக வெற்றி கிடைக்கும். எங்களைப் பற்றிக் கவலைப்படாதே. போலிஸிலிருந்து மறைந்துகொள். இவ்வாறு மீண்டும் மீண்டும் கூறிய பின்னரே அவன் அங்கிருந்து நகர்ந்தான்.

புலியின் நிழலில்

நாம்தேவ் சிங்? 'ஆலய அவமதிப்பு' வழக்கிலிருந்து விடுதலை பெற்றபின், எனது தலைமுடியை வெட்டுவதற்கு முன்.

1947 ஜனவரி 22இல் வெளியான தீர்ப்பு எங்களுக்கு எதிராக இருந்தது. இருநூறு ரூபாய் அபராதம் அல்லது ஆறு மாதம் சிறைத் தண்டனை. மற்ற ஐந்துபேரும் அபராதத்தைக் கட்டிவிட்டு விடுதலை பெற்றுவிட்டனர். என்னிடம் ஏது பணம்? இந்த செய்தி கேட்டு அப்பா மனமுடைந்து போனார். அவருடைய முதலாளி தங்கவேலை செய்யும் வித்தோபா சாவ்ன் அப்பாவிடம் என்ன விஷயம் என்று கேட்டார். அப்பா சொன்னதும் உடனே இருநூறு ரூபாயை அப்பா விடம் கொடுத்துவிட்டார். இன்றுவரை விதோபாவை ஒரு தேவதூதன் என்றே கருதுகிறேன். அவர் உதவியால் அபராதத்தைச் செலுத்திவிட்டு படிப்பைத் தொடர்ந்தேன்.

அட்வகேட் சகாராம் மேஷ்ராம் உயர்நீதி மன்றத்தில் அப்பீல் செய்யுமாறு அறிவுறுத்தினார். கோர்ட்டில் தண்டனை பெற்றவர் அரசு வேலையில் சேர முடியாது. என்னுடன் சேர்த்து தண்டனை பெற்ற மூவர் – பாஸ்கர், மகாதேவ் மேஷ்ராம், ராம்டேகே – படிப்பில்லாதவர்கள். அரசு வேலை அவர்களுக்குக் கிடைக்காது. எனவே அவர்கள் அப்பீலுக்குப் போகவில்லை. மற்ற மூன்றுபேருக்கும் – ஏ.டி. மேஷ்ராம், பலிராம் பாக்மாரே, நான் – அப்பீல் செய்யவேண்டிய கட்டாயம் இருந்தது. மேஷ்ராமும் பாக்மாரேயும் கோடை விடுமுறைக்காக தங்கள் சொந்த கிராமங்களுக்குச் சென்றுவிட்டனர். கேஸைப் பற்றி

அவர்களுக்குக் கவலையில்லை; பணக்கார குடும்பத்தைச் சேர்ந்தவர்கள்.

அட்வகேட் சகாராம் ஆலோசனையின்படி என் தைரியத்தை யெல்லாம் ஒன்றுசேர்த்துக் கொண்டு அட்வகேட் நிஸார் அலியைப் போய்ப் பார்த்தேன். அந்த நாட்களில் அவர் மிகவும் பேர் பெற்றவர். என்னுடைய கதையை கவனத்துடன் கேட்டு விட்டு, கேஸை நடத்துவதற்காக ஆயிரம் ரூபாய் கேட்டார். எனக்கு மயக்கம் வருவது போலிருந்தது. சமாளித்துக்கொண்டு என் பொருளாதார நிலையை அவரிடம் விளக்கிச் சொன்னேன். படிப்புக்காக நான் படும் சிரமத்தையும் விளக்கினேன். கடைசி யில் அவர் எனது வேண்டுகோளை எடுத்துக்கொண்டார்.

1948 ஜனவரி 30இல் மகாராஷ்ட்ர பிராமணனான நாதுராம் கோட்ஸேவால் காந்தி கொல்லப்பட்டார்.

எல்லா ஜாதி மக்களும், நாங்கள் உட்பட, மிகவும் அதிர்ச்சி யடைந்தனர். காந்திக்கும் அம்பேத்கருக்கும் இடையே அரசியல் கருத்து வேறுபாடுகள் இருந்தாலும் காந்தியைப் பற்றி யாரும் குறையாகச் சொல்லி நான் கேட்டதில்லை. சில நாட்களுக்குப் பிறகு நாட்டில் பல இடங்களிலும், மகாராஷ்ட்ரா உட்பட, கலவரம் மூண்டது. இந்தத் தடவை பிராமணர்கள் கண்மூடித் தனமாகத் தாக்கப்பட்டனர். உம்ரேரில் எனது உயர்நிலைப் பள்ளி தலைமை ஆசிரியர், லாம்பே என்கிற பிராமணர், ரத்தக் காயத்துடன் ஒரு குழியில் கிடப்பதைக் கண்டேன். அவரை நான் மிக உயர்வாகவே மதித்து வந்தேன். சமஸ்கிருத மொழியை எனக்கு அவர் சிரத்தையுடன் கற்றுத் தந்திருக்கிறார். ஒருநாள் நல்ல மழை பெய்யும்போது குடையில்லாமல் தலையில் ஒரு ஓலையைத் தூக்கிப் பிடித்துக்கொண்டு பள்ளிக்கூடம் வருவதைப் பார்த்துவிட்டு, “இந்த நிம்கடே எதற்கும் அஞ்சா தவன். வாழ்க்கையில் மிகவும் முன்னேறி விடுவான்” என்றார். வேறு யாராவது இருந்தால் என் நிலையைப் பார்த்து சிரித்திருப் பார்கள்.

நானும் இரண்டு நண்பர்களுமாகச் சேர்ந்து ஹெட்மாஸ்டரை தூக்கினோம். “வேண்டாம், என்னுடன் இருக்காதீர்கள். அவர்கள் பார்த்தால் உங்களையும் அடிப்பார்கள்” என்றார். “எங்களுக்கு ஒன்றும் ஆகாது குருஜி” என்றோம். அவரை மெதுவாகத் தூக்கி பக்கத்திலுள்ள ஆஸ்பத்திரிக்குக் கொண்டு சென்றோம். அவர் பூர்ண குணமடைந்ததும் எனக்கு மிக்க மகிழ்ச்சி ஏற்பட்டது.

அந்த வருட முடிவில் அட்வகேட் நிஸார் அலி எங்களுக் காக சிறப்பாக வாதாடினார். கீழ் கோர்ட் உத்தரவை ரத்து

செய்து எங்களுக்கு சாதகமாக தீர்ப்பு வந்தது. 1948 அக்டோபரில் நாங்கள் விடுதலையானோம். அட்வகேட்டும் நானும் பெரு மகிழ்ச்சியடைந்தோம். நான் கட்டிய அபராதத் தொகை திரும்பக் கிடைத்தது. அந்த பணத்திலிருந்து அட்வகேட்டுக்கு பீஸ் கொடுத்தேன். இந்தத் தீர்ப்பின் மூலம் எனக்கு அரசு வேலையில் சேர்வதற்கான கதவு திறந்து வைக்கப்பட்டது.

கோர்ட்டில் வழக்கு நடந்துகொண்டிருக்கும்போது நான் ஷேவ் செய்வதை நிறுத்தியிருந்தேன். இப்போது தலைமுடியை யும் தாடியையும் எடுத்துவிடத் தீர்மானித்தேன். மகிழ்ச்சியான மனநிலையில் இருந்த என் நண்பர்கள் எனக்கு ஒரு பஞ்சாபி டர்பன் அணிவித்து புகைப்படம் எடுக்க விரும்பினர். ஸ்டுடியோ வில் நீண்ட முடியும் தாடியும் கொண்ட ஒருவரின் படத்தைப் பார்த்தோம். கிட்டத்தட்ட என்னைப் போலவே இருந்தது. ஸ்டுடியோ அதிபர் அது ராஷ்ட்ரிய ஸ்வயம்சேவக் சங்கத்தைத் தோற்றுவித்த பிரபல குரு கோல்வாக்கர் என்றார். அன்று முதல் விவசாயக் கல்லூரியின் பல்வேறு ஜாதி மாணவர்களும் என்னை 'குரு' என்று அழைக்கத் தொடங்கினர்.

கோர்ட்டின் புதிய உத்தரவு என் உறவினர்கள் எல்லோருக் கும் மகிழ்ச்சி அளித்தது. அந்த மனநிலையில் எனது ஆசிரியர்களும் நண்பர்களும் எனது புது தோற்றத்தைப் பற்றிக் கூறுவதைக் கேட்டு ரசித்தேன். சிலர் நான் புதிதாய் சேர்ந்த மாணவனா என்று விசாரித்தனர். அப்புறம் என்னிடம் வந்து 'ரொம்ப ஸ்மார்ட்டா இருக்கிறாய்' என்று பாராட்டினர். எனது மாணவர் கள் மிஷ்ரா, குப்தா இருவரும், "என்ன ஆச்சரியம், ஒரு துறவி முனிவனாகி இப்போது கனவானாகி விட்டான்" என்றனர்.

உணவும் நண்பர்களும்

கோர்ட் வழக்கு பற்றிய கவலையை சற்றுப் பின்னுக்கு தள்ளி வைத்துவிட்டு, சன்னியாசி போன்ற தாடி மீசையை எடுத்துவிட்டு, சட்டைப் பையில் கல்வி உதவித் தொகையுடன் நான் இப் போது ஒரு இயல்பான காலேஜ் மாணவனாகவே காட்சியளித்தேன். பொதுவாகவே நாட்டில் உணவுப் பஞ்சம் இருந்ததால் ஹாஸ்டலில் எங்களுக்கு அளவுச் சாப்பாடுதான் போட்டார்கள். அளவைக் கொஞ்சம் அதிகரிக்கக் கூடாதா என்று ஹாஸ்டல் வார்டனிடம் கேட்டபோது இந்த அளவே போதும் என்று சொல்லிவிட்டார். நாங்கள் அவரை சாப்பாட்டு அறைக்கு வந்து பார்க்கும்படி அழைத் தோம். தேவைப்பட்டால் சாப்பாட்டு ராமனாக மாறும் என் திறமையை அன்று காட்ட தீர்மானித் தேன். கிராமத்தில் விருந்து – பட்டினி என்ற அனுபவம் எனக்கிருந்தது. நான் ஒருவனே ஐந்து பேரின் உணவை சாப்பிட்டு ரேஷன் உணவு எங்களுக்குப் பத்தாது என்பதைக் காட்டினேன். வார்டன் நிலைமையைப் புரிந்துகொண்டார். எங்கள் ரேஷன் அளவு அதிகரித்தது. இதுபோலவே கவர்னரும் எங்கள் பரிதாப நிலையை உணர்ந்து கல்வி உதவித் தொகையைக் கூட்ட உத்தரவிட்டார்.

எங்கள் விவசாயக் கல்லூரி நூலகத்தில் அருமையான புத்தகங்கள் நிறைய இருந்தன. பெரிய தலைவர்களான ஜவகர்லால் நேரு, மகாத்மா காந்தி போன்றவர்களின் நூற்கள் கிடைத்தன. ஆனால் டாக்டர் அம்பேத்கர் எழுதிய ஒரு புத்தகம் கூட இல்லை. இது குறித்து நூலக அதிகாரியிடம்

கூறியபோது அவர் எங்கள் பிரின்சிபல் பி.பி. நாயரைப் பார்க்கும் படி கூறினார். என் தைரியத்தையெல்லாம் வரவழைத்துக் கொண்டு அவரைப் போய் பார்த்தேன். அவர் ஒரு நெடிய ஆள். இளகிய மனம் கொண்டவர். நான் அவரிடம், “ஸார், நம் காலேஜ் லைப்ரரியில் பல்வேறு விஷயங்களில் நூற்றுக் கணக்கான நூற்கள் இருக்கின்றன. எல்லாம் பிரபல எழுத்தாளர் கள் எழுதியவை. ஆனால் பாபா சாகப் அம்பேத்கர் எழுதிய ஒரு புத்தகம்கூட இல்லை” என்றேன். அவர் நான் சொல்வதைப் பொறுமையாகக் கேட்டுவிட்டு, “டாக்டர் அம்பேத்கர் சாதாரண எழுத்தாளர் அல்ல. அவரைப் புரிந்துகொள்வதற்கு நாம் நிறைய புத்தகங்கள் படித்திருக்க வேண்டும், பல்வேறு விஷயங்கள் குறித்த அடிப்படை ஞானம் வேண்டும். உதாரணமாக அவருடைய அண்மை நூலான பாகிஸ்தான் பற்றிய நினைவு களை நம் மாணவர்களால் புரிந்துகொள்ளவே முடியாது. பிரிவினையின்போது சமாளிக்க வேண்டிய எல்லைக் கோடுகள் பற்றிய நூல் அது” என்றார்.

எனது வேண்டுகோளின்படி டாக்டர் அம்பேத்கர் பற்றிய புத்தகங்களை லைப்ரரிக்கு வாங்குவதாக பிரின்சிபல் ஒப்புக் கொண்டார். அப்புறம் அவர் படிப்பு, மாணவர் வாழ்க்கை பற்றி விசாரித்தார். காலேஜுக்கும் ஹாஸ்டலுக்கும் இடையே நான்கு மைல் நடக்க வேண்டும் என்றும், தினசரி பதினாறு மைல் நடப்பதாகவும் சொன்னேன். என்னிடம் சைக்கிள் இல்லை என்பதை அறிந்ததும் தன் மகளுக்கு டியூஷன் சொல்லித் தர முடியுமா என்று கேட்டார். ஹாஸ்டல் அருகே சில பிள்ளைகளுக்கு டியூஷன் எடுத்துவரும் விஷயத்தை அவரிடம் சொன்னேன்.

காலேஜில் மூன்றாவது வருஷம், பரீட்சையில்கூட கடுமை யாக உழைக்கவேண்டியிருந்தது. தினசரி இரண்டு கிளாஸ் பரீட்சைகள் இருந்தன. காலைத் தேர்வு முடிந்ததும் எல்லோரும் தோட்டத்திற்குச் சென்று படித்துக்கொண்டிருந்தோம். தென்றல் காற்று இதமாகத் தாலாட்டியது. கண்ணயர்ந்து விட்டேன். விழித்துப் பார்த்தபோது நான் மட்டும் தனியாக இருக்கிறேன். மற்ற மாணவர்கள் எல்லோரும் பரீட்சை எழுத ஹாலுக்குப் போய்விட்டார்கள். திடுக்கிட்டபடி வகுப்புக்கு ஓடினால் எல்லாப் மாணவர்களும் மும்முரமாக பரிட்சை எழுதிக் கொண்டிருக்கிறார்கள். மிஸ்டர் மிஸ்ராதான் மேற்பார்வை யாளர். அவரிடம் நடந்த விஷயத்தைக் கூறினேன். நல்ல மனிதர் அவர். என்னை பரீட்சை எழுத அனுமதித்தார். ஆனால் அந்த படபடப்பிலும் கவலையிலும் என்னால் எதுவுமே எழுத முடியவில்லை. வெறும் தாளைத் திருப்பிக் கொடுத்தேன்.

ஏதாவது எழுதிக் கொடு என்றார். தேவையானால் பிரின்சிபலைப் பார்த்து எனக்கென்று தனி பரீட்சை எழுத அனுமதிக்கும்படி கேட்கச் சொன்னார்.

பிரின்சிபலைப் பார்த்தது தோல்வியில்தான் முடிந்தது. மறு பரீட்சை சாத்தியமில்லை என்று சொல்லிவிட்டார். ஒரு மயிரிழை சான்ஸ் இருந்தது. மற்ற பாடங்களில் நல்ல மார்க் பெற்று ஒன்றில் மட்டும் தோல்வியடைந்திருந்தால்கூட மேல் வகுப்புக்குப் போய்விடலாம். ரிஸல்ட்கள் வெளிவரும் நாளில் எனக்கு ஒரே நடுக்கமாயிருந்தது. கால்கள் தடுமாறின. கடைசி யில் எனது நண்பன் ஷெண்டே வந்து நான் பரீட்சையில் தேறிவிட்டதாகச் சொன்னான். எனக்கு நம்பிக்கையில்லை. பிறகு மற்ற மாணவர்கள் வந்து என்னைப் பிடித்திழுத்துக் கொண்டுபோய் நோட்டிஸ் போர்டில் அச்சடித்து ஒட்டியிருந்த பரீட்சை முடிவுகளைக் காட்டியபோதுதான் எனக்கு உயிர் வந்தது. வாழ்க்கையில் மிகவும் மகிழ்ச்சியான நாள் அது.

நாலாவது ஆண்டு படிப்பின்போது காலேஜ் ஹாஸ்டலுக்கே மாறிவிடுவது என்று தீர்மானித்தேன். இப்போது இருக்கும் சோக்காமேலா ஹாஸ்டலில் இருந்து காலேஜ் போக தினசரி பதினாறு மைல் நடக்க வேண்டும். ஆனால் காலேஜ் ஹாஸ்டல் வாழ்க்கையும் அப்படியொன்றும் சுகமாக இல்லை. அங்கு தங்கும் மாணவர்கள் பெரும்பாலும் கிராமத்திலிருந்து வந்தவர் கள். ஜாதி வித்தியாசத்தைப் பெரிதாகப் பாராட்டுபவர்கள். என்னுடன் சேர்ந்து சாப்பிடத் தயங்கினர். வேலையாள் நான் சாப்பிட்ட தட்டத்தை மற்றவர்கள் தட்டங்களுடன் எடுத்துச் சென்று கழுவ மறுத்துவிட்டான். இது குறித்து ஹாஸ்டல் வார்டனிடம் சொன்னபோது அவர் சாதித்தது மௌனம் மட்டுமே.

நான் சோக்காமேலா ஹாஸ்டலில் இருந்தபோது அங்குள்ள உணவு இங்கே தரப்படுவதைவிட மிகவும் மோசமாகத்தான் இருந்தது. ஆனால் மரியாதையுடன் அன்புடன் பரிமாறப்பட்டது. ஹாஸ்டல் பெருக்குபவனிடம் நான் இதுபற்றிக் கூறி, அவனுக்குக் கொஞ்சம் பணம் தருவதாகவும், அவன் வீட்டில் எனக்கு சாப்பாடு தரமுடியுமா என்றும் கேட்டேன். அவன் உடனேயே ஒப்புக்கொண்டான். ஹாஸ்டல் வார்டன் இது பற்றி அறிந்து கொண்டபோது அவர் தமது மௌனத்தைக் கலைத்தார். தமது ஜாதிவெறியைக் காட்டினார். கல்லூரி மாணவர் ஒருவர் தரையைப் பெருக்குபவன் ஒருவனது வீட்டில் சாப்பிடுவதன் மூலம் கல்லூரிக்கு ஒரு பெரிய இழுக்கு ஏற்பட்டுவிட்டதாகக் கத்தினார்.

வார்டன் அறைகளைப் பெருக்குபவனை தம் அறைக்கு அழைத்து, அவன் தொடர்ந்து மாணவர்களுக்கு உணவளித்து வந்தால் அவனை டிஸ்மிஸ் செய்துவிடுவதாக எச்சரித்தார். தாழ்த்தப்பட்ட வகுப்பைச் சேர்ந்த இன்னொரு மாணவன் இருக்கிறான், அவன் மற்ற மாணவர்களுடன் சேர்ந்து சாப்பிடத் தானே செய்கிறான், இவனுக்கு மட்டும் என்ன வந்தது என்று கேட்டார். அவர் குறிப்பிட்ட மாணவர் மஹார் ஜாதியைச் சேர்ந்த பிராமணப் பெயர்போல் தொனிக்கும் கோஸாய் வகுப்பைச் சேர்ந்தவன். ஆனால் தன் ஜாதிப் பெயரை கோஸ்வாமி என்ற பிராமணப் பெயராக மாற்றிக்கொண்டிருந்தான். தன்னை ஒரு பிராமணன் போல் காட்டிக்கொண்டு ராஷ்ட்ரிய ஸ்வயம் சேவக் சங்க பயிற்சி முகாம்களில் கலந்து கொண்டான். என்னுடன் விவசாயக் கல்லூரியில் படிக்கும் எனது நண்பன் ஏ.டி. மேஷ்ராம் இன்ஸ்டிட்யூட் கம் சயன்ஸில் தான் சாப்பிடுவான். அங்குள்ள நகர மாணவர்கள் இந்த ஜாதி வித்தியாசங்களை அதிகம் பாராட்டுவதில்லை.

நிறையப் படித்த மேதாவிகளின் குறுகிய புத்தி மற்றும் ஜாதித் துவேஷம் காரணமாக பாவம், அறை பெருக்குபவன் தன் வேலையை இழந்துவிடக் கூடாது என்ற நினைப்பில் நான் எனது உணவை நானே தயாரிக்கத் தொடங்கினேன். அறைக்கு வெளியே மூன்று செங்கல்களை அடுக்கி அடுப்பாக மாற்றி அதில்தான் சமையல். இது எனக்கு மிக சிரமமாக இருந்தது. நல்லவேளை, எனக்கு திவாகர், வாரஸ்கோக்கர் என்று இரண்டு நண்பர்கள் இருந்தனர். பரந்த உள்ளம் படைத்தவர்கள். பிராமணர்கள் என்றாலும் எனது படுக்கை அருகே அம்பேத்கரின் படம் இருப்பதை ஆட்சேபிக்காதவர்கள். நான் வெளியே செங்கல் அடுப்பில் சுள்ளிகளையும் கம்புகளையும் வைத்து சமைப்பதைப் பார்த்து இரக்கப்பட்டான் வாரஸ்கோக்கர். அவன் திருமணமானவன். வாரந்தோறும் தன் வீட்டுக்குப் போய்விடுவான். ஒரு தடவை வீட்டுக்குப் போய்விட்டு வரும்போது எனக்காக ஒரு கெரஸின் அடுப்பைக் கொண்டுவந்து அதை எப்படி உபயோகிப்பது என்பதை விளக்கினான். இந்த அடுப்பு எவ்வளவோ வசதியாயிருந்தது. அவன் நல்ல மனதுக்காகவும் முன்யோசனைக்காகவும் நன்றி சொன்னேன்.

ஒருநாள் மாலை நான் ஹாஸ்டலில் இருந்து படித்துக் கொண்டிருந்தபோது மூன்று நடுத்தர வயது பெண்கள் அங்கே வந்தனர். அதில் ஒருத்தி என் அறை நண்பன் தேவ்டாலேவின் அம்மா. தேவ்டாலே வெளியூர் போயிருந்தான். நான் அவர்களை சாப்பிடுவதற்காக அழைத்துக்கொண்டு மாணவர் மெஸ்ஸுக்குச்

சென்றேன். அவர்கள் கிராம வாசிகள், ஆண்களுடன் சேர்ந்து சாப்பிடமாட்டார்கள். எனவே, என் கெரஸின் ஸ்டவ்வைக் காட்டி அதில் சமைத்துக்கொள்ளுங்கள் என்றேன். ஆனால் ஸ்டவ் அவர்களுக்கு ஒரு விசித்திர பொருளாகத் தோன்றியது. எனக்கு ஒரே பிரச்சனை. நிறைய படிக்க வேண்டியிருக்கிறது, வேறு வழியில்லை; விருந்தோம்பல் என்று இருக்கிறதே. அந்த மூன்று பேருக்குமாக ஸ்டவ்வில் சமைத்து வைத்துவிட்டு, மீண்டும் புத்தகத்தை எடுத்துப் படிக்கத் தொடங்கினேன்.

இதற்கிடையில் தேவ்டாலேவின் அம்மா என்னிடம் பேசிக் கொண்டிருந்தாள். என் ஊரைப் பற்றி, என் குடும்பம் பற்றி அக்கறையுடன் விசாரித்தாள். சாப்பாடு தயாரானதும், திடீரென்று அவளுக்கு அன்று விரதம், சாப்பிடக் கூடாதே என்பது நினைவுக்கு வந்தது. மற்ற இரண்டு பெண்களும் சாப்பிட்டுவிட்டு எனக்கு நன்றி சொன்னார்கள். பின்னர் அதில் ஒருத்தி என்னிடம் தனிமையில், “ஏன் அவள் சாப்பிட வில்லை தெரியுமா, நீ ஒரு மஹார், தீண்டப்படாதவன் என்பதால் தான். அவள் பசி உடனே அடங்கிவிட்டது” என்றாள்.

அவர்களுக்கு உதவி செய்ய முடிந்ததில் எனக்கு மகிழ்ச்சி தான். ஆனால் என் ஜாதி காரணமாக ஒருத்தி சாப்பிட மறுத்தது எனக்கு வேதனை அளித்தது. நடந்ததையெல்லாம் நண்பன் தேவ்டாலேவிடம் கூறினேன். அவன் அம்மா அப்படி நடந்துகொண்டதற்காக வருத்தப்பட்டு மன்னிப்பு கேட்டான். அவள் கிராமத்தில் வசிப்பவள். அங்குள்ள பழக்க வழக்கங் களையும் அறியாமையையும் இன்றும் வைத்துக்கொண்டிருக் கிறார் என்றான். என் பாட்டி சகுணா தோட்டி வகுப்பைச் சேர்ந்த என் நண்பன் ஒருவனுக்கு உணவளிக்க மறுத்துவிட்ட சம்பவத்தை நினைவூட்டினான்.

என்னை ஒரு சகோதரனாக நடத்திய என் அறை நண்பர் களின் மனிதத் தன்மை எனக்கு எவ்வளவோ இதமாக இருந்தது. திவாகர் ஒரு வேடிக்கையான பையன். நாடகத்தில் மிகுந்த ஆர்வம் கொண்டவன். அழகாக மெலிந்து இருப்பான். மெல்லிய மூக்கு. ஒரு காலேஜ் நாடகத்தில், வேறு மாணவர்கள் இல்லாத தால், அவன் ஸாரி உடுத்திக்கொண்டு பெண்ணாக நடித்தான். ஒருநாள் நாடகம் முடிந்தவுடன் அவன் ஹாஸ்டலுக்கு விரைந்து சென்றபோது ஹாஸ்டல் வாச்மேன் அவனை உள்ளே விட மறுத்துவிட்டான். திவாகர் அப்போது தன் பெண் உடையையும் மேக்கப்பையும் மாற்றாமல் வந்ததுதான் காரணம்.

ஒருநாள் நான் சமைக்க ஏற்பாடுகள் செய்யத் தொடங்கிய போது திவாகர் என்னைத் தடுத்து, “நாம்தேவ், இன்று நீ

என்னுடன் ஒரு அற்புதமான விருந்து சாப்பிடப் போகிறாய்" என்றான். அன்று அவன் அவனுக்குத் தெரிந்த ஒரு பிராமணப் பெண்மணியின் வீட்டில் சாப்பிடப் போகிறான். அன்று அவள் விசேஷமாக சமைக்கப் போகிறாளாம். எனக்கு தயக்கமாக இருந்தது. பாதிசாப்பாட்டில் அவளுக்கு என் ஜாதி பற்றித் தெரிந்துவிட்டால்? என் பேச்சே நான் மஹார் ஜாதி என்பதைக் காட்டிக் கொடுத்துவிடுமே. "பார், உன் நண்பன் பாலகிருஷ்ண வாஸ்னிக் கூட ஒருநாள் வந்திருந்தான். உன்னைப்போல மராத்தி தான் பேசுகிறான். உனக்கு மட்டும் என்ன?" என்றான். வாஸ்னிக் நகரத்திலிருந்து வந்தவன். அவன் பேச்சு சுத்தமாக இருக்கும். நானோ கிராமத்து ஆள் என்றேன். ஆயினும் அவன் விடவில்லை. "இதோபார் நாம்தேவ், இது மாதிரி அற்புதமான சாப்பாடு இனிமேல் கிடைக்கப்போவதில்லை. உனது கரடுமுரடு கிராமத்து பேச்சு உன்னைக் காட்டிக்கொடுத்து விடலாம்தான். ஒரு காரியம் செய். சாப்பிட்டு முடிகிறவரை தின்பதற்குப் பதில் வேறு எதற்கும் வாயைத் திறக்காதே. மௌனவிரதம்" என்றான்.

நான் சம்மதித்து அவனுடன் சென்றேன். வீட்டில் நுழையும் போது இதமான ஊதுபத்தி மணமும் பலகாரங்களின் மணமும் கலந்து வந்தன. பலவிதமான பண்டங்கள் மேஜைமேல் அழகாக வரிசையாக அடுக்கி வைக்கப்பட்டிருந்தன. எல்லாம் சுத்தமான நெய்யில் செய்யப்பட்டவை. சோக்காமேலா ஹாஸ்டலில் பண்டிகை நாட்களில்கூட சாதாரண உணவுகள்தான் தரப்படும். அதிர்ஷ்டவசமாக எல்லோர் கவனமும் சாப்பாட்டில் இருந்தது. என்னுடன் யாரும் பேச்சுக் கொடுக்கவில்லை. வயிறார உண்டேன். திருப்தியுடன் திரும்பினேன்.

ஹாஸ்டலைச் சுற்றியுள்ள புல்வெளியில் ஒரு மேடையில் கற்களைப் பரப்பி அடுக்கி ஒரு சிறு கோயிலை யாரோ அமைத்திருந்தார்கள். கற்களில் குங்குமம் அப்பியிருந்தது. போவோர் வருவோர் நின்று அதை வணங்கிவிட்டுச் செல்வர். சில சமயம் பூஜைகளும் பலிகளும் நடக்கும். அந்த நாட்களில் ஒரு கோயிலை கட்டி கடவுளை உற்பத்தி செய்வது இந்தியா வில் மிகவும் சுலபமான காரியமாக இருந்தது. ஒருநாள் நான் சமைத்துக்கொண்டிருந்தபோது இரண்டு பேர் குடத்துடன் தண்ணீர் பிடிக்கச் சென்றனர். நான் அவர்களிடம் மகாராஜ்பகர் தோட்டத்தில் போய் தண்ணீர் எடுக்கச் சொன்னேன். அப்புறம் தான் தெரிந்தது, அவர்கள் ஹாஸ்டல் குழாயிலேயே தண்ணீர் பிடித்துக்கொள்ளலாமே என்று.

அவர்களுக்கும் அது வசதியாக இருந்தது. பேசிக்கொண் டிருக்கையில் அவர்கள் அந்த கல் தெய்வத்துக்கு அன்று ஒரு

ஆடு பலிகொடுத்து வழிபடப் போவதாகக் கூறி, என்னையும் சாப்பிட அழைத்தார்கள். சமைக்கும் நேரத்தை படிப்பதற்குச் செலவிடலாமே என்று நானும் மகிழ்ச்சியுடன் ஒப்புக்கொண்டேன். அவர்கள் சமையலைத் தொடங்கும்போது என் நண்பர்கள் தேவ்டாலே, வாரங்காத்தர், மொகே மூவரும் வந்தனர். நான் சமையலில் ஈடுபடாதிருப்பதைப் பார்த்ததும், என்ன, இன்று உபவாசமா என்று கேட்டனர்.

எனக்குக் கிடைக்கப்போகும் விருந்து பற்றி சொன்னதும் அவர்கள் மூவரும் தாங்களும் விருந்தில் கலந்துகொள்ளலாமா என்று கேட்டனர். விடுதியில் ஆட்டிறைச்சி கிடைக்காததும் இதற்கு ஒரு காரணம். பூஜை செய்ய வந்தவர்களும் மகிழ்ச்சியுடன் இசைந்தனர். திறந்த வெளியில் சமைக்கப்பட்ட அந்த உணவை நான்கு காலேஜ் நண்பர்களும் ரஸித்து சாப்பிட்டோம். சாப்பிட்டு முடிந்ததும் நான் என் நண்பர்களைப் பார்த்து அவர்களிடம் ஏதாவது மாற்றம் தெரிகிறதா என்று கேட்டேன். 'இல்லையே' என்றார்கள். அவர்கள் நல்ல மகிழ்ச்சியுடன் சௌக்கியமாகத் தான் இருந்தனர்.

அப்புறம் நான் அவர்களிடம் விளக்கினேன். நீங்கள் சாப்பிட்ட உணவு மஹார் ஜாதி ஆட்களால் தயாரிக்கப்பட்டது என்றேன். அது அவர்களுக்கு எந்த கெடுதலும் செய்யாததால், நான் மட்டும் ஏன் தனியாக சமைத்துச் சாப்பிட்டுக் கொண்டிருக்க வேண்டும்?

காலேஜ் மெஸ்ஸில் நான் அவர்களுடன் சேர்ந்து சாப்பிடுவதில் அவர்களுக்கு எந்த ஆட்சேபனையும் இல்லையென்றும், தீண்டாமையை அவர்கள் கடைபிடிப்பதில்லை என்றும் கூறினர். அவர்கள் சொன்னது எனக்கு மிகுந்த திருப்தியை அளித்தது. அப்புறம் நாங்கள் நால்வரும் இதுபற்றி மற்ற மாணவர்களிடமும் சாப்பாட்டு கூட ஊழியர்களிடமும் எப்படித் தெரிவித்து அவர்களை சாதியை விட்டொழிக்க சம்மதிக்க வைப்பது என்று யோசித்தோம்.

கடைசியில் ஜாதி வேறுபாட்டையும் தீண்டாமையையும் கண்டுகொள்ளாத ஒரு சில மாணவர்களுக்காகத் தனியாக ஒரு சாப்பாட்டு அறை திறக்க முயன்றோம். அதற்கு வரவேற்பே கிடைக்கவில்லை. கொஞ்சம் கொஞ்சமாக நாங்கள் அவர்களிடம் அரசின் தீண்டாமை எதிர்ப்புக் கொள்கை, அதற்கான சட்டங்கள் போன்றவை குறித்துப் பேசத் தொடங்கினோம். ஒரு சில மாணவர்கள் எங்களுடன் சாப்பிட இசைந்தனர். இது எனக்கு நல்லதாகப் பட்டது. ஜாதி வேறுபாடு பாராமல் எல்லோருடனும் உறவுகொள்ள முடிந்தது. இதில் எனக்கு நிறைய புதிய

நண்பர்களும் கிடைத்தனர். அவர்களுடன் சினிமாவுக்கும் திருவிழாக்களுக்கும் சென்றேன். எங்கள் நட்பு வளர்ந்தது.

என்னோடு படிக்கும் என்.கே. ஷிண்டேக்கு நாடகம் என்றால் உயிர். மோரிஸ் காலேஜ் ஆண்டு விழாவின்போது நடக்கவிருக்கும் ஒரு நாடகத்தில் கலந்துகொள்கிறாயா என்று கேட்டான். நான் உடனே சம்மதித்தேன். மோரிஸ் காலேஜ் நகரத்திலேயே மிக பேர்பெற்ற காலேஜ். ஆண்களும் பெண்களும் அதில் படித்தனர். ஆனால் எங்கள் காலேஜில் மாணவிகள் கிடையாது. அங்கே போகும்போது தூரத்திலிருந்தே மாணவிகளின் ஸாரிகளையும், காதணிகளையும் நடையையும் வாசனை திரவியங்களையும் கண்டு நான் ரஸிக்கத் தொடங்கினேன். காதலுக்கு வாய்ப்புள்ள ஒரு புதிய உலகத்துக்குள் நுழைவதாகத் தோன்றியது.

ஹால் நுழைவு வாசலில் அனேக மோரிஸ் காலேஜ் மாணவிகள் விருந்தினர்களை வரவேற்றுக்கொண்டிருந்தனர். ஒரு பெண் மேலும் கீழும் எனது அலங்கோலமான சட்டையையும் தாடியையும் பார்த்துவிட்டு, இப்போது குண்டர்கள்கூட விழாவுக்கு வரத் தொடங்கிவிட்டார்கள் என்று கேவலமாகக் கூறினாள். அது என்னைக் குத்தியது. கொதித்துப்போய், "நான் ஏழைதான். ஏழையாயிருப்பது என்ன பெரிய குற்றமா? நல்ல உடையணிந்து, கிளீனாக ஷேவ் செய்து வந்தால் உங்கள் காலேஜ் பெண்களில் எவளாவது என்னைக் கல்யாணம் செய்துகொள்வாளா?" என்று கத்தினேன்.

இதைக் கேட்டு வேறு சில மாணவர்கள் அங்கே கூடினர். என் நண்பன் ஷிண்டே என்னை அமைதிப்படுத்த முயன்றான். என் கோபம் அடங்கவில்லை. "கல்யாணம் செய்யும் சமயம் வரும்போது நான் உங்கள் காலேஜ் பெண் ஒருத்தியைத்தான் மணந்துகொள்வேன்" என்றேன் உரத்த குரலில்.

ஹாலின் உள்ளே சென்று இருக்கைகளில் அமர்ந்தபோது சில மோரிஸ் காலேஜ் மாணவர்கள் கண்களில் கோபம் கொப்பளிக்க, கைகளில் மடக்கிய நாற்காலிகளுடன் என்னை நோக்கி வருவதைக் கண்டேன். ஆபத்தை உணர்ந்ததும் ஷிண்டேயும் நானும் தப்புவதற்கு வழி இருக்கிறதா என்று பார்த்தோம். முழுக் காலேஜுக்கும் குறியாக நாங்கள் இரண்டு பேர் மட்டும். மகாபாரத யுத்தக் களத்தில் கௌரவர் படை நடுவில் அகப்பட்டுக் கொண்ட அபிமன்யு போல் இருந்தோம்.

அந்த வினாடி லைட்கள் அணைந்தன.

மற்றவர்கள் எரிச்சலுடன் சபித்துக்கொண்டிருக்க நாங்கள் இருவரும் குனிந்தபடி நடந்து இருக்கைகளின் இடையே நுழைந்து வாசலைக் கடந்து வெளியே வந்து மோரிஸ் காலேஜிலிருந்து தப்பித்துவிட்டோம்.

சில தினங்களுக்குப் பிறகு என் வகுப்புத் தோழன் காம்பிளேயே சந்தித்தபோது நான் மோரிஸ் காலேஜ் போன விவரத்தைக் கேட்டான். பிறகு முகத்தில் ஒரு புன்னகையுடன், தான் அன்று அந்த காலேஜ் மேடையின் பின்புறம் நாடகத்துக்கான லைட் ஏற்பாடுகளைக் கவனித்துக்கொண்டிருந்ததாகவும் ஹாலில் ஒரு நிஜ நாடகம் அரங்கேற்றப்படுவதைக் கண்டபோது, நிலைமையை உணர்ந்து உடனே எல்லா விளக்குகளையும் அணைத்துவிட்டதாகவும் கூறினான்.

அவனுக்கு என் ஆழ்ந்த நன்றியைத் தெரிவித்தேன். ஷிண்டேவிடம் இதைக் கூறியபோது அவனும் ஆச்சரியப் பட்டான். "புராண காலத்தில் பக்தனுக்கு ஆபத்து வரும் போது பகவான் ஏதாவது ஒரு உருவில் அவதரித்து அவனைக் காப்பாற்றுவார். உன் விஷயத்தில் காம்ப்ளே உருவத்தில் வந்திருக்கிறார்" என்றான்.

'நான் போர்ட்டர் அல்ல'

விவசாய கல்லூரி மாணவர்களாகிய நாங்கள் அவ்வப்போது இந்தியாவின் பல இடங்களுக்கு நவீன பண்ணைகளைப் பார்க்கவும் மண்வளங்களை ஆராயவும் அழைத்துச் செல்லப்படுவோம். கிராமத்துச் சிறுவனான எனக்கு உலகத்தைப் பார்க்கும் வாய்ப்பு கிடைப்பதால் நான் இந்த பயணங்களில் மகிழ்ச்சியுடன் கலந்துகொள்வேன். 1949இல் எனது கல்லூரியில் கடைசி வருடத்தில் வங்காளத்தில் ஒரு பண்ணையைப் பார்வையிட்ட பின் நான் கல்கத்தா சென்று அங்குள்ள விக்டோரியா மெமோரியல் ஹால், தாவர பூங்கா போன்றவற்றைப் பார்த்தேன். அகில இந்திய தாழ்த்தப்பட்டோர் மாநாட்டுக்காக நாக்பூர் வந்திருந்த சில மாணவர்களையும் சந்தித்தேன். அவர்கள் என்னை மகிழ்ச்சியுடன் வரவேற்று நான் அங்கு தங்குவதற்கு வேண்டிய வசதிகளைச் செய்து தந்தனர். இந்திய அரசியலமைப்புச் சட்டத்தை உருவாக்கும் பணியில் ஈடுபட்டிருந்த ஹேமசந்திர நஸ்க்கரை சந்தித்தேன். ராதாமோகன் நட்நாயர் என்ற கவிஞரைப் பார்க்கும் வாய்ப்பும் கிடைத்தது. இவர் மேல்நிலை வகுப்பில் 14 தடவை பரீட்சை எழுதி தோற்றுப் போனவர். ஆனால் இவரது கவிதைகள் கல்லூரிப் பாடத்திட்டத்தில் இடம்பெற்றுள்ளன என்பதில் இவருக்கு மிகத் திருப்தி.

திரும்பி வரும்போது புவனேஸ்வரில் இறங்கி கொனாரக் சூரியனார் கோவில், ஜகன்னாத் கோவில் போன்ற மனதைக் கவரும் இடங்களுக்குச்

சென்றுவிட்டு ரயில்வே ஸ்டேஷனுக்கு வந்தால், ரயில் நான் இல்லாமலே கிளம்பிவிட்டது. நான் கவலைப்படவில்லை. இன்னும் கொஞ்சம் நாளைக்கு எனக்கு செய்யவேண்டிய முக்கியமான வேலைகள் எதுவும் இல்லை. ஏதாவது கடல் பக்கம் போய் வரலாமென தோன்றியது. நான் இதுவரை கடலைப் பார்த்ததே இல்லை. கடற்கரையில் அலைகள் பக்கம் நடந்துகொண்டிருக்கும்போது ஒரு கறுத்த நாய் என்னை நோக்கிப் பாய்ந்து வந்தது. பயத்தில் கத்தியபோது வார்த்தைகள் மராத்தி மொழியில் வந்தன.

நாயின் சொந்தக்காரர் விரைந்து வந்து அதை அடக்கினார். பிறகு என்னை மகிழ்ச்சியுடன் பார்த்தார். சொந்த ஊரிலிருந்து வெகுதொலைவுக்கு வந்த பிறகு தம் தாய்மொழியைக் கேட்ட மகிழ்ச்சி அவர் முகத்தில் தெரிந்தது. அவர்தான் காம்ப்ளே. நாக்புரைச் சேர்ந்த ஒரு மஹார், ரயில்வே ஹோட்டல் ஒன்று நடத்தும் ஒரு ஐரோப்பிய ஆபிசருக்கு சமையல்காரராக இருக்கிறார்.

மிஸ்டர் காம்ப்ளே என்னை தம் வீட்டுக்கு வரும்படி அழைத்தார். அவருடைய மனைவி மராத்தி பேச ஆசைப்படுவதாகச் சொன்னார். தமது எஜமானரின் மனைவியிடம் என்னை அறிமுகப்படுத்தப்போவதாகச் சொன்னார். (அவர் எஜமானர் வெளிநாடு போயிருக்கிறார்.) தம்முடைய குடும்பத்தினர் எல்லோரும் நன்கு படித்தவர்கள் என்று காட்டுவதற்காக எல்லோரிடமும் என்னை தமது கஸின் என்று அறிமுகப்படுத்தினார். அந்த எஜமானரின் மனைவி என்னிடம் அன்புடன் பழகினார். ஒரு ஐரோப்பிய பெண்ணுடன் நான் பேசுவது இதுதான் முதல் தடவை. காம்ப்ளேயின் விருந்தாளியாக நான்கு நாள் அங்கே தங்கினேன். கடலைப் பார்த்தபடி இருக்கும் மிகவும் வசதியான அறை. அந்த எஜமானரின் மனைவி எனக்குக் கடலில் நீந்தவும், நட்சத்திர மீன், சிப்பிகள் போன்றவற்றைச் சேகரிக்கவும் கற்றுத் தந்தார். வெளிநாட்டு நபர் ஒருவரை சந்திப்பது இதுதான் முதல் தடவை. சமுத்திரத்துக்கு அப்பால் வசிக்கும் மக்கள் பிறருடன் எவ்வளவு அன்பாகப் பழகுகிறார்கள் என்று அறிந்து ஆச்சரியப்பட்டேன்.

நாக்புர் திரும்பியதும் நண்பர்கள் எனக்காகக் கவலைப் பட்டுக்கொண்டிருப்பதைக் கண்டேன். நான் எங்கேயிருந்தேன் என்றே அவர்களுக்குத் தெரியாது. அது மார்ச் மாதம். இறுதிப் பரீட்சை வந்துகொண்டிருக்கிறது. ஹோலி எனும் வண்ணத் திருவிழா நடைபெறும் நேரம். மக்கள் மகிழ்ச்சியுடன் ஒருவருக் கொருவர் முகத்தில் வண்ணப் பொடிகளைப் பூசுவார்கள்.

பல நிற தண்ணீரைப் பீய்ச்சுவார்கள். என்னிடம் மாற்றுத் துணிகள் இல்லாததால் பகல் முழுதும் நான் அறைக்குள்ளேயே அடைந்து கிடந்தேன். மாலையில் சற்று உலாவுவதற்காக சாப்பாட்டு அறையின் பின்பக்கமுள்ள தோட்டம் வழியாக வெளியே வந்தேன்.

ஒரு ஹிந்தி பேசும் மாணவன் தன் தோழர்களுடன் ஓடி வந்து என்மேல் வண்ணப் பொடிகளை பூச வந்தான். நான் அவர்களிடம் பணிவாக, "மன்னிக்கவும், என்னிடம் வேறு துணிகள் இல்லை. நான் ஒரு ஏழை. வண்ணப்பொடிகளை என்மேல் பூசவேண்டாம்" என்றேன். அவர்கள் கேட்கவில்லை. என் உடம்பெங்கும் ஒரே வண்ணமயம்.

கோபத்துடன் அவர்களில் தலைவன் போலிருந்தவனை முன்னே பிடித்துத் தள்ளி அவன் கன்னத்தில் பளாரென்று ஓர் அறைவிட்டேன். உடனே அங்கே அமைதியும் இறுக்கமும் நிலவியது. நான் ஒருவன். என்னைச் சுற்றியபடி நிறைய மாணவர்கள். ஆனால் நான் பயப்படவில்லை, ஓடவில்லை, உரக்கக் கத்தினேன். "ஜாக்கிரதை, ஒரு அடி முன்னால் வந்தால் நிலைமை விபரீதமாகிவிடும், என் கையில் ஆயுதம் இருந்தால் முதலில் அடி எடுத்து வைப்பவனை கொன்றே போடுவேன்."

"ஓ, நாமெல்லாம் நண்பர்கள்தானே. பதட்டப்படாதே" என்றான் ஒருவன், என்னை அமைதிப்படுத்தும் விதத்தில்.

"உண்மை, நாமெல்லாம் நண்பர்கள்தான். ஆனால் நீங்கள் என்னை உங்களுடன் இருந்து சாப்பிட அனுமதிக்கவில்லையே. சாப்பாட்டு அறை வேலையாள் கூட, நான் சாப்பிட்ட தட்டைத் தொட மறுத்துவிட்டானே. அப்பொழுதெல்லாம் நான் உங்கள் நண்பனாக இருந்தேனா? உங்களோடு சேர்ந்தவனாக இருந்தேனா? இப்போது என்மீது கலர் பொடியை பூச வரும்போது மட்டும் நான் உங்கள் நண்பன் ஆகிவிட்டேன், இல்லையா?"

என் கோபத்தையும் ஆத்திரத்தையும் கண்ட அவர்கள் அமைதியாகத் திரும்பிவிட்டனர். டைனிங் ஹாலில் சாப்பிட்டுக் கொண்டிருந்தவர்கள் இதைப் பார்த்தனர். இதுவரை நான் ஒரு சாதாரணப் பையன் என்றே கருதப்பட்டு வந்திருந்தேன். எனது கோபத்தையும் தைரியத்தையும் கண்டு அவர்களுக்கு ஆச்சரியமாக இருந்தது. இந்த சம்பவத்திலிருந்து நான் ஒரு ஹீரோவாகிவிட்டேன்.

ஹாஸ்டலில் பரீட்சைக்காக மும்முரமாகப் படித்தேன். வெளியே அமைதி நிலவும் மைதானத்தில் உலவும்போது மனம் நிம்மதியாயிருக்கும். பரீட்சை ஹாலுக்குள் நுழையும்போது

புயல் வீசத் தொடங்கும். பரீட்சை நேரங்களில்தான் எனக்கு ஏனோ சோதனைகள் வருகின்றன. வேதியல் பரீட்சைக்கு புறப்பட்டபோது மெயின் ரோட்டில் ஒரு கூச்சல் கேட்டது. ஒரு பிச்சைக்கார கிழவி மீது ஒரு வண்டி மோதிவிட்டது. வண்டி வேகமாக ஓடி மறைந்துவிட்டது. அவளைச் சுற்றி ஒரே கூட்டம். ஆனால் ஒருவரும் அவளுக்கு உதவ முன்வரவில்லை.

அவளைப் பார்க்க சகிக்கவில்லை. நான் போய் அவளைத் தூக்கி உட்கார வைத்து அடிபட்டிருக்கிறதா என்று பார்த்தேன். முழங்கால் பிசகியிருந்தது. அவளை அந்த நிலையில் விட்டு விட்டுப் போக மனம் வரவில்லை. பரீட்சைக்கு நேரமாகிறது. சுற்றி நின்றவர்களிடம் கேட்டுக்கொண்ட பிறகு நல்ல உள்ளம் படைத்த சிலர் அவளை ஆஸ்பத்திரிக்கு அழைத்துச் சென்றனர்.

பரீட்சை எழுத ஓடினேன். பரீட்சை ஹாலில் நுழைந்ததும் தேர்வை மேற்பார்வையிட டில்லியிலிருந்து வந்திருந்த டாக்டர் தம்பாஸ் என்னிடம் ஏன் லேட் என்று கேட்டார். நடந்ததைச் சொன்னதும் அவர் என்னை பரீட்சை எழுத அனுமதித்தார். பரீட்சை முடிவுகள் வந்ததும் பார்த்தால் நான்தான் முதலில் வந்திருந்தேன். அதிக மார்க் வித்தியாசத்தில்.

இவ்வாறு பல்வேறு பரீட்சைகளுக்குப் பிறகு நான் பி.எஸ்ஸி. பட்டம் பெற்றேன். முதல் வகுப்பு கிடைக்கவில்லை என்று கொஞ்சம் வருத்தம்தான். இருந்தாலும் இது பெரிய சாதனை தானே! இந்தச் செய்தியை ஊரில் அப்பா அம்மா மற்றும் உறவினர்களுக்குச் சொல்ல வேண்டும் என்று மனம் துடித்தது. உடனே அவர்களைப் பார்க்க வேண்டும் என்று தோன்றியது. என் தாய்மாமா நாக்தேவதாயுடன் ரயிலைப் பிடித்து உம்ரேர் போய் சேர்ந்தபோது இரவு மணி ஒன்பது.

ரயில்வே ஸ்டேஷனில் பலத்த மழையும் இடி மின்னலும் தான் எங்களை வரவேற்றன. ஒரு இளம் தம்பதியினர் கைக் குழந்தையும் நிறைய லக்கேஜுமாக எங்கள் வண்டியிலேயே வந்திருந்தனர். சாமான்களைத் தூக்க யாராவது போர்ட்டர் இருக்கிறானா என்று பார்த்தால் ஒருவரும் கண்ணில் படவில்லை. வெளியே வண்டி எதுவும் இல்லை. உம்ரேர் ஒரு சின்ன டவுண் என்பதால் இந்த கொட்டும் மழையில் கடைகளை எல்லாம் அடைத்துவிட்டனர். அந்தத் தம்பதியினர் முகத்தில் கவலை தெரிந்தது.

"மாமா, இவங்களுக்கு உதவி தேவைப்படுகிறது. இந்தச் சமயத்தில் அவர்களுக்கு உதவிசெய்யாவிட்டால் என் உடம்பில்

சக்தி இருந்து என்ன பயன்!" என்றேன். சட்டையையும் பான்டையும் கழற்றி அவை நனைந்துவிடாமலிருக்க மாமா விடம் ஒப்படைத்தேன். வெறும் உள்ளாடையுடன் ஒரு கூலியாள் போல் அந்த தம்பதியிடம் சென்று, "உங்களுக்கு எங்கே போக வேண்டும்? சாமான்களைக் கொடுங்கள்" என்றேன். அவர்கள் முகம் நிம்மதியில் பளிச்சிட்டது. போகவேண்டிய விவரத்தைக் கூறி லக்கேஜை என் தலையில் ஏற்றிவிட்டனர். மழை சற்று குறையத் தொடங்கினாலும் இருட்டும் சகதியுமாகவே இருந்தது. அவர்கள் வீட்டை நோக்கி நடந்தோம். அந்தப் பச்சிளங் குழந்தையை மழையோ காற்றோ வருத்தாதபடி அதன் அம்மா அரவணைத்தபடி நடந்தது என் மனதைத் தொட்டது.

அவர்கள் வீட்டை அடைந்ததும் அந்த மனிதர் சட்டைப் பையிலிருந்து கொஞ்சம் பணத்தை எடுத்து என்னிடம் நீட்டினார். நான் வாங்க மறுத்ததும் ஏதோ நான் அதிகமாக எதிர்பார்க்கிறேன் என்று நினைத்தவராய் மேலும் கொஞ்சம் நோட்டுகளை எடுத்தார். மீண்டும் பணிவாக அதை மறுத்துவிட்டு, "ஸார், நான் உண்மையில் போர்ட்டர் அல்ல, ஒரு காலேஜ் ஸ்டூடண்ட். நாக்பூர் காலேஜிலிருந்து இப்போதான் கிராஜுவேட் ஆனேன். இந்த மழையிலும் குளிரிலும் நீங்கள் படும் சிரமத்தைப் பார்த்து தான் உங்களுக்கு உதவ வந்தேன். மனிதருக்கு மனிதர் செய்யும் உதவிதான் இது. என் பெயர் நாம்தேவ் நிம்கடே. இந்த ஊர் தான்" என்றேன்.

"ஓ, நீதானா அது. இன்று காலையில்தான் உன் பெயரை பேப்பரில் பார்த்தேன். பி.எஸ்ஸி. அக்ரிகல்ச்சர் பாஸ் பண்ணி யிருக்கிறாய் தானே? ஸாத்காவ் கிராமத்து புதா மஹாரின் பேரன்தானே நீ? எனக்கும் அதன் பக்கத்து ஊர்தான். சங்கர்புர். தங்கவேலை செய்கிறோம். உனக்கு எப்படி நன்றி சொல்வது என்று தெரியவில்லை. நல்ல சமயத்தில் வந்து உதவினாய். தீண்டாமையை ஒழிக்க நானும் என்னால் ஆனதைச் செய்வேன். உன்னைப் போல் இளைஞர்கள் இருப்பதால் உன் ஜாதி நிச்சயமாய் முன்னேறத்தான் செய்யும்" என்றார்.

அவர் சொல்வதைக் கேட்க எனக்கு மகிழ்ச்சியாக இருந்தது. உடனே ரயில்வே ஸ்டேஷனுக்குச் சென்று நாக்தேவ்தே மாமா விடமிருந்து உடைகளை வாங்கி அணிந்துகொண்டு வீட்டுக்கு விரைந்தோம். அப்பாவின் காலைத் தொட்டு வணங்கி, நான் பட்டதாரி ஆகிவிட்ட அற்புத செய்தியைக் கூறினேன். மகிழ்ச்சி யிலும் பெருமையிலும் அவர் முகம் மலர்ந்தது.

பாகம் 3
ஜாதிக்கு அப்பால்

வெற்றிக்கு முதல் படி

"அடுத்தாற்போல் என்ன செய்வது?" என்று தாமோதர் பட்டீலிடம் கேட்டேன். என் சக மாணவன், நெருங்கிய நண்பனும்கூட. சற்று குள்ளம். நன்றாக சவரம் செய்த வட்ட முகம். பலசாலி. அவனும் மஹார் ஜாதிதான். அது 1949ஆம் வருடம். மேற்கொண்டு என்ன செய்வதென்ற திகைப்பில் இருந்தேன். கையில் கஷ்டப்பட்டுக் கிடைத்த பி.எஸ்ஸி. பட்டம் இருக்கிறது. மேற்கொண்டு படிக்க வேண்டும் என்ற ஆர்வம் இருக்கிறது. நாக்பூரில் விவசாய மேற்படிப்புக்கு வசதியில்லை. வேறு இடத்துக்குத்தான் போக வேண்டும். அம்மாவும் அப்பாவும் வேறு திட்டம் வைத்திருந்தார்கள் – ஒரு வேலை கிடைத்து கல்யாணம் பண்ணிக் கொண்டு ஊரிலேயே இருக்க வேண்டும் என்று. வீட்டில் இப்போதுள்ள நிலையில் நான் படிப்பைத் தொடர்வதில் என்ன நியாயம் இருக்கிறது?

தாமோதரின் உடலைப் போலவே அவன் தீர்மானங்களும் உறுதியாயிருக்கும். அடுத்த ஆண்டு இறுதி பரீட்சையில் முதல் வகுப்பு பெற வேண்டும் என்பது அவன் திட்டம். என் எண்ணமெல்லாம் புது தில்லியிலுள்ள இந்திய விவசாய ஆராய்ச்சி நிலையத்தில் (ஐஏஆர்ஐ) படிக்க வேண்டும் என்பது அவனுக்குத் தெரியும். அதுதான் நாட்டிலேயே விவசாயக் கல்விக்கு மணிமகுடம் போன்றது.

இந்தியாவில் பஞ்சம் ஏற்பட்டபோது பிரிட்டிஷாரால் நிறுவப் பட்டது. ஆனால் அதற்குள்ள போட்டியில் என் குறைந்த மார்க்குகள் எடுபடுமா என்று தோன்றவில்லை. தாமோதர் என்னிடம் பனாரஸ் ஹிந்து யூனிவர்சிட்டியில் சேர்ந்தால் என்ன என்று கேட்டான். அதுவும் உத்தரபிரதேசத்தில் ஒரு சிறந்த இடம். என் எம்.எஸ்ஸியை அங்கு தொடரலாம் என்றான் தாமோதர். எனது காலேஜ் படிப்பை எப்படி கஷ்டப்பட்டு முடித்தேன் என்பதையும், என் குடும்ப நிலையையும் நன்கு அறிந்தவன் என்பதால் அவனுடைய அப்பாவைப் பார்த்து உதவி கேட்கச் சொன்னான்.

அந்த நாட்களில் பெரும்பாலான குடும்பங்கள் வறுமையில் உழன்றபோது தாமோதரின் குடும்பம் செல்வச் செழிப்பில் இருந்தது. அவன் அப்பா பெரிய மனதுள்ளவர். கல்வியின் அவசியம் பற்றி நன்கு அறிந்தவர். நான் அவரைச் சென்று பார்த்து என் பரிதாப நிலையை விளக்கி, படிப்பிற்காக முன்னூறு ரூபாய் கடனாக கேட்டேன். விரைவில் கல்வி உதவித்தொகை கிடைத்துவிடுமென்று சொன்னேன். அவர் சிந்தனையில் ஆழ்ந்திருந்தார். அவருக்கு உதவ வேண்டும் என்ற ஆசை இருந்தது. கொஞ்சம் பணத் தட்டுப்பாடு என்று தோன்றியது. அப்போது தாமோதரின் சித்தி அங்கே வந்தாள். நான் சொல்வதைக் கேட்டுக்கொண்டிருந்தவள் தன் கையிலிருந்த தங்க வளைகளைக் கழற்றி கணவனிடம் கொடுத்து அவற்றை அடகுவைத்து எனக்குத் தேவையான பணத்தைக் கொடுக்கும் படி கூறினாள். எனக்கு ஆச்சரியமாக இருந்தது. அவளுடைய அன்பையும் என்மீது அவளுக்கிருந்த நம்பிக்கையையும் நினைத்து மனம் நெகிழ்ந்துவிட்டது.

முன்னூறு ரூபாயுடன் வீடு திரும்பி பெற்றோரிடம் விவரத்தைக் கூறினேன். காசியில் எனது மேல்படிப்பைத் தொடர வேண்டும் என்ற என் உறுதியான எண்ணத்தைச் சொன்னேன். என் விருப்பத்தை ஏற்றுக்கொள்வதைத் தவிர அவர்களுக்கு வேறு வழியில்லை. பெற்றோரையும் நண்பர் களையும் ஊரையும் பிரிய வேண்டுமே என்ற ஒரு சிறிய கவலை மட்டும் இருந்தது.

பனாரஸ் ஹிந்து யூனிவர்சிட்டியில் தாவர இயலில் எம்.எஸ்ஸி. படிக்கப் போகிறேன் என்ற செய்தியில் என் ஊரே கலகலத்துக் கொண்டிருந்தது. காசி எவ்வளவு புனிதமான இடம். நம் ஜாதியிலிருந்து ஒருவன் அங்கே படிக்கப் போகிறான் என்று ஊரில் எல்லோரும் மகிழ்ச்சியில் திளைத்தபடி இருந்தனர். ஸாத்காவில் நண்பர்கள், உறவினர்கள் கிராமத்து மக்கள்

அனைவரையும் சந்தித்து விடைபெற்றேன். எல்லோரும் ஊர் எல்லைவரை வந்து என்னை வழியனுப்பி வைத்தனர்.

எனக்கு பனாரஸ் புதிய இடம். தன்ராஜ்கிரி ஹாஸ்டலில் எனக்கு 18ஆம் அறை ஒதுக்கப்பட்டது, என்னுடன் மஜூம்தார் என்ற மாணவனும் தங்கியிருந்தான். அவன் ஒரு குண்டுப் பையன். நிறைய ஸ்வீட் சாப்பிடுவான். என்னுடைய உடமைகள் எல்லாம் கொஞ்சம்தான். அதில் ஒன்று டாக்டர் அம்பேத்கரின் படம். அதை அறைச் சுவரில் மாட்டினேன். மஜூம்தாருக்கு அதில் ஆட்சேபம் ஒன்றுமில்லை என்று அறிந்ததில் நிம்மதி அடைந்தேன்.

பனாரஸ் ஹிந்து யூனிவர்சிட்டி ஒரு புகழ்பெற்ற நிறுவனம். கல்விக்குப் பேர்போனது. இந்திய அரசியலில் புகழ்பெற்றவரான பண்டிட் மதன் மோகன் மாளவியாவால் 1916இல் நிறுவப் பட்டது. நிறைய மகாராஜாக்களும் புரவலர்களும் தாராள மாகவே அதன் வளர்ச்சிக்கு உதவியிருக்கிறார்கள். பரோடா மன்னர் ஸயாஜிராவ் கெய்க்வாட் பெயரால் நிறுவப்பட்ட பரோடா நூல்நிலையம் பற்றிக் கேள்விப்பட்டிருக்கிறேன். ஒரு தடவை மாளவியா பம்பாய் வந்தபோது டாக்டர் அம்பேத்கரைப் பார்க்க ராஜ்கிரிக வீட்டுக்குப் போயிருந்தார். அவருடைய பிரமாண்டமான நூல்நிலையத்தைப் பார்த்து வியந்து போனார்.

"டாக்டர் அம்பேத்கர், நீங்கள் சரஸ்வதியின் கடாக்ஷம் பெற்றவர். உங்களை வணங்குகிறேன்" என்றார் பண்டிட் மாளவியா. "உங்கள் லைப்ரரியை பற்றி நிறையக் கேள்விப் பட்டேன். அதைப் பார்க்கவே வந்தேன். அது எவ்வளவு பிரமாண்டமானது என்பது பார்க்கும்போதுதான் தெரிகிறது. யூனிவர்சிட்டியில் மாணவர்களுக்கு உங்கள் லைப்ரரி மிக பயனுள்ளதாக இருக்கும். இரண்டு லட்சம் ரூபாய்க்கு அதை எனக்கு தருவீர்களா?" என்று கேட்டார்.

இத்தனை பெரிய தொகையைக் கேட்டதும் டாக்டர் அம்பேத்கர் உடனே பதிலளித்தார். "உங்களுக்கு மிக்க நன்றி மிஸ்டர் மாளவியா. உங்கள் நோக்கம் மிகச் சிறந்தது. உங்களைப் போன்ற கல்விக்காக பாடுபடும் ஒரு சிறந்த மனிதருக்கு நான் இதை நன்கொடையாகவே கொடுக்க வேண்டும். ஆனால் மன்னிக்கவும். எனக்கு இதை விட்டுப் பிரிய மனமில்லை. இது இல்லாமல் என்னால் வாழ முடியாது. இவை வெறும் புத்தகங்கள் அல்ல. என் வாழ்நாள் சாதனை. என் விலைமதிக்க முடியாத சொத்து."

பனாரஸில் எனக்குக் கல்வி உதவித்தொகை கிடைக்கும் என்று எதிர்பார்த்தேன். ஆனால் கல்விக் கட்டணம்தான் ஓரளவு குறைக்கப்பட்டது. எனக்கு மாதம் 20 – 30 ரூபாய் செலவாயிற்று. புதிய ஆடைகளுக்கோ வேறு ஆடம்பரத்துக்கோ வழியில்லை. எனது நண்பன் காப்டன் சர்மா என்னை என்.சி.சியில் சேரும்படி சொன்னான். எனக்கு நல்ல யூனிபார்ம் கிடைக்குமே! வேறு சில வசதிகளும் கிடைத்தன – அணிவகுப்பு, உடல்பயிற்சி, நண்பர்கள், வயிராற உணவு.

பனாரஸில் வாழ்க்கை திருப்தியாக இருந்தது. மனம் மட்டும் இதைவிட சிறப்பான ஒன்றுக்காக ஏங்கியது. அந்த விருப்பம் நிறைவேற வேண்டுமானால் பனாரஸ் தான் முதல்படி...

சிங்கத்தின் குகை

பனாரஸில் எனது மேல்படிப்பைத் தொடங்கி சில மாதங்கள் கழிந்ததும் 1949 அக்டோபர் 3இல் புதுதில்லி செல்வதற்காக ரயில் ஏறினேன். இந்தியன் அக்ரிகல்ச்சர் ரிசர்ச் இன்ஸ்ட்டிட்யூட்டில் ஒரு நேர்காணல் இருந்தது. நாட்டின் முதன்மை விவசாயக் கல்வி நிறுவனம் இது. டில்லியின் ஒரு அற்றத்தில் பண்ணைகளும், பசுமை இல்லங்களும், ஆராய்ச்சி சாலைகளுமாக காட்சி அளித்தது. பிரிட்டிஷ் அரசு பாணியில் சிவப்பு செங்கல் கட்டிடங்கள். ஒழுங்காக அமைக்கப் பட்ட பாதை. இருமருங்கும் பொகேன்வில்லா செடிகள் படர்ந்திருந்தன. பனாரஸில் இருந்த நாட்களிலெல்லாம் என் ஒரே சிந்தனை என் இறுதி படிப்பு புதிய சுதந்திர இந்தியாவின் தலைநகரான டில்லியில்தான் இருக்க வேண்டும் என்பதே. முதல் சில பரீட்சைகளில் நன்றாகவே செய்திருப்பதால் அந்த கல்வி நிலையத்துக்கு விண்ணப்பித்திருந்தேன்.

எதிர்பாராத விதமாக சீக்கிரமே நேர்காணலுக் கான அழைப்பு வந்துவிட்டது. முதலில் கிடைத்த ரயிலில் ஏறி டில்லி வந்தேன். ஷேவ் பண்ணவோ குளிக்கவோ கூட நேரமில்லை. ரயிலை விட்டு இறங்கியதுமே நேராக நேர்காணல் நடக்கும் ஹாலுக்குச் சென்றுவிட்டேன். என்னுடைய அலங் கோலமான தோற்றத்தைக் கண்ட டைரக்டரின் காரியதரிசி நான் நேர்காணலுக்கு வந்திருக்கிறேன் என்பதை நம்பவே இல்லை – அதற்கான கடிதத்தைக் காட்டும்வரை.

நேர்காணலின்போது எனக்கு எதிரே ஏழு பேர் உட்கார்ந் திருந்தனர். சிங்கத்தின் குகைக்குள் நுழைந்துவிட்ட ஆட்டுக் குட்டியைப் போல் உணர்ந்தேன். போதாக்குறைக்கு முந்தின நாள் சாப்பிட்ட பிறகு எதுவும் உண்ணவில்லை. பிரமாதமாக உடை அணிந்திருந்த டைரக்டர் டாக்டர் ஜே.கே. முகர்ஜி என்னைப் பார்த்து, "ஏன் டில்லிக்கு வந்தாய்? இந்தியாவிலேயே சிறந்த பனாரஸ் ஹிந்து யூனிவர்சிட்டியில்தானே படித்துக் கொண்டிருக்கிறாய்?" என்று கேட்டார்.

"ஸார், உங்கள் கல்லூரியில் படித்தால் எனக்கு நல்ல பதவி கிடைக்கும். அதன் மூலம் நாட்டுக்கு சிறந்த சேவை புரிய முடியும். என் குடும்பத்தையும் நல்ல நிலையில் வைத்திருக்க முடியும்."

"உன் கல்வித்தகுதி போதாது. நீ வெறும் பி.எஸ்ஸி. மட்டும் தான். அதுவும் சாதாரண கிரேட். உனக்கு கெமிஸ்ட்ரியில் ஆனா ஆவன்னா கூட தெரியாது."

"ஸார், நான் இந்தப் படிப்புக்கும் புதியவன் என்பதை ஒப்புக்கொள்கிறேன். ஆனால் இங்கே படிக்க நீங்கள் ஒரு சான்ஸ் கொடுங்கள். நன்றாகப் படித்து ஆனா ஆவன்னாவிலிருந்து அக்கன்னாவரை தேர்ச்சி பெற்றுவிடுகிறேன். பனாரஸிலும் நான் என் திறமையை வெளிக்காட்டியிருக்கிறேன்" என்றேன்.

என் தோற்றம் எப்படியோ, என் திடமான பதிலில் அவர்கள் திடுக்கிட்டுதான் போனார்கள். பிற ஆபிசர்கள் கேட்ட சரமாரியான கேள்விகளுக்கு நான் தக்க பதில் அளித்தேன். இறுதியில் டாக்டர் முகர்ஜியால் கேட்காமலிருக்க முடியவில்லை. "ஏன் இந்த மாதிரி மோசமான உடையில் வந்திருக்கிறாய்?" என்றார்.

"இரவு பூராவும் விழித்திருந்து ஸ்டேஷன் வந்ததும் இங்கே ஓடிவந்தேன்" என்றேன்.

"சரி, வெளியே காத்திரு" என்றார் டாக்டர் முகர்ஜி.

வெளியே வரவேற்பறையில் நீண்ட நேரம் காத்திருந்தேன். பசி காதை அடைத்தது, மயக்கம் வரும்போல் இருந்தது. உள்ளே முடிவுக்கான விவாதம் நடைபெற்றுக்கொண்டிருந்தது. இறுதியில் டாக்டர் முகர்ஜியைப் பார்க்க அழைப்பு வந்தது. "நாக்பூர் விவசாய கல்லூரி டைரக்டர் டாக்டர் பி.டி. நாயர் உனக்காக வெகுவாக சிபாரிசு செய்திருக்கிறார். உன்னைச் சேர்த்துக் கொள்ளலாம் என்று தீர்மானித்திருக்கிறோம் – தற்காலிகமாகத் தான்" என்றார்.

எனக்கு நிம்மதி பிறந்தது. அவர் மேலும் தொடர்ந்தார். "நீ ஆறு மாதாந்திர பரீட்சை எழுத வேண்டும். எதிலாவது தோற்றுவிட்டால் நீ இந்த நிறுவனத்தை விட்டு வெளியேற வேண்டியதுதான். சரி, இப்போது உன் பீஸை கட்டு" என்றார்.

இப்போது ஒரு புதிய கவலை தோன்றியது. பனாரஸிலிருந்து கடன் வாங்கி வந்த பணம் முழுதும் செலவாகி விட்டது. பீஸ் கட்டுவது இருக்கட்டும், இந்தத் தலைநகரில் ஒரு நேர சாப்பாட்டுக்கு என்ன செய்வது? அப்போது அங்கு படிக்கும் சில மகாராஷ்டிர மாணவர்கள் தங்கள் மாநிலத்திலிருந்து யாராவது நேர்காணலுக்கு வந்திருக்கிறார்களா என்று பார்ப்பதற்காக அங்கு வந்தனர். முகத்தைப் பார்த்தே அவர்கள் யாரெனப் புரிந்துகொண்டு அவர்களிடம் மராத்தியில் பேசினேன். சில பழைய மாணவர்கள் என் நிலையை உணர்ந்து முதல் தடவைக்கான பீஸை கட்ட ஒப்புக்கொண்டனர். இவ்வாறு நான் அந்த புகழ்பெற்ற விவசாய ஆராய்ச்சி நிறுவனத்தில் நுழைந்தேன்.

கந்தல் உடையுடன் தலைநகரில்

எனது கையிருப்புப் பணம் சற்று அதிகரித்தாலும் காலேஜ் பீஸ் மற்றும் வேறு செலவுகளை மாதம் 150 ரூபாயில் சமாளிப்பது சிரமமாகத்தான் இருந்தது. அத்துடன் ஏற்கனவே உள்ள கல்விக் கடன் பாக்கி இருந்தது. நிச்சயமான கல்வி உதவித் தொகை கிடைப்பதற்கு முன்பே பனாரஸை விட்டுக் கிளம்பிவிட்டேன். வீட்டுக்குக் கடிதம் எழுதும்போது, "நான் இங்கு வசதியாக இருக்கிறேன். என்னைப் பற்றிக் கவலைப்படாதீர்கள்" என்றுதான் எழுதுவேன். கண்ணீர் துளிகள் காகிதத்தில் விழுந்து விடாதபடி ஜாக்கிரதையாக இருப்பேன். நல்ல வேளையாக படிப்பில் கவனம் செலுத்த முடிந்தது. வேறு வழியில்லை. எப்போதும் பணக் கஷ்டம் இருந்ததால் புதிய உடைகள் வாங்க முடியவில்லை. ஒருதடவை என் கிழிந்த உடைகளைப் பார்த்துவிட்டு நூல்நிலைய சேவகன் என்னை உள்ளே விட மறுத்துவிட்டான். உடன் படிக்கும் சில மாணவர்களின் பெயரைச் சொன்னபிறகுதான் உள்ளே செல்ல முடிந்தது.

எனக்கு கல்வி வழிகாட்டியாக டாக்டர் எஸ்.பி. ராய்சௌத்ரி என்ற வங்காளி விஞ்ஞானி அமைந்தது என் அதிர்ஷ்டம் என்றுதான் சொல்ல வேண்டும். முழுக்க முழுக்க ஒரு ஜென்டில்மேன். அறிவு தீட்சண்யமுள்ள துழைக்கும் கண்கள். தமது இளகிய மனதாலும் முன்யோசனையாலும் எனக்கு

பலவிதங்களில் உதவியிருக்கிறார். தமது இரு மகன்களுக்கு டியூஷன் சொல்லிக் கொடுப்பதன்மூலம் எனக்கு பண வசதி செய்தார். அவர் மகன்கள் புத்திசாலிகள், அற்புதமானவர்கள். கடின உழைப்பை மேற்கொள்பவர்கள். (இதற்கு நேர்மாறாக நான் டியூஷன் எடுத்த இன்னொரு பையன் படிப்பில் அக்கறையே இல்லாதவன். தேவையற்ற கேள்விகள் கேட்டுக் கொண்டிருப்பான். "ஜனக்கூட்டம் நிறைந்த சந்தைப் பகுதியில் மிக அழகான ஒரு பெண்ணோடு நான் மோதிவிட்டால் அது பாவமா?"

உணவைப் பொறுத்தமட்டில் நான் அதிர்ஷ்டசாலி என்றுதான் சொல்ல வேண்டும். மகாராஷ்ட்ராவைச் சேர்ந்த கே.சி. ஸகாரே என்ற என் நண்பன்தான். ஐஏஆர்ஐ – ன் உணவுக்கூட முக்கிய செயலாளராக இருந்தான். அங்கே காசு கொடுக்காமல் சாப்பிட அனுமதித்தான். ஆனால் இந்த வாய்ப்பு அதிக நாள் நீடிக்கவில்லை. புதிய செயலாளர் சாப்பிட பணம் கேட்டதுடன் முன்பு சாப்பிட்டதற்கும் சேர்த்து பணத்தைக் கட்ட வேண்டுமென்றார். நல்லவேளை, டாக்டர் ராய் சௌதாரி தலையிட்டு பணம் கட்டத் தேவையில்லை என்று சொல்லி விட்டார்.

ஒரு தடவை மாணவர்கள் நடத்திய நாடகத்தில் எனக்கு பிச்சைக்காரன் வேஷம். நாடகத்தன்று நான் அங்கே செல்ல தாமதமாகிவிட்டது. நான் எப்போது வந்து வேஷம் போட்டுக் கொள்ளப் போகிறேன் என்று எல்லோரும் கவலைப்பட்டுக் கொண்டிருந்தனர். நான் அவர்களிடம், "கவலை வேண்டாம், இதோ அரை நிமிஷம் போதும்" என்று சொல்லிவிட்டு மேடையின் பின்பக்கம் சென்று இரவல் வாங்கியிருந்த உடைகளை மாற்றிவிட்டு என் பழைய கிழிந்த ஆடைகளை அணிந்தபடி அசல் பிச்சைக்காரனாக மாறிவிட்டேன். மற்ற மாணவர்கள் தங்கள் வேஷத்திற்கேற்ப ஆடைகளைக் கிழித்துக்கொண்டிருந்தனர். என் ஏழ்மை இந்த ஒரு விஷயத்திற்கு மட்டும்தான் பயன்பட்டது. மற்றபடி நிலைமைகளை சமாளிக்க எவ்வளவோ சிரமப்படத்தான் செய்தேன்.

வேறு வழியின்றி கல்வி அமைச்சகம் சென்று விசாரித்தேன். கல்வி உதவிக்கு நான் தகுதி பெற்றுவிட்டேன். ஆனால் அது பனாரஸ் ஹிந்து யூனிவர்சிட்டிக்கு மட்டும்தான். விவசாய ஆராய்ச்சி நிறுவனத்துக்காக நான் மீண்டும் விண்ணப்பிக்க வேண்டுமாம். எனக்கு பயமாகி விட்டது. கல்வி உதவித்தொகை கிடைக்காவிட்டால் வரப்போகும் குளிர்காலத்தில் கம்பளி ஆடை, போர்வை போன்றவை எப்படி வாங்குவது?

ஒருநாள் நூல் நிலையத்தில் பத்திரிகை படித்துக்கொண் டிருக்கும்போது ஒரு கட்டுரை கண்ணில் பட்டது. அகில இந்திய தாழ்த்தப்பட்டோர் சம்மேளனத்தின் ஒரு கூட்டம் 1949 நவம்பர் 14இல் டாக்டர் அம்பேத்கரின் புதுடில்லி வீட்டில் நடக்கப் போகிறது.

எனது கல்வி உதவித்தொகை விஷயத்தை எடுத்துச் சொல்ல லாமே என்ற நம்பிக்கையில் அங்கு சென்றேன். எங்கள் ஜாதியைச் சேர்ந்த முக்கிய பிரமுகர்கள் நிறையபேர் வந்திருந்தனர். கூட்டம் முடிந்தபின் நான் டாக்டர் அம்பேத்கரை பார்க்க முயன்றேன். அவரது செயலாளர்கள் என்னைத் தடுத்துவிட்டனர். அவர் களிடம் கெஞ்சிக் கேட்டுக்கொண்ட பிறகு, அவர் ஆபீஸ் செல்லும் வழியில் வராந்தாவில் வைத்துப் பார்க்கலாம் என்றார் கள். நான் டாக்டர் அம்பேத்கரைப் பார்த்து எனது கஷ்டங் களைச் சொன்னேன். இதுதான் நான் அவரை முதல்முறையாக நேரில் சந்தித்துப் பேசியது. சில ஆண்டுகளுக்கு முன் நாக்பூரில் நான் அவருடைய மெய்காப்பாளரில் ஒருவனாக பணிபுரிந் தாலும் கூட்ட நெருக்கடியில் அவரோடு பேச சந்தர்ப்பம் கிடைக்கவேயில்லை.

டாக்டர் அம்பேத்கர் இப்போது மிக அக்கறையுடன் நான் சொல்வதைக் கேட்டார். கடைசியில் என்னிடம், “நீ போய் டாக்டர் பஞ்சாப்ராவ் தேஷ்முக்கைப் பார். அவர்தான் தாழ்த்தப்பட்டோர் வாரியத்தின் தலைவர். நான் இப்போது அரசியலமைப்பு சட்ட உருவாக்கத்தில் மும்முரமாக ஈடுபட் டிருப்பதால் வேறு எதையுமே கவனிக்க நேரமில்லை. அவரிடம் நான் உன்னை அனுப்பியதாகச் சொல்” என்றார். அவரால் உடனடியாக உதவ முடியாவிட்டாலும் இந்த வார்த்தைகளைச் சொன்னதே எனக்கு போதுமாயிருந்தது. அன்று மாலை வீட்டுக்கு எழுதிய கடிதத்தில் அம்பேத்கரைப் பற்றி ஒரு கவிதையே எழுதியிருந்தேன்.

இரண்டு வாரங்களுக்குப் பிறகு, பாபாசாகபின் அறிவுரை என் காதுகளில் ஒலிக்க, ஆறு மைல் நடந்து டில்லியின் கான்ஸ்டிட்டியூஷன் கிளப்பில் இருந்த டாக்டர் தேஷ்முக்கின் வீட்டுக்குச் சென்றேன். நல்ல குளிர். வேட்டியும் சட்டையும் மட்டுமே உடுத்தியிருந்தேன். ரேஸர் வாங்க காசில்லாததால் ஷேவ் செய்திருக்கவில்லை.

டாக்டர் தேஷ்முக் வீட்டிலில்லை. வீடு பூட்டியிருந்தது. நடுங்கியபடி என் கந்தல் உடையுடன் வீட்டு வாசல்படியில் உட்கார்ந்தேன். கடைசியில் பத்து மணி அளவில் சற்று குள்ள மான வழுக்கை தலையுடைய நடுத்தர வயது மனிதர் ஒருவர்

தேவைப்படும்போது எனக்கு உதவிகள் புரிந்த
டாக்டர் பஞ்சாப்ராவ் தேஷ்முக் உடன்.

சிந்தனையில் மூழ்கியபடி வந்தார். வீட்டில் நெய்த கம்பளிச் சட்டை அணிந்திருந்தார். அறிவுச் சுடரில் கண்கள் மின்னின. அவர்தான் டாக்டர் தேஷ்முக் என்று புரிந்துகொண்டேன்.

"யார் நீ?" என்று கேட்டார் அவர். "எங்கே வந்தாய்? பிடிவாதமாக இங்கே உட்கார்ந்திருக்கிறாயே, வேலை தேடி வந்திருக்கிறாயா?"

என்னுடைய தோற்றத்தில் நான் விவசாய ஆராய்ச்சி நிலைய மாணவன் என்பதை அவர் நம்பவில்லை என்று குற்றம் சொல்ல முடியாது. மந்திரச் சொல்லான டாக்டர் அம்பேத்கர் பெயரைச் சொன்னதும் அவர் புரிந்துகொண்டார். என் நிலைமையை விளக்கினேன், அவர் கவலையுடன் பேசினார். நிறையக் கேள்விகள் கேட்டார். பாக்கெட்டிலிருந்து இருபத்து ஐந்து ரூபாய் எடுத்து என்னிடம் நீட்டினார்.

நான் அதை வாங்கவில்லை, "என்னைப் போல் ஆயிரம் மாணவர்கள் தங்கள் படிப்பைப் பாதியில் நிறுத்த வேண்டி யிருக்கிறது. அறிவுத் திறமை இல்லாததால் அல்ல, பணம்

இல்லாததால். நீங்கள் இதற்கு ஏதாவது செய்ய வேண்டும். அவர்கள் கல்வியைத் தொடர ஆவன செய்ய வேண்டும்" என்றேன்.

அவர் மனம் இளகியது, என் கஷ்டத்தை எழுதித் தரும்படி கேட்டார். நான் விடைபெறும்போது இரவு மணி 11.15. எனக்கு ஒரு ஸ்வெட்டரும் மப்ளரும் அளித்தார் டாக்டர் தேஷ்முக். வீட்டை அடையும்போது நள்ளிரவு ஒரு மணி. சில வாரங் களுக்குப் பிறகு என் வாழ்க்கை கதையை *சந்தேஷ்* என்ற வாரப் பத்திரிகையில் ஜனவரி 1980 இதழில் அவர் வெளி யிட்டார். மூன்று வாரம் தொடர்ந்து வந்தது. இந்தக் கதை கல்வி உதவித்தொகை இயக்ககத்தின் கவனத்துக்கு வந்திருக்க வேண்டும். கல்விக்கான உதவித் தொகை ஏழரை லட்சம் ரூபாயிலிருந்து பத்து லட்சமாக உயர்ந்தது.

உதவித் தொகை கிடைத்ததும் என் நிலைமை சீராகியது. ஆயினும் பணத்தை சிக்கனமாகவே செலவழித்தேன். வீட்டுக்குப் பணம் அனுப்பினேன். குடும்பக் கடன் கொஞ்சம் குறைந்தது. கல்வி உதவித்தொகைக் கிடைக்கக் கொஞ்சம் தாமதமான போது பல்வேறு ஜாதியைச் சேர்ந்த என் நண்பர்கள் நிறைய பேர் தங்கள் படுக்கையையும் உடைகளையும் பகிர்ந்துகொண்ட னர். சந்திரபால் குப்தா ஒரு போர்வை தந்தான். டாக்டர் ராய்சௌத்ரி என் படிப்பு விஷயத்தில் கலங்கரை விளக்காக வழிகாட்டினார். அடுத்த ஆறுமாத பரீட்சைகளில் நான் நிறைய மார்க் வாங்கினேன்.

கலாச்சார சங்கமத்தில்

பல்வேறு கலாச்சாரங்கள் குவிந்துள்ள இடம் டில்லி. பொதுவாக ஹிந்திதான் பேசப்படுகிறது என்றாலும் பஞ்சாபிலிருந்து ஆங்கிலம் வரை, தென்னிந்திய மொழிகளிலிருந்து பெங்காலி வரை பேசப்படுவதைக் கேட்கலாம். அவ்வப்போது மராத்தியும்.

ஒருநாள் எங்கள் விவசாய நிறுவன மைதானத்தில் நடந்துகொண்டிருக்கும்போது, ஒரு குதிரை வண்டியில் வந்த உயரமான நல்ல உடையணிந்த ஒருவன் வண்டியை நிறுத்தி கம்பீரமான குரலில் ஹாஸ்டலுக்குச் செல்லும் வழி எது என்று கேட்டான். நான் கூறிய வழியை வண்டிக்காரனால் புரிந்துகொள்ள முடியவில்லை. எனவே நானும் வண்டியில் ஏறி அவனருகில் இருந்து கொண்டு வழி காட்டினேன். வண்டியில் வந்தது ஒரு புதிய மாணவன். ஏ.கே. ப்ரதான். புவனேஸ்வரத்திலிருந்து வருகிறான். நாங்கள் இருவரும் பின்னர் நெருங்கிய நண்பர்கள் ஆவதற்கு இந்த சவாரிதான் உதவியது, அவன் ஒரிஸாவைச் சேர்ந்த கிருஸ்துவன். நான் மகாராஷ்ட்ர ஹிந்து. அவன் என்னிடம் மிகுந்த அன்பு பாராட்டினான். தன் அலமாரியைத் திறந்து எனக்கு விருப்பப்பட்ட எந்த உடையையும் எடுத்து அணிந்துகொள்ளச் செய்வான். மாநில எல்லையைக் கடந்து, ஜாதி மதத்தைக் கடந்து உருவான நட்பு இது.

நாட்டின் தலைநகரில் மகாராஷ்ட்ர மாநில மக்கள் அனைவரும், ஜாதி வேறுபாடின்றி ஒன்றுகூடி சில கலை நிகழ்ச்சிகளை நடத்தினர். மகாராஷ்ட்ர தாழ்த்தப்பட்ட இன மக்கள் சித்தார்த்தா நலவாழ்வு மையம் என்ற கொடியின் கீழ்கூடி சமூகப் பிரச்சனைகள் பற்றி விவாதித்து கலாசார நிகழ்ச்சிகள் நடத்தி வருடாந்தர உல்லாச யாத்திரையையும் மேற்கொண்டனர்.

ஒரு தடவை மகாராஷ்ட்ர ஹாஸ்டல் மாணவர்கள் அனைவரும் டாக்டர் பஞ்சாப்ராவ் தேஷ்முக்கை தங்கள் மெஸ்ஸில் சாப்பிட அழைத்தனர். எல்லோரும் ஆச்சர்யப்படும் விதத்தில் அவரும் ஒப்புக்கொண்டு விட்டார். அனைவரும் அற்புதமான விருந்து உண்டோம். அமைச்சருடன் நேரடியாக பல விஷயங்கள் குறித்துப் பேசினோம். அடுத்த நாள் இந்த செய்தி கல்வி நிறுவன அதிகாரிகளுக்குத் தெரிய வந்தது. இவ்வளவு பெரிய பதவியில் உள்ள ஒருவருக்கு மிகவும் மோசமான முறையில் விருந்து அளித்ததை அறிந்து அவர்கள் கலவர மடைந்தனர். இது மாதிரி விஷயங்களை வருங்காலத்தில் தங்களுக்கு முன்கூட்டியே தெரிவிக்க வேண்டும் என்ற கடுமையான எச்சரிக்கை எங்களுக்கு கிடைத்தது.

சிரமமான படிப்புக்கிடையே, விருந்தினர் வருகையும் அதிகரித்தது. குறிப்பாக மாணவர்கள். ஒரு தடவை வீட்டில் சண்டை போட்டுக்கொண்டு ஓடிவந்த ஒருவன் என்னிடம் அடைக்கலம் புகுந்திருந்தான். என் சகமாணவர்கள் இந்தக் கஷ்டநிலையிலும் நான் விருந்தோம்பலைக் கைவிடவில்லையே என்று அதிசயப்பட்டனர். வரும் மாணவர்களுக்கு கல்வி உதவித்தொகைக்காக விண்ணப்பிக்கவும் உதவி செய்தேன். நிறையப் பேர் நன்றியுடையவராக இருந்தனர். எனது பணக் கஷ்டத்தைப் பார்த்த சிலர் சோப்புக் கட்டிகள் போன்ற பயனுள்ள பொருட்களைத் தந்துவிட்டுச் சென்றனர்.

ஒரே ஒரு தடவைதான் எனக்கு மோசமான அனுபவம் ஏற்பட்டது. ஒரு நண்பன் என்னுடன் தங்கியிருந்து தினசரி மெஸ்ஸில் நன்றாகச் சாப்பிட்டான். உணவுக்கான பணத்தை அவன் கொடுத்திருப்பதாக நினைத்திருந்தேன். அவன் சென்ற பிறகுதான் தெரிந்தது அவன் மெஸ்ஸில் சாப்பிட்டது என் கணக்கில் ஏறியிருந்தது. இதைக் கண்ட ஒரு நண்பன் கேட்டான்: "எப்படி நிம்கடே, இதையெல்லாம் உன்னால் தாங்கிக்கொள்ள முடிகிறது?"

"விருந்தினரை தெய்வமாக மதிக்க வேண்டும் என்பது தானே இந்திய பண்பாடு" என்றேன்.

தாழ்த்தப்பட்ட இனத்தாரோடும் ஹாஸ்டல் சுத்தம் செய்வோர், வேலையாட்கள் போன்றோருடன் தொடர்பு வைத்திருந்தேன். அவ்வப்போது அவர்கள் வீடுகளுக்குச் செல்வேன். காம்பிளே என்ற சமூக ஊழியருடன் இணைந்து அவர்கள் கல்வி கற்பதற்காக மாலை வகுப்புகள் நடத்த பீம்ராவ் இரவுப்பள்ளி ஒன்றுக்கு ஏற்பாடு செய்தேன். இவையெல்லாம் மனதை பிற விஷயங்களில் செலுத்த வகை செய்தது.

சில தெருக் கூட்டுவோர், வேலைக்காரர்கள் போன்றோர் இவ்வளவு பெரிய படிப்பெல்லாம் படித்துள்ள டாக்டர் அம்பேத்கர் நம் ஜாதியைச் சேர்ந்தவர்தான் என்று நம்ப மறுத்தனர். அவர்களுக்குப் புரிய வைப்பதற்காக அவர்களில் ஒருவனை ஒரு வாடகை சைக்கிளில் ஏற்றிக்கொண்டு 1950 ஏப்ரல் 14 அன்று அவர் பிறந்ததின கொண்டாட்டங்களின்போது அவரைப் பார்ப்பதற்காகச் சென்றேன். டாக்டர் அம்பேத்கரின் பேச்சைக் கேட்ட பிறகுதான் அவனுக்கு நம்பிக்கை வந்தது. அவரது கொள்கைகளை தனது கிராமத்தில் பரப்புவதற்கு உதவியாக இருந்தான். இவ்விதமாக நான் டாக்டர் அம்பேத்கரின் செய்திகளை டில்லியில் பெரும்பகுதிகளில் பரப்ப உதவி செய்திருக்கிறேன்.

அடுத்த வருஷம் 1951 ஏப்ரல் 15, எங்கள் சமுதாய மையமான அம்பேத்கர் பவன் திறப்பு விழாவைக் கொண்டாடினோம். புது தில்லியில் மத்திய அரசு பகுதியில் ஒரு ஏக்கர் நிலத்தில் கட்டப்பட்டிருந்தது இது. இந்த நிலத்தை தில்லியிலுள்ள தாழ்த்தப் பட்ட மக்களின் முன்னேற்றத்திற்காக டாக்டர் அம்பேத்கர் அன்பளிப்பாக வழங்கியிருந்தார்.

(திறப்பு விழா உண்மையில் டாக்டர் அம்பேத்கரின் பிறந்த நாளன்று நடைபெறவில்லை. அவர் தமது பிறந்த நாள் கொண்டாட்டங்களை விரும்பாததால் அதற்கு முந்தின தினம் நடைபெற்றது.)

மதிப்பிற்குரிய விவசாய அமைச்சர் ரபி கேமத் சித்லாய் மையத்தைத் திறந்து வைத்தார்.

சங்கக் கட்டிடத்தின் அடிக்கல்லில் இவ்வாறு குறிப்பிடப் பட்டிருந்தது:

> இந்தியாவின் தாழ்த்தப்பட்ட மக்களின் இரட்சகரான மாண்புமிகு டாக்டர் பாபா சாகப் பி.ஆர். அம்பேத்கர், எம்.ஏ., பி.எச்.டி., டி.எஸ்சி., பார்.அட்.லா, லண்டன் – இந்திய அரசின் சட்ட அமைச்சர் அவர்களால் இந்த அடிக்கல் நாட்டப்பட்டது.
>
> (டில்லி தாழ்த்தப்பட்டோர் நலச் சங்கம்)

1950இல் பாபா சாகப் அம்பேத்கரின் பிறந்தநாளின்போது எடுக்கப்பட்டது. திருமதி ஸவிதா அம்பேத்கர் முன் வரிசையில் உள்ளவர்களை உட்காரச் சொல்லி அவர்கள் கேட்காததற்காக கடிந்துகொண்டார். நான் மட்டும்தான் உட்கார்ந்தேன்.

இந்த அடிக்கல்லைப் பார்த்ததும் அவர் திடுக்கிட்டுப் போனார். "இந்தக் கட்டிடத்துக்கு என் பெயரை இட வேண்டாம். சாதனை புரிய விரும்புவோர் புகழை விரும்புவதில்லை. புகழை விரும்புபவர் எதையும் சாதிப்பதில்லை" என்றார்.

அன்று ஆயிரக்கணக்கானோர் கூடியிருந்த கூட்டத்தில் அவர்கள் தங்கள் குழந்தைகளும் தாங்களும் கல்வி அறிவு பெற வேண்டும் என்று அவர் வலியுறுத்தினார். ஆணும் பெண்ணும் படிக்க வேண்டும் என்று அறிவுறுத்தினார். "கல்வி மட்டுமே நம்மை உயர்ந்த இடத்துக்கு இட்டுச் செல்லும். உண்மையாக இருங்கள்; தைரியமாக இருங்கள்" என்றார். பின்னர் அவர் "கல்வி கற்றுக்கொள். இணைந்து செயல்படு. புரட்சி செய். நீங்களே உங்கள் எதிர்காலத்தை உறுதிப்படுங்கள்" என்று சொல்வது வழக்கம்.

ஆசிய விளையாட்டுப் போட்டிகளில் துணிகரம்

நான் கண்ட இன்னொரு திறப்புவிழா தேசிய உடல்நல ஆய்வுக்கூடம் ஆரம்பிக்கப்பட்டபோது. அது எங்கள் விவசாய பயிற்சி மையத்தை ஒட்டி இருக்கிறது. இங்கே பிரதம மந்திரி ஜவகர்லால் நேரு உரையாற்றுகையில், "இம்மாதிரி அறிவியல் சோதனைக் கூடங்களே நவீன ஆலயங்கள் ஆகும். அறிவியல் வளர்ச்சி நம் நாட்டை முன்னே கொண்டு செல்லும்" என்றார்.

கூட்டத்துடன் அவர் புதிதாய் கட்டப்பட்ட அறிவியல் கூடங்களைப் பார்வையிட்டுச் செல்லும் போது நான் அவர் கையெழுத்தைப் பெற அவரை அணுகி, "ஸார், ஒரு கேள்வி" என்றேன்.

"கேள்விக்கெல்லாம் இது சரியான நேரம் அல்ல" என்றார் பிரதமர். மிக நேர்த்தியான நீண்ட வெள்ளை மேல்கோட்டும் வெள்ளைத் தொப்பியும் அணிந்திருந்தார்.

"ஸார், இதுதான் சரியான நேரம்" என்று நான் மறுத்தேன். "நான் ஒரு தாழ்த்தப்பட்ட இனத்தைச் சேர்ந்த ஒரு விவசாய மாணவன். இந்த நவீன கோயில்களில் எல்லா ஜாதியினரும் நுழைய முடியுமா என்று தெரிந்துகொள்ள விரும்பு கிறேன். ஏனெனில் கடவுள் உறையும் கோயில்களில் தாழ்த்தப்பட்டோர் செல்ல தடை விதிக்கப்பட் டிருக்கிறது" என்றேன்.

இதைக் கேட்டதும் அவர் புன்னகை புரிந்தார். என் முதுகைத் தட்டியபடி, "ஆம், நிச்சயமாக. யாரும் இங்கே வந்து பணி புரியலாம். உனக்கு வெற்றி கிடைக்க என் வாழ்த்துக்கள்" என்றார்.

எனது கஷ்டங்களுக்கும் கவலைகளுக்கும் இடையே, என் மாணவ வாழ்க்கையை முற்றிலும் மகிழ்வுடன் கழித்தேன் என்பதில் நான் பெருமைப்படுகிறேன். தைரியமும் தீரச் செயல்களும் நிரம்பிய அந்த நினைவுகள் என் மனதில் என்றும் பதிந்திருக்கும்.

மீண்டும் ஒருமுறை பிரதமர் நேருவைப் பார்க்க முடிந்தது. டில்லியில் நடைபெறும் பல்வேறு திறப்பு விழாக்கள், கண்கவர் நிகழ்ச்சிகளுக்கு நான் போய்க்கொண்டிருந்தேன். 1951 டில்லியில் ஆசிய விளையாட்டுகள் நடைபெற்றன. ஹிந்தியில் ஒரு பழமொழி உண்டு. படோகே, லிக்கோகே, பனோகே நவாப், கேலோகே, கூதேகே, தோ பனோகே கராப். (எழுதப் படித்தால் நீ ராஜாவாகி விடலாம், விளையாடி குதித்தால் உன் வாழ்க்கை தான் வீணாகும்.) ஆனால் எனக்கு வேலை செய்யும் நேரத்தில் வேலை செய், விளையாடும் நேரத்தில் விளையாடு என்ற மேல்நாட்டு கொள்கை பிடித்திருந்தது.

நிம்கர் என்ற இன்னொரு ஏழை மாணவனும் என்னுடைய கொள்கையை ஏற்றுக்கொண்டான். நானும் அவனும் ஆசிய விளையாட்டுப் போட்டிகளை மிகக் குறைந்த செலவில் பார்க்கத் திட்டமிட்டோம். அவனுக்கு விசித்திர எண்ணங்கள் அவ்வப்போது தோன்றும். துணிச்சல் மிக்கவன். நிம்கர் ஒரு டிக்கட் வாங்கினான். உள்ளே சென்றதும் அதை ஒரு கல்லில் சேர்த்து கட்டி மதிலுக்கு வெளியே நான் நிற்குமிடத்தை நோக்கி வீசினான். நான் பிடித்துக்கொண்டேன். இவ்வாறு பாதி கட்டணத்தில் நாங்கள் இருவரும் விளையாட்டுக்களைப் பார்க்க முடிந்தது. அப்போது பிரதமர் நேரு அங்கே ஒலிம்பிக் நீச்சல் குளத்தைத் திறந்துவைக்க வருவதாக ஒலிபெருக்கியில் கேட்டது. அதற்குத் தனியாக டிக்கட் வாங்க வேண்டும் என்றது.

நீச்சல் குளத்தை அடுத்துள்ள ராணுவ மைதானத்தில் எனது நண்பன் ஒருவன் இருப்பது நினைவுக்கு வந்தது. அங்கே விரைந்தோம். ஆனால் அவன் அங்கே இல்லை. அவனை விசாரித்தபடியே சுற்றி வந்தோம். மேலே பார்த்தபோது அதிக உயரமில்லாத ஒரு சுவர்தான் நீச்சல் குளத்தையும் ராணுவ முகாமையும் பிரிப்பது தெரிந்தது. மேலும் தாமதியாமல் நிம்கர் அந்தச் சுவரைத் தாண்டி உள்ளே குதித்தான். அதைப் பார்த்து நிறைய சோல்ஜர்களும் போட்டிகளைப் பார்க்க சுவரைத்

எனது ஆசான் டாக்டர் எஸ்.டி. ராய் சௌத்ரி – 1973இல்.

தாண்டிக் குதித்தனர். நானும் சுவரில் கையை ஊன்றிக் குதிக்க முயலும்போது ஒரு போலிஸ்காரன் எனது கால்களைப் பிடித்துக் கொண்டான்.

"ஆபிஸர், நான் செய்வது குற்றம்தான். நான் உங்கள் கால்களைப் பிடிக்க வேண்டிய நேரத்தில் நீங்கள் என் கால்களைப் பிடித்துக் கொண்டிருக்கிறீர்களே", என்றேன்.

அவன் சிரித்துவிட்டான். சுவரைத் தாண்டிக் குதிக்க அனுமதித்தான். நீச்சல் குளம் அருகே ஒரே கூட்டம். எதையுமே எங்களால் பார்க்க முடியவில்லை. காமிராவுடன் வந்த புகைப்படக்காரர்களே உள்ளே நுழைய முடியவில்லை. மீண்டும் எங்களுக்கு ஒரு யோசனை பிறந்தது. அவர்களிடம் சென்று, "உங்களுக்குக் கொஞ்சம் உதவி செய்கிறோம்" என்று சொல்லி விட்டு காமிரா பொருத்தும் நீண்ட முக்காலிகளைத் தூக்கிக் கொண்டோம். போலிஸ் லத்திகளைப் போல் அதை அங்குமிங்குமாக வீசிக்கொண்டே "பத்திரிகை ஆட்கள், பத்திரிகை ஆட்கள்" என்று கூறியபடி ஆட்களை விலக்கிக்கொண்டு முன்னேறி பிரதமரும் அயல்நாட்டுப் பிரமுகர்களும் வீற்றிருக்கும் இடத்தை அடைந்தோம். புகைப்படக்காரர்கள் காமிராவைப் பொருத்து வதற்கு உதவி செய்துவிட்டு, நீச்சல் பந்தயங்களைப் பார்த்தோம். வி.ஐ.பிக்களைவிட நாங்கள்தான் நன்றாகப் பார்க்க முடிந்தது. என்ன அற்புதமான காட்சி!

பின்னர், உயரே இருந்து நீரில் குதிக்கும் போட்டிகள் ஆரம்பமாயின. அவற்றையும் மிக அண்மையில் இருந்து பார்ப்பதற்காக ஒரு வழி செய்தோம். நீச்சல் குளத்தருகே கிடந்த சில டவல்களை (துண்டுகளை) எடுத்துக்கொண்டு மிடுக்கான நடையில் குதிக்கும் இடத்துக்குச் சென்று, நீந்திக் கரை வந்த வீரர்களின் ஈர உடல்களைத் துடைக்கத் தொடங்கினோம். யாருமே எங்களைத் தடுக்கவில்லை. அடையாளச் சீட்டுகளைக் காட்டச் சொல்லவில்லை. இந்த தைரியத்தில் நாங்கள் டவல்களுடன் குதிக்கும் மேடையில் ஏறிவிட்டோம். உயரே இருந்து பார்க்கும்போது எவ்வளவு அற்புதமான காட்சி. ஆயிரக்கணக்கான பார்வையாளர்கள். எனக்கு நேர் கீழே பிரதமரும் பிரமுகர்களும். ஆனால் அவர்களைவிட எனக்குத் தான் எல்லாவற்றையும் நன்றாகப் பார்க்க முடிந்தது.

துரதிர்ஷ்டவசமாக, வேறு சில பார்வையாளர்களும் மேலே ஏறி வரத் தொடங்கினர். கூட்டமாகி விட்டது. ஒலிபெருக்கி அலறத் தொடங்கியது. "எல்லோரும் கீழே இறங்குங்கள். எச்சரிக்கை, தவறி கீழே விழுந்தால் ஆபத்து." எங்கள் அதிர்ஷ்டம் முடியப் போகிறது. ஆயினும் கடைசிவரை பார்த்துவிட நிச்சயித்தேன். இங்கிருந்து கீழே தண்ணீரில் குதித்தால் எப்படி இருக்கும்? என் உடையைக் கழற்றி நிம்கரிடம் கொடுத்தேன். ஒரு வினாடி பயமாக இருந்தது. மறுகணம் ஆயிரக்கணக்கான பார்வையாளர் மற்றும் பிரமுகர்கள் பார்த்திருக்க உயரேயிருந்து கீழே தண்ணீரை நோக்கிப் பாய்ந்தேன்.

திக்குத் தெரியாத காட்டில்

1950 கோடை விடுமுறையில் மகாராஷ்ட்ரா வில் எனது கிராமத்துக்குச் சென்றேன். மே முதல் தேதி என் நெருங்கிய நண்பன் தாமோதர் பட்டீலின் திருமணம் எனத் தெரிந்தது. எனது பனாரஸ் படிப்புக்கு அவனது குடும்பம்தான் உதவி செய்தது. அவனுடைய கிராமத்திற்கு நடந்து செல்ல நேர மில்லை. ஒரு வாடகை சைக்கிளை எடுத்துக்கொண்டு கிளம்பினேன். கிராமவாசிகள் என்னைத் தடுக்க முயன்றனர். வழியில் காடு இருக்கிறது. புலி, கரடி, காட்டுப் பன்றிகள் இருக்கும் என்று எச்சரித்தனர். அவர்கள் சொன்னதை நான் கேட்கவில்லை. எனக்குத் தாமோதரின் கல்யாணத்துக்குப் போக வேண்டும். அவசரம்.

வழியில் காடு அடர்ந்திருந்தது. ஓரிடத்தில் பாதை இரண்டாகப் பிரிந்தது. வழி தவறிவிட்டது என்பதை உணர்ந்தேன். மாலை நேரம் நெருங்கிக் கொண்டிருந்தது. காட்டு மிருகங்களின் காலடி ஏதோ கேட்கத் தொடங்கியது. புலியுடன் போரிட்டு மரணமடைந்த என் தாத்தா கன்பாவின் நினைவு வந்தது. இருட்டில் இரண்டு கண்கள் என்னையே பார்ப்பதைக் கண்டு மனம் திடுக்கிட்டது. மரங்கள் சலசலத்தன. எனக்குப் பயம் பிடித்தது. அசையாமல் நின்று என்னைக் கவனிக்கும் மிருகம் எது என்று பார்த்தேன். நல்ல வேளை, அது ஒரு மான். வேறு சில மான்கள் நடந்துகொண்டும் மேய்ந்துகொண்டும் இருந்தன. மனிதர்களைக் கண்டு பயந்து துள்ளிச் செல்லவில்லை.

எந்த பாதை வழி செல்வது என்று திகைத்து நிற்கும்போது எங்கிருந்தோ சதங்கை ஒலி கேட்டது. அதையே குறிவைத்துச் சென்றேன். அதைத் தவற விட்டுவிடக் கூடாதே என்ற பயம். மக்கள் நடமாட்டமுள்ள இடத்தில் அது கொண்டுவிடும் என்ற நம்பிக்கை இருந்தது. ஒரு மாட்டு மந்தையைப் பார்த்ததும் எனக்கு ஓரே மகிழ்ச்சி. அப்புறம் ஒரு சிறிய கிராமம். அவர் களிடம் என் நிலையை விளக்கினேன். நல்ல பசி. அவர்கள் எனக்கு உணவளித்தனர். உடனே திருமணத்துக்குச் செல்ல வேண்டும் என்று கிளம்பினேன்.

நேரமாகிவிட்டதால் அப்போது செல்ல வேண்டாம் என்று அவர்கள் தடுத்தனர். ஆனால் எனக்குப் போய் தீர வேண்டும். நாலைந்து பேர் எனக்கு துணைக்கு வந்தால் அவர்களுக்குப் பணம் தருவதாகச் சொன்னேன். அவர்கள் இசைந்தனர். கைகளில் தடி, ஈட்டி, தீவட்டி சகிதம் பேசிக்கொண்டும் சிரித்துக்கொண்டும் நடந்தோம். இறுதியில் திருமண வீட்டின் இசையொலி கேட்டது. மணமகனாக இருந்த தாமோதர் என்னைக் கண்டதும் மிகுந்த மகிழ்ச்சியுடன் என்னை அணைத்துக்கொண்டான்.

மறுநாள் நான் ஸாத்காவுக்கு வரும்போது ஊர்க் கோடியில் சில மங் ஜாதிப் பெண்கள் மேல் ஜாதியினரின் கிணற்றருகில் நின்றுகொண்டு "அம்மா, தண்ணீர் கொடுங்கள், தயவு பண்ணி கொஞ்சம் போல கொடுங்கள்" என்று கெஞ்சுவதைப் பார்த்தேன். ஒன்றிரண்டு பேர் முணுமுணுத்துக்கொண்டே கொடுத்தனர். சில மங் பெண்களுக்குக் கிடைக்கவில்லை. எனக்கு அவர்களைப் பார்க்க இரக்கமாயிருந்தது. உம்ரேரில் பள்ளியில் படிக்கும்போது தண்ணீருக்காக நான் பட்ட பாடு நினைவுக்கு வந்தது.

நான் அந்த மங் பெண்களிடம் சற்று தூரத்தில் எங்கள் மஹார் ஜாதியினரின் கிணற்றில் தண்ணீர் எடுக்கலாம் என்று கூறி அழைத்துச் சென்றேன். ஆனால் அங்கே அதற்கு எதிர்ப்பு இருந்தது. தங்களை விட தாழ்ந்த மங் பெண்களுக்கு எங்கள் மஹார் பெண்கள் தண்ணீர் கொடுக்க இசையவில்லை. நாங்கள் இங்கே கிணறு வெட்டி தண்ணீர் எடுக்கிறோம், அவர்களும் அங்கே வெட்டிக்கொள்ளட்டுமே என்றனர். ஆனால் மிகச் சிறிய எண்ணிக்கை கொண்ட மங் ஜாதியினருக்குக் கிணறு வெட்டிக்கொள்ளவும் வசதி இல்லை என்பது எனக்குத் தெரியும்.

தாழ்த்தப்பட்ட இனத்தவரான நாம் எல்லோரும் ஒற்றுமை யாக இருக்க வேண்டும் என்று அவர்களிடம் சொன்னேன். தண்ணீர் பிரச்சினை காரணமாக நாம் போராடியதன் பலனாகத் தானே உயர் ஜாதியினரின் கிணற்றிலிருந்து நமக்குத் தண்ணீர்

எடுக்க முடிந்தது என்று விளக்கினேன். பழைய மூடவழக்கங்களுக்கு எதிராக சமூக நீதி நிலவ வேண்டும் என்ற எனது விவாதம் வெற்றிபெற்றது. அதன் பின்னர் மங் மற்றும் மஹார் ஜாதியினர் ஒரே கிணற்றிலிருந்து தண்ணீர் எடுக்கத் தொடங்கினர்.

அந்தக் கோடை இறுதியில் என் தங்கை அஞ்சனியின் திருமணம் நடைபெற்றது. குடும்பம் இணைந்ததில் எல்லோருக்கும் மகிழ்ச்சி. ஆனால் கல்யாணச் செலவுதான் கையைக் கடித்தது. பக்கத்து கிராமங்களில் இருந்தெல்லாம் ஆட்கள் வந்துகொண்டே இருந்ததில் உணவு தட்டுப்பாடு ஏற்பட்டது. அப்பா சாப்பிடவில்லை. அன்று விரதம் என்று சொல்லி விட்டார். குற்ற உணர்வில் என் மனம் தவித்தது. படிக்க வேண்டும் என்று சொல்லி ஏற்கனவே நிறையக் கடன் பட்டு விட்டோம்.

சில வாரங்களுக்குப் பிறகு நாக்புரில் எனது நண்பன் ஆர்.ஆர். பட்டீலைப் பார்க்கச் சென்றேன். அங்கே ஒரு வீட்டின் முன் ஒரு பெண் தன் தாயாருடன் வெளியே சில உணவுப் பொருட்களை வெயிலில் காயவைத்துக் கொண்டிருந்தாள். மெலிந்த உடல், மயக்கும் கண்கள், அழகிய தோற்றம். இது மாதிரி ஒரு பெண்ணைத் திருமணம் செய்துகொண்டால் வாழ்க்கை ஆனந்தமயமாக இருக்கும் என்று எண்ணிக் கொண்டேன். அவள் யாரென்று அவளிடமே கேட்டால் என்ன? அவள் அம்மாவும் உடன் இருப்பதால் அவளுக்குப் பிரச்சினை இராது. ஆனால் அவள் என்னை ஏறெடுத்துப் பார்க்கவில்லை. தன் வேலையைப் செய்துகொண்டே என் கேள்விகளுக்குப் பதில் சொன்னாள். அவள் பெயர் கமல். அப்பா மாதவராவ் ஸோன்டேக்கே ஒரு அரசாங்க அதிகாரி. பத்தாம் வகுப்பு படிக்கிறாள். வயது பதினைந்து அல்லது பதினாறுதான் இருக்கும். எனக்கு ரொம்ப இளையவள். அத்துடன் எனக்கு இன்னும் படிப்பு முடியவில்லை. வேலையில் அமரவில்லை. நான் கொடுத்து வைத்தது அவ்வளவுதான் என்று ஆசையைக் கட்டி வைத்துவிட்டு நடந்தேன்.

டில்லி போய்விட்டுத் திரும்பினேன். நான் செய்த சமூக வேலைகளின் பயனாக எனது பெயர் பொதுவாக எங்கும் பரவியிருந்தது. அத்துடன் என் வாழ்க்கை வரலாறும் டாக்டர் தேஷ்முக்கின் பத்திரிகையில் தொடராக வந்துகொண்டிருந்தது. பெண்களைப் பெற்ற பல இடங்களிலிருந்து கல்யாணப் பேச்சுகள் வரத் தொடங்கின. என் படிப்பு முடியும்வரை திருமணத்தை சில வருடங்களுக்குத் தள்ளிப்போட நிச்சயித்தேன்.

டில்லியில் இருக்கும்போது எப்போதும் எனக்கு என் குடும்பத்தைப் பற்றிய நினைப்புத்தான். வீட்டோடு கடிதத் தொடர்பு இருந்தது. கடிதம் போய்ச்சேர, பதில் கிடைக்க ஒரு வாரம் ஆகிவிடும். ஏதாவது அவசரம் என்றால் உடனே ஓடிப்போய் உதவ முடியாது. ரயிலில் இருபத்து நான்கு மணி நேரம் பயணம் செய்ய வேண்டும். எனவே அமைதியாக இருந்து கடவுளை வேண்டிக்கொள்ள வேண்டியதுதான். இப்படியாக 1957இல் வந்த ஒரு கடிதம் மூலம் ஆகஸ்ட் 15இல் என் தாத்தா புதா காலமாகிவிட்டார் என்ற செய்தி எனக்குக் கிடைத்தது.

நூற்றுக்கணக்கான மைல் தொலைவில் இந்தச் செய்தியை என்னால் நம்பமுடியவில்லை. பொதுவாக அவர் தூங்கியதையே நான் பார்த்ததில்லை. எல்லோருக்கும் முன்னால் எழுந்து விடுவார், கடின உழைப்பாளி. தன் குடும்பத்தை நன்றாகக் கவனித்துக்கொண்டார். படிப்பெல்லாம் முடிந்த பிறகு அவரை நன்றாகக் கவனித்துக்கொள்ள வேண்டும், நல்ல உடைகள் வாங்கிக் கொடுக்க வேண்டும் என்று நினைத்திருந்தேன். அந்தச் செய்தி என்னை அதிர்ச்சியடையச் செய்தது, கண்கள் நிரம்பின.

பின்னால்தான் அவருக்கு சர்க்கரை நோய் இருந்தது என்று எனக்குத் தெரிந்தது. நல்ல உணவு இல்லை. தினசரி இரண்டு மைல் நடந்து ஆஸ்பத்திரியில் சிகிச்சை எடுத்துக் கொண்டார். இறக்கும் தருவாயில் அவர் குடும்பத்தினர் அனைவருக்கும் நன்றி சொன்னார். என் பெயரையும் குறிப்பிட் டிருக்கிறார். எனக்கு நல்ல எதிர்காலம் இருக்கிறது, படிப்பில் சிறப்புடன் விளங்குவான் என்று நல்ல நம்பிக்கை இருக்கிறது என்று கூறினாராம். இறக்கும்போது அவருக்கு வயது 101. மனைவி சகுணா இறந்தபிறகு ஆறு வருஷம் இருந்திருக்கிறார். எனது பழைய தலைமுறை மறைந்துவிட்டது. என்னைத் தாங்கிக் கொண்டிருந்த ஒரு தூண் சரிந்துவிட்டது. அடுத்த சில வாரங் களுக்கு என்னால் படிப்பில் கவனம் செலுத்த முடியவில்லை. அவரது இறுதிச் சடங்கில் கலந்துகொள்ளாததை என்னால் தாங்கிக்கொள்ள முடியவில்லை.

குளவிகள் கற்பித்த பாடம்

"அங்கே ஏன் மழையில் நனைந்து நடுங்கிக் கொண்டு நிற்கிறாய்? வீட்டுக்குப் போய் ஈர உடை களை மாற்றிவிட்டு வா, நான் அதுவரை காத்திருக் கிறேன்" என்றார் டாக்டர் ராய்சௌத்ரி, கவலை யுடன். நான் எழுதும் ஆய்வுரைக்கு ஆலோசகர். அது 1951ஆம் வருடம். நான் எனது ஆய்வினை எழுதுவதில் முற்றிலும் மூழ்கியிருந்தேன். டாக்டர் ராய்சௌத்ரிக்கு ஆபீஸ் வேலை நிறைய இருந்தது. சுதந்திர தின விடுமுறை, வாரக் கடைசி நாள் விடுமுறை எல்லாமாக மூன்று நாள் என் ஆராய்ச்சிக் கட்டுரைக்காக ஒதுக்கி வைத்திருந்தார். எனது கட்டுரையுடன் அவர் வீட்டுக்கு வந்துகொண் டிருக்கும்போது பலத்த மழை பிடித்து விட்டது. கட்டுரையை மார்போடு அணைத்தபடி ஓடினேன். அவர் வீட்டை அடைந்தபோது மழை விட்டு விட்டது. நான் முழுக்க நனைந்துவிட்டேன்.

"பரவாயில்லை. கிராமத்தில் இதெல்லாம் எனக்குப் பழக்கம்தான். விசிறிக்கடியில் கொஞ்ச நேரம் இருந்தால் காய்ந்து விடுவேன்" என்றேன்.

"சின்ன வயதில் ஒன்றும் செய்யாது. இப்போது வளர்ந்துவிட்டாய். ஜலதோஷம் பிடித்துக்கொள் ளும். வேண்டுமென்றால் சைக்கிள் தருகிறேன். ஹாஸ்டலுக்குப் போய்விட்டு வா" என்றார் அவர்.

என்னிடம் வேறு உடைகள் இல்லை என்பதை அவரிடம் சொல்லத்தான் வேண்டியிருந்தது. அவர் ஒரு வினாடி திடுக்கிட்டுப் போனார். தன்னிட மிருந்த சட்டையையும் பைஜாமையும் தந்து உடுத்திக்

கொள்ளச் சொன்னார். "இப்போது விடுமுறைதானே. இங்கேயே சாப்பிட்டுவிட்டுத் தூங்கு. கட்டுரையையும் பார்த்துக்கொள்ள லாம்" என்றார்.

"ஆனால் நான் தாழ்ந்த ஜாதியாயிற்றே. நான் இங்கே தங்குவது உங்கள் மனைவிக்குப் பிடிக்குமோ என்னமோ?"

திருமதி மீரா ராய்சௌத்ரி ரொம்ப சாது. தலை மயிரில் குங்குமம் பளிச்சிட்டது. புடவைத் தலைப்பால் தலையை ஓரளவு மூடியிருந்தார். டாக்டர் ராய்சௌத்ரி அவரைத் தனியாய் அழைத்துப் போய் அவரது கருத்தைக் கேட்டார். அதற்கு அவர், "அவன் என்ன ஜாதியாய் இருந்தால் என்ன, நம் குழந்தைகளுக்குப் பாடம் சொல்லிக் கொடுக்கிறான். அவர்கள் அவனை அண்ணா என்று அழைக்கிறார்கள். அவன் எனக்குப் பிள்ளை மாதிரி" என்று சொல்லிவிட்டார். அந்தக் கட்டுரை எழுதியதில் எனக்கு அறிவு கிடைத்தது மட்டுமல்ல, வங்காளத்திலிருந்து தாராள திறந்த மனமுள்ள ஒரு குடும்பமும் கிடைத்தது.

என் ஆய்வுக் கட்டுரையை டைப் செய்ய ஒருவரை ஏற்பாடு செய்வதென்றால் அதிக செலவு பிடிக்கும். பைண்ட் செய்த நான்கு புத்தகங்களாக சமர்ப்பிக்க வேண்டும். எப்படி அந்தச் செலவை சமாளிப்பது என்று தெரியவில்லை. ஹாஸ்டல் அறையில் வெறும் தரையில் படுத்தவாறே யோசனையில் மூழ்கி இருந்தேன். திடீரென உயரே பார்த்தபோது சுவரில் ஒரு மூலையில் ஒரு குளவி மும்முரமாக கூடு கட்டிக்கொண் டிருந்தது, அது என்னைக் கொட்டிவிட்டால் இப்போதுள்ள சூழ்நிலையில் அது வேறு கஷ்டமாகிவிடும். அந்தப் பயத்தில் அந்தக் கூட்டை உடைத்துவிட்டு வெளியே நடந்தேன்.

திரும்பி வந்தபோது அந்தக் குளவி அதே இடத்தில் முன் போலவே கூடு கட்டிக்கொண்டிருந்தது. மீண்டும் அந்தக் கூட்டை அழித்தேன். மாலையில் பார்த்தால் குளவி கூடு கட்டி முடித்திருந்தது. அந்த சிறிய பூச்சிக்கிருந்த முயற்சி எனக்கு வியப்பாக இருந்தது. இந்தச் சிறிய குளவி இவ்வளவு விடாமுயற்சியுடன் வேலை செய்வதானால் என் போன்ற மனிதன் ஏன் செய்யக்கூடாது?

ஒருநாள் எனக்கு ஓர் ஐடியா தோன்றியது. மக்களுக்கு உதவி புரிந்துவரும் பல அமைப்புகள் இயங்கி வருகின்றன. ஏன் அவற்றிடம் உதவி கோரக்கூடாது. நிறைய அமைப்புகளுக்கு கடிதம் எழுதினேன். ஒருவாரத்துக்குப் பின் பம்பாய் டாடா

நிறுவனத்திடமிருந்து முன்னூறு ரூபாய் உதவித்தொகை அளிப்பதாகத் தெரிவித்து கடிதம் வந்தது. இந்தத் தொகையுடன் எனது நம்பிக்கையையும் சேர்த்து என் ஆய்வுரையை தயாரித்து சமர்ப்பித்தேன்.

நமது சுதந்திர நாட்டுக்கு விவசாயம் மிகவும் முக்கியம் என்பதால் பிரதம மந்திரி ஜவஹர்லால் நேருவே எங்களுடைய பட்டங்களைத் தந்தார். அவருக்கு அன்று ஏகப்பட்ட நிகழ்ச்சிகள் இருந்ததால் பாராளுமன்றத்தில் வைத்து எங்கள் விருதுகளைத் தரப்போவதாகத் தெரிய வந்தது. பட்டமளிப்பு விழா உடையில் நெஞ்சை நிமிர்த்திக்கொண்டேன்.

அன்று எனக்கு இன்னொரு அதிர்ஷ்டமும் கிடைத்தது, வராந்தாவில் டாக்டர் அம்பேத்கர் நடந்து வந்துகொண்டிருந்தார். ஒரு நிமிஷம் எனக்குக் கூச்சமாயிருந்தது. அவருடைய படிப்பு எங்கே, என்னுடைய படிப்பு எங்கே? ஓடிச் சென்று அவரை வழிமறித்து அவர் காலைத் தொட்டு வணங்கினேன். திகைத்துப் போய் "வேண்டாம் பையா ... இது பார்லிமென்ட்" என்று என்னைத் தடுக்க முயன்றார். எழுந்தபடி, "உங்கள் ஆசீர்வாதத்தின் பலனாக நான் இன்று ஒரு விவசாய விஞ்ஞானியாகி விட்டேன்" என்றேன்.

அவர் என்னைப் பார்த்து புன்னகைத்தார். எனக்கு மட்டற்ற திருப்தி ஏற்பட்டது.

'குரு' நிம்கடே

இப்போது நான் ஒரு பட்டதாரி – வேலை யில்லா பட்டதாரி. ஹாஸ்டலில் தங்க இடமில்லை. அடுத்தாற்போல் என்ன செய்வதென்று புரியாத நிலை. விவசாய நிலையத்தில் ஒரு கௌரவ ஆராய்ச்சியாளராக செயல்படலாம் என்று டாக்டர் ராய்சௌத்ரி கூறினார். அதற்கு 'ஆர்கானிக் பாஸ்பரஸ்' என்ற விஷயத்தை எடுத்துக்கொள்ள லாம் என்று அறிவுறுத்தினார். குருடனுக்குப் பார்வை கிடைத்தது போலிருந்தது எனக்கு.

ஹாஸ்டலில் எனக்கு அடுத்த அறையிலிருந்த பால்கோவிந்த் பிரஸாத் – ஒரு பிராமணன் – என்னை தன் அறையிலேயே தங்கிக்கொள்ளலாம் என்றான். வேறெங்கோ வாடகை அறை தேடிப் போகும் சிரமத்தை இது தவிர்த்தது. பிரஸாத் ஒரு தடிமனான ஆள். ஆனால் சாது. சிந்தனாவாதி. பிரபல ஹிந்தி எழுத்தாளர் பிரேம்சந்தின் பரம ரஸிகன். 1900 களில் பிரேம்சந்தின் புகழ் எங்கும் பரவியிருந்தது. செல்வந்தர்கள், அரச குடும்பத்தினர் பற்றி எழுதா மல் ஏழைகள் பற்றியும் அவர்கள் படும் கஷ்டங்கள் பற்றியும் எழுதியவர். அவருடைய மொழி சரள மானது. பிரஸாத் அவருடைய பொன்மொழிகளைக் கடைபிடித்து எல்லோருக்கும் உதவி செய்து வந்தான். எனக்கும் சேர்த்துப் பால் வாங்கி வருவான். நான் அவனுக்குப் பாடங்களில் வரும் சந்தேகங்களை விளக்கிக் கொடுப்பேன். சின்னச் சின்ன வேலை களில் உதவுவேன்.

ஒருநாள் டாக்டர் ராய்சௌத்ரி ஹாஸ்டலுக்கு வந்து என்னிடம் மறுநாள் ஒரு வேலை வாய்ப்புக்காக நேர்காணல் ஒன்று நடக்க இருப்பதாகச் சொன்னார். அவருடைய முன் யோசனையும் என்பேரிலுள்ள அக்கறையும் என்னைத் திகைக்க வைத்தன. கல்லூரியின் ஒரு பிரிவின் தலைமைப் பதவியில் இருப்பவர் ஹாஸ்டலுக்கு வருவது என்பது நம்பமுடியாத விஷயம். வேறொருவராக இருந்தால் ஒரு பியூனிடம்தான் சொல்லி அனுப்பியிருப்பார்.

மறுநாள் டாக்டர் ராய்சௌத்ரி சொன்னபடி, அவரது சிபாரிசுடன் நேர்காணலுக்குச் சென்றேன். நல்லபடியாக முடிந்தது. இவ்வாறு 1952 மே பத்தாம் தேதி நான் இந்திய விவசாய ஆராய்ச்சி நிறுவனத்தில் ஒரு 'ரிசர்ச் அஸிஸ்டன்ட்' ஆனேன். என்னுடைய பொருளாதார நிலையை இது மேம்படுத்தும் என்ற நிம்மதி பிறந்தது.

நான் மாதம் இருநூறு ரூபாய்க்கு மேல் சம்பாதிப்பேன் என்று என் அப்பாவின் முஸ்லிம் நண்பர் ஒருவர் கூறிய தீர்க்கதரிசனம் பலித்துவிட்டது. என் முதல் மாத சம்பளமாக 240 ரூபாய் கிடைத்தது. அதில் இருநூறு ரூபாயை வீட்டுக்கு அனுப்பினேன். வீட்டில் அது எவ்வளவு உதவியாயிருக்கும் என்று நினைத்தபோது மகிழ்ச்சியாக இருந்தது.

எனது நண்பன் பிரஸாத் படிப்பை முடித்ததும் அவனது அறை ஒரு மகாராஷ்ட்ர மாணவனுக்கு ஒதுக்கப்பட்டது. அவன் பெயர் நீல்கண்ட் புரே. அவனும் எனக்கு நெருங்கிய நண்பனாகிவிட்டான். தன்னுடனேயே தங்கிக்கொள்ளலாம் என்று சொல்லிவிட்டான். இவ்வாறு சம்பாதிக்கத் தொடங்கிய பின்பும் மாணவர் ஹாஸ்டலிலேயே தங்கும் வசதி கிடைத்தது. பணக் கவலையோ பரீட்சை பற்றிய கவலையோ இல்லாத ஹாஸ்டல் வாழ்க்கை.

ஒருநாள் மங்குகியா என்ற குஜராத்தி நண்பன், பிரதம மந்திரியின் வீட்டில் நடக்கும் பாரத் சேவக் சமாஜ் கூட்டத்திற்கு வரும்படி அழைத்தான்.

"அதில் சேர ஏதாவது கல்வித் தகுதி வேண்டுமா?" என்று கேட்டேன்.

"இளமை மட்டும் போதும்" என்றான்.

"அதில் சேர்வதால் ஏதாவது பயன் உண்டா?"

"நிறைய அழகானப் பெண்களைப் பார்க்கலாம்" என்றான், ஒளிவு மறைவின்றி.

இளமை என்ற தகுதி எனக்கு இருந்ததால் நான் அவனுக்குத் துணையாகச் சென்றேன். பாரத் சேவக் சமாஜ் என்பது ஒரு நாட்டுக்கு உழைக்க விரும்பும் ஜாதி மத வேறுபாடற்ற இளைஞர் இயக்கம். அந்த நாட்களில் பிரதம மந்திரியின் இல்லத்தில் அதிக பாதுகாப்பு ஏற்பாடு ஒன்றும் இல்லை. துப்பாக்கி ஏந்திய சில காவலர்கள் நின்றனர். நாங்கள் செம்மண் பரப்பிய நடை பாதை வழியே நடந்து பிரமாண்டமான அரண்மனை போன்ற கட்டடத்துக்குள் நுழைந்தோம். நூறுபேருக்குமேல் அமரக்கூடிய ஓர் அறையில் இருந்தோம். நிறைய பெண்களும் இருந்தார்கள். எனினும் எல்லோருடைய கவனமும் பிரதமரின் மகள் இந்திரா வின் மேல்தான் இருந்தது. இந்திரா அழகிய இளம் பெண். எப்போதும் ஸாரிதான் உடுத்துவாள். மிகவும் அமைதியாக இருந்தாள். இவள்தான் ஒருநாள் இந்தியாவின் பிரதமராக ஆகப்போகிறாள் என்று யாரும் கனவுகூட கண்டிருக்க முடியாது. உண்மையில் அந்த நாட்களில் அவள் தந்தை அவளை அரசியலி லிருந்து ஒதுக்கியே வைத்திருந்தார். கூர்மையான அறிவு கொண்டவள். எங்களில் ஒவ்வொருவரையும் பற்றி கொஞ்சம் அறிந்து வைத்திருந்தாள்.

மகாராஷ்ட்ராவிலிருந்து வரும் மாணவர்களுக்கு நான் படிப்பு மற்றும் இங்குள்ள வாழ்க்கை பற்றி விளக்கியிருக்கிறேன். நாக்புரிலிருந்து வரும் மாணவர்களுக்கு நான் 'கோயிலை இடித்த' விவகாரம் பற்றித் தெரியும். என்னை 'குரு' என்று அழைத்தனர். அந்தப் பெயர் பரவிவிட்டது. நான் வேடிக்கைக் கவிதைகள் எழுதி மெஸ்ஸில் சாப்பிடும்போது அதை நண்பர் களுக்குப் படித்துக் காட்டுவேன். மாணவர் விழாக்களிலும் கூட்டங்களிலும் கலந்துகொள்ள அழைக்கப்பட்டேன். நான் போகாவிட்டால் "குரு எங்கே?" என்று கேட்கத் தலைப்பட்டனர்.

மதங்களில் காணப்படும் சில பழமையான கொள்கை களைப் பற்றி மெல்லிய கிண்டல் கலந்து கவிதைகள் எழுதுவேன். யாருமே அதை சீரியஸாக எடுத்துக்கொள்ள மாட்டார்கள். இப்போதுகூட முன்னாள் மாணவர் கூட்டங்களில் (அவர்களில் சிலர் பெரிய பதவிகளில் இருக்கிறார்கள்) சிலர் அவற்றை நினைவில் வைத்துக்கொண்டு என்னைப் பாடச் சொல்வார்கள்.

"குரு, நீ ஏன் இன்னும் கல்யாணம் செய்துகொள்ள வில்லை?" என்று அவர்கள் கேட்டார்கள். அதற்காக "இறைவா, இந்த உண்மை பக்தனுக்காக நீயாவது ஒரு பெண் உருவம் எடுத்து என்னை மணந்துகொள்ளக் கூடாதா?" என்ற கவிதை கூட கைவசம் வைத்திருந்தேன்.

அம்மா எடுத்த அவசர முடிவு

என் சம்பளத்தில் பெரும் பகுதியை வீட்டுக்கு அனுப்பிக்கொண்டிருந்தேன். அங்கே எல்லோரும் நன்றாக திருப்தியுடன் இருப்பார்கள் என்று நினைத் திருந்தேன். ஒருநாள் என் தம்பி அங்குஷிடமிருந்து ஒரு கடிதம் வந்தது.

"அம்மா மிகவும் கவலைப்படுகிறாள் – தனக்கு மருமகளோ பேரப்பிள்ளைகளோ இல்லையென்று. அவள் சகோதரிகள், சினேகிதிகள் எல்லோரும் பாட்டி ஆகிவிட்டார்களாம். ஒரே கவலை. ஒரு தடவை தற்கொலை செய்துகொள்வதற்காக கிணற்றில் குதித்துவிட்டாள். பாவம், அப்புறம் மனசு மாறி, ஒரு கொடியைப் பிடித்துக்கொண்டு ஏற முயற்சி செய்திருக்கிறாள். பலவீனம் காரணமாக அவளால் முடியவில்லை. உதவிக்காகக் கத்தியிருக் கிறாள். யாரோ வந்து காப்பாற்றியிருக்கிறார்கள். அண்ணா, நீ கல்யாணத்தைப் பற்றிக் கொஞ்சம் யோசிப்பது நல்லது."

கடிதத்தைப் படித்ததும் எனக்குப் பயமாய்ப் போய்விட்டது. அம்மா எப்போதும் அமைதி யானவள், கடினமான உழைப்பாளி, தன்னைப் பற்றியோ தன் தேவைகள் பற்றியோ கவலையே படமாட்டாள்.

நான் இன்னும் இரண்டு மூன்று வருஷம் வேலை பார்த்து கொஞ்சம் பணம் சேர்த்துவிட்டு அப்புறம் கல்யாணத்தைப் பற்றி யோசிக்கலாம் என்று நினைத்திருந்தேன். ஆனால் இப்போது அம்மாவின் நிலையை பற்றி யோசிக்க வேண்டி

வந்துவிட்டது. வீட்டுக்கு கடிதம் எழுதினேன்: "பெண் பார்க்க ஏற்பாடு செய்யுங்கள். அப்பா அம்மா இஷ்டமே என் இஷ்டம்."

இதை எழுதும்போது நாக்புரில் நான் சந்தித்த கமல் ஸோன்டேகே என் மனதில் தோன்றிக்கொண்டே இருந்தாள்.

இதற்கிடையில் என் வழிகாட்டி டாக்டர் ராய்சௌத்ரி என்னுடைய அறிவியல் கட்டுரைகளை புத்தகமாக வெளியிடும் படி சொல்லிக்கொண்டே இருந்தார். என் பின்னாள் வாழ்க்கைக்கு அது மிகவும் உதவும் என்றார். "நிறைய இளம் விஞ்ஞானிகளுக்கு புகழ் கிடைப்பதைப் பார்த்திருக்கிறேன். ஆனால் உன்னை மாதிரி எனக்கு மன திருப்தி அளித்தவர்கள் மிகக் குறைவு. நிறைய தடைகளைக் கடந்து வந்தவன் நீ. தங்களைப் பற்றி பெரியவன், மிகப் பெரியவன் என்றெல்லாம் நிறையப் பேர் நினைத்துக்கொள்கிறார்கள். ஆனால் நீ அமைதி யாய் இருக்க வேண்டும். தரையில்தான் காலூன்றி நடக்க வேண்டும். தேவையில்லாமல் காற்றில் பறக்க நினைக்க வேண்டாம்."

அவர் அறிவுரைகளை மதித்தேன். ஒரு கட்டுரையைப் பிரசுரத்துக்காகக் கொடுத்தேன். அது பிரசுரமாகிவிட்டது. லக்னோவில் நடைபெறும் ஓர் அறிவியல் கூட்டத்துக்கு அந்த கட்டுரையை சமர்ப்பிக்க என்னைக் கேட்டுக்கொண்டார்கள். நாட்டின் மிகச் சிறந்த விஞ்ஞானிகள் அமர்ந்திருக்கும் அந்த மேடையில் ஏறும்போது சற்று பயமாகத்தான் இருந்தது. ஆனால் சமாளித்துவிட்டேன்.

அப்போது எடுத்திருந்த விடுப்பில் கிராமத்தில் எனது வீட்டுக்குப் போயிருந்தேன். அம்மா இன்னும் பலவீனமாகத் தான் இருந்தாள். கிணற்றில் குதித்த அதிர்ச்சி இன்னும் நீங்க வில்லை. "இப்போதான் வேலை கிடைத்துவிட்டதே. ஒரு மருமகளைக் கொண்டுவர என்ன தடை?" என்று கேட்டாள். "கொஞ்ச நாள் போகட்டும். வேலை உறுதியாகட்டும்" என்றேன். என் நண்பன் பட்டூலைப் பார்க்க நாக்புர் சென்றேன். அந்த அழகி கமலைப் பார்க்கலாம் என்ற சபலமும் இருந்தது. ஆனால் ஏமாற்றம்தான்.

என் திருமணம் பற்றி பட்டூல் மாமாவிடம் பேசும்போது, "ஓ, இந்தப் பக்கத்திலேயே ஒரு நல்ல பெண் இருக்கிறாள். நல்ல சுபாவம். காலேஜில் படிக்கிறாள். முதல் வருடம்" என்றார்.

"நான் கிராமத்துப் பையன். அவள் பட்டணத்துப் படித்த பெண். அவள் பெற்றோர் சம்மதிப்பார்களா?" என்றேன்.

அத்தை குறுக்கிட்டு, "நீ அவளுக்குப் பொருத்தமானவன் என்றுதான் எனக்குத் தோன்றுகிறது. எதற்கும் அவள் அப்பாவைக் கேட்கிறேனே" என்றாள்.

என்னுடைய இன்னொரு நண்பன் வாக்தாரே என்பவனிடம் இதுபற்றி கேட்டேன். அவன் "ஏன் மாட்டார்கள்? உன்னைப் போன்ற படித்த, வேலைபார்க்கும் பையனை யாருக்குத்தான் பிடிக்காது? மிஸ்டர் ஸோன்டேகே என் ஆபிஸில்தான் வேலை பார்க்கிறார். வேண்டுமானால் அவரிடம் பேசுகிறேன்" என்றான்.

என் தம்பி அங்குஷிடம் இது பற்றிய காரியங்களில் எனக்குப் பதிலாக அவனே பேசலாம் என்று சொல்லிவிட்டேன். எனினும் கமல் ஸோன்டேகேதான் என் முதல் விருப்பம் என்பதையும் தெரிவித்தேன். என் குடும்பமும் சில நண்பர்களும் இதில் மும்முரமாக ஈடுபட்டனர். பட்டீலின் மகளை ஸோன்டேகே வீட்டுக்கு ஏதோ பத்திரிகைக்கு சந்தா சேகரிக்கும் பாவனையில் அனுப்பினோம். மேக்கப் எதுவும் இல்லாத கமல் வாசலில் வந்தாள். அந்த இயல்பான தோற்றம் பட்டீலின் மகளுக்குப் பிடித்துவிட்டது. எனக்குப் பெண் தேடும் படலமும் அத்துடன் நின்றது.

எங்கள் கோஷ்டி பட்டீல் மாமா மூலமாக ஸோன்டேகேவைப் போய்ப் பார்த்தது. என் நண்பர் வாக்தாரே எனக்காக ஒரு நன்னடத்தை சான்று வேறு கொடுத்திருந்தார். முடிவு தெரிவதற்காக காத்திருந்தோம். நான் ஆராய்ச்சியில் ஈடுபட்டிருக்கும்போதுகூட அதே நினைப்புதான். ஒருநாள் அங்குஷிடமிருந்து கடிதம் வந்தது. "உன்னை அவர்கள் பார்த்ததே இல்லையாம். எனவே முடிவு எதையும் உடனே சொல்வதற்கில்லை என்று கூறுகிறார்கள்" என்று எழுதியிருந்தான்.

வேலையில் சேர்ந்தவுடனேயே லீவ் எடுப்பது என்பது சிரமம்தான். ஆனால் இந்தமாதிரி ஒரு பெண்ணுக்காக நிறையப் பேர் முன்வருவார்கள். காலம் மிக முக்கியம். எனவே சற்று பயத்துடன் விடுப்புக்காக விண்ணப்பித்தேன்.

எனது வழிகாட்டி டாக்டர் ராய்சௌத்ரி எனக்கு அறிவுரை வழங்கினார். "உனக்கு வெளிநாடு சென்று படிக்க வேண்டி வரும். ஆகவே திருமணத்திற்குப் பின் பெண்ணின் பெற்றோர் அவளை ஒன்றிரண்டு வருடம் தங்கள் வீட்டிலேயே வைத்துக் கொள்ள சம்மதிப்பார்களா என்பதை உறுதி செய்துகொள். ஆனால் அதற்காக திருமணத்தைத் தள்ளிப் போடாதே. ஏனெனில் தாமதமாக நடைபெறும் விவாகத்தால் சில பிரச்சனைகள்

வர வாய்ப்புண்டு. ஆகவே சீக்கிரமாக காரியங்களைப் பார்" என்றார். அவருடைய அறிவுரை என்னைப் பூரிக்க வைத்தது. குறிப்பாக நான் வெளிநாடு சென்று படிப்பது பற்றி ஒருவர் குறிப்பிடுவது இதுதான் முதல் தடவை.

இப்படியே 1953 மே 3ஆம் தேதி நான், அப்பா, அங்குஷ், இரண்டு சித்தப்பாமாருடன் ஸோன்டேகேவின் வீட்டுக்குச் சென்றோம். கமலே எங்களை வரவேற்றாள். பின் எங்களுக்கு தேநீர் தருவதில் மும்முரமானாள். எல்லோரும் அவளையே பார்த்தனர். அப்புறம் பேச்சு வார்த்தைகள் தொடங்கின. மிஸ்டர் ஸோன்டேகே எங்கள் உறவினர்களைப் பற்றி நிறையக் கேட்டார். அப்பாவுடன் நீண்ட நேரம் பேசிக்கொண்டிருந்தார். அவரை ஸோன்டேகேக்குப் பிடித்துவிட்டதுபோல் தோன்றியது. திருமணத்துக்கு சம்மதித்ததுடன் மே பத்தாம் தேதி நிச்சய தார்த்தம் வைத்துக்கொள்ளலாம் என்றும் சொல்லிவிட்டார். ஒருவேளை கல்வியின்மேல் அவரைப் போலவே எனக்கிருந்த ஆர்வம் அவரைக் கவர்ந்திருக்கலாம். மத்திய இந்தியாவின் தாழ்த்தப்பட்டவர் இனத்தில் முதல் ஐந்து பட்டதாரிகளில் அவரும் ஒருவர்.

ஸோன்டேகேயின் வீட்டு முற்றத்தில் நிச்சயதார்த்தம் மிக எளிமையாக நடந்தது. நானும் கமலும் ஒருவரை ஒருவர் பார்க்க சந்தர்ப்பம் கிடைக்கவில்லை. அவள் முகத்தை ஸாரி யால் நன்கு மூடியிருந்தாள். நாங்கள் நேருக்கு நேர் அமரும் வாய்ப்பும் இல்லை. இரு குடும்பங்களின் இணைப்பாக இருந்ததே தவிர அந்த நிகழ்ச்சி வருங்கால கணவன் மனைவி அறிமுகமாக அமையவில்லை.

யார் நீ?

கிராமத்துக்குத் திரும்பியதும் இந்தச் செய்தியை நண்பர்கள் மற்றும் உறவினர்களுடன் பகிர்ந்து கொண்டேன். பிறகு கமலைப் பார்ப்பதற் காக பஸ்ஸில் நாக்பூர் சென்றேன். பஸ்ஸில் சாமான் கள் வைக்கும் இடத்தில் யாரோ சமையல் எண்ணெய் டின்னை சரித்து வைத்திருந்தார்கள். நான் தூங்கும்போது எண்ணெய் சொட்டு சொட்டாக என் தலையிலும் உடையிலும் விழுந் திருக்கிறது. கிராமத்து பஸ் புகையையும் புழுதியை யும் பயணிகள் மீது வீசியது. நகரத்தை அடைந்த போது எண்ணெயும் புழுதியும் புகையும் வியர்வை யும் சேர்ந்து என்னை அலங்கோலமாக்கியிருந்தது. ஷேவ் செய்யாத முகத்தில் முடி வளர்ந்திருந்தது. ஒரு முகப்பரு வேறு. ஒரு சிறிய பாண்டேஜால் அதை மறைத்திருந்தேன். எனக்கோ கமலைப் பார்க்க வேண்டுமென்ற துடிப்பு. நேரே அவள் வீட்டுக்கு விரைந்தேன்.

ஒரு தீவட்டிக் கொள்ளைக்காரன் தோற்றத்தில் ஸோன்டேகே வீட்டுக்கதவைத் தட்டினேன். கமல் தான் கதவைத் திறந்தாள். என்னைப் பார்த்ததும் புரியாமல் விழித்தாள். அப்பா எங்கே என்று கேட்டேன். ஆபிஸ் போயிருப்பதாகச் சொன்னாள். அப்போது பார்த்து அவள் அம்மாவும் வீட்டில் இல்லை. கமல் சாதுர்யமாக, “நீங்கள் சாயங்காலம் வந்தால் அப்பாவைப் பார்க்கலாம்” என்று சொல்லி விட்டு உள்ளே போய்விட்டாள்.

ஸோன்டேகேயின் பக்கத்து வீட்டுக்காரி, அவர்கள் தூரத்துச் சொந்தம், கதவைத் திறந்துகொண்டு வெளியே வந்தாள். என்னை சற்று நேரம் கூர்ந்து பார்த்துவிட்டு, "ஓ, நீதான் புதுமாப்பிள்ளையா? இப்போதான் வருகிறாயா?" என்று கேட்டாள். கமலை அழைத்து, "என்னடி இது, உன் வருங்கால கணவனைக்கூட உனக்கு அடையாளம் தெரியவில்லையா?" என்றாள்.

முதலில் கமலுக்கு நம்பிக்கை ஏற்படவில்லை. பின்னர் அவள் முகத்தில் வெட்கம் படர்ந்தது. திகைப்பில் அவசரமாக உள்ளே சென்றுவிட்டாள். பக்கத்து வீட்டுக்காரி என்னை உள்ளே அழைத்தாள். எனது பைகளை உள்ளே வைத்துவிட்டு பக்கத்திலிருந்த குளியல் அறைக்குள்போய் நிறைய சோப் போட்டு உடம்பைக் கழுவினேன். ஷேவ் செய்து, புதிய ஆடைகள் அணிந்து உள்ளே வந்தேன். அவளுக்கு என்னைப் பிடித்திருக் கிறதா இல்லையா என்று தெரியவில்லை. சில நிமிடங்களுக்குப் பிறகு கமல் வந்தாள். அவள் முகத்தில் இன்னும் நிச்சயமற்ற உணர்ச்சியே தென்பட்டது. கையில் ஒரு தட்டில் கொஞ்சம் சாதமும் கறியும் இருந்தது. அவசரமாகத் தயாரித்தது போலிருந்தது.

நான் சாப்பிட்டு ரொம்ப நேரம் ஆகிறது. எனவே இந்த உணவைப் பார்த்ததும் நாக்கில் நீர் ஊறிற்று. என் வருங்கால மனைவி அளிக்கும் முதல் உணவு. அதை அவளிடம் வாங்க முயன்றபோது என் கையில் அதைத் திணித்துவிட்டு வேகமாக உள்ளே சென்றுவிட்டாள். ஒரு கவளம் வாயில் வைத்ததும் அதில் உப்பே இல்லை என்பது புரிந்தது. கொறித்துக்கொண்டே சாப்பிடத் தொடங்கினேன். அவள் வருவாள், கொஞ்சம் உப்பு கேட்கலாம் என்று எண்ணிக்கொண்டிருந்தேன். அவளோ என் துணிகளை எடுத்துக்கொண்டு துவைப்பதற்காகச் சென்று விட்டாள். பின்னர் மத்தியானம் அவள் தம்பி வந்து சாப்பிடும் போது, "என்ன இது! உப்பையே காணோம்" என்று கத்தியதாகக் கேள்விப்பட்டேன்.

சாப்பிட்ட பிறகு குழாயடிக்குச் சென்று கமலிடம் பேச்சுக் கொடுத்தேன். என் கேள்விகளுக்கெல்லாம் அவள் வெட்கத்துடன் ஒற்றை வார்த்தையிலேயே பதில் சொன்னாள். நல்லவேளை, சற்றுநேரத்தில் அவள் அம்மா வந்துவிட்டாள். என்னுடன் மகிழ்ச்சியாகப் பேசினாள். சிலமணிநேரம் கழிந்து ஸோன்டேகே யும் வந்துவிட்டார். அவருக்கும் என்னை பார்த்ததில் மகிழ்ச்சி தான். ஆனால் என் மனதுதான் குழப்பமாயிருந்தது. கமலுடன் பேசிக்கொள்ள முடியவில்லையே என்ற ஏமாற்றம் இருந்தது. பிறகு தைரியத்தை வரவழைத்துக்கொண்டு ஸோன்டேகேயிடம், "நாளைக்கே நான் டில்லி புறப்படுகிறேன். இன்றிரவு நான்

கமலை ஒரு சினிமாவுக்கு அழைத்துப்போகட்டுமா?" என்று கேட்டேன்.

கமலின் பெற்றோர்கள் இதற்கு உடனடியாகப் பதில் அளிக்கவில்லை. அடுக்களைக்குள் சென்று சில நிமிடங்கள் குசுகுசுவென்று பேசிக்கொண்டனர். அந்த நாட்களில் திருமண மாகாத ஒரு ஆணும் பெண்ணும் நெருங்கிப் பழகுவதில்லை. ஏதோ என்மீது இரக்கம் தோன்றியிருக்கவேண்டும். "நாலைந்து தெருக்கள் தள்ளிப்போய் நில்லு, இருட்டியதும் கமலை அழைத்துக் கொண்டு வருகிறேன். சினிமா முடிந்தவுடன் இருவரும் நேரே இங்கு வந்துவிடவேண்டும். யாருக்கும் தெரியக்கூடாது" என்றார் ஸோன்டேகே.

சினிமாவில் என் கவனம் செல்லவே இல்லை. கடைசியில் வீடு திரும்பும்போதுதான் பேச முடிந்தது. அவளிடம் கேட்காமல் இருக்க முடியவில்லை. "ஏன் முதலில் என்னை அடையாளம் கண்டுகொள்ளவில்லை?" என்று கேட்டேன்.

"எப்படி முடியும்? நிச்சயதார்த்தத்தின்போது என் கஸின் தூரத்தில் இருந்த ஒருவரைக் காட்டினான். சிரிக்கச் சிரிக்கப் பேசிக்கொண்டிருந்த ஒரு குறுந்தாடி வைத்திருந்த ஆள்."

"ஓ அதுவா! அது என் தம்பி அங்குஷ். ஆமாம், நீ என்னை வாசலில் பார்த்ததும் ஏன் உள்ளே ஓடிப்போய் விட்டாய்?"

என்னை ஒரு ஏமாற்றுப் பேர்வழி என்று பயந்துதான் அவள் ஓடியிருக்கிறாள். என்னுடைய அலங்கோலமான தோற்றம் என் படிப்பு பற்றி அவளுக்கு சந்தேகத்தை ஏற்படுத்திவிட்டது. அந்தக் குழப்பத்தில்தான் உணவில் உப்பு போட மறந்துவிட்டாள். "ஆனால் உப்பில்லாத அதை ருசியுடன் சாப்பிட்டீர்களே, ரொம்ப பொறுமைசாலிதான் என்று நினைத்துக்கொண்டேன்" என்றாள்.

தொடர்ந்து சில மாதங்கள் எனது நண்பர்களுடன் உடன் பணிபுரிபவர்களும் எனக்கு வாழ்த்து தெரிவித்தவண்ணம் இருந்தனர். எனக்கோ திருமணத்தால் ஏற்படும் செலவைக் குடும்பம் எப்படித் தாங்கிக்கொள்ளப் போகிறதோ என்ற கவலை அரித்துக்கொண்டே இருந்தது. நான் மணக்கப்போகும் பெண் நகரத்தில் வாழ்ந்தவள். எங்களைவிட அதிகம் பணவசதி கொண்டவள். எப்படியாவது எங்கள் குடும்ப நிலையை மேம்படுத்திவிட வேண்டும் என்று நினைத்துக்கொண்டேன்.

பாகம் 4
அம்பேத்கருடன் சில நாட்கள்

பாபா சாகப் பங்களாவில்

இந்தச் சந்தர்ப்பத்தில் என் கதையைச் சொல்வதிலிருந்து சற்று விலகி பாபா சாகப் அம்பேத்கருடன் நான் கழித்த சில நாட்களைப் பற்றிக் கூறலாம் என்று நினைக்கிறேன். என்னைப் போன்ற மாணவர்களுக்கு அவர் ஒரு தந்தை போலிருந்தார். உரிய தருணங்களில் எங்களைப் பாராட்டுவார். வாழ்க்கையின் முக்கிய குறிக்கோளி லிருந்து நாங்கள் விலகிச் செல்ல முற்படும்போது எங்களைக் கோபிக்கவும் செய்வார். அவரிடம் நான் கற்றவை வாழ்க்கையைத் திருப்பி விட்டிருக் கின்றன. ஆட்களைப் பற்றியும் என் வேலையைப் பற்றியும் நான் எடுத்த முக்கிய முடிவுகளையும் மாற்றியிருக்கின்றன. விடுமுறை நாட்கள் மற்றும் ஓய்வுப் பொழுதுகளில் நூற்றுக்கணக்கான மணி நேரங்களை நான் அவருடைய டில்லி அமைச்சக வீட்டில் கழித்திருக்கிறேன். 1951இல் அவர் அமைச்சர் பதவியை ராஜினாமா செய்த பிறகு பல மாலை நேரங்களில் முன்னேற்பாடு ஏதுமின்றி சந்தித்திருக் கிறேன்.

சைக்கிளில் போவேன். வாசலில் காவல் புரியும் காவலாளிகளிடம் வணக்கம் சொல்லிவிட்டு பார்வையாளர் புத்தகத்தில் கையெழுத்திடுவேன். அவரைப் பார்க்கும் காரணத்தைக் குறிப்பிடும் இடத்தில் 'தர்சனம்' என்று எழுதுவேன். அவருடைய ஆசி பெறத்தானே செல்கிறேன். சுவர்பக்கம் என்

சைக்கிளை நிறுத்தி வைப்பேன். சாதாரண நாட்களில் அங்கே பார்வையாளர்களின் நாலைந்து சைக்கிள்கள் இருக்கும். ஆனால் நடந்தே வரும் ஏழைக் கிராமவாசிகளின் எண்ணிக்கை அதை விட பத்து மடங்காக இருக்கும்.

அங்கிருந்து சுமார் இருநூறு அடி செம்மண் பரப்பிய நடைபாதையில் நடந்தால் பங்களாவின் முகப்பை அடையலாம். வழிநெடுக புல்தரையும் பொகேன்வில்லாச் செடிகளும் தென்படும். பல இடங்களில் பாபா சாகப் சோதனைக்காக பல செடிகளை நட்டிருப்பார். இந்தியாவில் பஞ்சம் இருக்கக்கூடா தென்ற அவரது அக்கறையை அவை வெளிப்படுத்தும். நானும் ஒரு விவசாயி என்கிற முறையில் அவர் அந்தச் செடிகளின் லத்தீன் தாவரப் பெயர்களை உச்சரிக்கும்போது எனக்குப் பிரமிப்பாக இருக்கும். "ஏன் நீங்கள் எங்கள் விவசாய ஆராய்ச்சி கல்லூரிக்கு வந்து பார்க்கக்கூடாது?" என்று ஒருதடவை அவரிடம் கேட்டேன். அவர் சிரித்தார். "உனக்குத் தெரியாது, நான் பலதடவை அங்கே வந்திருக்கிறேன். காலையில் என் டிரைவருடன் சென்று வயல்களைச் சுற்றிப் பார்ப்பேன். இங்குள்ள அனேக தாவரங்கள் உன் கல்லூரியில் இருந்து வந்தவைதான்" என்றார்.

பங்களாவில் நுழைந்ததும் அவருடைய தனிச் செயலருக்கு வாழ்த்து தெரிவிப்பேன். அவர்கள் எல்லோரும் என் நண்பர்கள். நிறையப் பேர் பாபா சாகபைப் பார்க்க காத்திருப்பார்கள். அவர்கள் ஒவ்வொருவரிடமும் பேசுவேன். மடக்கு நாற்காலி களில் அமர்ந்தபடி மெல்லிய குரலில் பேசிக்கொண்டிருப்போம். அல்லது நீண்ட வராந்தாவில் இருந்தபடி பேசுவோம். சுமார் 25 அல்லது முப்பதுபேர் அங்கே உட்கார இடம் இருக்கும். கோடை நாட்களில் பாபா சாகபும் மற்றவர்களும் புல் தரையில் உட்கார்ந்துகொள்வர். இரவானதும் ஒரு வேலையாள் ஒரு மேஜை விசிறியைக் கொண்டுவந்து அதன் நீண்ட ஒயரை அங்குள்ள பிளக்கில் பொருத்துவான். சுமார் ஒன்பதரை மணி அளவில் அவருடைய இரவு உணவு தயார் என்ற செய்தி வரும். மற்றவர்கள் எல்லோரும் கிளம்புவோம். இரவில் நெடு நேரம்வரை பாபா சாகப் படித்துக்கொண்டும் எழுதிக்கொண்டும் இருப்பார். தூக்கம் ஒருசில மணிநேரம் மட்டுமே.

அந்த பங்களா மிகப் பெரியது. தாழ்ந்த நிலையில் உள்ள ஏழை கிராமவாசிகள் நிறையப் பேரை அங்கே காணலாம். மற்ற பங்களாக்களில் காணப்படாத ஒரு விஷயம் அங்கிருக்கும் ஏராளமான புத்தகங்கள். பல அறைகளில் கண்ணாடி கதவுகள் கொண்ட புத்தக அலமாரிகளில் வரிசையாக எண்கள் இடப்

பட்டிருக்கும். நாங்கள் இரவில் வெகுநேரம் பேசிக்கொண்டிருக்கும் புல்வெளியைப் பார்த்திருக்கும் வராந்தாவில்கூட பல புத்தக அலமாரிகளைப் பார்க்கலாம். இந்த அலமாரிகள் கொஞ்சம் தான். பெரும்பான்மையான புத்தகங்கள் பம்பாயில் அவருடைய வீட்டில் இருந்தன. ஒரு தடவை பனாரஸ் ஹிந்து யூனிவர்சிட்டி அவருடைய நூல் நிலையத்தை விலைக்குக் கேட்டிருந்தது. "உலகத்திலேயே மிகச் சிறந்த நூல் நிலையம் உங்களுடையது தான் என்று சொல்கிறார்களே" என்று ஒருநாள் அவரிடம் கேட்டேன்.

பாபா சாகப் சிரித்தார். "உலகத்திலேயே பெரியது என்று சொல்லமாட்டேன். ஆனால் இந்தியாவின் மிகச் சிறந்த நூலகங் களில் ஒன்று என்று உறுதியாகக் கூறலாம். சுமார் 33000 புத்தகங்கள் இருக்கின்றன. அவற்றில் சில மிக அபூர்வமானவை" என்றார். பல்வேறு விஷயங்கள் பற்றியவை அவை. அரசியலி லிருந்து கோழிவளர்ப்பு வரை, சார்பு நிலைக் கொள்கையி லிருந்து புத்தமதம்வரை எல்லா விஷயங்கள் பற்றிய புத்தகங் களையும் அங்கே பார்க்கலாம். கட்டடக் கலை முதல் தாவர இயல் பற்றிய நூற்கள்வரை அங்கே இருந்தன. நீர்ப்பாசனம் பற்றியோ அணு சக்தி பற்றியோ நிலக்கரி சுரங்கம் பற்றியோ பாபா சாகப் நீண்ட நேரம் பேசக்கூடியவர். "இவ்வளவு நேரம் படித்தபிறகு எப்படி ஓய்வெடுக்கிறீர்கள்?" என்று ஒரு தடவை அவரிடம் கேட்டேன். "ஒரு விஷயத்திலிருந்து இன்னொரு விஷயத்துக்குச் செல்வதுதான் எனக்கு ஓய்வு" என்றார் அவர்.

ஒருதடவை ஒரு பிரிட்டிஷ் கமிஷன் குறிப்பிட்ட ஓர் அறிக்கைக்காக நாடு முழுதும் தேடிப் பார்த்திருக்கிறது. கிடைக்க வில்லை. இறுதியில் அவர்கள் பாபா சாகபின் நூல் நிலையத்தைப் பற்றிக் கேள்விப்பட்டு அங்கே விசாரித்திருக்கிறார்கள். அங்கே இருந்தது. பாபா சாகப் அதை அவர்களிடம் கொடுத்துவிட்டு, அதன் உபயோகம் முடிந்தவுடன் திருப்பித் தந்துவிடும்படி கேட்டுக்கொண்டார். இந்த நூல் நிலையத்தைவிட சிறப்பானது அவரது நினைவாற்றல். ஓர் அபூர்வ சந்தர்ப்பத்தில், பாபா சாகபுக்கு ஒரு விவரம் தேவைப்பட்டது. தமது நூல் நிலையத் திலோ, இந்தியாவில் வேறெங்குமே அது கிடைக்காத நிலையில், கொலம்பியா யூனிவர்சிட்டியில் தம்முடன் படித்த ஒரு மாணவருக்கு எழுதினார். அவராலும் அந்த நூலைக் கண்டு பிடிக்க முடியவில்லை. முடிவில் பாபா சாகப், அந்த பெரிய நூல் நிலையத்தில் ஒரு குறிப்பிட்ட ஷெல்பில் இன்ன நிறமும் இன்ன வடிவும்கொண்ட புத்தகம் இருப்பதாகவும் அதைப் போய்ப் பார்க்கும்படியும் தெரிவித்தார். அது அங்கே இருந்தது.

எல்லாமே சரியாக இருக்கவேண்டும் என்பதில் பாபா சாகப் உறுதியாக இருந்தார். தனது தொப்பி சரியாக இல்லை என்பதற்காக காரைத் திருப்பி தம் வீட்டுக்குச் செலுத்தச் சொல்லியிருக்கிறாரென்று கேள்விப்பட்டிருக்கிறேன். தான் பயன்படுத்தும் பேனாக்கள் விஷயத்தில்கூட அவர் கவனமாக இருப்பார். ஒரு சந்தர்ப்பத்தில் அவரிடம் கையெழுத்து வாங்க வேண்டியிருந்த பொழுது எனது பேனாவைக் கொடுத்தேன். அது சரியாக எழுதவில்லை. அதை என்னிடம் திருப்பிக் கொடுத்து விட்டு, "உனக்காக என் கையெழுத்தை மோசமாக்க விரும்ப வில்லை" என்றார். பிறகு அவருடைய பேனா கிடைத்துவிட்டது.

பாராளுமன்ற அரசியல் எதிரிகள் அவருடைய தயார் நிலையைக் குறைவாக மதிப்பிடக்கூடாது என்பதை அறிந்திருந் தார்கள். ஒரு தடவை பாராளுமன்றத்தில் அமைச்சர் ஷ்யாம் பிரசாத் முகர்ஜி பாபா சாகபிடம் சவால் விட்டார். "நேற்று நான் சபையில் இல்லை. டாக்டர் அம்பேத்கர் அவசர அவசர மாக ஹிந்து சட்ட மசோதாவின் ஒரு பகுதியை நிறைவேற்றி விட்டு ஓடிவிட்டார்" என்றிருக்கிறார். டாக்டர் அம்பேத்கர், "நான் எனது எதிராளியை விமர்சிப்பதில் இவ்வளவு தூரம் தாழ்ந்து போக விரும்பவில்லை. ஆனால் சட்டத்தைப் பொறுத்த அளவில் நீங்கள் யானை முன் நிற்கும் ஒரு முயல்தான். எனவே என்னை ஓட வைக்க உங்களால் முடியாது" என்று பதிலளித்தார்.

இந்தியாவின் தேசிய மொழி பற்றிய விவாதம் ஒன்றின் போது பாபா சாகப் சமஸ்கிருதத்திற்கு ஆதரவாக அது இந்திய மொழிகள் பலவற்றுக்கும் தாய் என்று பேசினார். எல்லோருக்கும் ஒரே ஆச்சர்யம்.

நாடாளுமன்ற உறுப்பினரும் சமஸ்கிருத அறிஞருமான பேராசிரியர் மித்ரா எழுந்திருந்து சமஸ்கிருதத்தில் ஒரு கேள்வி கேட்டார். பாபா சாகப் சமஸ்கிருதத்திலேயே பதில் அளித்தார். இந்த விவாதம் ஒருமணிநேரம் சமஸ்கிருதத்திலேயே தொடர்ந்தது. விவாத முடிவில், "டாக்டர் அம்பேத்கர், நீங்கள் சமஸ்கிருத வித்வான் என்பதை ஒப்புக்கொள்கிறேன்" என்று கூறினார். இது மிகவும் முக்கியமான விஷயம். ஏனெனில் ஜாதி காரணமாக பாபா சாகப் சிறுவயதில் சமஸ்கிருதம் படிக்க முடியவில்லை. அவர் தடுக்கப்பட்டிருந்தார். அவர் பின்னர் அந்த மொழியைக் கற்றுத் தேர்ந்தார். "சமஸ்கிருதம் ஓர் அறிவுச் சுரங்கம். இலக்கியப் பெட்டகம். பிராமணர்கள் இதைச் சரியாகக் கற்பதில்லை, மற்றவர்களையும் கற்க அனுமதிப்பதில்லை" என்றார். பாபா சாகபிடமிருந்து நான் நிறைய வடமொழி சுலோகங்களை

அறிந்திருக்கிறேன். பாபா சாகபிற்கு வேறு பல இந்திய மொழிகள் தெரியும். பெர்சியன், ஜெர்மன் போன்ற அன்னிய மொழிகளை யும் அறிந்தவர்.

ஒரு தடவை பாராளுமன்றத்தில் பாபா சாகப், தாழ்த்தப் பட்டோர் கமிஷன் அறிக்கையை நிராகரித்துப் பேசினார். "இது ஒரு கமிஷ்னரின் அறிக்கை அல்ல, ஒரு வேலையாளின் அறிக்கை" என்றார். உடனே உள்துறை அமைச்சர் கே.என். கட்ஜூ – ஆராய்ச்சியாளர், பாரிஸ்டர், நேருவின் உறவினர் – எழுந்திருந்து "ஒருவேளை டாக்டர் அம்பேத்கர் அந்த அறிக்கையை சரியாகப் படித்திருக்கமாட்டார்" என்றார்.

இதற்கு டாக்டர் அம்பேத்கர் நேருவின் முன்னிலையிலேயே பதில் அளித்தார். "குருட்டுத்தனமான விமர்சனம் என்பது என் ரத்தத்தில் இல்லை. இந்த அறிக்கையில் எதைப் பற்றி வேண்டுமானாலும், எந்தப் பக்கத்திலிருந்தும் என்னிடம் கேட்க லாம். என்னுடைய வாசிப்பு பற்றி உங்களுக்குத் தெரியாது. உங்கள் அறிவுக்காக ஒரு விஷயத்தைச் சொல்கிறேன். நான் படித்துள்ள புத்தகங்களின் எண்ணிக்கை நீங்கள் படித்ததை விட, உங்கள் முன்னோர்கள் படித்ததைவிட, உங்கள் இன்றைய வம்சத்தினர் படித்ததைவிட, இனி வரப்போகும் சந்ததியினர் படிக்கப்போவதைவிட மிகமிக அதிகம் என்பதைத் தெரிவித்துக் கொள்கிறேன்" என்றார். அந்த வார சங்கர்ஸ் வீக்லி பத்திரிகை ஒரு கார்ட்டூன் வெளியிட்டது. அதில் அம்பேத்கர் பூணூல் அணிந்த பிராமணர் போலவும் கட்ஜூ துடைப்பத்துடன் தெருக்கூட்டுபவராகவும் சித்தரிக்கப்பட்டிருந்தனர்.

பாபா சாகபைப் பார்க்கப் போகும்போது சில நாட்கள் நீண்ட நேரம் காத்திருந்த பிறகே புல்தரை அல்லது வராந்தா வில் அவரைப் பார்க்க முடியும். அவருடைய உதவியாளர் சுதாமா அவ்வப்போது, "பாபா சாகப் எழுதிக்கொண்டிருக் கிறார்", "பாபா சாகப் டெலிபோனில் பேசிக்கொண்டிருக் கிறார்", "பாபா சாகப் குளித்துக்கொண்டிருக்கிறார்" போன்ற செய்திகளைத் தெரிவித்தபடி இருப்பார்.

சுதாமாவுக்கும் எனக்கும் ஏற்பட்ட நட்பு காரணமாக அவருடைய வேடிக்கையான வாழ்க்கை பற்றி அறிந்திருக்கிறேன். அவர் குழந்தையாயிருக்கும்போது அவருடைய அம்மா பம்பாயில் டாக்டர் அம்பேத்கரின் வீட்டுக்குச் சென்று தன் மகனை அவரது காலடியில் கிடத்தி, "நீங்கள் என் தலைவர். நான் பரம ஏழை. இந்தக் குழந்தையை உங்கள் பொறுப்பில் விட்டிருக்கிறேன்" என்று சொல்லிவிட்டு, பாபா சாகப் பதில்

சொல்வதற்குமுன் பறந்துவிட்டார். பாபா சாகபின் ஆதரவி லேயே சுதாமா வளர்ந்தார். சுதாமா, "பாபா சாகப், நீங்கள் என்னை ஆதரவுடன் வளர்த்துவிட்டீர்கள். நான் உங்களுக்கு சேவை செய்ய விரும்புகிறேன்" என்று சொல்லியிருக்கிறார். இவ்வாறாக சுதாமா ஒரு கால் நூற்றாண்டாக பாபாசாகபிற்கு ஊழியம் செய்துவந்தார்.

இருவருக்குமிடையே இருந்த மரியாதை குறிப்பிடத்தக்கது. ஒருதடவை சுதாமா சினிமாவுக்குப் போய்விட்டு வரும்போது மிகவும் நேரமாகிவிட்டது, தான் வீட்டுக்குள் நுழைவது வேலை யில் மும்முரமாக இருக்கும் பாபா சாகபுக்கு தொந்தரவாக இருக்கும் என்ற நினைப்பில் சுதாமா வெளியே படுத்து தூங்கி விட்டார். நள்ளிரவில் சற்று குளிர்ந்த காற்றை சுவாசிக்க வெளியே வந்த பாபா சாகப் அயர்ந்து தூங்கும் சுதாமாவைப் பார்த்துவிட்டு உள்ளே போய்விட்டார். மறுநாள் காலை சுதாமா விழித்தபோது தான் பாபா சாகபின் ஓவர் கோட்டால் மூடப்பட்டிருப்பதைப் பார்த்து திகைத்துப் போய்விட்டார்.

சுதாமா மற்றும் பலருடன் பேசியபடியே வராந்தாவில் இருந்துகொண்டு பொழுதைக் கழிப்போம். அப்புறம் பாபா சாகப் வெளியே வருவார். வெள்ளை குர்தா பைஜாமா அல்லது வெள்ளை பெங்காலி லுங்கியும் தொளதொளக்கும் பெங்காலி உடுப்பும் அணிந்திருப்பார். அவர் குரல் உரத்து ஒலிக்கும். ஏதோ மேடையில் நின்றுகொண்டு பேசுவதுபோல, "எப்படி இருக்கிறீர்கள்?" என்று விவசாய கல்லூரி மாணவர்களிடம் கேட்பார். ஹிந்தி, மராத்தி அல்லது ஆங்கிலத்தில் பேசுவார். வடமொழி அல்லது பாலி மொழி மேற்கோள்களை எடுத்து விடுவார். ஒரு மொழியிலிருந்து இன்னொரு மொழிக்குத் தாவுவார். முக்கிய விஷயங்களை பல்வேறு மொழிகளில் விளக்குவார். யாராவது புதியவர் வந்திருந்தால் சில ஜோக்கு களும் அடிப்பார். "உன் பெயர் என்ன?"

"என் பெயர் சிங்."

"சிங்? அதாவது சிங்கம். எனக்கு சிங்கம் என்றால் பயம். இங்கே சிங்கத்துக்கு என்ன வேலை?"

"உங்கள் தரிசனத்துக்காகவே வந்தேன்."

"நான் சாதாரணமானவன். என் பெற்றோர் அதைவிட சாதாரணம். உன்னைப்போல்தான் நானும். உனக்கு தரிசனம் தேவையானால் நிறைய அரசியல் தலைவர்கள் இருக்கிறார் களே! அவர்கள் எப்போதும் தங்கள் ஆசிகளை நல்கவும்

பக்தர்கள் தொட்டு வணங்குவதற்காக கால்களை நீட்டவும் தயாராகவே இருக்கிறார்கள். தரிசனத்துக்காக என்னிடம் வரவேண்டாம். அதற்குப்பதில் எனக்கு வேலை கொடுங்கள். உனக்காக நான் என்ன செய்ய வேண்டும்."

வழக்கமாக அவருடைய காரியதரிசி பல்வேறு பார்வை யாளர்களின் கோரிக்கைகளைக் குறித்துக்கொள்வார். இவ்வித மாக பாபா சாகப் சமூக சேவையை அவர்களோடு பழகி சுமூகமான சூழ்நிலையில் செய்வார். "என் பையன்கள்" என்று எங்களைக் குறிப்பிடுவார். அவருடன் இவ்வாறு நட்பார்ந்த சூழலில் பழகியதால் அவரைப்பற்றியும் அவருடைய வேலை பற்றியும் மற்றவர்களுக்குத் தெரியாத பல விசயங்களை நாங்கள் அறிந்திருந்தோம். சிலசமயம் யாராவது ஒரு விஷயத்தைத் திருப்பித் திருப்பிக் கேட்டால் அல்லது விஷயம் தெரியாமல் முந்திக்கொண்டு அவருக்கே உபதேசிக்கத் தொடங்கினால் அவருக்கு எரிச்சல் வந்துவிடும்.

சட்ட மந்திரி என்ற நிலையில் அவருக்கு உபசரிப்புச் செலவு என்ற வகையில் ரூ. 500 கிடைக்கும். ஆனால் உபசரிப்பு என்ற வகையில் அவர் வழங்குவது தண்ணீர் மட்டும்தான். அந்தப் பணம் அவருடைய நூல் நிலைய விரிவுக்குத்தான் செலவாகும். ஆனால் நாங்கள் அடிக்கடி அவரைப் பார்க்கப் போவது அவருடைய அற்புதமான பேச்சைக் கேட்பதற்குத் தான். உயர்ந்த கொள்கையும் நம்பிக்கையும் நிலவும். எனவே நிமிர்ந்த உள்ளத்துடன் நாங்கள் பாபா சாகபின் வீட்டை நோக்கிச் செல்வோம். எட்டு அல்லது பத்து மைல் பயணக் களைப்பு அவர் வீட்டை அடைந்தவுடன் பறந்து போய்விடும்.

ஒரு தடவை சைக்கிளின் பின்பக்கம் என் நண்பன் வஞ்சாரியை இருக்க வைத்து அவரைப் பார்க்கப் போய்க் கொண்டிருந்தோம். அவர் வீட்டை அடைவதற்கு முன் சற்று தொலைவில் ஓர் அழகிய பெண் எங்களைக் கடந்து வேகமாகச் சைக்கிளில் சென்றுகொண்டிருந்தாள். என் சைக்கிளின் பின்னால் சௌகரியமாக இருந்த வஞ்சாரி "நம்மை அவள் எப்படி ஓவர்டேக் செய்கிறாள் பார். நாம் ஆம்பிள்ளைகள் இல்லையா?" என்றான். அவன் சொன்னது என்னை உசுப்பிவிட்டது. சைக்கிளை அழுத்தி மிதித்து சுமார் ஒரு மைல் தூரத்துக்குள் அவளை முந்திவிட்டோம். பாபா சாகபின் வீட்டைக் கண்டதும் எங்கள் வேகத்தைக் குறைத்துவிட்டோம். வெற்றிவாகை சூடிய மகிழ்ச்சி யில் உள்ளே சென்று அமர்ந்துகொண்டோம்.

சில நிமிடங்களில் பாபா சாகப் வராந்தாவுக்கு வந்து இன்சுலின் ஊசி போடுவதற்காக தம் சட்டைக் கையைச் சுருட்டினார். அவருக்கு ஊசி போடவந்த பெண் வேறு யாரு மல்ல, சைக்கிள் ஓட்டத்தில் எங்களால் தோற்கடிக்கப்பட்டவள் தான். நாங்கள் குற்றவாளிகள்போல் உணர்ந்தோம். வாலிப முறுக்கில் நாங்கள் சைக்கிளை வேகமாக ஓட்டி வந்தபோது இந்தப் பெண் பாபா சாகபிற்கு இன்சுலின் ஊசிபோட வேண்டிய அவசரத்தில் வேகமாக வந்திருக்கிறாள். நாங்கள் மெதுவாக நழுவினோம். எங்களை பார்த்துவிட்ட பாபா சாகப் சட்டைக் கையை சரிசெய்துகொண்டே, "வாருங்கள், வாருங்கள்" என்றார். "எங்கே போகிறீர்கள்?" என்று கேட்டார். மருந்தை செலுத்திய படியே அந்தப் பெண் எங்களைக் கவனித்தாள். அவள் எதுவும் பேசாமல் லேசாய் சிரித்தபோதுதான் எங்களுக்கு உயிர் வந்தது.

பதவி ஆசை தேவையா?

தமது வேலை நெருக்கடிக்கு இடையே பாபா சாகப் என்னுடைய படிப்பு பற்றிக் கவனிக்கவும் நேரம் ஒதுக்கியிருந்தார். நான் படிப்பறிவற்ற குடும்பத்தில் பிறந்தும் கல்வியில் தீராவேட்கை கொண்டிருப்பது அவருக்குப் பெருமையாக இருந்தது. சில விஷயங்களில் எங்கள் இருவர் பின்னணியும் வெவ்வேறாக இருந்தன. பாபா சாகபின் அப்பா பிரிட்டிஷ் ராணுவத்தில் ஒரு முக்கிய பதவியில் இருந்தார். அவருக்கு ஆரம்பம் முதலே ஒரு பரந்துபட்ட பார்வை இருந்தது. எப்போதும் டிப்டாப்பாக உடை அணிவார். நாடாளுமன்றத்தில் முஸ்லிம் தலைவர் ஜின்னாவுக்கு இணையாக சிறப்பாக உடையணிபவர் என்ற பெருமை பெற்றிருந்தார். எனக்கோ உடைகளைப் பொறுத்தமட்டில் கிராமத்தில் வளர்ந்தவன் என்பது பளிச்சென்று தெரியும். சின்ன வயதில் பாபா சாகப் என்னைப்போல் மேல் ஜாதியரிடம் அடிவாங்கியதில்லை. ஆனால் அவர் கீழ் ஜாதி என்று ஒதுக்கி வைக்கப்பட்டிருந்தார். ஆரம்ப நாட்களில் பல்வேறு அவமதிப்புகளுக்கு உள்ளாயிருந்தார். பாபா சாகபின் அம்மா அவர் சிறுவனாயிருக்கும்போதே இறந்துவிட்டார். குடும்பத்தினர் பாபா சாகபிடம் இரக்கம் காட்டினர். அவருக்கு வீட்டில் எந்தத் தண்டனையும் அளிக்கப்படவில்லை. "குழந்தையாயிருக்கும்போது நிறைய விஷமங்கள் செய்வேன்" என்று ஒப்புக்கொள்கிறார் பாபா சாகப். "வீட்டுக் கூரைமேல் ஏறிவிடுவேன். ஆனால் ஓடுகளை உடைத்துவிட்டால்கூட யாரும் என்னை அடிக்க

மாட்டார்கள்." அவருக்கு பிறர் உணர்வை அறியும் திறன் இருந்தது. கோபம் இருந்தது. இந்து சமூகத்தின் அடித்தளத்தையே தகர்க்கும் வலிமை இருந்தது.

ஆரம்பம் முதலே பாபா சாகப் நிறைய கல்வி உதவித் தொகை பெற்றுவந்தார். ஒரு விதத்தில் அதற்குக் காரணம் அவரது அதீத மனோதிடமும் கல்வி கற்க வேண்டும் என்கிற பேராவலும்தான். இதற்கு நேர்மாறாக எனக்கு எந்த விஷயத்தி லும் ஒரேயடியாக மனதை செலுத்த முடியாது. அத்துடன் குடும்பப் பொறுப்புகள் வேறு. படிப்பை ஒழுங்காகத் தொடர முடியாத நிலை. இதை உணர்ந்துதானோ என்னவோ பாபா சாகப் எனது படிப்பின் முன்னேற்றத்தைப் பற்றி விசாரிப்பார். "ஜாக்கிரதையாக இரு. கடுமையாக உழை. உனது ஆராய்ச்சிக் காக நேரத்தை ஒதுக்கி வைத்துக்கொள் – அது வாரக் கடைசியோ அல்லது விடுமுறை நாளாக இருந்தாலும். வெறும் பி.எஸ்.சி அல்லது எம்.எஸ்.சி மட்டும் போதாது. அதற்கு மேலும் கல்வியைத் தொடர வேண்டும். ஆராய்ச்சிப் பட்டம் கிடைத்துவிட்டால்கூட அப்படித்தான். பட்டங்கள் என்பது வாழ்க்கையில் முன்னேறுவதற் கான படிக்கட்டுகள்தான்" என்பார்.

ஒரு தடவை நான் குறுக்கிட்டு, "ஆனால் கல்விக்குத்தான் கரையில்லையே" என்றேன்.

டாக்டர் அம்பேத்கர் புன்னகைத்தார். "படித்தவர்கள் எல்லாருக்கும் ஒரே குறிக்கோள்: ஒரு வேலை கிடைத்துவிட வேண்டும் என்பது மட்டும்தான். மாதம்தோறும் சம்பளம் வரவேண்டும். அப்புறம் கல்வி எல்லாவற்றையும் மறந்து விடுகிறார்கள். சமூகத்தைப் பற்றிகூட. நானும் சில மாணவர் களுக்கு உதவி செய்திருக்கிறேன். ஆனால் சாதாரண, படிக்காத மனிதனுக்கு எதுவும் செய்ய முடியவில்லையே என்ற கவலை இருக்கிறது. படிக்காத தாழ்த்தப்பட்டவர்களுக்காக அதிகநேரம் ஒதுக்கியிருக்க வேண்டும் என்று தோன்றுகிறது" என்றார்.

ஆராய்ச்சியிலும் வேறு வேலைகளிலும் ஈடுபட்டிருந்த போதும், சமுதாய கூட்டங்களுக்காக டாக்டர் அம்பேத்கரின் பங்களாவுக்கு தொடர்ந்துபோய்க் கொண்டிருந்தேன். ஒரு தடவை மராத்தியர் போல் உடையணிந்திருந்த ஒருவரை சந்தித்தேன். எங்கள் ஊர்க்காரர் அல்லவா! அவரிடம் வெகு நேரம் கல்வி கற்க நான்படும் கஷ்டங்கள் பற்றி பேசிக்கொண் டிருந்தேன்.

அவர் பெயர் கன்னம்வார். பிரபல காங்கிரஸ் கட்சி செயலாளர். மகாராஷ்ட்ரா சட்டசபையில் ஒரு காலியிடத்தை நிரப்புவதற்காக வேட்பாளராக நிற்க படித்த தாழ்த்தப்பட்ட

இனத்தைச் சேர்ந்த ஒருவரைத் தேடிக்கொண்டிருந்தார். அதில் நான் போட்டியிட வேண்டும் என்று அவர் கேட்டபோது எனக்கு ஒரே ஆச்சரியம். எனக்கோ எந்த அரசியல் பின்னணி யும் இல்லை, ஆர்வமும் இல்லை. அப்படியே அவரிடம் சொன்னேன்.

அவர் சிரித்தார், "எத்தனை பேர் இதற்காக உயிரைக் கொடுக்கவும் தயாராக இருக்கிறார்கள் தெரியுமா!" என்றார்.

நான் இதைப்பற்றி அப்பாவிடம் கலந்து பேசிவிட்டு என் முடிவைக் கூறுகிறேன் என்றேன். அவர் அதற்கெல்லாம் நேரம் இல்லை என்றுவிட்டார்.

"அப்படியானால் இங்கே என் தந்தை ஸ்தானத்தில் இருக்கும் டாக்டர் அம்பேத்கரிடம் கேட்டுச் சொல்கிறேன். என் வாழ்க்கை யின் வழிகாட்டி அவர்தான்."

அன்று மாலை நான் டாக்டர் அம்பேத்கரிடம் ஆலோசனை கேட்டேன். அவர் தலையை அசைத்தார். "ஒரு எம்.எல்.ஏ. ஆவது என்பது சாதாரண விஷயம். நம் இனத்தைச் சேர்ந்த ஒருவர் விஞ்ஞானி ஆகி சாதனை புரிவது என்பது அதைவிட எத்தனையோ மடங்கு பெரியது. நம் சமூகம் பொருளாதாரத் திலும் சமூக நிலையிலும் மிகவும் பலவீனமாக இருக்கிறது. பல துறைகளிலும் நமக்கு சக்தி வேண்டும். முழுத் தகுதிபெற்ற இனமாக நாம் மாற வேண்டும். அதிகாரத்தையும் அரசியலையும் பார்த்து மயங்கிவிடக் கூடாது."

ஒருதடவை பாபா சாகப் ஒரு பஞ்சாபி அரசியல்வாதி யுடன் தொலைபேசியில் பேசிக்கொண்டிருந்ததைக் கேட்டேன். அரசியல்வாதிகளைப் பற்றிய வெறுப்பு அப்போது அவர் பேச்சில் வெளிப்பட்டது. அந்த அரசியல்வாதி பாபாசாகபின் குடியரசுக்கட்சியில் சேர்வதற்கு விரும்புவதாகச் சொல்லிக் கொண்டிருந்தார். பாபா சாகபின் குரல் ஒலித்தது. "நீங்கள் எங்கள் கட்சியில் சேர்வதுபற்றி மகிழ்ச்சி. ஆனால் எங்கள் கட்சியை விட்டு எப்போது விலகுவீர்கள் என்பதையும் சொல்லி விடுங்களேன்."

1952இல் பாபா சாகப் பம்பாய் எம்.பி. தேர்தலில் போட்டி யிட்டபோது நான் அவருக்காக உழைத்தேன். அவருக்கு இதில் மகிழ்ச்சி இல்லை. "சிறந்த மாணவர்கள் தங்கள் நேரத்தை வீணாக்கக் கூடாது. அவர்கள் படிப்பைக் கெடுப்பதன் மூலம் எனக்குக் கிடைக்கும் வெற்றியை நான் விரும்பவில்லை" என்றார். 'சிறந்த மாணவர்' என்று குறிப்பிட்டது எனக்கு பிடித்திருந்தது. முழுமூச்சுடன் படிப்பில் ஈடுபடுவது என்று தீர்மானித்தேன்.

எனவே ஒரு விஞ்ஞானியாகவே என் காலம் கழிந்தது. அதே சமயம் சமூக சீர்திருத்தத்திலும் ஈடுபட்டேன். டில்லியில் உள்ள எங்கள் தாழ்த்தப்பட்டோர் சமூகத்தின் செயல்பாடுகள் குறித்த சுவரொட்டிகளை அவரிடம் காண்பிப்பேன். அவருக்கு மகிழ்ச்சியாயிருக்கும். "இது போன்ற பணிகள்தான் நமக்குத் தேவை. ஒருவன் காட்டில் தனியாக வாழ விரும்பினால், நல்லது, அது அவன் இஷ்டம். ஆனால் ஒரு கச்சேரியில் சேர்ந்து இசைக்கும்போது அவனது முயற்சி பலமடங்காகிறது. ஒன்றும் ஒன்றும் மூன்றாகி விடும்."

சமூக சீர்திருத்தப் பணியில் நான் பலதரப்பட்ட மனிதர்களைச் சந்திக்க நேர்ந்தது. அது என் படிப்பைப் பாதிக்கவும் செய்தது. ஒருநாள் வயதான கிராமவாசி ஒருவர் என்னைப் பார்க்கவந்தார். நல்ல திடகாத்திரர். ஆனால் கண்ணீர் விட்டபடி இருந்தார். என்னுடைய சமூக சேவைகள் பற்றிக் கேள்விப்பட்டு என்னைப் பார்க்க வந்திருக்கிறார். அவருடைய தம்பி மகளுக்கு சமீபத்தில்தான் திருமணமாயிற்று. அவள் கணவன் பார்க்க அழகானவன். நல்லவன் போல்தான் காணப்பட்டான். ஆனால் உண்மையில் பெரிய அயோக்கியன். பெரிய பணக் கஷ்டத்தில் இருந்தான். சிரமமில்லாமல் பணம் கிடைக்கும் என்பதற்காக தன் மனைவியை வெறும் ஆயிரம் ரூபாய்க்கு ஜி.யு.ரோடு சாதர் பஜாரிலுள்ள சிவப்பு விளக்கு ஏரியாவில் விற்றுவிட்டான்.

இந்தமாதிரி விஷயங்களில் என்னால் உதவ முடியாது என்று தெரிவித்தேன். அவர் தம்பி தான் சாகும் தருவாயில் தன் மகளை அவரிடம் ஒப்படைத்து அவளைப் பாதுகாப்பதாக சத்தியமும் வாங்கிக்கொண்டான் என்று கூறினார். அவருக்கு உதவ எனக்கு தயக்கமாகத்தான் இருந்தது. ஆனால் அவர் கண்ணீர் என் மனதை இளகச் செய்துவிட்டது. சம்மதித்தேன். அன்று மாலை நான் ஒரு வாடிக்கையாளன் என்னும் போர்வையில் இருவரும் ஜி.பி.ரோடு சென்றோம். எனக்கு தர்மசங்கடமாயிருந்தது. எனினும் இது ஒரு நல்ல காரியத்துக்குத்தான் என்று தேற்றிக்கொண்டேன். நாங்கள் புத்தகக் கடைகள் உட்பட பல கடைகளைத் தாண்டிச் சென்றோம். கடைசியில் பாபா தெருவில் இருந்தபடியே அவள் வேலை பார்க்கும் இடத்தைக் காண்பித்தார். நான் உள்ளே சென்றேன். மனம் திக்திக் என்று அடித்துக்கொண்டது. ஏண்டா இந்த வேலையில் தலையிட்டோம் என்று தோன்றியது. தரகர்களுக்கு உண்மை தெரிந்துவிட்டால் என்கதி அதோகதிதான்.

வாக்குக் கொடுத்துவிட்டேன் என்ற ஒரே காரணத்துக்காக தொடர்ந்து செயல்பட்டேன். அந்தப் பெண்ணின் பெயரைக் குறிப்பிட்டு அவள்தான் வேண்டும் என்றேன்.

நாங்கள் தனியாக விடப்பட்டதும் அவளிடம், "நீ உடனே இதை விட்டுவிட்டு உன் வீட்டுக்குப் போய்விடு. நான் உன்னைக் காப்பாற்றத்தான் வந்திருக்கிறேன்" என்றேன்.

"இல்லை, நான் உங்களோடு வர முடியாது. என் வாழ்க்கை பாழாகிவிட்டது. நான் வந்தால்கூட ஒருத்தரும் என்னைக் கல்யாணம் செய்துகொள்ளப் போவதில்லை. என் குடும்பத்தையே எல்லோரும் ஒதுக்கி வைத்துவிடுவார்கள். போய் பாபாவிடம் சொல்லுங்கள், நான் இந்த உலகத்தை விட்டே போய்விட்டேன் என்று. அதுதான் என் குடும்பத்துக்கு நல்லது. யோக்கியமாக வேலை செய்து உழைத்து அரைவயிற்றுக் கஞ்சி கிடைத்தால் கூட மிகவும் சந்தோசமாக இருந்திருப்பேன். இப்போ அதுகூட முடியாது."

நான் திரும்பி வீதிக்கு வந்து அவள் பெரியப்பாவிடம் நடந்ததைக் கூறினேன். அவர் விம்மிவிம்மி அழத் தொடங்கினார். வெறுங் கையுடன் கவலை நிரம்பிய உள்ளத்துடன் வீடு திரும்புவதைத் தவிர வேறு வழியில்லை.

சில நாட்களுக்குப் பிறகு நான் டாக்டர் பஞ்சாப் ராவ் தேஷ்முக்கைப் பார்க்கச் சென்றபோது இதைப்பற்றி அவரிடம் கூறினேன். அவர் முகத்தில் கவலை தெரிந்தது. "நிம்கடே, நீ இப்போது ஒரு இளம் விஞ்ஞானி. உன் ஆராய்ச்சியில் கவனம் செலுத்து. உன் உயிருக்கு ஆபத்தை விளைவிக்கக்கூடிய காரியங் களில் ஈடுபடாதே. அது ஓர் ஆபத்தான விஷயம். நீ முன்னாடியே என்னிடம் சொல்லியிருந்தால் ஒரு போலிஸ்காரனை மப்டியில் உன்னுடன் அனுப்பியிருப்பேன். இது போன்ற காரியங்களில் இனிமேல் தலையிடாதே" என்றார்.

அடுத்த மாதம் டாக்டர் அம்பேத்கரை சந்தித்தபோது, புத்தகக் கடைகளைப் பற்றிப் பேசிக்கொண்டிருந்தோம். சாதர் பஜார் பக்கத்தில் சில நல்ல கடைகள் இருந்ததாகச் சொன்னார். எனக்குத் தெரியும் என்றேன். "நீ அங்கே எப்போ போனாய்?" என்று கேட்டார்.

நடந்ததையெல்லாம் ஒன்றுவிடாமல் சொன்னேன். அவரும் டாக்டர் பஞ்சாப் ராவ் தேஷ்முக் சொன்னதையே சொன்னார். "நீ அவர்களுடைய ஆயிரம் ரூபாய் முதலீட்டை அபகரித்துப் போக வந்திருப்பதை அறிந்தால் உன் உயிருக்கு ஆபத்து விளைந் திருக்கும்" என்றார்.

இவ்விதம் இரண்டு பெரிய மனிதர்களின் எச்சரிக்கைக்குப் பின் நான் என் படிப்பிலும் 'பாதுகாப்பான' சமூக சேவைகளிலும் என் கவனத்தைச் செலுத்தத் தொடங்கினேன்.

இந்திய அரசியலமைப்புச்சட்ட வடிவமைப்பு

1947 ஆகஸ்ட் 15 அன்று இங்கிலாந்து இந்தியாவுக்கு சுதந்திரம் வழங்கியது. பல்வேறு ஜாதியையும் வேலையையும் கொண்ட கோடிக் கணக்கான மக்களை ஒன்றிணைக்கும் அரசியல் அமைப்பு உலகத்தின் மிகப்பெரிய ஜனநாயக நாடான புதிய இந்தியாவுக்குத் தேவைப்பட்டது. பிரதம மந்திரி நேரு தனது சட்ட அமைச்சராக டாக்டர் அம்பேத்கரை நியமிக்க சற்றுத் தயங்கி னார். இந்திய அரசியல் அமைப்பு சட்ட உருவாக்கத் தில் வெளிநாட்டு அரசியல் அமைப்பு சட்ட நிபுணர்களை நியமிக்கலாமா என்பதும் சிந்திக்கப் பட்டது. காந்தி நாட்டின் தேவையே முதன்மை யானது என்றார். நேருவின் தயக்கத்தை அகற்ற "நம்மிடையே அம்பேத்கர் உருவில் நல்ல அரசியல் அமைப்புச் சட்ட நிபுணர் ஒருவர் இருக்கும்போது எதற்காக வெளிநாட்டில் போய் தேட வேண்டும்" என்று கேட்டார். காந்திக்கும் அம்பேத்கருக்கும் இடையே உள்ள கருத்து வேற்றுமைகளைக் குறித்துக் கேட்டபோது, காந்தி "டாக்டர் அம்பேத்கர் ஒரு உண்மையான தேசபக்தர். அதனால்தான் அவர் என்னை விமர்சிக்கிறார்" என்றார்.

1940களின் பிற்பகுதியில் சுமார் மூன்று ஆண்டு கள் பாபா சாகப் இந்திய அரசியலமைப்புச் சட்டத்தை உருவாக்கும் முயற்சியில் உலக அரசியல் சட்டங்களை ஒப்பு நோக்கி ஆராய்ந்துகொண்டிருந் தார். அதை உருவாக்கும் முழுப் பொறுப்பும்

அவர் தலையில்தான் விழுந்தது. அரசியலமைப்புச் சட்ட வரைவை தயாரிக்கும் பணியிலிருந்த பிற அனைவரும் அதிலிருந்து விலகிவிட்டனர்.

உடல் நலக் குறைவு, வெளிநாட்டுப் பயணம் போன்ற காரணங்களுக்காக. இதே சமயம் பாபா சாகப் ஹிந்து சட்ட மசோதாவை தயாரிக்கும் பணியிலும் முனைந்திருந்தார். இந்த மசோதா ஜாதி அடிப்படையிலுள்ள சமமின்மையை தடை செய்வதுடன் இந்து சமூகத்தைச் சேர்ந்த பெண்களுக்கும் இதரத் தாழ்த்தப்பட்டவர்களுக்கும் சம உரிமை அளிக்கிறது.

இந்த நாட்களில் பாபா சாகப் இரவில் எத்தனை மணிநேரம் தூங்கினார் என்று எனக்குத் தெரியாது. அவர் இரவு முழுவதும் படித்துக்கொண்டே இருந்தார். ஒருதடவை சில அமெரிக்க பத்திரிகையாளர்கள் அவரை எப்போது பார்க்க வசதிப்படும் என்று கேட்டபோது அவர் ‘உங்களுக்கு எப்போது வசதிப் படுகிறதோ அப்போது வாருங்கள்’ என்றார். அவர்கள் நள்ளிரவில் வந்தபோது பாபா சாகப் அப்போதும் வேலை செய்துகொண்டு இருப்பதைப் பார்த்து வியப்படைந்தனர். அவர்கள் அவரிடம் “நாங்கள் நேருவையும் காந்தியையும் பார்க்கச் சென்றோம், அவர்கள் அயர்ந்து தூங்கிக்கொண்டிருக்கிறார்கள். நீங்கள் மட்டும் வேலையில் மூழ்கி இருக்கிறீர்களே!” என்று கேட்டனர்.

“அவர்கள் அதிர்ஷ்டம் செய்த தலைவர்கள், தூங்கிக் கொண்டிருக்கிறார்கள். அவர்களின் தொண்டர்களோ விழித்துக் கொண்டிருக்கிறார்கள்” என்றார் அம்பேத்கர். “நான் விழித்துக் கொண்டுதான் இருக்க வேண்டும். ஏனெனில் எனது தாழ்த்தப் பட்ட மக்கள் இன்னும் உறக்கத்தில்தான் இருக்கிறார்கள்.” சிலசமயம் இரவில் படித்துக்கொண்டிருக்கும்போது அவர் இந்த உலகையே மறந்துவிடுவார். ஒருநாள் நான் இம்மாதிரி வேளையில் அவர் அறையில் வந்து மெதுவாக அவர் கால்களைத் தொட்டேன். “டாமி, அப்படிச் செய்யாதே” என்றார்.

நான் திடுக்கிட்டேன். பாபா சாகபும் தலையை உயர்த்தி என்னைப் பார்த்ததும் திடுக்கிட்டுவிட்டார். என்னை தம்முடைய நாய் என்று தவறாக நினைத்துவிட்டிருக்கிறார்.

அரசியல் அமைப்புச் சட்டம் 1950 ஜனவரி 26இல் ஏற்றுக் கொள்ளப்பட்டதும், புது டில்லியிலுள்ள மகாராஷ்ட்ரியர்கள் அவருக்கு ஒரு பாராட்டு விழா நடத்தினர். அப்போது அமைச்சர் காகாசாகப் காட்கில் “இந்தியாவில் தாஜ்மஹால் அழகானது; அதைவிட அழகு டாக்டர் அம்பேத்கர் என்ற அறிஞர் தயாரித்த நமது புதிய அரசியல் அமைப்பு” என்றார்.

ஒரு காலத்தில் தம்மை தேசவிரோதி என்று கருதிய அரசு இப்போது தலைக்குமேல் தூக்கிவைத்து புகழ்வது பற்றி பாபா சாகபுக்கு திருப்தி அளித்தது. இருப்பினும் அவருக்கு நியாயமாகக் கிடைக்கவேண்டிய அங்கீகாரம் தாமதமாகத் தான் வந்தது. அவர் கல்விபயின்ற கொலம்பியா பல்கலைக் கழகம் அவருக்கு கௌரவ டாக்டர் (LLD) பட்டம் 1952இல் வழங்கியது. ஆனால் உள்நாட்டில் அரசியல் சட்ட அமைப்பில் அவரது பங்களிப்புக்கான பாராட்டு காலம் தாழ்த்தியே கிடைத்தது. கொலம்பியா பல்கலைக்கழகம் வழங்கிய விருதுக் காக நடந்த பாராட்டுக் கூட்டத்தில், "இது நமது நாட்டுக்குக் கிடைத்த பெரிய பாராட்டு. அதே சமயம் அவரை விமர்சிப்பவர் களுக்கும் எதிர்ப்பவர்களுக்கும் கிடைத்த பெரிய *kick*" என்றேன். உடனே பாபா சாகப், "இம்மாதிரி கடினமான வார்த்தைகளை பயன்படுத்த வேண்டாம்" என்றார். நான் *kick* என்பது *Knowledge, Intelligence, Character, Karuna* என்பதையே குறிக்கிறது என்று சொன்னதும் அவர் திருப்தி அடைந்துவிட்டார்.

அரசியல் அமைப்பு மற்றும் இந்து சட்ட மசோதா இரண்டையும் தயாரித்து முடித்த பிறகு அவர் சற்று சோர்வாக உணர்ந்தார். நடக்கும்போது கைத்தடியைப் பயன்படுத்தினார் அல்லது யார் தோளிலாவது கையை வைத்துக்கொண்டார். ஒருதடவை அவருடைய கால் வீங்கியிருப்பதைக் கவனித்து, "பாபா சாகப், ஒரு பத்து வருடம் முன்பு நீங்கள் விரைவாக நடப்பீர்கள், எங்களால் உங்களைத் தொடர முடியாது. ஏன் இப்போது உங்கள் நடை மெதுவாகிவிட்டது என்று புரிய வில்லை" என்றேன்.

அவர் பெருமூச்சுவிட்டு, "அப்போது என் உடல்நிலை கல் போன்றிருந்தது. அரசியல் அமைப்பு சட்டத்தை உருவாக்கும் போது நான் இயற்கைக்கு விரோதமாகச் செயல்பட்டேன். சிலசமயம் இருபது அல்லது இருபத்தி நான்கு மணிநேரம்கூட உழைத்திருக்கிறேன். கால் பலவீனமாகிவிட்டதில் அதிசய மொன்றுமில்லை. ஆனால் நான் இதைப்பற்றியெல்லாம் நினைத்துக்கொண்டிருப்பதில்லை. என் அம்மா அடிக்கடி சொல்வாள்: 'நல்ல வேலையைச் செய், தொடர்ந்து செய்' என்று."

சில சமயம் அவர் என் படிப்பு பற்றிக் கேட்பார். வேறு வேலைகளைக் கவனிப்பதால் படிப்பு சற்று மெதுவாகத்தான் செல்கிறது என்பேன். "மெதுவாகச் செல்வதில் தவறில்லை. ஆனால் நாளுக்கு நாள் முன்னேற்றமும் இருக்கவேண்டும். ஆழ்ந்த நீரில் மூழ்கியவன் மெதுவாக நீந்திக்கொண்டே அக்கரை

சேர்ந்துவிடுவான். ஒரேயடியாகக் குதித்தவன் மூழ்கிவிடுவான்" என்பார்.

அவருடைய சர்க்கரை வியாதி மோசமாகிக் கொண்டிருந்தது. கால்கள் உணர்வற்றிருந்தன. நாங்கள் சிலசமயம் அவர் அருகில் இருந்துகொண்டு அவர் கால்களைத் தடவிக் கொடுப்போம். அவர் மனைவி சரிதா அதைப் பார்த்தால் எங்களைத் திட்டுவார். "இப்போது அவர் கால்களைத் தடவிக் கொடுக்கிறீர்கள். நோய் மோசமாகி கைகளும் உணர்ச்சியிழந்துவிட்டால் அவற்றையும் தடவிக் கொடுத்து எந்த வேலையும் செய்ய முடியாதபடி ஆக்கிவிடுவீர்கள்" என்பாள்.

உடனே நாங்கள் கைகளை விலக்கிவிடுவோம். அவள் அங்கிருந்து போனவுடன் எங்கள் 'மசாஜ்' தொடரும். பாபா சாகபுக்கு இது சற்று இதமாக இருந்திருக்கும். எங்கள் கைகளை அவர் விலக்குவதில்லை. இந்த மாதிரி அவருக்கு உதவுவதில் எங்களை அதிர்ஷ்டசாலிகள் என்று கருதினோம்.

அரசியல் அமைப்புச் சட்டத்தை உருவாக்குவதில் அவர் பட்ட சிரமத்தைப் பார்த்திருக்கிறேன். எனவே ஒருதடவை "சில சமயம் நான் எழுதிய இந்த அரசியல் சட்ட அமைப்பை எரித்துவிடலாம் என்று தோன்றுகிறது" என்று சொன்னபோது எனக்கு வியப்பாக இருந்தது. அவரது வீட்டுப் புல்தரையில் அமர்ந்து பேசிக்கொண்டிருந்தபோது இதை விளக்கும்படிக் கேட்டுக்கொண்டோம். அவர் "அரசியல்வாதிகள் நமது அரசியல் சட்டத்தை பின்பற்றுவதில்லை. உதாரணமாக, மொரார்ஜி தேசாய் தேர்தலில் தோற்றுப் போனார். இருந்தும் யாரையோ ராஜினாமா செய்யச்சொல்லி அவருக்காக ஒரு பதவி சிருஷ்டிக்கப் பட்டு இறுதியில் அவர் முதன்மந்திரி ஆகிவிட்டார்" என்றார்.

பாராளுமன்ற விதிகளை நன்கு அறியாத அரசியல்வாதிகளைப் பற்றிப் பேசும்போது பாபா சாகபின் முகம் சிவந்துவிடும். "எனக்கு யாரிடமும் பயம் இல்லை. நாடாளுமன்றத்தில் யாரையாவது திட்டித்தான் திருத்தவேண்டுமென்றால் அதற்கும் நான் தயார். பயப்படமாட்டேன். ஆனால் சிலசமயம் ஏதாவது ஆயுதத்தை எடுத்துக்கொண்டு போய்தான் சில பாராளுமன்ற உறுப்பினர்களுக்கு ஒன்றிரண்டு தட்டு கொடுக்கவேண்டும் என்று தோன்றும்" என்றார் அவர்.

பெண்களுக்கு விவாகரத்து மூலம் விடுதலை, குடும்பச் சொத்துக்களில் வாரிசுரிமை, சமூகத்தில் தாழ்த்தப்பட்டவர்களுக்கு உரிமைகள் அளிப்பது போன்ற இந்து சட்ட மசோதாவின் சில பகுதிகளை மதவாதிகள் எதிர்த்தனர். மறு தேர்தலின்

சமயத்தில் இந்த சட்ட மசோதாவை நிறைவேற்றுவதென்பது காங்கிரஸ் கட்சிக்கு வெற்றிவாய்ப்பை இழக்க நேரிடும் என்ற எண்ணத்தில் நேரு பயந்து மசோதாவை ஆதரிக்க மறுத்து விட்டார். டாக்டர் அம்பேத்கருக்கு இது எரிச்சல் ஊட்டியது. நம்பிக்கை துரோகம் என்று நினைத்தார். இறுதியில் மிக்க வெறுப்படைந்து தமது சட்ட மந்திரிப் பதவியை ராஜிநாமா செய்தார். இந்து சட்ட மசோதா முழுவதுமாக ஒரேயடியாக நிறைவேறாவிட்டாலும் பின்வந்த வருடங்களில் அதன் பிரிவுகள் ஒன்றன்பின் ஒன்றாக நிறைவேறின.

அமைச்சர் பதவியிலிருந்து விடுதலை கிடைத்ததும் மற்ற விஷயங்களைக் கவனிக்க அவருக்கு நிறைய சமயம் கிடைத்தது. ஆனால் சர்க்கரை நோய், தசைவலி, கண்பார்வைக் குறைவு போன்றவை அவரைத் தாக்கின. ஒரு தடவை, 1950இல் அவர் நோய்வாய்ப்பட்டிருக்கையில் அவரைப் போய் பார்த்தேன். போவதற்கு முன் அவர் காரியதரிசியிடம் நான் பம்பாயிலிருந்து வருவதாகவும் ஒரு மாணவன் என்றும் தெரிவித்திருந்தேன். என்னைப் பார்த்ததும் அவர் வேடிக்கையாக, "அடே, நான் பம்பாயிலிருந்து யாரோ வருவதாக அல்லவா நினைத்துக் கொண்டிருந்தேன். நீ டில்லியில் தானே இருக்கிறாய்? யாரோ வெகு தூரத்திலிருந்து வருகிறார்களே என்றுதான் பார்ப்பதற்கு சம்மதித்தேன்" என்றார்.

"உங்களைப் பார்த்துக் கொஞ்சம் நாளாகிறதே. அப்புறம், நான் டில்லிவாசியாக இருந்தாலும் முதலில் மகாராஷ்ட்ரியன் தானே!" என்றேன்.

அவருடைய கையை எடுத்து என் மார்பின்மேல் வைத்துக் கொண்டேன். அது சூடாக இருந்தது. "கழிந்த இரண்டு வாரங் களாக எனக்கு நிமோனியா காய்ச்சல். வேலையைக் கவனிக்கவே முடியவில்லை" என்றார் பாபா சாகப். அவர் அருகே அரைமணி நேரம் நான் இருந்தேன். என்னுடைய ஆராய்ச்சி பற்றி விசாரித்தார். தாம் எழுதிக்கொண்டிருக்கும் புத்தகம் பற்றி பேசினார்.

உடல்நலப் பிரச்சினைகள் இருந்தாலும் பாபா சாகப் சமூக சீர்திருத்தம், மதம் போன்றவை பற்றி எழுதிக்கொண்டு தான் இருந்தார். வாழ்வின் இறுதி வருடங்களில் பாபா சாகப் தனது கவலைகள் பலவற்றைப் பற்றிக் குறிப்பிட்டார். "எனக்கு வயதாகிவிட்டது. பிறருக்கு அறிவுரைகள் அளிப்பதைத் தவிர வேறொன்றும் செய்ய முடியாது. உனக்கு ஆச்சரியமாக இருக்கும். எனக்கு இருபத்திரண்டு லட்சம் ரூபாய்க்குக் கடன் இருக்கிறது

தெரியுமா?" என்றார். இந்தத் தொகையை என்னால் கற்பனை செய்யக்கூட முடியாது, எனக்கு அப்போதைய சம்பளம் மாதம் இருநூற்று ஐம்பது ரூபாய்தான்.

பம்பாய் சித்தார்தா காலேஜ், ஔரங்கபாத்தில் மிலின்ட் காலேஜ் ஆகியவற்றை நிறுவுதல், தேர்தல் செலவுகள் போன்றவை அவரை கடனாளி ஆக்கிவிட்டிருந்தன. அத்துடன் அவர் புத்தகங்களுக்காக நிறைய செலவழிந்தார். மௌன்ட் காலேஜ் லைப்ரரியன் ஒருதடவை கூறியது இது: தங்க எழுத்துக்கள் பதித்த அழகிய குரான் சுருள் ஒன்றை ஒரு முஸ்லிம் பண்ணையாரின் வீட்டில் அம்பேத்கர் பார்த்தாராம். அதை எப்படியாவது வாங்கிவிட வேண்டுமென்ற ஆர்வத்தில் அதற்கு எட்டாயிரம் ரூபாய் கொடுத்து வாங்கிவிட்டாராம்! பாபா சாகப் தமது உயர்பதவி மூலம் தமக்காக எந்த ஆதாயத்தையும் பெற்றுக் கொள்ளவில்லை. தம் மகனுக்கு டில்லியில் வீட்டுவசதி திட்டத்தில் ஓர் உயர்ந்த பதவி கொடுக்கப் போவதாக யாரோ கூறியபோது அவரிடம் பயங்கரமாக எரிந்து விழுந்ததாக என் நண்பன் ஒருவன் கூறியிருக்கிறான். "நான் ஓர் அமைச்சராக இருப்பதால் தானே என் மகனுக்கு இந்தப் பதவியைக் கொடுக்கிறீர்கள் – அவன் அதற்கு தகுதி உள்ளவன் அல்ல, எந்த சலுகையையும் ஏற்றுக்கொள்வது என் ரத்தத்தில் இல்லை" என்று கத்தினாராம். இது போன்ற தொல்லைகள் அண்டிப் பிழைக்கும் கபடர்களால் மீண்டும் வரக்கூடாது என்ற கருத்தில் அவர் தம் மகனை பம்பாய்க்கு போகச் சொல்லிவிட்டார்.

"என் உடல் நலம் தேறியதும் மீண்டும் வக்கீல் வேலையைத் தொடரலாம் என்றிருக்கிறேன். அதன் மூலம் கடனைத் தீர்க்க முடியும். எவ்வளவுதான் பிரச்சினைகள் இருந்தாலும் ஒருவன் திடமாக இருக்கவேண்டும் – மலைபோல் அசையாமல்" என்றார் அவர் என்னிடம்.

வாழ்க்கை விளக்கம்

"பாபா சாகப், நீங்கள் பெரும்பாலும் தனிமையில்தான் இருக்கிறீர்கள். உங்களுக்கோ நிறைய எதிரிகள். அவர்களை எதிர்கொள்ள நேர்வதைப்பற்றி உங்களுக்கு அச்சம் இல்லையா?" என்று ஒருதடவை கேட்டேன்.

அறிவியல் நோக்கம் கொண்டவராயினும் பாபா சாகப் அதை ஒத்துக்கொண்டார். "எனக்கு இரண்டு மூட நம்பிக்கைகள் உண்டு. எனது பெற்றோர்களின் ஆவிகள் என்னைச் சுற்றியே இருக்கின்றன. எந்த ஆபத்தும் வராமல் என்னைக் காப்பாற்றிவிடும். அத்துடன் புத்தர் பெருமானும் என்னைக் காப்பாற்றுவார்" என்றார். "புத்தரை கடவுளாகவே நம்புகிறேன். நம்பிக்கை இன்றி ஒருவன் சரியான பாதையை எப்படித் தேர்ந்தெடுக்க முடியும்? அந்த பாதையை அறியாதவன் இருட்டில்தான் தடுமாறித் திரிய வேண்டும்."

அவர் எழுதிக்கொண்டிருக்கும் 'புத்தரும் அவரது தம்மமும்' என்ற நூல்பற்றிக் கேட்டேன். அது தமது மிக முக்கியமான புத்தகம் என்றார் அவர். பல வருஷங்களாக அதில் உழைத்து வந்திருக்கிறார். தாம் ஒருவேளை ஏதாவது விபத்தில் மரண மடைந்துவிட்டால் அந்தக் கையெழுத்துப் பிரதி எங்கே இருக்கும் என்று தம் மனைவியிடம் சொல்லி வைத்திருந்தார். இதை மனதில் வைத்துக்கொண்டு தான் அமெரிக்காவுக்கு பயணம் மேற்கொள்வதற்கு முன் அதை முடித்துவிட வேண்டும் என்று நிச்சயித் திருந்தார்.

காலப்போக்கில் தாம் எப்படி புத்த மதத்துக்கு நெருக்க மானவர் ஆனார் என்பதை பாபா சாகப் விளக்கினார். "இந்திய மதங்கள் அனைத்தையும் பற்றி நன்கு அறிந்திருந்தேன்" என்று ஒரு தடவை அவர் வீட்டு வராந்தாவில், பல மாணவர்களிடையே பேசும்போது கூறினார். "என் அப்பா ஒரு தீவிர ஹிந்து. நிறைய பக்திப்பாடல்களை எங்களை மனப்பாடம் செய்ய வைத்திருக்கிறார். திகட்டும் அளவுக்கு ஹிந்து புராணங்களைப் படித்திருக்கிறேன். என்னை ஆன்மீக வழியில் செலுத்த விரும்பினார். மெட்ரிகுலேஷன் வகுப்பில் தேறிய முதல் தாழ்த்தப்பட்ட மாணவன் என்பதற்காக என்னைப் பாராட்ட யாரையும் அனுமதிக்கவில்லை. எனினும் என் நண்பர்கள் ஒரு விழா எடுக்கத்தான் செய்தார்கள். அதில் கெலுஸ்கர் என்ற பிராமணர் தாம் எழுதிய கௌதம புத்தர் பற்றிய ஒரு புத்தகத்தை எனக்கு அன்பளிப்பாக வழங்கினார். அதுதான் புத்தமதத்தைப் பற்றி அறிய என் கண்களைத் திறந்தது. அதுமுதல் அது பற்றி நிறையப் படித்துக்கொண்டிருக்கிறேன். என் சாதனைக்கெல்லாம் காரணம் புத்தரே. புத்தமதத்தில் முழு சமத்துவத்தையும் அற்புத மனிதத் தன்மையையும் பார்க்கிறேன். புத்தமத இலக்கியம் கடல் போல் பரந்தது. எனவே சாதாரண மனிதரும் அந்த இலக்கியத்தைப் பற்றி ஓரளவு தெரிந்துகொள்ள வேண்டும் என்ற எண்ணத்தில் ஏதாவது எழுத வேண்டும் என்று நினைத்தேன்.

"உலகம் முழுவதிலுமே முக்கிய மதங்களின் ஸ்தாபகர்களாக சிலர் இருக்கின்றனர்: ஏசுநாதர், முகம்மது நபி, ஆப்ரகாம், மகாவீரர், புத்தர். அப்புறம் ஹிந்து மதத்தில் ராமர், கிருஷ்ணர். இவர்களில் பெரும்பாலோர் கடவுளின் செய்தியை மனிதர்களுக்கு கொண்டு தரும் தபால்காரர் வேலையையே செய்தனர். சிலர் கடவுளுக்குச் சொந்தமானவர் என்றும் கூறிக்கொண்டனர். இந்தமாதிரி மத சின்னங்களிடையே எப்படி ஒருமைப்பாடு காண முடியும்?

"புத்தர் சாதாரண மனிதர் அல்லதான். ஆனால் அவர் தம்மை மனிதராகவே கூறிக்கொண்டார். பிற பெரிய மதத்தைச் சேர்ந்தவர்கள் நூற்றுக்கணக்கான, ஆயிரக்கணக்கான ஆண்டுகள் போரிட்டுக்கொண்டனர். ஆனால் புத்தர் யுத்தங்களை தவிர்க்கவே முயன்றார். புத்தமதம் இந்தியாவில் பரந்திருந்த ஒரு ஆயிரம் வருஷங்களில் எந்தவித பெரிய யுத்தமும் நடைபெறவில்லை. இந்தியாவில் புத்தமதம் தேய்ந்துவிட்டாலும் ஆசியாவில் அது பலவிடங்களிலும் – சீனா, ஜப்பான், திபெத், மஞ்சூரியா, பர்மா, இலங்கை, தாய்லாந்து போன்ற நாடுகளில் – வளர்ந்திருக்கிறது."

பிறகு தமது உரத்த குரலில் பாபா சாகப் புத்தரின் கதையைச் சொல்லத் தொடங்கினார்:

புத்தர் அரசகுமாரனாகப் பிறந்தார், ஆனால் அரண்மனை சுகபோக வாழ்க்கையையும் தமது அன்பான அழகிய மனைவியையும் துறந்துவிட்டு சென்றுவிட்டார். ஓர் அரசிளங்குமரனுக்கு இதைவிட வேறென்ன வேண்டும் என்று நீங்கள் கேட்கலாம். ஆனால் கௌதமர் உலகம் முழுவதும் துயரம் நிரம்பியிருப்பதைக் கண்டார். காட்டுக்குச் சென்று நாட்கணக்கில் தொடர்ந்து தவம் இருந்தார். தினசரி ஒரே ஒரு பழம் மட்டும் உண்டார். நாளடைவில் அவர் உடல் மெலிந்து பலவீனமானார். உடல் தளர்ந்தபோது, 'மக்கள் மகிழ்ச்சியாக இருப்பது எப்படி என்பதைக் கண்டறியவும் அவர்களது துயர்களைத் துடைக்கவும் ஒரு வழியைக் கண்டுபிடிக்க வந்தேன். இந்தமாதிரி தபஸ் என்னைக் காப்பாற்றுமா? இதெல்லாம் வீணாய்போகுமா? இப்படியே இறந்துபோக நான் விரும்பவில்லை' என்று அவர் சிந்தித்தார்.

'மனம் மட்டுமே என் தேடலுக்கு ஒரு விடையை அளிக்கும். என் மனம் ஒழுங்காகக் செயல்பட வேண்டுமானால் உடல் உறுதியாக இருக்க வேண்டும். ஓர் உறுதியான ஆரோக்கியமான உடம்பே உள்ளத்துக்கு அடிப்படை. எனவே, இந்த நீண்ட தியானத்தையும் உபவாசத்தையும் விட்டுவிட்டு ஏதாவது சாப்பிட வேண்டும்' என்று நினைத்தார். அவருடன் இருந்த துறவிகள் புத்தரின் இந்த மனமாற்றத்தைக் கண்டு அதிர்ச்சி அடைந்தனர். ஆனால் புத்தர் அறிவியல் தேடலுக்கான தம் வழியைத் தொடரவே முடிவுசெய்தார்.

'புத்தர் ஒரு விஞ்ஞானி' என்றார் பாபா சாகப். 'தன்னிடம் இருக்கும் செய்தியைத் தவிர வேறு எதையும் கூறவில்லை. 'இந்த உலகம் இத்தனை நாட்களில் படைக்கப்பட்டது என்று என்னால் கூறமுடியாது' என்று பணிவுடன் சொன்னார். ஆத்மா உண்டுமா, கடவுள் இருக்கிறாரா என்பதைப் பற்றி அவர் கவலைப்படவில்லை. அறிவியலுக்கு ஒவ்வாத எதுவும் புத்தமதத்தில் இல்லை. புத்தரின் கொள்கையை தவறு என்று எந்த விஞ்ஞானியாலும் நிரூபிக்க முடியுமா என்று நான் சவால் விடுகிறேன். அவர்களால் முடிந்தால் நான் அவர்கள் சொல்கிற எதையும் செய்யத் தயார். உயிரின் மாற்றம் பற்றிய நவீன விஞ்ஞானிகளின் கருத்தும் புத்தமதக் கொள்கைகளும் ஒத்திருப்பதைப் பாபா சாகப் சுட்டிக் காட்டுகிறார். உலகத்தையும் அணுக்களாலான அதன் அமைப்பையும், அவை மாற்றமில்லாதவை, அழிவற்றவை என்று கூறப்படுவதையும்விட புத்தமத கொள்கை ஏற்றுக்கொள்ளத் தக்கது என்கிறார்.

மூட நம்பிக்கை பற்றி பாராளுமன்ற விவாதத்தின்போது ஓர் அலை கிளம்பியது. ஓர் உறுப்பினர் அம்பேத்கரைப் பார்த்து 'உங்கள் ஆத்மாவைக் கடவுள்தான் காப்பாற்ற வேண்டும்' என்று ஆத்திரத்துடன் கத்தினார். பாபா சாகப், "உங்களுக்கு அந்த சிரமமே வேண்டாம். புத்தரைப் போலவே நான் கடவுளை நம்புவதில்லை. ஆத்மாவையும் நம்புவதில்லை" என்றார் அமைதியாக.

"புத்தரைப் பொறுத்தவரை மக்களின் துயரமே அவருக்கு கவலையளித்தது' என்றார் பாபா சாகப். வராந்தாவில் இருந்தபடி மாணவர்களாகிய எங்களிடம் கூறினார். 'ஒரு மனிதன் உடம்பில் அம்பு ஒன்று பாய்ந்திருந்தால் முதலில் நாம் செய்ய வேண்டியது அந்த அம்பை உருவி அவன் உயிரைக் காப்பாற்றுவதுதான். அம்பு எப்படி அங்கு சென்றது என்று கேட்டுக்கொண்டிருப்பதல்ல."

புத்த துறவிகள் எப்படி பிரார்த்தனை செய்கிறார்கள் என்று நான் பாபா சாகபிடம் ஒரு தடவை கேட்டேன். "கடவுளிடம் வரம் கேட்பது போன்ற பிரார்த்தனைகள் அங்கு கிடையாது. புத்தரின் போதனைகளை ஏற்றுக்கொள்ளும் உறுதிப்பாடே எங்கள் மந்திரம்" என்றார் டாக்டர் அம்பேத்கர்.

அவர் மேலும் கூறினார், "மதத்துக்கு இரண்டு விஷயங்கள் முக்கியமானவை: அறிவு, இரக்கம். லோஹித் சுத்தா என்ற புத்த இலக்கியம் இதைத் தெளிவாக விளக்குகிறது. இது புத்தருக்கும் புத்த மகத்தில் புதிதாக சேர்ந்த லோஹித் என்ற அந்தணருக்கும் இடையே நடைபெற்ற உரையாடல் ஆகும். லோஹித் முதலில் புத்தரை எதிர்த்தவர். புத்தரிடம் 'நீங்கள் எதை அறிவு என்று கூறுகிறீர்கள்? அதை எல்லோருக்கும் கொடுக்க முடியுமா?' என்று கேட்டார். "என் அன்பான லோஹித், அறிவு என்பது எந்த ஒரு ஜாதிக்கும் தனிஉரிமைப்பட்டதல்ல. அது ஆகாரம் போன்றது. உயிர்வாழத் தேவையானது. அதை ஒவ்வொருவருக்கும் ஜாதி மத வேறுபாடின்றி வழங்க வேண்டும். ஆனால் அறிவு என்பது கூரான வாள் போன்றது. நல்லதும் செய்யலாம், கெட்டதும் செய்யலாம். உயிரைக் காப்பாற்றும், உயிரைக் கொல்லும். அறிவை பயன்படுத்த நல்ல நடத்தை இருக்க வேண்டும்."

அறிவியலோடு சம்பந்தப்படாத பழைய பழக்க வழக்கங்களை பாபா சாகப் விரும்புவதில்லை. "மனிதர்களுக்கிடையே ஒரு மதம் பாகுபாடு காட்டும் என்றால் அது எப்படி ஒரு

சிறந்த மதமாக இருக்க முடியும்? நான்கு வர்ணங்கள், ஜாதிகள், அதன் கிளைகள் போன்றவற்றைப் படைத்ததாக கிருஷ்ணனே பகவத்கீதையில் கூறுகிறார்."

அஹிம்சை குறித்து காந்தி சரியாக அறிந்திருக்கவில்லை என்கிறார் பாபா சாகப். புத்தரே அஹிம்சை குறித்து நிறைய கூறியிருக்கிறார். ஒரு தடவை ஸின்ஹா என்ற ராணுவ அதிகாரி புத்தரிடம் வந்து "என் மனம் குழப்பத்திலிருக்கிறது. நான் ஒரு பெரிய ராணுவத்தை நடத்தும் பொறுப்பிலிருக்கிறேன். நம் நாட்டைப் பாதுகாக்கும் பொறுப்பு எங்களுக்கிருக்கிறது. நான் அஹிம்சை கொள்கையில் பூர்ண நம்பிக்கை கொண்டிருக் கிறேன். பக்கத்து நாடு நம்மீது படையெடுத்தால் நாம் எடுக்க வேண்டிய சரியான நடவடிக்கை என்ன?" என்று கேட்டார்.

இதற்கு புத்தர் இவ்வாறு பதிலளித்தார்: "குற்றம் செய்ப வனைத் தண்டிக்கும்போது நீ செய்வது தவறல்ல. சட்டத்தை நிலை நிறுத்துகிறாய். ஆனால் முதலில் அமைதியான வழிகளைக் கடைபிடித்துப் பார். நல்லது சொல்வதை அவன் புரிந்து கொள்ளவில்லையென்றால் நீதியை நிலைநிறுத்த நீ நடவடிக்கை எடுக்க வேண்டும். அநியாயத்துக்காக நியாயத்தைப் பலிகொடுத்து விடக் கூடாது. உலகில் நியாயம் சிறிதளவே இருக்கிறது. அநியாயம் நிரம்ப உள்ளது. உன்னால் முடிந்தவரை நியாயத்தைக் காப்பாற்ற முயற்சி செய்."

புத்தமத நோக்கில் அஹிம்சையைப் பற்றிக் கூறுகையில் அம்பேத்கர், மேல்ஜாதி மக்களால் தாழ்த்தப்பட்டப் பெண் களுக்கு அநீதி இழைக்கப்படுவதைக் கேட்கும்போது தமது இரத்தம் கொதிக்கும் என்று கூறினார். "நான் இளைஞனா யிருந்தால் அந்த அயோக்கியர்களைச் சுட்டுக் கொன்றிருப்பேன்" என்றார். ஒரு தடவை சில தாழ்த்தப்பட்டவர்கள் அவரிடம் வந்து மேல் ஜாதியினர் செய்யும் கொடுமைகள் பற்றிக் கூறினர். பாபா சாகப் கோபத்துடன் அவர்களைத் திட்டினார். "கையா லாகாத கோழைகள் நீங்கள். என்னிடம் வருவதற்குப் பதில் ஏன் நீங்களே ஒரு கை பார்த்திருக்கக்கூடாது? கோழைகள் தான் கொல்லப்படுகிறார்கள். ஆட்டைத்தான் பலி கொடுக்கிறார் கள். சிங்கத்தைப் பலி கொடுக்கிறார்களா?"

1953 டிசம்பர் 13. நான் பாபா சாகப் வீட்டுப் புல் தரையில் அவர் வருகைக்காகக் காத்துக்கொண்டிருந்தேன். கையில் அச்சடித்த எனது திருமணப் பத்திரிகை, நாக்புரிலிருந்து தபாலில் வந்திருந்தது. எனது திருமணத்தைப் பற்றி அறிந்தால் பாபா சாகப் என்ன சொல்வார்? ஒரு தடவை அவர் கண்களில்

சொட்டு மருந்தைப் போட்டுக்கொண்டு ஓய்வெடுத்துக்கொண்டிருந்தபோது திருமணத்தைப்பற்றி அவரது கருத்தைக் கேட்டேன்.

சற்று எரிச்சலுடன், "திருமணத்துக்கு என்ன அவசரம் இப்போ? வெளிநாடுகளில் எல்லாம் சற்று தாமதித்துத்தான் செய்துகொள்கிறார்கள்" என்றார்.

"ஆனால் எங்கள் ஜாதியில் பேரப் பிள்ளையைப் பார்க்காமல் ஒருவருக்கு மோட்சம் கிடைக்காது என்று நினைக்கிறார்கள்."

"என்னமாதிரி மடத்தனமான கருத்துக்களெல்லாம் தலைக்குள் வைத்திருக்கிறார்கள் பார்" என்றார் பாபா சாகப். "அந்த மாதிரி கருத்துக்களையெல்லாம் தவிடுபொடியாக்க வேண்டும். இந்த அசட்டுப் பேச்செல்லாம் எனக்குப் பிடிக்காது. மேற்கேயெல்லாம் திருமணமாகாமலே முழுவாழ்வு வாழ்ந்தவர்கள் இருக்கிறார்கள்."

பாபா சாகப் சற்று அமைதிப்பட்டதும் வீட்டில் ஒரு நல்ல படித்த பெண்ணைப் பார்த்து வைத்திருக்கிறார்கள் என்று சொன்னேன்.

"இருக்கட்டுமே, நீ இப்போ கல்யாணம் பண்ணிக்கொள்ள வேண்டாம் என்றுதான் நினைக்கிறேன். வாழ்க்கையில் எதையாவது சாதிக்க வேண்டும் என்று நினைத்திருந்தால் முதலில் அதைச் செய்து முடி. மேல் படிப்புக்காக வெளிநாடு போ. வாழ்க்கையில் செட்டில் ஆன அப்புறம் திருமணத்தைப் பற்றி யோசி."

"இப்போ நான் வேலையில்தானே இருக்கிறேன், பாபா?"

"இதெல்லாம் ஒரு வேலையா? உன் பார்வை மேல்நோக்கி இருக்க வேண்டும். இந்தச் சமயத்தில் நீ கல்யாணம் செய்துகொள்ள வேண்டாம் என்றுதான் நினைக்கிறேன். ஆனால் ஏற்கனவே நிச்சயமாகிவிட்டது. வேறு வழியில்லை. அந்தப் பெண் மட்டும் புத்திசாலியாக இருந்தால் இன்னும் இரண்டு வருஷம் காத்திருக்கத் தயார் என்றிருப்பாள்."

இவை என் மனதில் ஆழப் பதிந்துவிட்டன. திருமண அழைப்பிதழை அவரிடம் கொடுக்கக்கூடப் பயமாக இருந்தது.

மாலை நான்கு மணிக்கு அவர் நடந்துவிட்டு வந்தபோது நல்ல மூடில் இருந்தார். எனது திருமண அழைப்பிதழை எடுத்துப் பார்த்தார். என் பக்கம் திரும்பி, புன்முறுவலுடன், "அழைப்பிதழையே கொண்டுவந்து விட்டாயா? சரி, சேர்ந்து

டீ சாப்பிடுவோம்" என்றார். டீயும் பிஸ்கட்களும் வந்ததும், "எனக்கு இனிப்பு ஆகாது. பிஸ்கட்டை நீயே எடுத்துக்கொள்" என்றார்.

எனக்கு நல்ல பசி. நீண்ட நேரமாகக் காத்துக்கொண்டிருந் தேன் அல்லவா. எல்லா பிஸ்கட்களையும் சாப்பிட்டுவிட்டேன்.

கடைசியில் "என் திருமணத்துக்கு ஏதாவது வாழ்த்துச் செய்தி எழுதித் தாருங்கள்" என்று கேட்டேன்.

அவர் மன்னிப்பு கோரும் குரலில், "அரே, எனக்குக் கை வலிக்கிறது" என்றார்.

"பாபா, நீங்கள் இடதுகையால்கூட எழுதுவீர்களே! அப்படி எழுதினால் போதும்" என்றேன்.

"என் இடது கையும் வலிக்கிறது. மூன்று நாட்களாக எதையுமே எழுதமுடியவில்லை. அதனால் இன்று நீண்ட தூரம் நடந்துவிட்டு வருகிறேன்."

பிறகு ஏதோ நினைவு வந்தவராக, "எனது படிப்பு அறைக்குப் போ, அங்கு அசோக சக்ரவர்த்தியின் புத்த மதம் சம்பந்தமான அறிக்கைகள் மராத்தியில் இருக்கும். அவற்றைத்தான் என் நல்வாழ்த்துகளாக உனக்கு அளிக்கிறேன். அதை எல்லோரிடமும் படித்துக் காண்பி. ஒரு நகலை மணமகள் வீட்டில் கொடு. ஒன்றை நீ வைத்துக்கொள். வருங்காலத்தில் நாம் எல்லோரும் புத்தமதத்தைத் தழுவி விடுவோம், அதற்காக இப்போதே நாம் நம்மைத் தயார்படுத்திக் கொள்ள வேண்டும்" என்றார்.

என் மனம் மகிழ்ச்சியில் துள்ளியது, மகிழ்ச்சியுடன் அந்தச் செய்திகளை ஏற்றுக்கொண்டேன். அவையே பாபா சாகபின் ஆசிகள். அசோக சக்ரவர்த்தியின் கல்வெட்டுக்களில் காணப்படுபவை. 2200 ஆண்டுகளுக்குமுன் பாறைகளில் செதுக்கப் பட்டவை. மக்களால் நேசிக்கப்பட்டவரும் மதிப்பிற்குரியவரு மான சக்ரவர்த்தி அசோகர் ராஜ்யம் முழுவதும் மக்கள் புலன்களை அடக்கவும் நல்லெண்ணத்தை மனதில் இருத்தவும் தர்மத்தைக் கடைபிடிக்க வேண்டும் என்றும் விரும்புகிறார்.

வேலையாட்களிடம் நட்புடன் பழகவேண்டும். பெற்றோருக்கு ஆழ் மனதிலிருந்து அன்பு செலுத்த வேண்டும். எல்லா உயிரையும் நேசிக்க வேண்டும். எப்போதும் உண்மை பேசவேண்டும். இந்த குணங்களை எல்லோர் மனதிலும் புகுத்த வேண்டும். மாணவர்கள் தங்கள் ஆசிரியர்களிடம்

மரியாதை செலுத்த வேண்டும். உறவினர்களிடமும் நண்பர்களிடமும் நட்புறவுடன் பழக வேண்டும். காலம் காலமாக கடைபிடிக்கப்படும் நற்குணங்கள் இவை. இவற்றையே பின்பற்றுங்கள். நீண்ட பயனுள்ள வாழ்வை வாழுங்கள்.

நாட்டு மக்கள் அனைவரும் மகிழ்ச்சியுடன் ஒருவரோடொருவர் இணைந்து அமைதியுடன் வாழ வேண்டும் என்று சக்ரவர்த்தி அசோகர் விரும்புகிறார். கொலை செய்யக்கூடாது. எல்லா மதங்களும் பொறுமையையும் பரிசுத்தமான மனதையும் போதிக்கின்றன. ஒவ்வொருவரும் தங்களால் இயன்ற அளவு பிறருக்கு உதவ வேண்டும். எதையுமே அளிக்க முடியாத ஏழைகள் பொறுமை, நன்னடத்தை, நன்றி, நம்பிக்கை ஆகியவற்றைக் கடைபிடிக்க வேண்டும். நம்பிக்கையும் நல்லுள்ளமுமின்றி செய்யப்படும் நற்செயல்கள்கூட வியர்த்தமே.

நம்பிக்கையைவிட பெரிய பரிசு எதுவுமில்லை. எனவே தர்மத்தைக் கடைபிடியுங்கள்.

பாகம் 5
மூன்று முடிச்சு

திருமணம்

டிசம்பர் மத்தியில் வீட்டுக்கு வந்தேன் – திருமணம் பற்றிய முழு எதிர்பார்ப்புகளோடு. எனது வாழ்க்கையின் அடுத்த அத்தியாயம். எங்கள் குடிசையில் நிறைய மாற்றங்கள் செய்யப்பட்டிருந் தன. முற்றத்தில் ஓர் அழகிய கூடாரம் அமைக்கப் பட்டிருந்தது. அதில்தான் பல சடங்குகளும் நடை பெற்றன. கிராமத்துப் பெண்கள் பாடினார்கள். ஒரு பான்ட் வாத்திய இசைகூட இருந்தது. மஹார் ஜாதி ஆட்களுக்கு என் மேல் தனிப்பிரியம். ஊர் கிணற்றிலிருந்து தண்ணீர் எடுக்கும் உரிமையை அவர்களுக்குப் பெற்றுத் தந்திருந்தேன் அல்லவா! கொட்டும் வாத்தியமுமாக முழங்கினர்.

1953 டிசம்பர் 27. திருமண நாள். மாப்பிள்ளை ஆட்கள் ரயிலில் நாக்புர் சென்றனர். நான் ஒரு புதிய பாசிகள் அலங்கரித்த தொப்பி அணிந்திருந் தேன். வெள்ளைச் சட்டை, ஜரிகை வேட்டி, சட்டை. வாழ்க்கையில் தலை முதல் கால்வரை புதிய உடைகள் அணிவது இதுதான் முதல் தடவை என்று நினைக்கிறேன். நாக்புரில் அலங்கரிக்கப் பட்ட ஒரு வாடகை காரில் உறவினர்களுடன் அமர்ந்திருந்தேன். பின்னால் அதைத் தொடர்ந்து சுமார் ஐம்பது பேர் உறவினர்களும் விருந்தினர் களும் ரிக்ஷாவில் வந்தனர். பான்ட் வாத்தியமும் வாண வேடிக்கையும் அமர்க்களப்படுத்தின. என் தம்பி அங்குஷின் ஏற்பாடுதான் இவை. அவனை அழைத்து இதற்கெல்லாம் ஏகப்பட்ட செலவாயிருக் குமே என்று கவலையுடன் கேட்டபோது, இந்த மாதிரி நேரங்களில் செலவைப் பற்றி சிந்திக்கக்

நகரத்துப் பெண், ஹீரா, எனது கிராமத்துக்கு வந்தபோது போஸ் கொடுக்கிறாள்.

கூடாது, சந்தோஷத்துடன் கொண்டாடப்பட வேண்டிய நேரம் இது என்றான்.

அலங்கரிக்கப்பட்ட கூடாரத்தில் மாலை ஆறு மணிக்கு திருமணம் நடைபெற்றது. திருமாங்கல்யத்தை கமலின் கழுத்தில் கட்டி நெற்றியில் தலை மயிர் வகிடு தொடங்கும் இடத்தில் சிவப்புக் குங்குமத்தை வைத்தேன். இப்போது அவள் பெயர் கமலிலிருந்து ஹீராவாக மாறிவிட்டது. ஹீரா எனது புதிய மனைவி. என் வாழ்வின் ஏற்ற இறக்கங்களில் பங்கு வகிக்கப் போகிறவள். திருமணத்திற்கு ஐயாயிரத்துக்கும் அதிகமானோர் வந்திருந்தனர். சுமார் இரண்டாயிரம் பேர் சாப்பிட்டனர். இவர்களில் பெரும்பாலோர் எனது சமூக சேவையின்போது கிராமத்தில் அறிமுகமானவர்கள். நாக்பூர் தாழ்த்தப்பட்டோர் அமைப்பு அதன் வருடாந்தர கூட்டத்தை அப்போது நடத்திக் கொண்டிருந்தது. அதில் பங்கேற்க வந்த பல பிரதிநிதிகளும் எனது திருமணத்திற்கு வந்தனர்.

எனது மாமா படித்து நல்ல வேலையிலிருப்பவர். எழுத்தறிவற்ற என் அப்பாவிடம் மிகவும் மரியாதையுடன் நடந்து

உம்ரெரிலுள்ள எனது கிராமத்து வீட்டின் முன் ஹீரா.
ஐந்தரை அடி உயரத்தில் அவள்தான் மிக உயரமான பெண்.
அவள் வலது புறத்தில் என் அம்மா.

கொண்டது எனக்கு மிகவும் மகிழ்ச்சி அளித்தது. பெருமையாகவும் இருந்தது. மறுநாள் என் பெற்றோர் கிராமத்துப் பெரியவர்களிடம் ஆசி பெறவும், குடும்ப தெய்வங்களுக்கு வழிபாடு செய்யவும் ஹீராவை எங்கள் கிராமமான ஸாத்காவுக்கு அழைத்துச் செல்ல விரும்பினர். நாங்கள் புறப்பட்ட போது கடைசி பஸ் போய்விட்டது. அப்போது ஒரு டிரக் வண்டி புறப்பட்டுக் கொண்டிருப்பதைப் பார்த்தேன். நான் ஹீராவிடம் "இந்த டிரக்கில் ஏறிப் போகலாமா? இப்போதைக்கு நமக்குக் கிடைக்கும் வண்டி இது ஒன்றுதான்" என்றேன்.

ஹீரா திடுக்கிட்டுப் போனாள். எனினும் சமாளித்துக் கொண்டு சம்மதத்தைத் தெரிவித்தாள். டிரக்காரனுக்கு ஒரு சிறிய தொகையை கொடுத்துவிட்டு வண்டியில் ஏறினோம். அது செங்கல், மணல் போன்றவற்றை ஏற்றிச் செல்லும் டிரக். புதிதாய் திருமணம் ஆனவர்கள் காஷ்மீருக்கும் ஹிமாலய ஹோட்டலுக்கும் சென்று தங்கள் தேனிலவைக் கழிக்கிறார்கள். ரயிலிலும் விமானத்திலும் செல்கிறார்கள்.

ரோட்டிலுள்ள தூசி எங்கள்மேல் அப்பியது. அரைமணி நேரத்துக்குப்பின் ஒரு மாட்டு வண்டிக்கு மாறினோம். இரவு பத்துமணிக்கு ஸாத்காவ் அடைந்தோம். ஹீராவுக்கு எலும்பெல்லாம் வலித்தது. எனினும் நான் பிறந்த கிராமத்தில் அந்த நாளை மகிழ்ச்சியாகக் கழித்தோம். எல்லோருக்குமே ஹீராவை மிகவும் பிடித்துவிட்டது.

மறுநாள் நாங்கள் உம்ரேர் சென்றோம். என் பழைய காதலி, அந்த உயர் ஜாதிப் பெண் கானா, இப்போது திருமணமாகி இரண்டு குழந்தைகளுக்கு தாயாகி இருந்தாள். ஹீராவை அன்புடன் வரவேற்று அவள் நெற்றியில் குங்குமம் வைத்தாள். நான் ஏற்கனவே ஹீராவிடம் எனக்கும் கானாவுக்கும் இடையே நடந்ததை - அதாவது நடக்காததை - எல்லாம் சொல்லி யிருக்கிறேன். எனவே அவர்கள் இருவரும் நல்ல சினேகிதிகள் ஆகிவிட்டனர்.

ஒருநாள் மாலை நாங்கள் உம்ரேரில் உள்ள நண்பர்களைப் பார்த்துவிட்டு ஒரு சினிமாவுக்குப் போனோம். திலிப்குமார் நடித்த படம். வீடு வரும்போது இரவு நெடுநேரமாகிவிட்டது. கிராமமே தூக்கத்தில் ஆழ்ந்து கிடந்தது. யாரையும் எழுப்பாமல் வீட்டுக்குள் நுழைந்து விடலாம் என்று திட்டமிட்டோம். ஆனால் அப்பா வீட்டு முற்றத்தில் எங்களுக்காகக் காத்துக் கொண்டிருந்தார். இவ்வளவு நேரம் தாமதமாக வந்ததற்காகக் கோபிப்பார் என்று பயந்தோம்.

"ஓ, குழந்தைகளே, இந்தக் குளிரில் எங்கே போய்விட்டீர்கள்?" என்று அன்பாகக் கேட்டார். பக்கத்தில் விறகு அடுப்பில் வெந்நீர் காய்ந்து கொண்டிருந்தது. "வெந்நீரில் கைகால்களை அலம்புங்கள் சூடு இதமாக இருக்கும்" என்றார்.

ஹீராவின் மனது நெகிழ்ந்துவிட்டது. அன்பு நிரம்பிய ஒரு குடும்பத்திற்குத்தான் வந்திருக்கிறோம் என்று அவளுக்குப் புரிந்தது.

புதிய வாழ்க்கை

தனது காலேஜ் பரீட்சைகள் காரணமாக ஹீரா நாக்புரில் தங்கிவிட்டாள். நான் புதுதில்லி சென்றுவிட்டேன். ஆனால் என் மனம் அவளைச் சுற்றியே இருந்தது. அடிக்கடி கடிதம் எழுதுவேன். ஆனால் பரீட்சை மும்முரத்தில் அவளால் எப்போதும் பதில் எழுத முடியாது. என் நண்பர்கள் என்னை பாராட்டினார்கள், ஆனால் கல்யாணம் பண்ணியும் பிரம்மச்சாரி என்று கிண்டலடித்தனர். ஹாஸ்டலில் நான் புரேயின் அறையில்தான் தங்கியிருந்தேன். ஒருநாள் குளிர் நடுங்கும் இரவில் அவன் என் உடம்பைக் குலுக்கி தூக்கத்தைக் கலைத்தான். “குரு! இது நான், புரே. உன் மனைவி அல்ல” என்றான். தூக்கத்தில் நான் அவன் படுக்கைக்கு ஒரு போர்வையுடன் வந்து அவள் குளிரில் நடுங்குவாள் என்ற நினைப்பில் அவள் மேல் இன்னொரு போர்வை போர்த்தலாம் என்று வந்திருக்கிறேன். எனக்கு அவமானமாகி விட்டது. நண்பர்களுக்கு என்னை கேலி செய்ய நல்ல விஷயம் கிடைத்துவிட்டது.

ஏப்ரலில் நான் நாக்புர் சென்று ஹீராவை புதுதில்லிக்கு அழைத்து வந்தேன். அவள் வெளியூர் செல்வது மற்றவர்கள் மனதில் என்னென்ன கவலைகளை ஏற்படுத்தியது என்பது ரயில்வே ஸ்டேஷனில் அவள் அப்பா கூறியதில் வெளிப் பட்டது. கண்களில் நீர் மல்க ஹீராவின் அப்பா என்னை ஒரு பக்கமாகத் தனியே அழைத்து, “என் மகள் சாப்பிட டில்லியில் அரிசி கிடைக்குமா?” என்று கேட்டார். வட இந்தியா கோதுமை

களஞ்சியம் அல்லவா? டில்லியில் அரிசி தாராளமாக கிடைக்கும் என்று அவரை சமாதானப்படுத்தினேன். என் அம்மாவும் பத்து வயது தங்கை தாராவும் என்னுடன் வந்தனர். நாக்பூர் ரயில்வே பிளாட்பாரம் கண்ணிலிருந்து மறையும்போது ஹீரா அழுதுவிட்டாள். டில்லி எவ்வளவு தொலைவில் இருக்கிறது! அவளோ நாக்புரை விட்டு வேறெங்கும் சென்றதில்லை. அந்த முப்பது மணிநேரப் பயணம், படுக்கை வசதி எதுவும் இல்லாமல் பெஞ்சில் இருந்தபடியே பயணம் செய்தது எல்லாம் அவளுக்கு மிகுந்த சிரமத்தைக் கொடுத்திருக்க வேண்டும்.

டில்லி ஸ்டேஷனை அடைந்ததும் என் வழக்கப்படி சாமான்களை எல்லாம் நானே தூக்கிக்கொண்டேன். போர்ட்டர் யாரையும் அழைக்கவில்லை. இது ஹீராவுக்கு ஆச்சரியமாக இருந்தது. ஒரு குதிரை வண்டியை அமர்த்தி என் ஒன்றரை வாடகை அறைக்குச் சென்றோம். (ஓர் அறைக்கு வெளியே வராந்தாவில் பாதி மறைத்து அறையாக ஆக்கியிருப்பதால் அது ஒன்றரை அறை.)

மறுநாள் நான் வேலைக்குப் போய்விட்டேன். மத்தியானம் சாப்பாட்டு வேளையில் அறைக்குத் திரும்பினேன். முதன்முறை என் மனைவி சமைக்கும் உணவை சாப்பிடப் போகிற அவசரம். இந்தத் தடவை சமையல் ருசியாக இருந்தது. உப்பு அளவாக போட்டிருந்தாள். என்னருகே அமர்ந்து பரிமாறினாள். நான் ரசித்து சாப்பிட்டேன். இன்னும் போடு, இன்னும் போடு என்று கேட்டு வாங்கி உண்டேன். பிறகு அடுக்களையில் சோற்றுப் பானையைச் சுரண்டும் சப்தம் கேட்ட போதுதான் சோறு தீர்ந்துவிட்டது என்று புரிந்தது. அவள் வழக்கப்படி எங்கள் நான்கு பேருக்கும் சற்று தாராளமாகத்தான் சமைத்திருந்தாள். ஆனால் கடோத்கஜன் மாதிரி நான் அவ்வளவையும் சாப்பிட்டுவிட்டு இன்னும் பசி அடங்கவில்லை என்பதைப் பார்த்ததும் அவள் பயந்துவிட்டாள்.

என் அம்மா அவளை சமாதானப்படுத்தியபின் இன்னொரு பந்திக்கான சமையல் நடந்தது. அதன் பிறகு அவள் அந்த தவறைச் செய்யவில்லை.

எங்கள் வீட்டுக்காரர்கள் பிராமணர்கள். நான் தாழ்த்தப் பட்ட வகுப்பைச் சேர்ந்தவன் என்பதை அவர்களிடம் மறைக்க வில்லை. 'அது பெரிய பிரச்னை அல்ல. ஆனால் சைவ சமையல் தான் செய்ய வேண்டும்' என்று சொல்லிவிட்டார்கள். அத்துடன் வாடகையில் பத்து ரூபாய் அதிகம் கேட்டார்கள். தாழ்த்தப் பட்டவர்கள் என்ற காரணத்திற்காக இருக்கலாம்.

வேலை முடிந்து வந்ததும் நான் ஹீராவை டில்லியின் பல இடங்களையும் சுற்றிக் காண்பிக்க சைக்கிளில் கூட்டிச் செல்வேன். அந்த நாட்களில் நாங்கள் இருந்த பக்கம் பஸ்கள் எதுவும் கிடையாது. நானோ சைக்கிள் ஓட்டுவதில் சாம்பியன். ஒரு தடவை இந்தியா கேட் பக்கம் செல்லும்போது சைக்கிள் டயர் பஞ்சராகிவிட்டது. சுமார் பத்து மைல் நடந்து வீடு வந்து சேர்ந்தோம். எனக்கு இது சர்வ சாதாரணம், ஆனால், பாவம், ஹீராதான் மிகவும் சிரமப்பட்டுவிட்டாள். ஒரே களைப்பு. ஆயினும் சமாளித்துக்கொண்டாள். அம்மா என்னை வாங்கு வாங்கு என்று வாங்கிவிட்டாள். புதிய மருமகளை இப்படி நடக்க வைத்துவிட்டானே என்ற ஆத்திரம்.

ஒரு தடவை அண்மையிலுள்ள நரைனா என்ற கிராமத் துக்குப் போயிருந்தபோது அங்கிருந்த என் வடநாட்டு நண்பர் களிடம் ஹீராவை அறிமுகம் செய்து வைத்தேன். பக்கத்திலிருந்த குழந்தைகள் எங்களைப் பார்க்கக் கூடிவிட்டனர். ஒரு குடிசைக் குச் சென்றபோது அங்குள்ள பெண்ணிடம், "யார் இந்த குழந்தைகள் எல்லாம்?" என்று கேட்டேன். வட இந்திய வழக்கப்படி அவள், "எல்லோரும் உங்கள் குழந்தைகள்தானே" என்றாள்.

ஹீராவின் முகம் மாறியது. ஏனென்று எனக்குப் புரிய வில்லை. அப்புறம் அவள் என்னிடம் பேசுவதையே தவிர்த்து வந்தாள். கடைசியாக அவள் தைரியத்தை வரவழைத்துக்

கொண்டு, "இத்தனை குழந்தைகள் வைத்துக்கொண்டு எந்த தைரியத்தில் என்னைக் கட்டிக் கொண்டீர்கள்!" என்று சொல்லி விட்டு அழத் தொடங்கினாள். நான் அவளுக்கு விளக்கிச் சொன்னேன். இங்குள்ள வழக்கம் அது. ஒரு மரியாதைக்காகச் சொல்வார்கள். விருந்தினர்கள் என்றால் கடவுளுக்கு சமம். எல்லாம் அவர்களுடையதுதான். வீட்டிலுள்ள பொருட்கள், பண்டங்கள், குழந்தைகள் எல்லாம் விருந்தாளிகளுடையது என்று சொல்வது ஒரு மரியாதை. இந்தப் பக்கத்து வழக்கம். இப்படித் திருப்பித் திருப்பிச் சொன்ன பிறகுதான் அவள் முகத்தில் புன்னகை மலர்ந்தது.

ஹீரா பரீட்சை தேறிவிட்டாள் என்ற செய்தி கிடைத்ததும் எல்லோருக்கும் இனிப்புகள் வழங்கினேன். மேல் படிப்புச் செலவை அவள் அப்பா ஏற்றுக் கொள்வதாகக் கூறியபோது நாங்கள் அதை மறுத்துவிட்டு நாங்களே ஏற்றுக் கொள்வதாகச் சொல்லிவிட்டோம். சில வாரங்களுக்குப் பிறகு இமயமலைக்கு பக்கத்திலுள்ள ஹரித்வார், ரிஷிகேஷ் போன்ற இடங்களுக்கு போய்விட்டு வந்தோம்.

டில்லிக்கு வந்த பிறகு ஒருநாள் மாலை சைக்கிளில் சுற்றிவிட்டு, வீட்டில் சாப்பிட்டுக் கொண்டிருக்கும்போது திடீரென்று ஹீரா வெளியே ஓடினாள். முற்றத்தில் அவள் வாந்தியெடுக்கும் சத்தம் கேட்டது. எனக்குப் பயமாகப் போய் விட்டது. ஹீராவுக்கும்தான். ஆனால் அம்மா அமைதியாக இருந்தாள். மறுநாள் மாலையிலும் இதே போல நடந்தது. அருகில் நின்ற வீட்டுக்கார அம்மாள் சிரிக்கத் தொடங்கினாள். எனக்குப் புரியவில்லை. பாதியில் சிரிப்பை நிறுத்திவிட்டுச் சொன்னாள்: "வாழ்த்துக்கள். நீங்கள் பெற்றோர் ஆகப் போகிறீர்கள்!"

என் மனம் மகிழ்ச்சியில் துள்ளியது.

இனியும் ஹீரா நாக்புரில் தன் படிப்பைத் தொடர வேண்டுமா என்ற கேள்வி எழுந்தது. நிறைய மாற்று வழிகள் பற்றி விவாதித்தோம். ஒரு சந்தர்ப்பத்தில் அம்மா படிப்பையே விட்டுவிடலாம் என்றுகூட சொன்னாள். ஆனால் அது சாத்தியமா? கடைசியில் ஹீரா இரண்டு வருடம் நாக்புரி லேயே இருந்து படிக்கட்டும் என்று நிச்சயித்தோம். டில்லி ரயில்வே ஸ்டேஷனில் நான், 'அறிவைத் தேடுபவன் மகிழ்ச்சியா யிருக்க முடியாது; மகிழ்ச்சியைத் தேடுபவன் அறிவை அடைய முடியாது' என்ற வடமொழி ஸ்லோகத்தைக் கூறி அவளுக்கு தைரியம் சொல்ல முயன்றேன்.

குடும்பம் பற்றி டாக்டர் அம்பேத்கர்

காளிதாஸனின் பிரசித்திபெற்ற 'மேகதூதம்' என்ற கவிதையில் தன் மனைவியிடமிருந்து பிரிந்திருக்கும் ஒரு யக்ஷன் பிரிவு வேதனை தாங்காமல் தன் விரக தாபத்தை அவளிடம் தெரிவிக்க மேகத்தைத் தூதாக அனுப்புவான். எனக்கு அந்த யக்ஷனின் தாபம் புரிந்தது. அதே சமயம் மனிதர்கள் ஒருவிதத்தில் அதிர்ஷ்டசாலிகள் என்றும் தோன்றியது. தங்கள் செய்திகளை விரைந்து அனுப்ப தபால், தந்தி போன்ற வசதிகள் இருக்கிறதே. நான் டில்லியில் பல மாதங்கள் தனித்து இருந்து விட்டேன். சிந்தனை பூராவும் ஹீராவிடமும் என் பெற்றோரிடமும் இருந்தது. கல்லூரியில் பாடம் எடுப்பேன், ஆய்வு செய்வேன், வீட்டுக்கு வந்து தனிமையில் பொழுதைக் கழிப்பேன். காசை மிச்சப் படுத்த நானே சமையல் செய்துகொள்வேன். என் சக ஊழியன் யாவால்கர் தன் ஆய்வுப் படிப்பிற் காக அமெரிக்கா சென்ற பிறகு எனக்கும் மேல் படிப்புக்காக வெளிநாடு செல்லும் ஆசை பிறந்தது. வேலை முடிந்து நேரே வீட்டுக்கு வருவதற்குப் பதிலாக நூல் நிலையம் சென்று அமெரிக்காவின் எனது டாக்டர் பட்டத்திற்கான நூற்களைப் படிப்பேன். நீண்ட விசாரணைக்குப் பின் அமெரிக்காவிலுள்ள விஸ்கான்சின் பல்கலைக் கழகமே எனக்கு ஏற்ற விவசாயப்பள்ளி என்று அறிந்தேன். அங்கே உள்ள துறைத் தலைவர் டாக்டர் அட்டோ என்பவருக்கு விவரம் கேட்டு எழுதினேன். வெளிநாட்டு மாணவர்களுக்கு அங்கே

கல்வி கற்க நிறைய வாய்ப்புகள் உள்ளதென்றும், கல்வி உதவித் தொகை பெறவும் பகுதி நேர வேலை வாய்ப்பும் உள்ளன என்றும் எழுதினார்.

எனது தனிமை வாழ்க்கையில் இரண்டு திடீர் மாற்றங்கள் நிகழ்ந்தன. தீபாவளி விடுமுறையின்போது நாக்புர் சென்றேன். என்னுடன் என் நெருங்கிய நண்பன் வஞ்சாரேயும் வந்தான். அவனும் தாழ்த்தப்பட்ட ஜாதிதான். விவசாய கல்லூரியில் அவனுக்கு இடம் கிடைக்க நான்தான் உதவினேன். திடீரென்று எந்த அறிவிப்புமின்றி ஸோன்டெக்கே வீட்டுக்குச் சென்றேன். பல நாட்கள் நாங்கள் ஒன்றாக இருந்தோம். திரும்பி வரும்போது பட்வால் மாமாவை என்னுடன் டில்லிக்கு அழைத்து வந்து விட்டேன். அவர் டில்லியை நன்றாகச் சுற்றிப் பார்க்கட்டுமே. அத்துடன் அவர் நன்றாக சமையல் செய்வார். ஆனால் அவரால் நீண்ட நாள் டில்லியில் இருக்க முடியவில்லை. அவருக்கு ஹிந்தியும் பேசத் தெரியாது. ஊரிலிருந்து நெடுந் தொலைவுக்கு வந்து, ஒரு இடத்தைப் பிடித்துக்கொண்டு, தன்னைப் போன்ற மகாராஷ்டிரர்களுக்கு உதவியதில் நான் தான் முன்னோடி என்று சொல்ல வேண்டும்.

1955 பிப்ரவரி 18. எனக்கு ஒரு ஆண் குழந்தை பிறந்திருக் கிறது என்ற மகிழ்ச்சியான செய்தியைத் தாங்கிக்கொண்டு ஒரு தந்தி வந்தது. எல்லோருக்கும் ஒரே மகிழ்ச்சி. அனைவருக் கும் இனிப்பு வழங்கியதோடு நண்பர்களுக்கு ஒரு விருந்தும் வைத்தேன். குழந்தைக்கு டாக்டர் அம்பேத்கரின் பெயரில் ஒரு பகுதியான பீம்ராவ் என்ற பெயரை வைத்தேன்.

ஹீராவிடமிருந்து கடிதம் வந்தது – மகனைப் பார்க்க எப்போ வரப்போகிறீர்கள் என்று. என் நிலைமை எனக்குக் கஷ்டமாயிருந்தது. ஏதோ ஓர் உணர்ச்சியில் தீபாவளிக்கு நாக்புர் சென்றதை நினைத்து என்னையே திட்டிக்கொண்டேன். இப்போது போகக் கையில் காசில்லை. மாதாமாதம் வீட்டுக்குப் பணம் அனுப்பிக்கொண்டிருக்கிறேன் – என் திருமணத்தை யொட்டி ஏற்பட்ட கடனைத் தீர்ப்பதற்காக.

ஏப்ரல் முதல் தேதி எப்படியோ ஊருக்குப் போக கையில் பணம் சேர்ந்துவிட்டது. முதல் பார்வையிலேயே குழந்தை பீம் என்னை மகிழ்ச்சிக் கடலில் மூழ்கடித்தான். அப்புறம் குழந்தையை எல்லோரிடமும் காட்டுவதற்காகக் கிராமத்துக்குப் போனோம். என் தங்கை புஷ்பாவின் திருமணம் நடைபெற்றது. எல்லாமாக குடும்பத்தின் கடன்சுமை ஏறிக்கொண்டே போயிற்று.

ஹீரா முதல் வருட பரீட்சையில் தேறிவிட்டாள். புதிய வாழ்க்கையின் மகிழ்ச்சியில் என் மனக்கவலை சற்றே குறைந்தது

போலிருந்தது. டில்லி பயணம் மிக மகிழ்ச்சியாக இருந்தது. போகும் வழியில் இறங்கி தாஜ்மஹாலையும் பார்த்தோம்.

என் மகனை பாபாசாகபிடம் காட்டுவதற்காக அவர் வீட்டுக்குக் கொண்டு சென்றோம். அந்த நிகழ்ச்சியை நினைத்து மிகவும் மகிழ்ச்சி கொள்வதற்கில்லை. நானும் ஹீராவும் குழந்தையை பெரியவர் பாதங்களில் கிடத்தினோம். பாபா சாகப் குழந்தையை சற்று நேரம் உற்றுப் பார்த்துவிட்டுச் சொன்னார். "உனக்கு இப்போதுதான் திருமணம் ஆயிற்று, அதற்குள் ஏதோ போட்டியில் பரிசு வென்றுவிட்டதுபோல் குழந்தையுடன் வந்திருக்கிறாய். இனி உன் மேல்படிப்பு என்னாகும்? நம் ஜாதி மக்கள் செய்யும் தவறைத்தான் நீயும் செய்கிறாய். கொஞ்சம் படிக்க வேண்டும். ஒரு சின்ன வேலை கிடைக்க வேண்டும். அப்புறம் வாழ்க்கையில் செட்டில் ஆகிவிட வேண்டும். ஒரு குழந்தையை வளர்ப்பதற்கு எவ்வளவு நாளாகும் என்று உனக்குத் தெரியுமா? பகல் முழுதும் குழந்தையுடன் இருக்க வேண்டும். காலையில் அதனுடன் விளையாட வேண்டும். உடனே வேலைக்கு ஓட வேண்டும். மீண்டும் அவசரமாக வீடு திரும்பி குழந்தையைக் கவனிக்க வேண்டும். இப்படியே கையைக் கட்டிப் போட்டுக்கொண்டால் நம் சமூகம் எப்படித் தான் முன்னேறும்? இதுதானா உன் கல்வி உனக்குக் காட்டியது, இது எப்படி நம் சமுதாயத்துக்கு உதவி செய்யும்?"

அவர் பேசி முடித்து அமைதியாகும்வரை காத்திருந்தேன். அப்புறம் மெதுவாக, "பாபா சாகப், நான் குழந்தைக்கு பீம்ராவ் என்று பெயரிட்டிருக்கிறேன்" என்றேன்.

அவர் சற்று நேரம் பேசாமல் இருந்துவிட்டு சொன்னார்: "நீ உன் குழந்தைக்கு என்ன பெயர் வேண்டுமானாலும் வைத்துக் கொள். ஆனால் இந்த சொற்பப் படிப்பை வைத்துக்கொண்டு குழந்தையை என்ன செய்யப் போகிறாய்? ஒரு பெயரில் என்ன நன்மை வந்துவிடப் போகிறது? அங்கே ஒரு பெண்ணின் பெயர் லக்ஷ்மி, அவள் பத்துப் பாத்திரம் தேய்த்துப் பிழைக் கிறாள். இந்தப் பக்கம் சுபாஷ் சந்திரர் முடி திருத்தகம் இருக்கிறது. சிவாஜி மார்க் பீடிகூட வந்துவிட்டது."

நான் அவரிடம் மேற்கொண்டு படிக்கப் போகிறேன் என உறுதியாகக் கூறினேன். "அதுதான் என் வாழ்க்கையின் முக்கிய லட்சியம். நான் என் மகனுக்கு பீம்ராவ் என்று பெயரிட்டது நான் சாகும்வரை உங்கள் பெயரை உச்சரித்துக் கொண்டிருக்கலாமே என்ற எண்ணத்தில்தான்."

"மேல் நாடுகளில் மக்கள் குழந்தை பிறப்பதற்கு முன்பே அதற்கான உடைகளையும் ஸ்வெட்டர்களையும் ரெடியாக வைத்துக்கொள்வார்கள். இங்கே ஏழ்மை காரணமாக குழந்தை

பிறந்த பிறகுகூட அதை சரியாகக் கவனிக்க முடியாது. என் அனுபவத்தையே பாரேன். நான் பல வருடங்கள் வறுமையில் கஷ்டப்பட்டவன். மேல் நாடு சென்று சட்டப்படிப்பு படித்து விட்டு வந்தபிறகுகூட என் ஜாதி காரணமாக எனக்கு சரியாக பிராக்டிஸ் பண்ண முடியவில்லை. மோசமான பொருளாதார நிலை காரணமாக வெறும் கஞ்சியை மட்டுமே குடித்திருக் கிறேன். உடம்பு பலகீனமாகிவிட்டது, எனது ஒரு குழந்தை நோயில் இறந்துவிட்டது. அதைப் புதைக்கக்கூட எனக்கு சக்தி இல்லை. வெளிநாட்டில் இருந்து கொண்டுவந்த உடை களைத் தவிர வேறொன்றும் இல்லை. அவை எல்லாம் கம்பளி ஆடைகள். ஒரே சூடு. எனது பிராக்டிஸ் மெதுவாக வளரத் தொடங்கியபோது என் மனைவி ரமா நோய்வாய்ப்பட்டாள். அவள் மீண்டும் கர்ப்பமானால் நிச்சயமாக அவள் உயிருக்கு ஆபத்துத்தான். அவள் உயிர் பிழைப்பதற்காக நாங்கள் பிரம்மச்சரியம் அனுஷ்டித்தோம்."

பாபா சாகப் தம் நினைவலைகளில் மூழ்கினார். "அவள் மிகவும் பலவீனமாக இருந்தாள். அவளைக் காப்பாற்ற என்னால் முடிந்ததெல்லாம் செய்தேன். ஏகப்பட்ட ஊசி மருந்துகள், மாத்திரைகள் எதையுமே விட்டுவைக்கவில்லை. ஆனால் அவள் என்னை விட்டுப் போய்விட்டாள். உலகத்தை விட்டே நழுவிச் சென்றுவிட்டாள்."

அவர் குரல் தழுதழுத்தது. ஒரு சொட்டு கண்ணீர் விழுந்தது. ஒரு குழந்தையைப் போல் அழத் தொடங்கினார். அதைப் பார்த்ததும் அறையிலிருந்த அனைவருமே அழத் தொடங்கினர். இதற்கு முன் அவர் கண்ணீர்விட்டு நான் பார்த்ததே இல்லை.

தன் அரசியல் எதிரிகளோடு ஒரு சிங்கம்போல் பாய்ந்து சண்டையிடும் மனிதர் தம் மறைந்த மனைவியின் நினைவில் இப்போது அமைதியின் உருவமாயிருக்கிறார். உதவிக்கு யாரு மற்றவராக. அவர் தமது புத்தகம் ஒன்றை தம் மனைவிக்கு சமர்ப்பணம் செய்ததன் மூலம் தம் உணர்வை வெளிப்படை யாகக் காட்டியிருக்கிறார்:

என் அன்பான ராமுவின் இனிய நினைவுக்கு: தனிமை யில் சிநேகிதர்களின்றித் தவித்த நாட்களில் என்னிடம் சேர்ந்து அவன் காட்டிய மேன்மையான உள்ளத்துக்கும் அற்புதமான குணத்துக்கும் பொறுமைக்கும் துணிவுக்கும்.

எங்களது தனிமையான இந்த சந்திப்பின் மூலம் பாபா சாகப் தம் மனைவியின் மீது வைத்திருந்த ஆழ்ந்த அன்பை உணர்ந்துகொண்டேன். கனக்கும் இதயத்துடன் வீடு திரும்பினோம்.

போ வெளியே

ஒருநாள் சந்தோஷ் என்ற துப்புரவுத் தொழில் செய்யும் பெண் – எங்கள் கழிவறைகளைச் சுத்தம் செய்து முற்றத்தைப் பெருக்குபவள் – ஹீராவிடம் தன் சாப்பாட்டை வைத்து உண்பதற்காக ஒரு பேப்பர் வேண்டுமென்று கேட்டாள். ஹீரா நாங்கள் சாப்பிடும் தட்டங்களில் ஒன்றைக் கொடுத்து அதில் வைத்துச் சாப்பிடும்படிச் சொன்னாள். இதைப் பார்த்த எங்கள் வீட்டுச் சொந்தக்காரிக்கு ஆத்திரம் வந்துவிட்டது. "என் வீட்டில் இருந்துகொண்டு இப்படியெல்லாம் செய்யக்கூடாது" என்று கத்தினாள்.

நான் சொன்னேன்: "மாதாஜி, உங்கள் வீட்டு நாய் எங்கெல்லாமோ சுற்றித் திரிந்துவிட்டு உங்கள் படுக்கையில் குதிக்கிறது, உங்கள் மடியிலும் கிடக் கிறது. இந்தத் துப்புரவு பெண் அந்த நாயைவிட மோசமா? அவளும் மனுஷிதானே. உங்கள் நரம்பில் ஓடும் ரத்தம்தான் அவள் உடம்பிலும் ஓடுகிறது. நாம் நமது வீட்டை மட்டும்தான் சுத்தம் செய்கிறோம். அவளோ எல்லோருடைய வீடுகளையும் சுத்தப் படுத்துகிறாள். ஒருவிதத்தில் அவள் நம்மைவிட உயர்ந்தவள். அவள் எல்லோருக்கும் உழைக்கிறாள். கபீர் என்ன சொல்கிறார் தெரியுமா?

ஹம் பீ பங்கி தும் பீ பங்கி ஸப் ஹை பங்கி
கா பஸாரா
கஹத் கபீரா ஸுன பயி ஸாது கோன் ஹை
பங்கி

ஸே நியாரா

(நான் பங்கி, நீ பங்கி, அனைவரும் பங்கிகளே என்கிறான் கபீர். யார்தான் பங்கி இல்லை)

மாதாஜி, நீங்கள் புராணங்களை படிக்கிறீர்கள், பிரார்த்தனை செய்கிறீர்கள், ஆனால் உங்கள் உள்ளம் மட்டும் ஏன் குறுகியதாக இருக்கிறது?"

வீட்டுக்காரர் வந்தார். அவரும் தன் மனைவி பக்கமே பேசினார். எங்களிடம் கோபத்துடன் கத்தினார். ஹீரா, "அவர் கோபத்தைக் கிளற வேண்டாம், எப்படியும் நாம் இங்கே அன்னியர்கள்தாம்" என்றாள் என்னிடம்.

"நான்தான் அவர்களிடம் முதலிலேயே சொல்லிவிட்டேனே நாம் யாரென்று. நாம் தாழ்த்தப்பட்டவர்கள் என்பது அவர்களுக்குத் தெரியும். பண ஆசை ஒன்றுதான் நம்மை இருக்க அவர்கள் அனுமதிக்கக் காரணம். அவர்களிடம் மூண்டு கொண்டிருந்த வெறுப்பு இப்போது வெடித்துவிட்டது. சர்மா நம்மிடம் வீட்டைக் காலிபண்ணச் சொல்லிவிட்டார்."

எங்களுக்கும் அந்த வீட்டில் வசிக்க விருப்பமில்லை. ஆனால் திடீரென எங்கே போவது? குழந்தை பீம்ராவுக்கு உடம்பு சரியில்லை. இரவு முழுதும் விளக்கைப் போட்டுக் கொண்டு அவனைக் கவனித்துக்கொண்டிருந்தோம்.

மறுநாள் சர்மா, "ராத்திரி பூரா லைட்டை போடுகிறீர்கள். சீக்கிரம் இடத்தைக் காலி பண்ணுங்கள்" என்றார்.

நேற்றைய சண்டையின் பலன் என்று நினைத்துக்கொண்டேன். கோபத்துடன் கணக்கைத் தீர்த்தேன். ஹீராவிடம் "சாமான்களை எல்லாம் எடுத்து முற்றத்தில் அந்த நாவல் மரத்தடியில் கொண்டு போடு, வேறு வீடு பார்க்கிறேன்" என்றேன்.

எங்களைப் பார்க்கப் பரிதாபமாக இருந்திருக்கும். பெரிய நாவல் மரத்தடியில் சாமான்கள் எங்களை சுற்றிக் கிடக்க, கட்டில்மேல் நாங்கள் அமர்ந்திருக்கிறோம். பட்டாச்சார்ஜி என்ற பெங்காலி பிராமணர் எங்கள் நிலையைப் பார்த்துவிட்டு, "குழந்தைக்கு உடல் நலமில்லை. அவனை இப்படி திறந்த வெளியில் வைத்திருக்கக் கூடாது. என் வீட்டுக்கு வாருங்கள். உங்களுக்காக ஒரு அறையை ஒழித்துத் தருகிறேன்" என்றார்.

பட்டாச்சார்ஜி தம்பதிகள் நல்ல சுபாவம். ஹீராவை தங்கள் சகோதரியாகவே கருதினர். அவர்களுக்கு கோகன், புரு என்று இரண்டு குழந்தைகள். பீம்ராவுடன் விளையாடிக்

கொண்டிருப்பார்கள். பட்டாச்சார்யா நல்ல படித்தவர். நாங்கள் அவருடன் பல்வேறு விஷயங்கள் குறித்துப் பேசிக்கொண்டிருப்போம். டாக்டர் அம்பேத்கர் பற்றி அவரிடம் நிறைய பேசி யிருக்கிறேன்.

இதில் வேடிக்கை என்னவென்றால் எங்கள் பழைய வீட்டுக்காரர் நாங்கள் அங்கிருந்து மாறிய பிறகும் எங்களிட மிருந்து கத்திரி, போஸ்ட் கார்டு, சோப் போன்றவற்றை இரவல் வாங்குவதை தொடர்ந்தார். நாளடைவில் இது எங்களுக்குத் தேவையற்ற உபத்திரவமாக இருந்ததால் அவர்களுக்கு கடன் கொடுப்பதை தவிர்த்துவிட்டோம்.

ஹீரா தன் படிப்பைத் தொடர்வதற்காக நாக்பூர் செல்ல வேண்டியதாயிற்று. மீண்டும் வீட்டில் தனிமை வாழ்க்கை. ஆனால் பட்டாச்சார்யாவின் நட்பு இருந்தது. காலையிலும் மாலையிலும் அவர்களுடன் வெகுநேரம் பேசிக்கொண் டிருப்பேன்.

சாது போவாவின் மறைவு

'அப்பாவின் நிலைமை மோசம்' என்று அவசரமாக எழுதியிருந்தான் அங்குஷ். நான் அவரைக் கவனித்துக்கொள்ளத் தேவையான பணம் அனுப்பினேன். குடும்பத்தினர் அவரை நாக்பூர் மெடிக்கல் காலேஜுக்கு அனுப்ப விரும்பினர். ஆனால் அவர் மறுத்துவிட்டார். "என்ன நடந்தாலும் அது இங்கு வைத்தே நடக்கட்டும்" என்று சொல்லிவிட்டார். அவருடைய நிலைமை மோசமாகிக்கொண்டே வந்தது. கடைசியில் 1955 ஜூலை 23 அன்று ஆம்புலன்ஸில் நாக்புருக்கு அழைத்துச் செல்லப்பட்டார். எனக்கு இந்தச் செய்தி தந்தி மூலம் தெரிவிக்கப்பட்டவுடன் நான் எல்லா வேலைகளையும் அப்படியே போட்டுவிட்டு சாயங்கால ரயிலைப் பிடித்து நாக்பூர் வந்தேன். ஆனால் அதற்குள் எல்லாம் முடிந்துவிட்டது. ஆம்புலன்ஸில் நாக்பூர் ஆஸ்பத்திரிக்கு வரும் வழியிலேயே அவர் இறந்துவிட்டார். அதே ஆம்புலன்ஸ் அவர் உடலை சுமந்துகொண்டு உம்ரேருக்குத் திரும்பியது.

எல்லோருமே துயரத்தில் ஆழ்ந்திருந்தனர். சில நாட்களே அவரை அறிந்திருந்த ஹீராவின் அழுகையை அடக்க முடியவில்லை. எனக்கும்

கிராமத்தின் எல்லையில் உள்ள எனது தந்தையின் சமாதி.
கிராமத்தில் அவர் பெரிய பக்திமானாகப் கருதப்பட்டார்.
"கண்களில் நீர் உள்ளவர்கள் அனைவருமே எங்கள் உறவினர்கள் தாம்."

என் சகோதரர்களுக்கும் சகோதரிகளுக்கும் மழையிலும் புயலிலும் அரணாக இருந்த அவர் போய்விட்டார். எந்த ஆதரவுமின்றி தவித்தோம். வாழ்க்கையில் முதல்முறையாக தூக்கமில்லாமல் தவித்தேன். வாழ்க்கை அர்த்தமற்றுவிட்டது போல் தோன்றியது.

இறுதி ஊர்வலத்துக்கு ஊரே திரண்டு வந்தது. அவர் உடலை சுமந்து செல்ல ஆட்கள் நான் நீ என்று முன்வந்தனர். ஜோகர் என்பவர், பங்கியிலேயே மிகவும் தாழ்ந்த இனத்தவர், என்னிடம் வந்து நானும் தோள் கொடுக்கட்டுமா என்று கேட்டார். என் உறவினர் ஒருவருக்குக் கோபம் வந்துவிட்டது. ஆனால் நான், "யார் கண்ணில் நீர் இருக்கிறதோ அவர் நம் உறவினர். அப்பா இருக்கும்வரை எந்த ஜாதி பாகுபாடும் பார்க்கவில்லை. அவர் இறந்த பிறகு அதைப் பற்றி என்ன பேச்சு?" என்று சொல்லிவிட்டேன். எல்லா ஜாதி மக்களும் கண்களில் நீர் ததும்ப அவர் பூத உடலுக்கு கைகுவித்து வணக்கம் செலுத்தினர்.

உண்மையாகவே அப்பா சாது போவா என்ற பெயரைப் பெற்றுவிட்டவர். அரசு நிலத்தில் அவர் உடல் அடக்கம் செய்யப்பட்டது. அதற்கான அனுமதி எளிதில் கிடைத்து விட்டது. பின்னர் அந்த இடத்தில் நாங்கள் அப்பாவுக்காக ஒரு நினைவுச் சின்னம் கட்டினோம்.

நான் விரும்பிய அளவு அப்பாவுக்கு உதவ முடியவில்லையே என்ற வருத்தம் எனக்கு இருக்கிறது. வாழ்க்கையில் எவ்வளவோ கஷ்டநஷ்டங்களை அனுபவித்தவர் அவர். அவற்றை பொறுமையுடன் சகித்துக்கொண்டவர். என் படிப்பு எல்லாம் முடிந்த பின் அவரை நன்றாகக் கவனித்துக்கொள்ள வேண்டும் என்று நினைத்திருந்தேன். அந்த பாக்கியம் எனக்குக் கிடைக்கவில்லை.

அனாதைபோல் உணர்ந்த அந்த நிலையில்தான் நான் குடும்பத்தலைவன் ஆனேன்.

பாகம் 6
புதிய உலகம்

கல்விக்குக் கரையேது

டில்லிக்கு வந்ததும் என் நண்பர்களின் ஆறுதல் மொழிகளும் பட்டாச்சார்யா குடும்பத் தினரின் ஆதரவுமே என்னை நடமாட வைத்தன. எனக்கு ஒரே ஒரு நம்பிக்கை ஒளியிட்டது: என் குடும்பம், என் மகன். குளிர்கால விடுமுறையின் போது நான் மகாராஷ்ட்ரா சென்றேன். என் மனைவியையும் மகனையும் பார்த்ததும் மனதில் நம்பிக்கை மலர்ந்தது.

என் கவனத்தைத் திருப்பும் நிகழ்ச்சிகளும் இருந்தன. 1955 குளிர்காலத்தில் சோவியத் தலைவர் களான புல்கானின் மற்றும் குருஷேவ் இந்தியா வந்தனர். ஒரு வல்லரசு நாட்டின் தலைவர்கள் புதிதாக சுதந்திரம் பெற்ற நம் நாட்டுக்கு விஜயம் செய்வது இதுதான் முதல் தடவை. அன்று இந்தியாவே பரபரப்புடன் இருந்தது. நான் அவர் களைப் பார்க்க பாலம் விமான நிலையத்துக்குப் போனேன். ஒரு லட்சம் பேர் அங்கு கூடியிருந்தனர். போலிஸால் கூட்டத்தைக் கட்டுப்படுத்தவே முடிய வில்லை. கிருஷ்ண மேனன் போன்ற பிரமுகர்கள் கூட கூட்டத்தில் அவதிப்பட்டனர்.

இந்த களேபரத்தில் பிரதம மந்திரி ஜவகர்லால் நேருவின் மகள் இந்திரா தம் தந்தை மற்றும் மெய்க்காப்பாளரிடமிருந்து விலகிச் சென்று விட்டாள். நான் இந்திராவை இதற்குமுன் பாரத் சேவக் சமாஜில் வைத்துப் பார்த்திருக்கிறேன். மிக அழகாயிருப்பாள். கூட்டத்தில் அவள் நசுங்கி விடுவாள் என்று தோன்றியது. அவள் நிலையை

அறியாமல் மெய்க்காவலர்கள் பிரதம மந்திரியின் பாதுகாப்பி லேயே கண்ணும் கருத்துமாயிருந்தனர். நான் கூட்டத்தை விலக்கிக்கொண்டு முன்னேறி இந்திராவின் அருகே சென்று விட்டேன். அவளைப் பார்த்து "பெஹன்ஜி, கவலைப்படாதீர்கள். நான் உங்களைப் பாதுகாக்க வந்திருக்கிறேன்" என்று சொல்லிய படி அவளை ஒரு கையால் அணைத்தபடி கூட்டத்தை விலக்கி வழியமைத்து பாதுகாவலரிடம் கொண்டுபோய் ஒப்படைத்தேன். இந்திரா முகத்தில் எந்தவித பயமோ சலனமோ ஏற்படவில்லை. எனக்கு நன்றி சொல்லிவிட்டு காவல் படையினரிடையே மறைந்துவிட்டாள்.

இளவேனில் பருவம் வந்தது. ஹீரா அவளது பி.ஏ. இறுதிப் பரீட்சை எழுதப் போகிறாள். அதன்பின் அவள் டில்லி வந்து என்னுடன் இருக்கலாம். நான் மகிழ்ச்சியிலிருந்தேன்.

ஆனால் விதி மீண்டும் விளையாடியது. அவள் வாந்தி எடுக்கத் தொடங்கினாள். உடம்பு இளைத்துவிட்டது. 'இந்நிலை யில் எப்படி பரீட்சை எழுதமுடியும்?' என்று கடிதம் எழுதி யிருந்தாள்.

ஹீரா முந்தைய பல தேர்வுகளை எழுதி முடித்திருந்தாள். ஆனால் இறுதி பரீட்சையை மட்டும் எழுத முடியாமல் அவள் உடல் நிலை மோசமாகி விட்டது. எனக்கு என் மீதே கோபமாயிருந்தது. நான் அவளைக் கைவிட்டுவிட்டதாக நினைத்து வெட்கப்பட்டேன். இதன் காரணமாக நாக்புருக்கும் செல்லவில்லை. ஸோன்டெக்கே குடும்பத்தினர் முகத்தில் எப்படி விழிக்க முடியும்? கோடை காலத்தில் ஹீரா டில்லி வந்தாள். அவளுக்கு ஒரே வேலை. குழந்தையைக் கவனிக்க வேண்டும். வரும் விருந்தினர்களைக் கவனிக்க வேண்டும். இந்த நிலையில் மீண்டும் பரீட்சைக்குப் படித்து எழுதுவது எப்படி?

ஹீராவின் கல்வி வாய்ப்புகள் குறைந்தன. ஆனால் என் அமெரிக்க விஜயம் பலித்துவிடும் போல் தோன்றியது. விஸ்கான் சின் பல்கலைக்கழகத்தில் ஆய்வு மேற்கொள்ளவும் பகுதிநேர வேலை பார்க்கவும் அனுமதி கோரியிருந்தேன். ஆனால் வெளிநாடு போவதற்குப் பணத்துக்கு எங்கே போவது. பல உதவி நிறுவனங்களுக்குக் கடிதம் எழுதினேன். பலன் இல்லை. ஆனால் விதி எப்படியெல்லாம் வேடிக்கை செய்கிறது பாருங்கள். அமெரிக்கா செல்லும் நினைப்பையே கைவிட்டுவிட்டேன். ஒருநாள் என் நண்பன் ஒருவன் ஜான்சியிலிருந்து என்னைப் பார்க்க வந்திருந்தான். போகும்போது தான் கொண்டுவந்திருந்த தினசரி பத்திரிகையை வைத்துவிட்டுப் போய்விட்டான்.

தற்செயலாக அதைப் புரட்டிக்கொண்டிருக்கையில் ஒரு கட்டுரை கண்ணில்பட்டது. ஆக்ராவிலுள்ள ஒரு புரொபஸர் தாம் அமெரிக்கா செல்வதற்கு ராக்பெல்லர் பவுன்டேஷனி லிருந்து கல்வி உதவித்தொகை பெற்ற விவரத்தை அந்தக் கட்டுரையில் குறிப்பிட்டிருந்தார். எனக்கு நம்பிக்கை துளிர்த்தது.

நான் ராக்பெல்லர் பவுண்டேஷனுக்கு பண உதவி கேட்டு எழுதினேன். டாக்டர் சாண்ட்லர் என்பவர் டில்லி வரப் போவதாகவும் அவர் என்னை நேர்காணப் போவதாகவும் பதில் வந்தது. ஆஹா, என் எண்ணமெல்லாம் பகற்கனவாக மறைந்து போகவில்லை. எங்கள் பொருளாதார நிலை இப்படி இருக்கும்போது நான் வெளிநாடு சென்று படிப்பேன் என்ற நம்பிக்கையே ஹீராவுக்கு இல்லை.

ஆனால் இப்போது ஹீராவுக்கு வேறொரு கவலை வந்து விட்டது. நான் வெளிநாடு சென்றுவிட்டால் அவள் மகாராஷ்ட்ராவில் தனியாக இருக்க வேண்டும். அத்துடன் வெளிநாடுகளில் உள்ள பெண்கள் மயக்கும் மோகினிகளாக இருப்பார்களே! நான் மறுநாள் நேர்காணலுக்கான தயாரிப்பு களில் ஈடுபட்டுக்கொண்டிருந்தபோது ஹீரா இரவு முழுதும் தூங்காமல் குடும்பத்தின் எதிர்காலத்தைப் பற்றி சிந்தித்துக் கொண்டிருந்தாள். எங்களுக்குள் உரசல்கூட ஏற்பட்டது. அவள் என் குடும்பத்தாருடன் நான் திரும்பி வரும்வரை தங்கியிருக்க லாம் என்று சொன்னேன். ஆனால் அது சாத்தியமா?

மறுநாள் குறிப்பிட்ட நேரத்தில் டாக்டர் சான்ட்லர் விவசாய கல்லூரிக்கு வந்தார். ஆறடி உயரம். அறிவுக் களையும் ஆற்றலும் மிளிரும் அழகான முகம். உடனேயே என்னிடம் கேள்விகள் கேட்கத் தொடங்கிவிட்டார். என் ஆய்வுகள், அறிவியல் கட்டுரைகள், சர்டிபிகேட்கள், மார்க்குகள் பற்றி யெல்லாம் கேட்டார். எனது வழிகாட்டி டாக்டர் ராய் சௌத்ரியை சந்திக்க விரும்பினார். ஆனால் அவர் தமது வீட்டுக்கு சாப்பிடப் போய்விட்டிருந்தார். ஒரு மணிநேரம் காத்திருக்க வேண்டும். என் வீட்டுக்கு வாருங்களேன் என்று டாக்டர் சாண்ட்லரை அழைத்தேன்.

அவருடைய காரிலேயே என் எளிய வசிப்பிடம் சென்றோம். ஒரு வெள்ளைக்காரருடன் காரில் வந்து நான் இறங்குவதைப் பார்த்து எல்லோரும் அதிசயப்பட்டனர். ஹீரா உறக்கக் கலக்கத்துடன் கையில் ஒரு துடைப்பத்துடன் வாசலில் நின்று கொண்டிருந்தாள். டாக்டர் சாண்ட்லர் தமது கையை நீட்டியதும் அவள் துடப்பத்தை கீழே போட்டுவிட்டு இருகையையும் குவித்து 'நமஸ்தே' என்றாள். அவர் அவளது வலது கையைப்

பற்றியபடி "அமெரிக்காவில் நாங்கள் இப்படித்தான் கைகுலுக்கு வோம்" என்றார். பிறகு மெல்லிய குரலில் கவனமாக சில கேள்விகள் கேட்டார்.

தட்டுத்தடுமாறும் ஆங்கிலத்தில் ஹீரா பதிலளித்தாள். கேள்வி கேட்டு முடிந்ததும் அவர் சிரித்துக்கொண்டே, "மிஸ்டர் நிம்கடே, நேர்காணல் எனக்கு திருப்தி அளிக்கிறது" என்றார். அது என்னுடைய நேர்காணலா, ஹீராவின் நேர்காணலா என்று எனக்குப் புரியவில்லை.

சுவரில் டாக்டர் அம்பேத்கரின் படம் இருப்பதைப் பார்த்தார்.

"ஸார், இவர்தான் டாக்டர் அம்பேத்கர். இந்தியாவின் அரசியல் சட்டத்தை உருவாக்கியவர். எனது கல்விக்கான ஆர்வத்தை வளர்த்தவர். ஸார், நான் கல்வி கற்கத் தொடங்கும் போது எனக்கு வயது பதினான்கு. அதுவரை எனது கிராமமான ஸத்காவில் மாடுகள் மேய்த்துக்கொண்டிருந்தேன். எனது கிராமப் பள்ளியில் படிக்கும்போது எனது ஜாதி காரணமாக வகுப்பறைக்கு உள்ளே நான் நுழையக் கூடாது. எந்த மாணவனையும் தொட்டு விடக் கூடாது."

மிஸ்டர் சாண்ட்லர் சொன்னார்: "மிஸ்டர் நிம்கடே, நீங்கள் மூவாயிரம் ரூபாய் பயண உதவித் தொகை கேட்டிருந் தீர்கள். நான் உங்கள் நிலையைப் பார்த்தேன். உங்கள் தைரியத்தைப் பாராட்டுகிறேன். உங்கள் வீட்டில் ஒரு சிறிய அறையும் நிறைய புத்தகங்களும் இருக்கின்றன. ஆனால் உங்கள் ஆர்வம் அளப்பரியது. உயர்ந்த நோக்கம், துணிவு எல்லாம் இருக்கின்றன. உங்கள் பயண உதவி விண்ணப்பத்தை பலமாக சிபாரிசு செய்கிறேன். நீங்கள் கேட்டதைவிட கூடுதலாக மாதம் 250 டாலர் கிடைக்கும். உங்கள் மனைவியும் படித்தவள். அவளையும் உங்களுடன் அழைத்துச் செல்லலாம். குடும்ப உதவித் தொகையாக மாதம் 150 டாலர் தனியாக அவளுக்குக் கிடைக்கும். இந்த மாதிரி ஒரு நல்ல குடும்பத்துக்கு உதவ ராக்பெல்லர் பவுண்டேஷன் எப்போதும் மகிழ்ச்சியுடன் தயாராக இருக்கிறது. உங்களுக்கு என் நல்வாழ்த்துக்கள்."

நான் மகிழ்ச்சிக் கடலில் மூழ்கினேன். என் முன்னே டாக்டர் சாண்ட்லர் கடவுளாகவே காட்சி அளித்தார். நான் அவரிடம் ஒரு கதை சொன்னேன். ஒரு கிராமவாசி காட்டில் விறகு வெட்டிக்கொண்டிருக்கும்போது அவன் கோடாலி கீழே தண்ணீரில் விழுந்துவிட்டது. ஒரு தேவதை தண்ணீரிலிருந்து கையில் ஒரு வெள்ளிக் கோடாலியுடன் அவன் முன் தோன்றி, "இது உன் கோடாலியா?" என்று கேட்டது. கிராமவாசி "இல்லை,

என்னுடையது சாதாரண இரும்பு கோடாலி" என்றான். தேவதை மீண்டும் நீரில் மறைந்து ஒரு தங்க கோடாலியுடன் வந்தது. "இதுதான் உன் கோடாலியா?" என்று கேட்டது. அவன் மறுபடியும், "எனது கோடாலி வெறும் இரும்புதான்" என்றான். தேவதை மறுபடியும் நீருக்குள் சென்று அவனுடைய பழைய கோடாலியுடன் வந்தது. "ஆஹா, இதுதான் என் கோடாலி" என்று மகிழ்ச்சியுடன் கூறினான் கிராமவாசி. அவனுடைய நேர்மையைப் பாராட்டிய தேவதை அந்த மூன்று கோடாலிகளையுமே கிராமவாசியிடம் கொடுத்துவிட்டு மறைந்து விட்டது.

டாக்டர் சாண்ட்லர் ரஸித்துச் சிரித்தார்.

அவர் டாக்டர் ராய் சௌத்ரியைப் பார்க்கச் சென்றதும் நான் ஒரு ஸ்பூன் சர்க்கரையை எடுத்து ஹீராவின் வாயில் இட்டேன். அவள் புன்னகையுடன், "என்ன இது, முதலில் என்னை அழ வைக்கிறீர்கள், அப்புறம் சிரிக்க வைக்கிறீர்கள்" என்றாள்.

நிறைய நண்பர்களிடம் பயணச் சீட்டுகளுக்காக கடன் வாங்கினேன். அதையெல்லாம் ஒரு நோட் புத்தகத்தில் எவ்வளவு சிறிய தொகையாயிருந்தாலும் குறித்துக்கொண்டேன். ஒரு நண்பன் நூறு ரூபாய் தந்திருந்தான். அந்த நாளில் அது ஒரு பெரிய தொகை.

ஒரே ஒரு சின்ன பிரச்சனைதான் இருந்தது. எனது கல்வி நிலையத்திலிருந்து எனக்கு கல்வி விடுப்புப் பெற வேண்டும். ஆனால் அதிகார இயந்திரம் மிக மெதுவாகத்தானே சுழலும். வாரங்கள் பல சென்றும் பலன் ஒன்றுமில்லை. டாக்டர் அம்பேத்கர் வீட்டுக்கு சென்ற ஒரு தருணத்தில் இதுபற்றி அவரிடம் சொன்னேன். அவர் வியப்புடன் என்னைப் பார்த்து, "எத்தனை தடவை நீ இங்கே வந்திருக்கிறாய், ஒருநாள்கூட இதுபற்றிச் சொல்லவில்லையே. எத்தனையோ பேர் வந்து, தம் காரியம் முடிந்ததும் மறைந்து போகிறார்கள்" என்றார்.

அவர் மனைவியும் அப்போது அங்கே இருந்தாள். "இவன் நல்ல பையன், நல்ல மாணவன்" என்றாள்.

"பாபா சாகப், உங்கள் நேரம் நாட்டுக்கும் நம் ஜாதியினருக்கும் செலவிடப்படுகிறது. அதைப் பறித்துக்கொள்ள நான் விரும்பவில்லை" என்றேன்.

பாபா சாகப் உடனே தொலைபேசியை எடுத்து விவசாய அமைச்சர் பஞ்சாப்ராவ் தேஷ்முக்கிடம் பேசினார். டாக்டர் தேஷ்முக், "எனக்கு அந்தப் பையன் நிம்கடேவைத் தெரியுமே.

என்னிடம் அவன் இதுபற்றிச் சொல்லவே இல்லை. சொல்லியிருந்தால் எப்பவே முடித்துக் கொடுத்திருப்பேனே" என்றார்.

பாபா சாகப் என்னைப் பார்த்துச் சிரித்தார். இந்தத் தைரியத்தில், திருமதி அம்பேத்கரின் ஒப்புதலுடன், அவரிடம் எனக்கு ஒரு நடத்தை சான்று தரமுடியுமா என்று கேட்டேன்.

அவர் சிரித்தார். "அரே, நான் யாருக்கும் காண்டக்ட் சர்டிபிகேட் கொடுப்பதில்லை. ஏனென்றால் ஒவ்வொருவர் நடத்தையும் ஆறு மாதங்களில் மாறிவிடுகிறது."

கடைசியில் அவருடைய செயலர் உதவியுடன் நாங்கள் ஒரு நன்னடத்தை சான்றைத் தயாரித்தோம். இதுதான் அது!

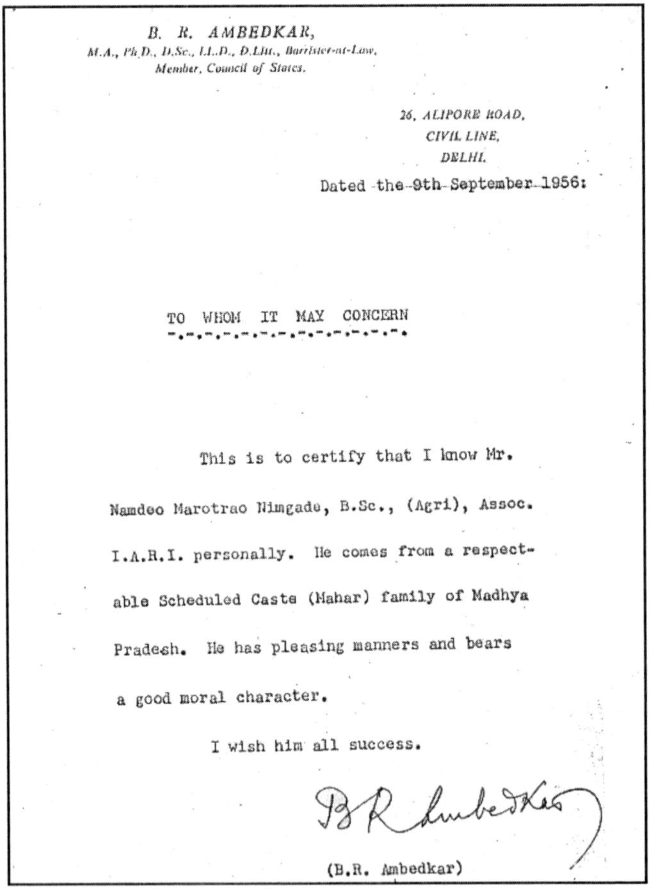

B. R. AMBEDKAR,
M.A., Ph.D., D.Sc., LL.D., D.Litt., Barrister-at-Law,
Member, Council of States.

26, ALIPORE ROAD,
CIVIL LINE,
DELHI.

Dated the 9th September 1956.

TO WHOM IT MAY CONCERN

This is to certify that I know Mr. Namdeo Marotrao Nimgade, B.Sc., (Agri), Assoc. I.A.R.I. personally. He comes from a respectable Scheduled Caste (Mahar) family of Madhya Pradesh. He has pleasing manners and bears a good moral character.

I wish him all success.

B R Ambedkar

(B.R. Ambedkar)

நாக்புரில் நிறைய பேரை புத்தமதத்திற்கு மாற்ற சிலவாரங்களுக்கு முன் டாக்டர் பி.ஆர். அம்பேத்கர் எழுதிய உறுதிக் கடிதம்.

நான் ஹிந்துவாக இறக்கமாட்டேன்

தமது இயல்புபடி, தாம் முற்றிலும் தயாராகி விட்டதாக உணரும்வரை பாபா சாகப் அதிகார பூர்வமாக புத்த மதத்துக்கு மாறவில்லை. இதற்காக அவர் புத்தமதம் பற்றி ஆய்வு செய்யவும் 'புத்தரும் அவர் தம்மமும்' என்ற நூல் எழுதவும் நேரம் எடுத்துக்கொண்டார். மதமாற்றம் என்பது ஒரு புதிய, புரிந்துகொள்ள சிரமமான விஷயம் அல்ல என்பதை தன்னைப் பின்பற்றுபவர்கள் புரிந்து கொள்ள வேண்டும் என்று அவர் விரும்பினார். அது ஒரு இயல்பான நடைமுறை. பிறந்து, ஆயிரம் ஆண்டுகள் செழிப்பாக வளர்ந்த நாட்டில் புத்த மதம் திரும்பி வருவதை வரவேற்பது இயல்பான ஒன்றுதானே.

மதமாற்றம் என்பது மதம் சம்பந்தமானது அல்ல. அரசியலும் சம்பந்தப்பட்ட மாற்றம் என்று கருதினார் பாபா சாகப். ஒரு மாதத்திற்கு முன்பு ஒரு கூட்டத்தில் அவர் பேசுவதைக் கேட்டேன்: "எனக்கு வயதாகிறது. எனது பணியைத் தொடரும் இளைஞர்களின் உதவி எனக்குத் தேவைப்படுகிறது. ஆனால் துரதிருஷ்டவசமாக நான் சர்க்கஸ் கூடாரத்தின் நடுத்தூண் போல இருக்கிறேன். நான் விழுந்தால் கூடாரம் முழுவதுமே சாய்ந்துவிடும். அதை மாற்றுவதற்கு வழி இல்லை. ஆனால் இப்போது ஒரு மாற்று வழியைக் கண்டுபிடித்து விட்டேன். நான் புத்தமதத்தைத் தழுவத் தீர்மானித்து விட்டேன். அதன் மூலம் வருங்கால சந்ததியினர் பாதுகாப்பாக முன்னேறிச் செல்ல முடியும்."

பாபாசாகபின் சர்க்கஸ் கூடார நடுக்கம்பு உதாரணத்தில் நிறைய உண்மை இருக்கிறது. அவருடைய தொண்டர்களில் பலர் நல்ல எண்ணம் உடையவர்கள் என்றாலும் அம்பேத்கர் இயக்கத்தின் வழிமுறைகளிலும் செயல்பாட்டிலும் கருத்து வேற்றுமை உடையவர்கள். முதல் மதமாற்ற சடங்கு எங்கு வைத்து நடைபெற வேண்டுமென்பது ஒரு சாதாரண விஷயம் என்று மற்றவர்களுக்குத் தோன்றலாம். ஆனால் அது குறித்து பல கோஷ்டிகள் தோன்றி அந்த நகரத்தில் நடத்த வேண்டும், இந்த நகரத்தில் நடத்த வேண்டும் என்று வாதிட்டனர். கடைசி யில் இரண்டு இடங்கள் எஞ்சின. பாபா சாகப் வசிக்கும் பம்பாய் அல்லது சரித்திர முக்கியத்துவம் வாய்ந்த நாக்பூர். (நாக்பூரில் ஏதோ ஓரிடத்தில் புத்தரின் பல் ஒன்று இருப்பதாக வாமன்ராய் கோட்போலே என்ற சமூக ஆர்வலர் கூறியிருந்தார்.)

1956 ஆகஸ்டில் ஒரு பகலில் பாபா சாகபை பார்க்கச் சென்றேன். வழக்கமான சந்திப்பு போலத்தான் இருந்தது அது. தமது படிப்பறையில் தீவிரமாக ஏதோ வேலை பார்த்துக் கொண்டிருந்தார். ஏதோ மனக் குழப்பத்தில் இருப்பதாகத் தோன்றியது. "பாபா சாகப், நீங்கள் ஏதோ கவலையில் இருப்ப தாகத் தெரிகிறது. உடம்பு சரியில்லையா?" என்று கேட்டேன். அவர் "நேற்று எனக்கு ஒரு விபத்து ஏற்பட்டது, நான் ஒரு இந்துவாக இறக்கமாட்டேன் என்று எடுத்துக்கொண்ட சபதம் என்னாவது என்றுதான் கவலைப்படுகிறேன்" என்றார்.

"ஓ, நேற்று என்ன நடந்தது?"

"புத்தகம் வாங்கலாம் என்று போயிருந்தேன். திரும்பும் போது நல்ல மழை. ரோடு எங்கும் ஒரே வழுக்கல். கார் நழுவி ஒரு பள்ளத்தில் விழ இருந்தது. டிரைவர் எப்படியோ சமாளித்து காரை கட்டுப்பாட்டுக்குள் கொண்டுவந்து விட்டார். அவருக்கு நன்றி சொல்லிவிட்டு கொஞ்சம் பணமும் கொடுத்தேன்."

நமது ரட்சகர் உயிர் பிழைத்ததில் மனதில் நிம்மதி ஏற்பட்டது.

"வெகு சீக்கிரத்தில் புத்த மதத்திற்குச் செல்ல தீர்மானித்து விட்டேன். மதமாற்ற சடங்குகளுக்கான ஏற்பாடுகளைச் செய்யும் படி நாக்பூரிலுள்ள காட்போலேவுக்குக் கூறியிருக்கிறேன். ஆனால் நிறையப் பேருக்கு காட்போலே இந்த விழாவைக் கையாளு வதில் இஷ்டமில்லை."

"காட்போலே ஒரு நல்ல சமூக ஊழியர் அல்லவா?" என்றேன். அவருடைய பையைப் பார்த்தால் அவர் ஒரு

பிராமணர் என்று தோன்றும். "நமது ஜாதிக்காக அவர் நன்கு உழைக்கிறார் என்றே நினைக்கிறேன்" என்றேன். காட்போலே வுக்கு ஆதரவாக நான் பேசியது பாபா சாகபுக்கு திருப்தியாயிருந்தது போல் தோன்றியது.

"ஸார், இந்த மதமாற்றச் சடங்கு எங்கு வைத்து எப்போது நடந்தாலும் நான் நிச்சயமாக வருவேன்" என்றேன் உறுதியாக.

பாபா சாகப் சிரித்துக்கொண்டே தலையை ஆட்டினார். "அரே, அவசரப்பட்டு சத்தியங்கள் செய்யாதே. உனக்குக் கவலைப்பட ஆராய்ச்சி இருக்கிறது, குடும்பம் இருக்கிறது. பரவாயில்லை, இந்தியாவில் பல இடங்களில் இந்த மதமாற்ற விழா நடைபெறப் போகிறது. டில்லி உட்பட. உனக்கு எவ்வளவோ சந்தர்ப்பங்கள் கிடைக்கும்."

1956 அக்டோபர் 14இல் நாக்புரில் ஐந்து லட்சம் தொண்டர்களுடன் பாபா சாகப் புத்த மதத்துக்கு மாறினார். நான் அதில் கலந்துகொள்ள வேண்டும் என்று துடித்துக்கொண்டிருந்தேன். ஆனால் புதுடில்லியில் என் குடும்பத்தை விட்டுவிட்டு வர முடியவில்லை. ஒரு வாரம் முன்புதான் ஹீரா ஒரு பெண் குழந்தையைப் பெற்றாள். அதற்கு ரேகா என்று பெயரிட்டேன். அவள் எடை ஐந்து பவுண்டுக்கும் குறைவாக இருந்ததால் டாக்டர் கவலைப்பட்டார். ஹீராவும் பலவீனமாகத்தான் இருந்தாள். ஒரு பதினைந்து நாள் ஹீரா ஆஸ்பத்திரியிலேயே கழித்தாள். அதன் பின் அவளுக்கு அங்கே தங்க முடியவில்லை. டாக்டர் வேண்டாம் என்று தடுத்தும் அவளும் குழந்தை ரேகாவும் வீட்டுக்கு வந்துவிட்டனர். நல்லவேளை, அம்மா உதவிக்காக டில்லி வந்துவிட்டாள். நல்ல சாப்பாடும் ஆதரவும் கிடைக்கவே ஹீரா விரைவில் தேறிவிட்டாள்.

சில மாதங்களுக்குப் பிறகு, 1956 டிசம்பர் 6இல், நான் ஒரு புத்தகக் கடைக்கு டாக்டர் அம்பேத்கர் கடைசியாக எழுதிய புத்தகத்தை வாங்கச் சென்றேன். கடைக்காரன், "நீங்கள் கேட்ட புத்தகத்தின் ஆசிரியர் இன்றுதான் காலமானார். ரேடியோவில் காலைச் செய்தியில் கேட்டேன்" என்றார். "இருக்க முடியாது. அது வேறு பாபா யாராவது இருக்கும்" என்று சொல்லிவிட்டு சைக்கிளில் ஏறி பாபா சாகப் வீட்டுக்கு விரைந்தேன்.

வீட்டின் முன் நிறைய மக்கள் கண்ணீருடன் தலையைக் கவிழ்த்தவண்ணம் காட்சியளித்தனர். அவர் மறைந்துவிட்டார் என்ற உணர்வு மெல்ல என்னைத் தாக்கத் தொடங்கியது. கூட்டம் குவியத் தொடங்கியது. புல்தரையெங்கும் மக்கள் அழுதவண்ணம் காட்சியளித்தனர். சிந்தனை வயப்பட்டிருந்தனர்.

நான் உள்ளே நுழைந்தேன். பாபா சாகபின் பூதஉடலைச் சுற்றி பிரதம மந்திரி நேருவும் வேறு பல தலைவர்களும் உட்கார்ந்திருந்தனர். எல்லோர் கண்களிலும் நீர் நிறைந்திருந்தது. அந்தக் காட்சியைப் பார்த்து என்னால் தாங்க முடியவில்லை. நான் புல் தரைக்குத் திரும்பி அழத் தொடங்கினேன். "பாபாசாகபை எத்தனையோ நிலைகளில் பார்த்திருக்கிறேன். நான் பார்ப்பேன் என்று நினைக்கவே முடியாத நிலையில் இன்று பார்த்துவிட்டேன்" என்று அழுதேன்.

பாபா சாகபின் தொண்டர்கள் இறுதிச் சடங்குகளுக்காக அவரது உடலை பம்பாய்க்கு எடுத்துச் செல்ல ஏற்பாடுகள் செய்தனர். அவர் உடல் ஒரு சந்தனப் பேழையில் வைக்கப்பட்டு பலவித வண்ண மலர்களால் அலங்கரிக்கப்பட்டது. பின்னர் ஒரு டிரக்கில் ஏற்றி விமான நிலையம் கொண்டு செல்லப்பட்டது. வழிநெடுக ஆயிரக்கணக்கான தொண்டர்கள் அந்தக் கடும் குளிரையும் பொருட்படுத்தாமல் கீழ்க்கண்ட பாடலைப் பாடி வழியனுப்பினர்.

பாபா சாகப் டாக்டர் அம்பேத்கர் அமர் ஹை
ஜப்தக் ஸூரஜ் சாந்த் ரஹேகா
பாபா தேரே நாம் ரஹேகா

(பாபா சாகப் அமரர் ஆனார். சூரிய சந்திரர் இருக்கும் வரை அவர் பெயர் நிலைத்திருக்கும்.)

நான் பம்பாய் போக விரும்பினேன். ஆனால் குடும்ப நிலையில் அது முடியவில்லை. அவருடைய வாழ்க்கையின் பெருமைகளை நினைக்கும்போது பலவித எண்ணங்கள் தோன்றின. இதோ இவர்தான் தலித்களை, பெண்களை, அவதிப்பட்ட மக்களை மேல்நிலைக்கு உயர்த்தியவர். இவர்தான் நம் நாட்டுக்கு அரசியல் சட்டத்தைத் தந்தவர். இவர்தான் இந்தியாவின் பழைய புத்தமதத்தை உயிர்ப்பித்தவர். சுற்றியுள்ள புத்த மதம் பரவிய நாடுகளில் தம் வாழ்க்கை மூலம் ஒரு விழிப்புணர்வை ஏற்படுத்தியவர்.

பாபா சாகபின் மரணம் தீர்க்கதரிசனமானது. நான் ஒரு இந்துவாகப் பிறந்தேன், இந்துவாக வளர்ந்தேன். ஆனால் இந்துவாக இறக்க மாட்டேன் என்று ஒரு தடவை கூறியிருந்தார். மறைவதற்கு இரண்டு மாதங்களுக்கு முன்புதான் அவர் புத்த மதத்துக்கு மாறி தமது விருப்பத்தை நிறைவேற்றினார்.

அவர் எனக்களித்த நன்னடத்தைச் சான்றும் முக்கியம் வாய்ந்ததே. அப்போதுதான் அவரை நான் கடைசி முறையாகப் பார்த்தது. இன்றுகூட அந்த 'கான்டக்ட் சர்டிபிகேட்'டைப்

பார்க்கும்போது அந்த சந்தர்ப்பத்தில் அவர் எவ்வளவு மகிழ்ச்சியாக இருந்தார் என்பதை நினைத்துக்கொள்கிறேன். என் வாழ்வில் எனக்குக் கிடைத்த விலைமதிப்பற்ற பொக்கிஷம் அது.

அடுத்த சில நாட்களில் நான் ஷேவ் செய்துகொள்ளவில்லை, குளிக்கவில்லை, சரியாக சாப்பிடக்கூட இல்லை. உணர்ச்சியற்ற மனிதனாக நடந்தேன். எனது வீட்டுக்காரர், திரு பட்டாச்சார்யா, என்னைத் தனியாக அழைத்து, "மரணம் என்பது வாழ்க்கையின் ஒரு பகுதி. நீ அதைப் பார்த்து பயந்து ஓடிவிடக் கூடாது, தைரியமாக எதிர்கொள்ள வேண்டும்" என்றார். அவர் அறிவுரை எனது சோகத்திலிருந்து என்னை எழுப்பியது. 1956 டிசம்பர் 12இல் நான் என் குடும்பத்துடன் அம்பேத்கர் பவனில் நடைபெற்ற இரங்கல் கூட்டத்தில் கலந்துகொள்ளவும் அங்கு வைக்கப்பட்டிருந்த அவரது சாம்பலைப் பார்ப்பதற்கும் சென்றேன். மக்கள் அங்கே அமைதியாக வரிசையாக நின்றுகொண்டிருந்தனர் தங்கள் ஆழமான உணர்ச்சிகளுடன்.

எனது முறை வந்ததும் பின்வரும் வடமொழி சுலோகத்தை உச்சரித்தேன்.

யஸ்ய ப்ரியஜந ஸ்மஸ்யந்நே
ஸ: ந கத:

(மிக அதிகமாக நேசிக்கப்பட்டவர்களை மறைந்துவிட்டார்கள் என்று கருதக்கூடாது.)

பாபா சாகபின் நினைவாக டில்லியில் அவருக்கு ஒரு சிலை நிறுவ வேண்டும் என்ற என் கருத்தை வெளியிட்டேன். அதற்காக என் ஒரு மாத ஊதியத்தை நன்கொடையாக அளிக்கிறேன் என்றேன். எல்லோருக்கும் இது பிடித்திருந்தது. நன்கொடைகள் குவியத் தொடங்கின.

அடுத்த ஏப்ரலில் அவர் பிறந்த தினத்தையொட்டி அம்பேத்கர் பவனில் அவருடைய சிலை ஒன்று நிறுவப்பட்டது. தாழ்த்தப்பட்டோரின் முக்கியத் தலைவரான தாதாசாகப் கெயிக்வாட் விழாவைத் தொடங்கி வைத்தார். கெயிக்வாட் ஒரு அற்புதமான சொற்பொழிவாளர். எட்டாவது வகுப்பு வரைதான் படித்திருந்தார் என்றாலும் மராத்தியில் மிக அழகாகப் பேசுவார். கணீரென்ற குரல், முன்னாள் பயில்வான், நீச்சல் வீரர். ஆரம்பம் முதலே அம்பேத்கருடன் இருந்தவர். 1930இல் தாழ்த்தப்பட்டோருக்கு ஆலயப் பிரவேசம் போன்ற போராட்டங்களில் கலந்துகொண்டவர். அவர் இப்போது ஒரு எம்.பி. அவரைத் தலைமை வகிக்க நாங்கள் அணுகினோம்.

மறுநாள் விழாவில் கலந்துகொண்ட பல தலைவர்கள் என் வீட்டுக்கு வந்தனர். ஹீரா ஒரு கரி அடுப்பில் ஒரு குழுவினருக்காக சமையல் செய்து முடிக்கும்போது அடுத்த குழு வந்து விடும். இப்படி ஹீரா நான்கு தடவை சமைக்க வேண்டியிருந்தது. இருந்தும் கடைசியில் அவளுக்கு சாப்பிட எதுவும் இல்லை. பாவம், குழந்தை ரேகாவுக்கும் வழக்கமான பால் கிடைக்காததால் அழுதுகொண்டே இருந்தாள். வந்தவர்கள் அனைவரும் திருப்தியுடன் செல்வதற்காக ஹீரா உண்மையிலேயே நிறைய உழைத்தாள்.

இனியும் டில்லியில் தங்க விரும்பாமல் அமெரிக்கா செல்லத் தயாரானேன். பாஸ்போர்ட், ஊசி குத்துதல், டிக்கெட் போன்றவற்றைக் கவனித்துக்கொண்டேன். மீண்டும் டாக்டர் ராய் சௌத்ரி உதவிக்கு வந்தார். பணம் சற்றுக் குறைவாக இருந்ததால் எனது ஆராய்ச்சி முடிந்து நான் நிச்சயம் இந்தியா வருவேன் என்பதற்கு அவர் உத்திரவாதம் ஏற்றுக்கொண்டார். அதாவது, நான் திரும்பி இந்தியா வராவிட்டால் அவர் இந்திய அரசுக்கு ரூ. 28,000 தர வேண்டும். என்னை வழியனுப்பும் விழா ஒன்று தாதாசாகப் கெய்க்வாட் பங்களாவில் டில்லி தாழ்த்தப்பட்ட நண்பர்களால் ஏற்பாடு செய்யப்பட்டிருந்தது. டாக்டர் பஞ்சாப் ராவ் தேஷ்முக் அதற்குத் தலைமை தாங்கினார். என். சிவராஜ், எம்.பி. (பழைய மெட்ராஸ் மேயர்) பேசுகையில், “கல்வியில் நம் சமூகம் பின்தங்கியிருக்கிறது. உதாரணத்துக்கு, நம் நிம்கடே பயணம் செய்யும் விமானத்தைத் தான் பாருங்களேன். அதில் நியை மற்ற ஜாதி மக்கள்தான் கல்விக்காகவும் பயிற்சிக்காகவும் வெளிநாடு செல்வார்கள். நாம்தேவ் மட்டும்தான் நம் ஜாதியாக இருப்பார்” என்றார்.

புதிய உலகம்

சாமான்களையெல்லாம் கட்டி எடுத்து, அமெரிக்காவுக்கு பறந்து செல்ல ஐந்து மணி நேரமே இருந்தது. அன்று 1957 செப்டம்பர் 20. அப்போதுதான் கல்வி விடுப்புக்கான அனுமதி எனக்குக் கிடைத்தது. அதிகாரவர்க்க தாமதம் காரணமாக மூன்று முறை என் பயணத்தை ஒத்தி வைக்க வேண்டியிருந்தது. நல்லவேளை, கொண்டு செல்ல வேண்டிய சாமான்கள் அதிகமில்லை. விரைவாகவே 'பாக்' செய்துவிட்டோம். புதிய நாட்டில் சாப்பாடு எப்படி இருக்கும்? இந்திய உணவுப்பொருட்கள், முக்கியமாக மசாலாப் பொடிகள், அங்கே கிடைக்காது என்ற எண்ணத்தில் ஹீரா என்னை கடைக்கு அனுப்பி பல மாதங்களுக்குத் தேவையான சமையல் பொடிகளை வாங்கி வரச் செய்திருந்தாள். பட்டாச்சார்யாவின் குடும்பத்தினர் எங்களுக்காக உணவு தயார் செய்து விட்டு, சாமான்களை கட்டுவதில் உதவி செய்து, டாக்ஸி பிடித்து விமான நிலையத்துக்கு அனுப்பி வைத்தனர்.

குழந்தை ரேகாவுக்கு பல் முளைக்கத் தொடங்கியிருந்தது. ஏற்கனவே அவள் சோனி, எடையும் குறைவு. வாந்தி எடுப்பதுவும் அழுவதுமாக இருந்தாள். ஹீரா குழந்தையை மடியில் எடுத்து வைத்துக்கொண்டு அமைதிப்படுத்தினாள். ஆனால் அவளே அழுதுகொண்டு ஸாரியின் முனையால் கண்களை துடைத்தபடிதான் இருந்தாள். வாழ்க்கையில் முதல் தடவையாக விமானத்தில் பறக்கிறாள். அத்துடன் இரண்டு

குழந்தைகள் வேறு. புதிய இடம். வெகு தொலைவில் இருக்கிறது. பக்கத்து வீட்டுக்காரர்கள் எங்களைச் சுற்றி நின்று கொண்டு எங்களுக்கு வாழ்த்துக் கூறினர். உதவிகள் செய்தனர். ரேகாவின் உடல்நலம் சரியான பின்னர் போகலாமே என்று அறிவுரை கூறினர். ஆனால் விஸ்கான்சின் பல்கலைக்கழகத்தில் ஒரு வாரத்துக்கு முன்பே வகுப்புகள் தொடங்கி விட்டன. மேலும் வகுப்புகளை தவறவிட எனக்கு விருப்பமில்லை. "வருவது வரட்டும். பயணத்தின்போது அவளுக்கு உடல்நிலை மோசமானால் அப்படியே ஜன்னல் வழி வெளியே வீசிவிடலாம்" என்று ஜோக்கடித்தேன்.

இதைக் கேட்டதும் ஹீரா குழந்தையை தன்னோடு சேர்த்து அணைத்துக்கொண்டு விம்மத் தொடங்கினாள். என்னுடைய ஜோக் நிலைமையை சமாளிக்க உதவவில்லை. பக்கத்து வீட்டுக்காரர்களும் நண்பர்களும் விடை கொடுக்க நாங்கள் டாக்ஸியில் ஏறினோம். விமான நிலையத்தில் நண்பர்களும் உறவினர்களும் எங்களைச் சூழ்ந்து நின்றனர். ராக்பெல்லர் பவுண்டேஷன் டைரக்டர் டாக்டர் கம்மிங்ஸ் தம் மனைவியோடு என்னை வழியனுப்ப வந்திருந்தார். இங்கே பல விவசாய பல்கலைக் கழகங்கள் திறக்கக் காரணமாயிருந்தவர் அவர். நான் ரேகாவை கையில் வைத்திருந்தேன். அவர் என்னை சமீபித்ததும் ரேகா அந்தச் சமயம் பார்த்து என்மீது வாந்தி எடுத்தாள். அவரும் அவர் மனைவியும் எங்கள் நிலைமையை புரிந்துகொண்டனர். மேல் படிப்புக்காக வெளிநாடு செல்லும் என் துணிவைப் பாராட்டினர். மிஸ்டர் கம்மிங்ஸ் ஹீராவின் முதுகைத் தட்டிக் கொடுத்து அமைதிப்படுத்தினார்.

விமானத்தில் அமர்ந்ததும் நான் ரேகாவின் உடல் நிலையைக் கவனித்தேன். நல்லவேளை, அது மோசமாகவில்லை. நியுயார்க் நகரில் ஒரு ஹோட்டலில் அறை எடுத்ததும் நான் பயண அசதியும் நேர வேறுபாட்டின் காரணமாகவும் உடனே தூங்கிவிட்டேன். விழித்துப் பார்த்தால் நள்ளிரவு. கீழே கடைகள் எல்லாம் மூடிவிட்டன. ரூம் பாய் யாரும் இல்லை. பை நிறைய டாலர் இருந்தாலும் பட்டினிதான். மறுநாள் காலையில் பெட்டியைத் திறந்ததும் மிளகாய்ப் பொடி மேகம் போல் உயர்ந்தது. அவசரமாக பாக் செய்ததில் சில பாக்கெட்டுகள் கிழிந்து போய்விட்டன. மூச்சுவிட முடியவில்லை. மிளகாய்ப் பொடி அறையெங்கும் காற்றில் மிதந்தது. கண்களில் நீர் வடிந்தது. அடுக்கடுக்கான தும்மல்கள் வெடித்தன.

வேலைக்காரப் பெண் இந்தச் சமயத்தில் கதவைத் தட்டி யிருக்க வேண்டும். எங்களுக்குக் கேட்கவில்லை. அவள் கதவைப்

படீரென்று திறந்தபடி உள்ளே வந்தாள். மிளகாய்ப்பொடி மூக்கைத் துளைக்க அவள் அலறியபடி வெளியே ஓடினாள். எங்கள் உடைகளை சுத்தம் செய்ய அரை நாள் பிடித்தது. குழந்தைகள் அழுதுகொண்டிருந்தன. விமானப் பயணத்தின் போதுதான் அவர்களுக்கு ஏதோ சாப்பிடக் கிடைத்திருந்தது.

நான் ராக்பெல்லர் பவுண்டேஷன் தலைமை அலுவலகத்துக்குச் சென்று டாக்டர் வெர்னிமோன்டை சந்தித்தேன். எனக்கு ஆலோசனை அளிப்பவர் அவர். நாங்கள் சில இடங்களைச் சுற்றிப் பார்த்தோம். வானளாவிய கட்டிடங்கள், நியான் விளக்குகள், அகலமான சாலைகள் எல்லாம் எங்களைப் பிரமிக்க வைத்தன. அங்கு இந்தியர்கள் அதிகம் இல்லாததால் ஹீராவின் பறக்கும் ஸாரி பலரது கவனத்தைக் கவர்ந்தது. டாக்டர் பாபா சாகப் அம்பேத்கர் பயின்ற கொலம்பியா பல்கலைக்கழகம் இருக்கும் இடத்தில் நானும் நிற்கிறேன் என்ற நினைப்பு எனக்கு அதிக மகிழ்ச்சியைக் கொடுத்தது.

சில நாட்கள் கழித்து மேற்கே ஆயிரம் மைல்களுக்கு அப்பால் மாடிஸன் நகரில் விஸ்கான்ஸின் விமானத் தளத்தில் விமானம் தரை இறங்கியது.

விஸ்கான்சின் யூனிவர்சிட்டியின் மண் அறிவியல் துறையின் தலைவரான டாக்டர் ஓ.ஜே. அட்டோ எங்களை வரவேற்க வந்திருந்தார். எங்கள் கைகளைப் பிடித்துக் குலுக்கிவிட்டு எங்கள் இரண்டு சூட்கேஸ்களையும் தூக்கியபடி அவர் காரை நோக்கி நடந்தார். எனக்கு ஆச்சரியம் தாங்க முடியவில்லை. இந்தியாவில் அவரைப் போல் முக்கியமானப் பதவியில் இருப்பவர் யாராவது ஒரு புதிய மாணவனுக்காக இப்படிச் செய்வாரா? இது அந்த நாட்டின் சமத்துவக் கொள்கையை எனக்குக் காட்டியது. எங்களை மாடிசன் ஹோட்டலில் இறக்கி விட்டார். முன்யோசனையுடன் எங்களுக்கு அங்கே அறை எடுத்திருந்தார்.

எங்களுக்கு ஒரு வீடு கிடைக்கவும் அவர் உதவினார். பத்து நாட்களுக்குப் பிறகு நாங்கள் 505 மேற்கு டேய்ட்டன் தெருவிலுள்ள ஒரு அப்பார்ட்மென்டுக்கு குடிபெயர்ந்தோம். எப்படியோ, ஒரு புதிய நாட்டின் புதிய கலாசாரத்தில் நாங்கள் அமிழ்ந்துவிட்டோம்.

நடுங்கும் குளிரில் கிடைத்த நட்பு

நான் வகுப்புகளுக்குச் செல்லத் தொடங்கினேன். எனது பேராசிரியர்களின் அமெரிக்க உச்சரிப்பை புரிந்துகொள்வது சில சமயங்களில் கஷ்டமாயிருந்தது. பாடங்கள் முழுவிவரங்களுடன் கடினமாக இருந்தன. என் வாழ்க்கையில் இவ்வளவு கஷ்டப்பட்டுப் படித்ததேயில்லை. வீட்டிலிருந்து காலை ஏழு மணிக்குக் கிளம்பி, வகுப்புகளுக்குச் சென்றுவிட்டு, ஆய்வுக்கூடம் போய், பின்னர் நூல் நிலையம் சென்று அது அடைக்கும்வரை அங்கிருந்துவிட்டு, நள்ளிரவு வாக்கில் வீடு வருவேன்.

சொல்லப் போனால் ஞாயிற்றுக் கிழமைகளில் மட்டும்தான் என் மனைவியையும் குழந்தைகளையும் பார்ப்பேன். ஹீராவின் வாழ்க்கை வெறுமையாகி இருந்தது. இந்த உப்பு சப்பற்ற உணவை அவளால் தாங்கிக்கொள்ள முடியவில்லை. பகலில் பேசுவதற்கு ஆளில்லை. தெருக்களில் நடந்து செல்பவர்களைப் பார்க்க முடியாது. எல்லோரிடமும் கார் இருந்தது. அப்புறம் குளிர்காலம் வந்தது. பறவைகள் எங்கோ மறைந்துவிட்டன. பனி வந்தது.

ஹீராவுக்குத் தனிமை எரிச்சலையும் பதற்றத்தையும் கொடுத்தது. அவளுக்கு மிக சிரமமான வேலை தரைத் தளத்தின் கீழே அமைந்துள்ள இருட்டு அறையில் இருக்கும் நிலக்கரி கணப்பை

தினசரி நிரப்புவதுதான். எங்கள் வீட்டில் மாதம் இரண்டு டன் நிலக்கரி பயன்படுத்தினோம். எங்களிடம் ரேடியோ இல்லை, டி.வி. இல்லை, டெலிபோன் இல்லை. எனவே அவளுடைய ஆங்கில உச்சரிப்பு மோசமாகவே இருந்தது. ஆனால் அவளுக்குப் பத்திரிகைகள் படிக்க முடிந்தது. அப்போது பத்திரிகைகளில் முக்கிய செய்தியாக இடம்பெற்றது விஸ்கான்சினைச் சேர்ந்த எட் கீன் என்ற மனநிலை பிறழ்ந்த ஒருவனின் அட்டூழியங்கள் பற்றியவையே. அவன் கல்லறைகளிலிருந்து பொருட்களைத் திருடுவான், பெண்களைக் கொலை செய்து, அவர்கள் உடல் சதைகளை சமைத்து சாப்பிடுவான், அவர்கள் தோலைக் கொண்டு சாமான்கள் செய்வான். மாடிசனிலிருந்து அவன் வசித்த சிறிய அறைக்குச் செல்ல ஒரு மணி நேரம்தான் ஆகும். ஹீரா வீட்டின் இருண்ட அடித்தளத்துக்கு தனியாகச் செல்லப் பயப்பட்டாள். கணப்படுப்பு அணைந்ததும் நாங்கள் எல்லோரும் குளிரில் நடுங்கினோம். சில நாட்களுக்குப் பிறகு எங்கள் பிளாக்கில் இருந்த ஒரு வீட்டில் தீ பற்றி பயங்கரமாக வெடித்துவிட்டது. நல்லவேளை, தீ எங்கள் பகுதிக்கும் பரவுமுன் அணைக்கப்பட்டு விட்டது.

போதாக்குறைக்கு ஹீரா மீண்டும் வாந்தி எடுக்க ஆரம்பித்து விட்டாள். இன்னொரு குழந்தையா! இந்த புதிய, குளிரான, அச்சமூட்டும் நாட்டில் எப்படி அவளது பிரசவத்தை வைத்துக் கொள்ள முடியும்? அம்மாவும் அவள் உறவினர்களும் எங்கோ இருக்கிறார்கள். நான் அவளிடம் பேசி அமைதிப்படுத்த முயன்றேன். பனிக்காலம் முடிந்ததும் தெருவில் ஆட்கள் நடமாட்டம் தொடங்கிவிடும். குழந்தை பிறந்தவுடன் அவள் சுறுசுறுப்பாக இயங்கத் தொடங்கிவிடுவாள் என்றெல்லாம் சொன்னேன். எனினும் வருகிற நாட்கள் மிக மோசமாகத்தான் இருக்கப் போகிறது என்று நினைத்து கவலைப்பட்டுக்கொண் டிருந்தாள்.

இந்தச் சமயம் பார்த்து வீட்டை சூடுபடுத்தும் தெர்மோஸ்டாட் கருவி பழுதாகிவிட்டது. உறைபனி பிரதேச மான தண்ட்ரா நிலைக்குத் தள்ளப்பட்டோம். எவ்வளவோ முயன்றும் தெர்மோஸ்டாட் கருவியை மீண்டும் இயக்க முடிய வில்லை. "நான் குழந்தைகளை எடுத்துக்கொண்டு ஊருக்குப் போகப் போகிறேன்" என்று அழத் தொடங்கிவிட்டாள் ஹீரா. "என்னால் ஒரு நிமிஷம்கூட இங்கே இருக்க முடியாது."

அன்று ஞாயிற்றுக்கிழமை. வீட்டை சூடுபடுத்த எதுவும் செய்வதற்கில்லை. அடுக்கடுக்காகத் துணிகளைப் போர்த்திக் கொண்ட பிறகும் குளிர் வாட்டியது. அப்போது யாரோ

கதவைத் தட்டும் ஓசை கேட்டது. என்னுடன் படிக்கும் கோர்டன் வெல்ஸும் அவன் மனைவியும் எங்களை சர்ச்சுக்கு அழைத்துச் செல்ல வந்திருக்கிறார்கள். எங்கள் நிலையைப் பார்த்துக் கவலைப்பட்டார்கள். அதிர்ஷ்டவசமாக அவன் ஒரு மெக்கானிக். தெர்மோஸ்டாட்டில் என்ன பிரச்சனை என்று பார்த்து அதை சரிசெய்துவிட்டான். நாங்கள் சர்ச்சுக்குச் சென்றோம். 'திரும்பி வரும்போது வீடு கதகதவென்று இருக்கும்' என்றான் கோர்டன் வெல்ஸ். அவன் மனைவியிடம் ஹீரா தனக்கு இங்கு இருக்கப் பிடிக்கவில்லையென்றும், ஊருக்குப் போக விரும்புவதாகவும் சொன்னாள். வெல்ஸ் தம்பதியர் அவளை சமாதானப்படுத்தி னர். மறுநாள் ஹீராவுக்கும் குழந்தைகளுக்குமாக நிறைய கம்பளி உடைகள் கொண்டுவந்து தந்தாள்.

எனக்கு மற்ற மதங்களைப் பற்றி அறிய மிகுந்த ஆர்வம் இருந்தது. அமெரிக்காவில் இருக்கும்போது கிருஸ்துவ மதத்தைப் பற்றி நிறைய அறிந்துகொள்ள வேண்டும் என்றிருந்தேன். என் நண்பர்களுடன் சர்ச்சுக்குச் சென்றேன். இந்தியாவில் இந்து மதத்தில் ஜாதி அடிப்படையில் ஏற்றத்தாழ்வு காணப்படுகிறது. மற்ற மதங்களில் அப்படி இருக்கிறதா, மனித உறவுகளை பிற மதங்கள் எப்படிக் கையாளுகின்றன என்று அறிய விரும்பினேன். டாக்டர் பாபா சாகப் அம்பேத்கர் வெளிநாட்டில் படிக்கச் சென்றபோது இந்த ஜாதி பாகுபாடு இல்லாத புதிய சுதந்திரத்தை அனுபவித்தார். அதையே நானும் உணர்ந்தேன்.

எனது புரொபஸர் டாக்டர் அட்டோவின் சர்ச்சுக்கு நாங்கள் சென்றோம். இங்குதான் பிக்கெட் தம்பதியரை சந்தித் தோம். டாக்டர் பிக்கெட்டும் அவர் மனைவியும் விரைவில் எங்களோடு நல்ல சினேகமாகிவிட்டனர். எங்கள் வீட்டுக்கு வந்து அமெரிக்காவில் வாழ மிகவும் அவசியமான பல பொருட் களை லிஸ்ட் போட்டுக் கொடுத்தார்கள். அவர்களை என் குழந்தைகள் பிக்கெட் அப்பா, பிக்கெட் அம்மா என்றே அழைக்கத் தொடங்கினர். பிறகு வேறு சில அமெரிக்க நண்பர் கள் கிடைத்தனர். எங்கள் குழந்தைகள் பக்கத்து வீட்டு ஸ்டிட்கென் குழந்தைகளோடு விளையாடத் தொடங்கினர்.

குளிர்காலத்தின் மத்திய பகுதிக்கு நாங்கள் தயாரானோம். நான் உச்சி முதல் உள்ளங்கால்வரை நன்றாகப் போர்த்திக் கொண்டு பல்கலைக்கழகம் சென்றேன். குழந்தைகள் பனியில் விளையாடினர். பனிக்கட்டிகளைப் பந்தாக உருட்டி ஒருவர் மேல் ஒருவர் எறிந்தனர். கிருஸ்துமஸ் வந்தது. பல வண்ண விளக்குகள் குளிரைத் துரத்தத் தொடங்கின. திருமதி பிக்கெட் சிலசமயம் ஹீராவையும் குழந்தைகளையும் தனது காரில்

ஏற்றிக்கொண்டு கடைகளுக்குச் செல்வாள். குழந்தைகள் அங்கே கிருஸ்துமஸ் தாத்தாவுடன் விளையாடுவார்கள். கடை ஜன்னல் களில் உள்ள அலங்கார விளக்குகளைக் கண்டு வியப்படைவார் கள்.

எங்கள் முதல் 'நன்றி தெரிவிக்கும் நாளை'யும், பின்னர் வந்த நாட்களையும், டாக்டர் ஹோல் குடும்பத்தாருடன் கழித்தேன். எனது புரபஸர் அவர். அவர் குழந்தைகள் எங்கள் குழந்தைகளுடன் விளையாடினர். எங்கள் குழந்தைகள் இப்போது ஆங்கிலத்தில் சரளமாகப் பேசுவதில் திறமை பெற்றுவிட்டிருந் தனர்.

இளவேனில் பருவம் வந்ததும் ஹீரா மிக மகிழ்ச்சியுடன் காணப்பட்டாள். இந்தியாவுக்குப் போகவேண்டும் என்று இப்போதெல்லாம் சொல்வதில்லை. நகரத்துக்கும் பல்கலைக் கழகத்துக்கும் நடந்து செல்லும் தூரமேயுள்ள ஒரு புதிய வீட்டுக்குக் குடிபெயர்ந்தோம். நாங்கள் மென்டோட்டா ஏரியின் பக்கத்திலிருக்கும் மாணவர் சங்கத்துக்குப் போய் சினிமா மற்றும் கலாச்சார நிகழ்ச்சிகளைப் பார்ப்போம். இந்த வீட்டில் ஒரு தானியங்கி அடுப்பு இருந்தது ஹீராவுக்கு மகிழ்ச்சி அளித்தது. பல்கலைக்கழக நகரத்தில் நாங்கள் சில இந்தியக் குடும்பங் களைச் சந்தித்தோம். எங்கள் மாடி வீட்டுக்கு நேர் கீழேயும் ஒரு இந்தியக் குடும்பந்தான் வசித்தது. நாங்கள் நண்பர்களாகி விட்டோம். எங்களது ஒரே வருத்தம் இந்தியாவில் நடைபெறும் திருமணம் போன்ற நிகழ்ச்சிகளில் கலந்துகொள்ள முடிய வில்லையே என்பதுதான். ஹீராவின் தங்கை மீனாட்சிக்கும் சமூக சேவகர் வசந்த் மூனுக்கும் திருமணம் நடைபெற்றது அப்போதுதான்.

ஜூன் மத்தியில் ஹீராவின் வயிற்றில் அசைவு ஏற்படுவ தாகவும் குழந்தை பெறப்போவதாகவும் சொன்னாள். வேலை செய்துவிட்டு மிகக் களைப்பாக வந்திருந்தேன். "கொஞ்சநேரம் தூங்குகிறேன், இன்றைக்கு டெலிவரி இருக்காது என்றுதான் தோன்றுகிறது. இரண்டு பிரசவம் பார்த்திருக்கிறோமே" என்று சொல்லிவிட்டு தூங்கிவிட்டேன். நள்ளிரவுவரை நன்றாகத் தூங்கினேன். பிறகு ஹீராவை ஆஸ்பத்திரிக்கு அழைத்துச் சென்றேன். குழந்தைகள் பீம், ரேகா இருவரையும் நீல்கண்ட் பூரே என்ற நண்பரிடம் விட்டுவிட்டுச் சென்றேன். நான் இந்திய விவசாய ஆராய்ச்சி நிலையத்தில் படிக்கும்போது இதே பூரேயின் ஹாஸ்டல் அறையில்தான் இரண்டு வருடம் தங்கியிருந்தேன் – வாடகை இல்லாமல். இப்போது அவனும் எனது சக மாணவன். மீண்டும் எனக்கு உதவிக்கு வந்திருக்கிறான்.

ஆஸ்பத்திரியில் திருமதி பேக்கர் என்ற முழு கர்ப்பிணியும் ஹீரா அறையில் தங்கியிருந்தாள். அவள் குழந்தை சின்டியும் எங்கள் மகன் அசோக்கும் ஒரே நாளில் பிறந்தனர். இரண்டு தாய்மாரும் அங்கே மூன்று நாள் தங்கியிருந்தனர். அந்த நாட்களில் அதுதான் வழக்கம். அவர்கள் இருவரும் நெருங்கிய சினேகிதிகளாக மாறிவிட்டனர். பிக்கெட் தம்பதியினர் விடுமுறையைக் கழிக்க எங்கோ தூரத்தில் இருந்தனர். இருந்தாலும் குழந்தைக்கு உடைகள் அடங்கிய ஒரு பார்சலை அனுப்பியிருந்தனர்.

ஆஸ்பத்திரியில் பிரசவம் பார்த்த டாக்டரிடம் நான் பணத்தை வீட்டில் வைத்துவிட்டு வந்துவிட்டதாகவும் பின்னர் தருவதாகவும் கூறினேன். டாக்டர் காலின்ஸ் தன் சட்டைப் பையிலிருந்து சில நோட்டுக்களை எடுத்தார். நான் கூறியதை அவர் வேறுவிதமாக – நான் பரம ஏழை என்று – புரிந்து கொண்டார் போலிருந்தது.

நோயாளிகளிடம் அவருக்கிருந்த பரிவு என்னை நெகிழ வைத்தது. அவர் குடும்பத்துடன் நாங்கள் நட்பு கொண்டோம். டாக்டர் காலின்ஸுக்குக் குழந்தைகள் இல்லை. திருமதி காலின்ஸ் ஒருமுறை கூறினாள்: “என் கணவர் ஆயிரக்கணக்கான பெண்களுக்குப் பிரசவம் பார்த்திருக்கிறார். ஆனால் எனக்குத்தான் ஒரு தடவைகூட அந்த சந்தர்ப்பம் தரவில்லை” என்றாள்.

“பரவாயில்லை, என் குழந்தைகளை உங்களுடையதாகவே கருதிக்கொள்ளுங்கள்” என்றேன்.

நண்பர்கள், ஆதரவாளர்கள் உதவியுடன் மூன்றாவது குழந்தை பிறந்தபோது ஏற்பட்ட கஷ்டங்களை தாங்கிக் கொண்டோம். கடின உழைப்பின் காரணமாக எல்லா பாடங்களிலும் நல்ல மார்க் கிடைத்தது. இந்த சாதனை காரணமாக ராக்பெல்லர் பவுண்டேஷன் எனது உதவித்தொகை காலத்தை நீட்டித்தது. நான் சேமித்த பணத்தை வீட்டுக்கு அனுப்பி கடன் சுமையைக் குறைத்தேன். பண செலவுகணக்குகளை தம்பி அங்குஷ் கவனித்துக் கொண்டான்.

இந்திய அரசாங்கமும் எனது வேலை விடுப்பை நீட்டித்தது. ஆனால் அதுவும் எம்.எஸ்சி. கிடைப்பது வரைதான். எனது கல்வி நிறுவனம் நான் உடனே இந்தியா திரும்ப வேண்டும் என்றும், இல்லாவிடில் நடவடிக்கை எடுக்கப்படும் என்றும் தந்தி அனுப்பியது. எனக்கு இது பேரிடியாக இருந்தது. டாக்டர் பட்டம் கிடைப்பதுவரை அங்கேயே தங்க வேண்டும் என்பது என் ஆசை. மனதைத் திடப்படுத்திக்கொண்டு, மேலும் சமயம் கோரி கடிதம் எழுதினேன்.

தங்க முடியுமா?

1960இல் தாய்லாந்திலிருந்து வந்த சில புத்த துறவிகள் மாடிசன் ஹோட்டலில் தங்கியிருப்பதாக அறிந்து அவர்களை அழைத்து ஒரு கூட்டத்துக்கு ஏற்பாடு செய்தேன். இந்த நவீன மாறுபட்ட சூழலில் காவி உடையில் அவர்கள் அன்பு, அமைதி ஆகிய வற்றின் சின்னமாகவே காட்சி அளித்தனர்.

புத்த மதத்தில் சேர வேண்டும் என்கிற எனது நீண்ட நாள் அவாவை அவர்களிடம் தெரிவித்தேன். நாக்புரில் டாக்டர் அம்பேத்கர் லட்சக்கணக்கான மக்களை புத்த மதத்திற்கு மாற்றியபோது அந்த வாய்ப்பை நான் இழந்துவிட்டேன். புத்த துறவிகள் எனக்கு உதவ முன்வந்தனர். இப்படியாக, இந்தியாவி லிருந்து ஆயிரக்கணக்கான மைல் தூரத்தில், மத்திய மேற்கு அமெரிக்க ஹோட்டல் அறை ஒன்றில், தாய்லாந்து புத்த துறவிகளால் ஒரு இந்தியக் குடும்பம் புத்த மதத்திற்கு மாறியது.

கஷ்டங்கள் தனித்து வருவதில்லை என்பார் கள். நாக்புரில் புதிதாக மதம் மாறிய சில புத்த மதத்தினர் தீக்ஷபூமி என்று அழைக்கப்படும் இடத்தை தங்கள் வசம் எடுத்துக்கொள்ள முயன்ற னர். அதே இடத்தில்தான் பாபாசாகபும் அவர் தொண்டர்களும் புத்த மதத்துக்கு மாறியது. நாக்புரி லிருந்து ஆர்.ஆர். பட்டேலும் சகாராம் மேஷ்ராமும் பல நாடுகளிலுமுள்ள புத்த மத இயக்கங்களுக்கு இந்திய அரசின்மீது அழுத்தம் கொடுக்குமாறு கடிதம் எழுத வேண்டும் என்று என்னை வேண்டிக் கொண்டனர். நேரம் கிடைக்காத நிலையிலும்

நான் பல கடிதங்கள் எழுதினேன். ஆனால் தன் முனைப்பான ஓர் இலங்கை அதிகாரி விஸ்கான்சின் பல்கலைக்கழகத்திற்கு கடிதம் எழுதியிருந்தார் – நாம்தேவ் நிம்கடே என்ற அயல் நாட்டு மாணவர் ஒருவர் மதப் புரட்சி ஒன்றைத் தொடங்க முயற்சி செய்வதாக. அது பல்கலைக்கழக மாணவர்கள் யாரும் எந்த இயக்கத்திலும் தங்களை ஈடுபடுத்திக்கொள்ளக் கூடாது என்ற கண்டிப்பான விதி அமுலில் இருந்த நேரம்.

வெகுவிரைவில் விஸ்கான்சின் பல்கலைக்கழக டீனை மேற்படி குற்றச்சாட்டுகள் சம்பந்தமாக நான் சென்று பார்க்க வேண்டுமென்று அழைப்பு வந்தது. சில இரவுகளைத் தூக்க மின்றிக் கழித்தேன்.

இந்த சந்தர்ப்பத்தில் எனது ஆலோசகர் டாக்டர் அட்டோ வும் இந்த விஷயம் குறித்து அறிந்தார். மாணவர்களின் கல்வி குறித்த விஷயங்களில் அவர் மிகவும் கண்டிப்பானவர். என் பாட்டி சகுணா மாதிரி. ஏற்கனவே அவருக்கு என் மீது சில தவறான புரிதல்கள் உண்டு. ஜனாதிபதி வேட்பாளர்களான ரிச்சர்ட் நிக்ஸனையும் ஜான் கென்னடியையும் தேர்தல் பிரசாரத் துக்கு வந்திருந்தபோது நான் பார்த்திருந்தேன். இரண்டு சந்தர்ப்பங்களிலும் நான் கூட்டத்தை விலக்கிக்கொண்டு முன்னே சென்று வேட்பாளர்களின் கையைக் குலுக்கியிருக்கிறேன். டாக்டர் அட்டோவுக்கு இது தெரிந்திருக்கும். இந்தக் காட்சி உள்ளூர் டி.வி.யில் ஒளிபரப்பாகியிருந்தது.

டாக்டர் அட்டோ என்னை தம் அலுவலகத்துக்கு கூப்பிட்டனுப்பினார். நேரடியாக விஷயத்துக்கு வந்தார். “எம்.எஸ்சி. முடிந்ததும் நீ போய்விட வேண்டும். முதலில் உனது ராக்பெல்லர் பவுண்டேஷன் உதவித்தொகை முடிந்து விட்டது. இரண்டாவது, நீ படிப்பில் முழுக் கவனம் செலுத்த வில்லை. கணிதத்திலும் வேதியியலிலும் உன் மதிப்பெண்கள் மிகவும் கீழே இறங்கிவிட்டன” என்றார். கனத்த மனதுடன் அவர் அலுவலகத்தை விட்டு வெளியே வந்தேன். அவர் கீழ்தான் என் டாக்டர் பட்டத்துக்கான ஆராய்ச்சியை மேற்கொள்ள வேண்டும். ஆனால் முதலில் டாக்டர் மில்லிகனைப் பார்க்க வேண்டும்.

“ஸார், இன்று நான்தான் மிகவும் அதிர்ஷ்டமான மாணவன்” என்றேன். அயல்நாட்டு மாணவர்களின் ஆலோசக ரான டாக்டர் மில்லிகனின் அறையில் நான் உட்கார்ந்திருந்தேன்.

“எப்படி?” என்று கேட்டார் அவர். நான் சொன்னது அவருக்கு விசித்திரமாகப் பட்டிருக்க வேண்டும்.

விஸ்கான்ஸின், மாடிஸனில் எங்கள் வீட்டின் படிப்பறையில்.

"இப்போது உங்கள் பல்கலைக்கழகத்தில் நூற்றுக்கணக்கான வெளிநாட்டு மாணவர்கள் இருக்கிறார்கள். எத்தனை பேருக்கு டாக்டர் மில்லிகனை நேரடியாகப் பார்க்கும் அதிர்ஷ்டம் கிடைத்திருக்கிறது?"

அவர் புன்னகைத்தார். இறுக்கம் கொஞ்சம் குறைந்தது போலிருந்தது. இந்த நிமிஷத்தை சில நாட்களாகவே நான் கவலையுடன் எதிர்பார்த்துக் கொண்டிருந்தேன். சரியான வார்த்தைகளைச் சொல்ல வேண்டும் என்று பயந்திருந்தேன். டீன் மில்லிகன் மீண்டும் அந்தக் குற்றச்சாட்டுகளைக் கூறி, என் விளக்கத்தைக் கேட்டார்.

நான் தாழ்ந்த குரலில், "நீங்கள் என் அறையைச் சோதனை யிட்டால் நான் தேச விரோத நடவடிக்கைகளில் ஈடுபட்டேன் என்பதற்கான ஒரு துளி ஆதாரம்கூட காண முடியாது" என்றேன். மேலும் இவ்விஷயத்திற்கு அழுத்தம் கொடுப்பதற் காக, "நான் எனது தேசத்துக்கு துரோகம் இழைக்கவில்லை. இலங்கைக்கும் எந்த கஷ்டத்தையும் கொடுக்கவில்லை. சமூகத் திற்கு நல்லது செய்ய வேண்டும் என்று நினைப்பவர்கள்தான் அநியாயமாக குற்றம் சாட்டப்படுகிறார்கள். தம்மீது சாட்டப் பட்ட குற்றச்சாட்டுகளுக்கு ஏசுநாதர் பொறுப்பானவரா?"

ஓர் நல்ல அறிஞரான டாக்டர் மில்லிகன் நான் சொன்ன தைக் கவனமாகக் கேட்டுவிட்டுத் தலையை ஆட்டினார். மேலும் நான், இந்தியாவில் டாக்டர் அம்பேத்கர் என்ற

மாபெரும் தலைவர் தீண்டாமையை ஒழிக்க கடும்பாடு பட்டார் என்பதையும், என் கல்விக்காக அவர் எப்படி உதவினார் என்பதையும் கூறினேன். மேல் படிப்புக்காக நான் படும் சிரமங்களையும் அதைத் தொடர வேண்டும் என்ற தீர்மானத்தையும் விளக்கினேன்.

முடிவில், டாக்டர் மில்லிகன் தம் நாற்காலியில் சாய்ந்த படி, "நீ ஒரு நல்ல மாணவன். சரியான பணியைத்தான் செய்துவருகிறாய் என்று எனக்குப் புரிகிறது. நீ எந்த தவறுமே செய்யவில்லை என்று இலங்கை அதிகாரிகளுக்கு எழுதிவிடு கிறேன்" என்றார்.

இனி நான் கடைசி முயற்சியாக டாக்டர் அட்டோவை வெற்றிகொள்ள வேண்டும். அவரை சந்திப்பதற்காக சமயம் கேட்டேன். பதினைந்து நிமிஷம்தான் கிடைத்தது. இந்தச் சொற்ப நேரத்தில் எப்படி என் நிலையை விளக்கிச் சொல்ல முடியும்? வார்த்தைகளைக் கவனமாகத் தேர்ந்தெடுக்க வேண்டும். எப்படித் தொடங்குவது என்று புரியவில்லை. கடைசியில், அவரைச் சந்தித்ததும், முதலில் நான் பிறந்து வளர்ந்த தாழ்ந்த ஜாதியைப் பற்றிக் கூறினேன். எனக்கு இந்த ஆராய்ச்சி பட்டம் கிடைக்காவிட்டால் எனக்கு மட்டுமல்ல எனது ஜாதிக்குமே ஒரு கீழடைவு என்பதையும் விளக்கினேன். என் ஜாதியைச் சேர்ந்த இளம் மாணவர்கள் அயல்நாட்டு ஆராய்ச்சிப் பட்டங ்களைப் பெற தங்களால் தாண்டமுடியாத தடைகள் இருப்ப தாக நினைக்கலாம். அத்துடன் மற்ற ஜாதியினர் எங்களது நடத்தையையும் ஆற்றலையும் பழிப்பார்கள் என்றும் எடுத்துரைத்தேன்.

நான் கடிகாரத்தைப் பார்த்தபோது அரை மணி நேரத்துக் கும் மேல் ஆகியிருந்தது. ஆச்சர்யப்பட்டேன். டாக்டர் அட்டோ வும் என் கதையில் மூழ்கியிருந்தார்.

கடைசியில் அவர், "உன்னுடைய பின்னணியும், தடைகளை மீறி செயல்படும் உனது மன உறுதியும் எனக்குப் புரிகிறது. உனது ஆராய்ச்சிப் படிப்பைத் தொடரலாம் என்று நினைக் கிறேன். ஆனால் எந்த பொருளாதார உதவியும் எங்களால் தர முடியாது" என்றார்.

படிப்பைத் தொடரலாம் என்ற மகிழ்ச்சியில் பண உதவி கிடைக்காது என்பதைப் பற்றி நான் கவலைப்படவில்லை. அவர் கையைப் பற்றிக் குலுக்கிவிட்டு அவரை நான் ஏமாற்றி விட மாட்டேன் என்று உறுதி கூறினேன். இந்தியாவாக இருந்திருந்தால் அவர் பாதத்தைத் தொட்டு வணங்கியிருப்பேன்.

திரும்பிப் பார்க்க நேரமில்லை

இரண்டு வருடமாக நான் சேர்த்துவைத்த சேமிப்பெல்லாம் ஆறு மாதங்களில் காலியாகி விட்டது. மண் பரிசோதனை சம்பந்தமாக மாநில ஆய்வு நிலையத்தில் ஒரு பகுதி நேர வேலை கிடைத்தது. பலவகையான மண்களை அரைத்துப் பார்க்க வேண்டும். என் வாயிலும் மூக்கிலும் தூசி அப்பிக்கொள்ளும்! வேலையும் ஆய்வுமாக நான் களைத்துப் போய் வீடு வந்ததும் குளியல் தொட்டியில் போய் விழுவேன். அசதி காரணமாக சிலசமயம் அதிலேயே உறங்கியிருக்கிறேன். ஹீரா வந்துதான் என்னை எழுப்பி சாப்பிட அழைத்துச் செல்வாள்.

நண்பர்கள் தங்கள் தோட்டத்தில் விளையும் காய்கறிகளைத் தருவார்கள். சத்துணவுத் துறையில் பல சோதனைகள் நடத்தினேன். அங்கே விசேஷமாகத் தயாரிக்கப்பட்ட உணவுகளை ருசி பார்க்க வேண்டும். வேறொன்றுமில்லாவிட்டாலும் காசில்லாமல் உணவு கிடைத்தது. ஹீராவுக்கும் ஏதாவது வேலை கிடைக்குமா என்று முயற்சி செய்தோம். ஆனால் அவள் வைத்திருந்தது வெறும் விசிட்டர் விசாதான். வேலை கிடைக்காது. குழந்தைகளைப் பார்த்துக்கொள்ளும் வேலை பற்றி யோசித்தோம். பக்கத்து வீடுகளிலிருந்து நிறைய குழந்தைகள் வந்தனர். எங்கள் குழந்தைகளுக்கும் மற்றப் பிள்ளைகளுடன் விளையாடும் வாய்ப்பு கிடைத்தது.

ஆறு மாதங்களுக்குப் பிறகு டாக்டர் அட்டோ எனக்கு ஒரு வேலை பார்த்துக் கொடுத்தார். மாதம்

150 டாலர் சம்பளம். இதனால் எங்கள் பொருளாதார நிலைமை கொஞ்சம் விருத்தியடைந்தது. ஒன்றிரண்டு வருடங்களில் பீமும் ரேகாவும் பள்ளிக்குச் செல்லத் தொடங்கினர். அமெரிக்க கல்வி முறைக்கு அறிமுகமானார்கள்.

ஜோன்னா என்ற சிறுமி எங்கள் குழந்தைகளின் தோழி. எங்கள் வீட்டிலேயே பழிகிடையாய் கிடப்பாள். அவள் அம்மா அழைக்க வரும்போது தூங்குவதுபோல் நடிப்பாள். அவள் அம்மா தனியாகத்தான் இருந்தாள். ஜோன்னா ஒரு தடவை எங்களிடம் "எனக்கு வீட்டுக்குப் போகவே பிடிக்கவில்லை. அம்மாவுக்கு எப்போதும் என்னுடன் இருப்பதைவிட வேறு ஆண்களோடு இருப்பதுதான் இஷ்டம்" என்று சொல்லியிருக் கிறாள். அமெரிக்காவின் இன்னொரு முகம் இப்படி எங்களுக்கு அறிமுகமாயிற்று. அவள் அம்மா மறுமணம் செய்துகொண்டு வேறு இடம் போவதுவரை ஜோன்னா எங்கள் நாலாவது குழந்தையாகவே இருந்தாள்.

எப்போதாவது என் வேலையை பாதியில் விட்டுவிட்டு நோய் வாய்ப்பட்ட ஒரு குழந்தையை டாக்டரிடம் எடுத்துச் செல்ல வேண்டியதிருக்கும். ஹீராவால் இது முடியாது. ஏனெனில் அவள் போவதாயிருந்தால் மூன்று குழந்தைகளை யுமே அழைத்துச் செல்ல வேண்டும். ரேகா ஏதோ தோல் வியாதியால் அவதிப்பட்டாள். டாக்டர் பில் 200 டாலர் வந்தது. நான் தொலைந்தேன். என் மாத ஊதியத்தைவிட அதிகம். எப்படியோ பணம் திரட்டி டாக்டர் டால்போட் டிடம் கொடுக்கச் சென்றபோது, "பரவாயில்லை. பணம் தந்து விட்டார்களே" என்றார். எனக்கு ஒரே திகைப்பு. அப்புறம் தான் தெரிந்தது. எங்கள் நண்பர் திருமதி பிக்கெட் தான் எங்களுக்காக டாக்டர் பீஸைச் செலுத்தியிருக்கிறாள் என்று.

அப்புறம் டாக்டர் டால்பெட் என்னிடம், "கொஞ்சம் நிமிர்ந்து நில்லுங்கள்" என்றார். என்னை மேலும் கீழும் பார்த்தார். "என்னுடைய உயரமேதான். என் வீட்டுக்கு வாருங்கள். என்னிடம் கொஞ்சம் ஸுட்கள் இருக்கின்றன" என்றார். ஐந்து ஸுட்கள் கொடுத்தார். எல்லாம் நல்ல நிலையில் உள்ளவை.

இன்னொரு சினேகிதி, திருமதி கார்ட்டர், நர்ஸ், வீட்டுக்கு வந்து ரேகாவைக் குளிப்பாட்டி அவளது இம்பெர்டிகோ என்ற தோல் வியாதிக்கு மருந்து இடுவாள். வீட்டு உடமையாளர் மிஸ்டர் பிரௌன் ஓர் நல்ல மனிதர். எங்களுக்கு உதவுவார். அவர் எனது மோசமான பணச் சிக்கலை அறிந்ததும் தாமாகவே

வீட்டுவாடகையைக் குறைத்துவிட்டார். தமது அடுக்களைத் தோட்டத்தில் விளையும் காய்கறிகளைத் தருவார்.

என்னுடன் படிக்கும் விவசாய மாணவர்கள் பெரும் பகுதியும் ஆண்கள் தாம்! எனது ஆராய்ச்சிப் பட்டத்திற்காக இரண்டு அயல்நாட்டு மொழிகளையும் கற்க வேண்டும். அந்த வகுப்புகளில் பெண்கள் இருந்தனர். ஒருநாள் ஒரு புத்தகக் கடையில் வைத்து என்னுடைய பிரெஞ்சு வகுப்பில் படிக்கும் ஜேனட் ராபின் என்ற மாணவியை சந்தித்தேன். அவளும் தன் வாஷிங்டன் வீட்டிலிருந்து வெகு தொலைவில் வந்து படிக்கிறாள். அவளை என் வீட்டுக்கு சாப்பிட வருமாறு அழைத்தேன். முதலில் சற்றுத் தயங்கினாள். இந்தியாவில் டெலிபோன் வசதி இல்லாததால் இப்படித்தான் நேரில் அழைப்பது வழக்கம் என்றேன்.

வீட்டுக்கு வந்ததும் ஹீரா அவளை வரவேற்றாள். பின் முகத்தைக் கடுகடுவென்று வைத்துக்கொண்டு என்னைப் பார்த்தாள். ஜேனட் மிக அழகாக இருப்பாள். தன் கணவன் அழகான ஒரு பெண்ணுடன் வருவதைக் கண்டால் எந்தப் பெண்ணுக்குத்தான் ஆத்திரம் வராது! நான் சமாளித்துக் கொண்டு ஜேனட்டிடம் மற்ற விருந்தினர்களுடன் பேசுவது போல் பாபா சாகப் பற்றிப் பேசினேன். அவளுக்கு அதில் ஆர்வம் ஏற்பட்டது. என்னிடமிருந்து அவரைப் பற்றிய புத்தகங் களை எடுத்துச் சென்றாள்.

அவளுக்கு பாபா சாகப் விஷயத்தில் அக்கறை ஏற்பட்டதும், அவளுடைய அரசியல் விஞ்ஞானி மாஸ்டர்ஸ் ஆய்வுக்காக அம்பேத்கரின் வாழ்க்கையை எடுத்துக்கொள்ளும்படி ஆலோசனை கூறினேன். அவளுடைய ஆய்வு நூல் மிக அழகாக அமைந்துவிட்டது. எனது சகலை வசந்த் மூன் உதவியுடன் 1964இல் அது 'அம்பேத்கரும் அவர் இயக்கமும்' என்ற பெயரில் புத்தகமாக வெளிவந்தது.

எனது சமூகப் பணிகள் வெற்றிகரமாக நடைபெற்றாலும் படிப்பில் நான் கோட்டை விட்டுவிட்டேன். பணக் கஷ்டம், குழந்தைகள் பராமரிப்பு இவற்றால் நான் வேதியியலில் குறைந்த மதிப்பெண்களே பெற முடிந்தது. சில விஷயங்களை நான் குறைவாக மதிப்பிட்டு விட்டேன் என்று தோன்றுகிறது. எனது ஆய்வு முயற்சியை விட்டுவிடலாமா என்றுகூட நினைக்கத் தொடங்கினேன்.

ஆனால் ஹீரா "நாம் இப்போது பின்வாங்கக் கூடாது. ஊரில் ஆட்கள் என்ன சொல்வார்கள்? உங்களையும் உங்கள்

வீட்டிலுள்ளவர்களையுமே பழிப்பார்கள். உங்கள் கவனத்தை யெல்லாம் படிப்பதிலிருந்து திருப்பிவிட்டார்கள் என்பார்கள். உங்கள் தோல்வியை எண்ணி எண்ணி வாழ்நாள் பூரா வருத்தப் பட்டுக் கொண்டே இருக்க வேண்டியதுதான்," என்றாள். பிறகு "நீங்கள் உங்கள் ஆராய்ச்சியை முடித்துவிட்டால், நான் டில்லி சென்றதும் என் பி.ஏ. பாக்கிப் பாடங்களையும் எழுதிவிடுவேன்" என்றாள்.

ஹிந்தியில் ஒரு பழமொழி உண்டு: "தீரஜ், தரம், மித்ர, ஔர் நாரீ ஆபத்காலே பர்க்கியே சாரி" (கஷ்டகாலத்தில் பாதிப்படைவது தைரியம், நம்பிக்கை, நண்பர்கள், மனைவி.) ஹீரா மாதிரி ஒரு மனைவி கிடைத்தது என் அதிர்ஷ்டம். எனக்கு ஏற்பட்ட எத்தனையோ பிரச்சனைகளை சமாளிக்க உதவியிருக்கிறாள். மாலை நேரங்களில் அவள் எனது சோதனை சாலைக்கு வந்து சோதனை குழாய்களில் சீட்டு எழுதி ஒட்டுவது, மண் மாதிரிகளைக் கலப்பது, நிறுத்து அளந்து பார்ப்பது போன்ற வேலைகளைச் செய்து தருவாள். நூல்நிலையத்திலிருந்து கொண்டு வந்த புத்தகங்களை தன் அழகிய கையெழுத்தில் நகல் எடுத்துத் தருவாள். அந்தக் காலத்தில் ஜெராக்ஸ் வசதி யெல்லாம் கிடையாது.

ஹீராவும் குழந்தைகளும் ஒருவகையில் கலாச்சார தூதுவர் களாக விளங்கினர். அண்டை அயலாரின் நூற்றுக்கணக்கான கேள்விகளுக்குப் பதில் அளித்தனர். "ஏன் உங்கள் பெண்கள் ஸாரி உடுக்கிறார்கள், வேலை செய்யும்போது அது இடைஞ்சலாக இருக்காதா? ஸாரி எவ்வளவு நீளம் இருக்கும்? ஏன் நெற்றியில் ஒரு சிவப்புப் பொட்டு இடுகிறீர்கள்? ஆணும் பெண்ணும் தனிமையில் சந்தித்துக்கொள்வீர்களா?" இது போன்ற கேள்வி கள், ஹீராவும் நானும் திருமணத்துக்கு முன் ஒருவரையொருவர் பார்த்ததேயில்லை என்று சொன்னபோது அவர்களுக்கு ஆச்சரியம் தாங்க முடியவில்லை. ஏதோ ஓர் அன்னிய கிரகத்தி லிருந்து வந்திருப்பதுபோல் எங்களைப் பார்த்தனர்.

ஒரு பதினைந்து வயதுப்பெண் சொன்னாள்: "முன்பின் அறியாத அன்னியரை மணப்பதைவிட உயிரையே விட்டு விடுவேன்."

ஒரு தடவை எங்கள் பக்கத்தில் வசித்த ஒரு மூதாட்டிக்கு ரோடைக் கடக்க உதவிசெய்தேன். அவள் தன்னை திருமதி நோவிக்ஸ் என்று அறிமுகப்படுத்திக்கொண்டாள். எனக்கு நேர் எதிர்வீட்டில்தான் வசித்தாள். என் குழந்தைகள் விளையாடு வதைக் கவனித்திருக்கிறாள். அதன் பின் அவள் குழந்தைகளை கவனமாகப் பார்த்துக்கொண்டாள் – ஊரில் பாட்டி பேரக்

குழந்தைகளைப் பார்த்துக்கொள்வதுபோல். குளிர் நடுக்கும் நாட்களில் நான் தொப்பியும் ஸ்வெட்டரும் இல்லாமல் வெளியே இறங்கக்கூடாது என்பாள். குழந்தைகள் அவள் வீட்டுக்குச் சென்று புதிர் கணக்குகள் போடுவார்கள். அவள் மடியில் உட்கார்ந்துகொண்டு கதைகள் கேட்பார்கள்.

எனது நண்பர் புரே மூலம் இன்னொருவர் நட்பு கிடைத்தது. இந்தியர் சங்கம் நடத்திய தீபாவளி விழாவுக்கு வீரா மையர் என்ற பெண்ணை விருந்தினராக அழைத்து வந்திருந்தார். அவளுக்கு சுமார் அறுபது வயதிருக்கும். கண்ணாடி அணிந்திருந் தாள். நரைத்த முடியை அழகாக கொண்டை போட்டிருந்தாள். விவாகரத்து ஆனவள். அவள் கைகளைக் குலுக்கி வரவேற்று விட்டு, ஹீராவின் பின்னே ஒளிந்துகொண்டிருந்த குழந்தைகளை அழைத்தேன். "வாருங்கள், வந்து வீரா பாட்டிக்கு ஹலோ சொல்லுங்கள்" என்றேன்.

அவள் குழந்தைகளை வாழ்த்திவிட்டு என்னைச் சற்று கடுமையாகப் பார்த்தாள். ஏதோ நான் தவறாகக் கூறிவிட்டது போல் தோன்றியது. என்னை ஒரு புறம் தனியாக அழைத்து அவள், "ஏன் என்னை பாட்டி என்றீர்கள்? எனக்கு அப்படி என்ன வயதாகிவிட்டது? பாட்டி மாதிரியா இருக்கிறேன்? எனக்குப் பிள்ளைகள்கூட கிடையாது. அப்புறம் அல்லவா பேரக் குழந்தைகள்!" என்று கூறினாள்.

நான் தவறிழைத்துவிட்டதுபோல் உணர்ந்தேன். இங்குள்ள கலாச்சாரம் வேறு. "இந்தியாவில் நாங்கள் எங்களுக்கு சொந்த மில்லாதவர்களையும் உறவுமுறை சொல்லி அழைப்போம். நீங்கள் என் பெற்றோர்களின் காலத்தைச் சேர்ந்தவர்கள் என்பதால் என் குழந்தைகளுக்குப் பாட்டி போன்றவர் என்று கருதினேன். இப்போது என் தவறு புரிகிறது. அதைத் திருத்திக் கொள்கிறேன். நீங்கள் எனக்கு கொழுந்தி – என் மனைவியின் தங்கை – மாதிரி. உங்கள் இருவரின் பெயரும் ஒத்துப்போகிறது: ஹீரா – வீரா!"

அவள் கோபம் தணிந்தது. மகிழ்ச்சியில் கைகளைத் தட்டினாள். அதன்பிறகு நாங்கள் நெருங்கிய நண்பர்களாகி விட்டோம். அவள் என் குழந்தைகளின் பிறந்த நாட்களை நினைவில் வைத்துக்கொண்டு மறக்காமல் பரிசுகள் அனுப்பு வாள். எனக்கும் ஹீராவுக்கும் வாக்குவாதம் வரும்போது அவள் ஹீராவின் பக்கம் சேர்ந்துகொள்வாள். ஒரு தடவை நான் மீசை வைத்துக்கொண்டேன். வீரா என்னை ஒரு பிடி பிடித்து விட்டாள். "இது என்ன, பூச்சி மாதிரி ஒரு மீசை? உங்களை நடுத்தர வயது ஆள் மாதிரி காட்டுகிறது. உங்கள் பக்கத்தில் ஹீரா நிற்கும்போது அவள் இளம்பெண்போல் காட்சி

அளிக்கிறாள். ஒரு கோமாளி தம்பதிபோல் இருக்கிறீர்கள். அதை இப்போதே எடுக்காவிட்டால் நானும் என் சினேகிதிகளும் அதைப் பிடுங்கி எறிந்துவிடுவோம்" என்றாள்.

வேறு வழியில்லை. மீசையை எடுத்துவிட்டேன், இன்று வரை – ஏதோ ஒன்றிரண்டு தடவை இருக்கலாம் – மீசை வைத்துக் கொள்ளவே இல்லை.

ஒரு தடவை பல்கலைக்கழக வளாகத்தில் நடந்து சென்று கொண்டிருக்கும்போது ஸால்ட்டர் என்பவரை சந்தித்து அவருடன் பேசிக்கொண்டிருந்தேன். அவர் ஒரு வரலாற்று பேராசிரியர். என் வீட்டுக்கு வரும்படி திடீர் அழைப்பு விடுத்தேன். ஏற்றுக்கொண்டார். பிறகு தம் வீட்டுக்கு வருமாறு அழைத்தார். அவரும் அவரது மனைவியும் எங்களை அன்புடன் வரவேற்றனர். குழந்தைகளுக்கு நிறைய கதை புத்தகங்கள் கொடுத்து நன்கு படிக்க வேண்டும் என்று அறிவுறுத்தினர். மாடிசன் ஏரியாவில் உள்ள தாயர், வினான், எபர்ஹார்ட் போன்ற குடும்பத்தினர் எங்களை டின்னருக்கு அழைப்பார்கள். எங்கள் குழந்தைகளின் பிறந்த நாட்களை அவர்கள் வீட்டில் வைத்துக் கொண்டாடுவார்கள். தங்கள் காரில் வந்து எங்களை அழைத்துச் செல்வார்கள். பல அயல்நாட்டு மாணவர்களையும் விருந்துக்கு அழைப்பார்கள். குறிப்பாக மிச்சல் குடும்பத்தினர்கள் எங்களை தங்கள் குடும்பத்தைச் சேர்ந்தவர் போலவே கருதினர். உலகில் அமெரிக்கர்தான் விருந்தோம்பலில் சிறந்தவர்கள் என்பதை உண்மையாகவே உணர்ந்தோம்.

அவர்களுடன் பழகியது பின்னர் இந்தியாவில் நான் சந்திக்கும் வெளிநாட்டினருடன் நெருங்கிப் பழகச் செய்தது.

பிறந்த நாட்டை விட்டு வெளிநாடு செல்லும் ஒருவரின் மனநிலையை உணரத் தலைப்பட்டேன். உலகில் எந்த மூலையிலிருந்து வருபவராயினும் அவரை என் வீட்டுக்கழைத்து அவர் பிரிவுணர்வைக் குறைக்க முயன்றேன். இவ்விதத்தில் டில்லிக்கு விஜயம் செய்த பாப், பில், ஸ்டீவ் மிச்சல் போன்றவர்களுக்கு விருந்துபசரணை செய்ததை மறக்க முடியாது.

ஒரு தடவை சில இந்தோனேசிய மாணவர்களைச் சந்தித்தேன். வீட்டைவிட்டுப் பிரிந்த கவலை அவர்கள் முகத்தில் தெரிந்தது. படிப்பில் மனம் செல்லவில்லை என்றார்கள். அவர்களை எங்கள் வீட்டுக்கழைத்து வந்தேன். இந்திய உணவு ஏறக்குறைய இந்தோனேசிய உணவு மாதிரிதான். எனவே அவர்கள் அதை மகிழ்ச்சியுடன் உண்டனர். குழந்தைகளுடன் நீண்ட நேரம் விளையாடிவிட்டு மகிழ்ச்சியுடன் விடைபெற்றார்கள்.

ராஹுத்கர் என்ற உயர் சாதியைச் சேர்ந்த நண்பர் எனது அனுபவங்களைக் கேட்டு ஆச்சரியப்பட்டார். என் கதையை எழுதி இந்தியாவில் உள்ள *கிர்லோஸ்கர்* என்ற பத்திரிகைக்கு அனுப்பினார். 1961 ஜூலையில் அது வெளியாயிற்று. அதன் காரணமாக, அமெரிக்காவில் இருக்கும்போதே மகாராஷ்ட்ராவில் நான் மிகவும் பிரபலமாகிவிட்டேன்.

டாக்டர் கிங்கும் டாக்டர் நிம்கடேயும்

எனது முனைவர் பட்டத்துக்கான ஆய்வுக் கட்டுரை எழுதுவதில் எனது வழிகாட்டியான டாக்டர் அட்டோ மிகவும் உதவியாக இருந்தார். எனது கடைசி விரிவான தேர்வுக்கு தயார் செய்ய வேண்டியிருந்தது. பல மாதங்களாக நூல் நிலையத்தை முற்றுகையிட்டேன். இரவும் பகலும் படித்து குறிப்புகள் எடுத்தேன். 1962 மார்ச் 30இல் ஸ்மித், அட்டோ, டோரி, மர்டாக், கோரி என்ற உலகின் சிறந்த ஐந்து விவசாய பேராசிரியர்களின் முன் அமர்ந்திருந்தேன். அவர்கள் என்னை மூன்று மணிநேரம் துளைத்தெடுத்துவிட்டார்கள். விவசாயம் சம்பந்தமான எல்லா விஷயங்களைப் பற்றியும் கேட்டுவிட்டனர். நல்லவேளை, நான் என்னை நன்றாகவே தயார்படுத்தியிருந்தேன். அனைத்துக் கேள்விகளுக்கும் நல்ல சரியான விடையளித்தேன். எல்லோரும் எனக்கு பாஸ் மார்க் கொடுத்து விட்டார்கள். அளப்பரிய மகிழ்ச்சியுடன் அறையை விட்டு வெளியே வந்தேன். கால் தரையில் பாவ வில்லை. வெற்றி உறுதியாகிவிட்டது. நான்கு வருட கடின உழைப்பு பலனளித்துவிட்டது.

பல வாரங்களுக்குப் பிறகு மாணவர் சங்க கட்டிடத்திற்குள் நுழைந்தேன். அறிவிப்புப் பலகை யில் அன்று காம்பஸில் டாக்டர் மார்ட்டின் லூதர் கிங் பேசப்போவதாக ஒட்டியிருந்தது. எனக்கு அதற்கான பாஸ் இல்லை. இருந்தாலும் போனேன். "என் பரீட்சை எல்லாம் முடிந்துவிட்டது. விரைவில்

வெளிநாடு செல்லப்போகிறேன். இந்த சந்தர்ப்பத்தை விட்டால் இனி டாக்டர் கிங் பேச்சைக் கேட்க முடியாது. நான் உள்ளே செல்ல அனுமதியுங்கள்" என்று வேண்டினேன். உள்ளே விட்டு விட்டார்கள்.

ஒடுக்கப்பட்ட அமெரிக்க ஆப்பிரிக்க மக்களின் தலைவரைப் பார்த்து சிலிர்ப்புற்றேன். பேச்சினிடையே அவர் இந்தியாவின் ஜாதிப் பிரச்சினையைப் பற்றிக் குறிப்பிட்டார். அவர் தவறாகப் புரிந்திருக்கிறார் என்று தெரிந்தது. அவர் கூறினார்:

நான் பிரதம மந்திரி நேருவின் வீட்டில் தங்கியிருந்தேன். அப்போது அவர் என்னிடம், 'டாக்டர் கிங், நாங்கள் தீண்டாமையை அடியோடு ஒழித்துவிட்டோம். நீங்கள் இந்தியாவின் எந்த மூலைக்கு வேண்டுமானாலும் போய்ப் பாருங்கள். தீண்டாமையை கடைபிடிப்பதாகக் கூறும் ஐந்து பேரைக்கூட நீங்கள் சந்திக்க முடியாது. எங்கள் நாடு முன்னேறிவிட்டது' என்றார். இதே போன்று கொடுமையை ஒழிப்பதை நாங்கள் அமெரிக்காவிலும் எதிர்பார்க்கிறோம். இந்தியாவின் உதாரணத்தை நாம் பின்பற்ற வேண்டும்.

கேள்வி நேரத்தில் நான் கையை உயர்த்தினேன். ஆனால் நான் அழைக்கப்படவில்லை. விழாவை ஒழுங்குபடுத்துபவர் கூட்டம் முடிவுற்றுவிட்டதாகவும் டாக்டர் கிங் களைப்பா யிருப்பதாகவும் தெரிவித்தார். கையை உயர்த்தியபடியே நான் கூறினேன்:

நான் கேள்வி கேட்கப்போவதில்லை. ஏனெனில் டாக்டர் கிங் கேள்விக்கு அப்பாற்பட்டவர். எங்கள் பிரதம மந்திரி உலகின் பல்வேறு தலைவர்களையும் அரசர்களையும் இந்தியாவுக்கு அழைத்திருக்கிறார். வந்த மன்னர்களில் டாக்டர் கிங்தான் மன்னாதி மன்னர்.

இதற்கு பலத்த கரகோஷம் கிளம்பியது,

இந்தியாவில் தீண்டாமையை ஒழித்த பெருமை டாக்டர் அம்பேத்கரையே சாரும். அவர் அமெரிக்காவில் கொலம்பியா பல்கலைக்கழகத்தில் படிக்கும்போது தாமஸ் ஜெபர்சன், புக்கர் டி.வாஷிங்டன் ஆகியோரின் தாக்கம் அவரிடம் ஏற்பட்டது. எனவே முழுப் பெருமையும் அமெரிக்காவுக்குத்தான் சேரும். நான் இந்தியாவில் ஒரு தாழ்த்தப்பட்டவனாக வளர்ந்தபோது நான் வகுப்பறை ஜன்னலுக்கு வெளியேதான் நின்று கற்க வேண்டியிருந் தது. நான் பரீட்சையில் தேறியபோது என் ஆசிரியரின் காலைத் தொட்டு வணங்க முடியவில்லை. தீட்டுப்பட்டு

விடும் என அவர் பயந்தார். இந்தியாவில் நிறையப் பட்டங்கள் பெற்றேன். இங்கே விஸ்கான்ஸில் என் படிப்பைத் தொடர முடிந்தது. இன்று ஒருங்கிணைந்த தேர்வுகளில் தேர்ச்சி பெற்றுவிட்டேன். விரைவில் என் முனைவர் பட்டத்தோடு இந்தியா திரும்புவேன். ஆனால் அங்கே போனால் எத்தனையோ சிரமங்கள் காத்திருக் கின்றன. சலவையாள் என் உடைகளை வெளுக்கமாட்டார். முடி திருத்துவோர் என்னைத் தொடமாட்டார். இருந்தா லும் நான் இந்தியா செல்வேன். நாட்டுக்காகவும் மனித இனத்துக்காகவும் உழைப்பேன். உண்மையில் டாக்டர் அம்பேத்கர் இந்தியா திரும்பி அதன் அரசியல் அமைப்புச் சட்டத்தை உருவாக்கியபோது அவருக்கு நிறைய கௌரவ டாக்டர் பட்டங்கள் கிடைத்தன. ஆனால் அவை கொலம்பியா யூனிவர்சிட்டி போன்ற வெளிநாட்டுப் பல்கலைக்கழகங்களால்தான் வழங்கப்பட்டன. அவர் உயர்ந்த ஜாதியில் பிறந்தவராயிருந்தால் அவருக்கு இந்தியாவிலேயே பல கௌரவ பட்டங்கள் கிடைத்திருக்கும். உங்கள் நாட்டைப் போலவே என் நாட்டிலும் வேற்றுமை கள் ஒரே நாளில் மறைந்துவிடாது.

துவேஷமோ வெறுப்போ இல்லாமல் வேறுபாடுகளை அகற்ற வேண்டியது நமது கடமை. ஒருவரின் நிறம் என்ன என்பது அல்ல முக்கியம். உள்ளே அவர் எப்படியிருக்

கிறார் என்பதுதான் முக்கியம். தோலின் நிறம் இரத்தத்தின் நிறத்தை மாற்றி விடாது. நாம் அனைவரும் மார்ட்டின் லூதர் கிங் அவர்களின் உதாரணத்தைப் பின்பற்ற வேண்டும். அவர் இந்தியாவுக்குச் சென்றது கற்பதற்காக. ஆனால் என்னுடைய கருத்தில் அவர் கற்பிக்கச் சென்றார் என்று தான் நினைக்கிறேன். அவர்தான் இந்தியர்களுக்கு அஹிம்சையை எப்படி பயன்படுத்துவது என்பதைக் கற்பித்தவர். இந்தியர்கள் காந்தியின் அஹிம்சைக் கொள்கையை மறந்துவிட்டார்கள். நீண்ட காலமாக ஒடுக்கப்பட்டு வந்தவர்களுக்கு உரிமையும் பெருமையும் கிடைக்க அஹிம்சையை பயன்படுத்திய உயிருள்ள உதாரண புருஷர் டாக்டர் கிங் மட்டுமே. எனவே அவர்தான் லட்சிய மனிதர்.

பேசிவிட்டு நான் உட்கார்ந்தேன். ஆனால் கரகோஷம் தொடங்கி நீண்ட நேரம் ஒலித்தது. இந்திய வரலாற்றின் கறுப்பு மருவைப் பற்றி இவ்வளவு தூரம் பேசவேண்டும் என்று நினைக்கவில்லை. ஆனால் நேரு கூறியதற்கு எதிராக என் கருத்தை வெளிப்படுத்த வேண்டியதாயிற்று.

வீட்டுக்குச் சென்றதும் நான் தேர்வுகளில் வெற்றிபெற்றதை அறிந்து ஹீரா மிகவும் மகிழ்ச்சி அடைந்தாள். அன்று மாலை, டாக்டர் கிங் பற்றிய என் பேச்சைக் கேட்ட பல ஆப்பிரிக்க அமெரிக்கர்கள் தொலைபேசி வழியாக என்னைப் பாராட்டினர்.

பட்டமளிப்பு விழாவின்போது என் விருதைப் பெற முடிய வில்லை. ஏனெனில் குறிப்பிட்ட நாளில் நான் திரும்ப வேண்டி யிருந்தது. ஐரோப்பாவில் சில இடங்களையும் பார்க்க வேண்டும். நான் பட்டமளிப்பு விழா உடையையும் தொப்பியையும் இரவல் வாங்கி புகைப்படம் எடுத்துக்கொண்டேன். இதைக் காண எனது தோழி திருமதி கார்ட்டர் விஸ்கான்சின் ஸ்டேட் ஜேர்னல் பத்திரிகையிலிருந்து ஒரு நிருபரை வரவழைத்திருந்தார்.

அந்த ஞாயிற்றுக் கிழமை நான் விஸ்கான்ஸின் ஸ்டேட் ஜேர்னலைத் திறந்தபோது முதல் பக்கத்தில் என் புகைப் படத்தைப் பார்த்துத் திடுக்கிட்டேன். “தாழ்த்தப்பட்டவருக்கு முனைவர் பட்டம்” என்றது தலைப்பு. பின்வந்த நாட்களில் நாங்கள் சாமான்களைக் கட்டிக்கொண்டிருக்கும்போது நிறைய தொலைபேசி அழைப்புகள் வந்தவண்ணமிருந்தன. நிறைய நண்பர்கள் கடைசி முறையாக எங்களைப் பார்க்க வந்தனர். திருமதி ரெப்ளிஞ்சரின் அன்பு அரவணைப்பில் சிக்கியிருந்த என் மகனை எடுக்க முடியவில்லை. அவள் கண்களில் நீர் பெருகியிருந்தது.

HE HAS EARNED IT—N. M. Nimgade has a reason to be proud as he poses in the cap and gown he wore recently when he received his Ph.D degree at the University of Wisconsin. Sharing his pleasure are his wife, Hila, and children, from the left, Ashok, who will be 4 years old in June; Rekha, 5, and Bhimrao, 7.
—State Journal Photo by Richard Vesey

'Untouchable' Gains Ph.D.

Indian's Struggle Worth Effort

By MARCIA CROWLEY
(State Journal Staff Writer)

The young Indian boy was given permission to attend school on one condition — he was not to enter the school building.

For N. M. Nimgade of New Delhi was one of India's untouchables, the lowest level in the country's caste system.

So Nimgade, desperately hungry for education, stood outside the school and received his elementary school training by listening to the teachers as they taught the children of the upper classes.

With his black hair now streaked with grey, Nimgade reached his goal Mar. 30 when he received his Ph.D. degree in soils from the University of Wisconsin.

He returns to India today with his handsome wife and three children. He returns to a promising and challenging career with the Indian government.

His story is one of almost unbelievable determination and hardship. So it is small wonder that a stranger should feel the glow of pride as Nimgade mentions his doctor's degree.

As a member of a poverty-stricken untouchable family, he was not allowed to touch anyone from the upper classes, and he was unable to attain an education.

Nimgade isn't sure when he was born, the month, date, or year, since that was never recorded. He thinks he was born about 1921.

First Work

He began to work in the fields when he was about 8 so that there would be another wage earner in the family. When he was 10, he was given a monthly job at which he worked every day. He was paid a monthly wage of 6 cents worth of sorghum grain.

Wanting their son to be able to at least write his name, Nimgade's parents obtained permission for him to 'attend school' by standing outside the building, in a neighboring village 3 miles away, to which he walked each day.

"I consider myself lucky to be given permission to do that," he said, explaining that few untouchables did even that.

He Went On

After four years of the school, Nimgade's parents thought he had enough and it was time to return to the fields. But he wanted to go on — and he did.

From there he went to a county school in which he was allowed to sit with other students, for the school was run by missionaries. During this period he lived with his younger brother and sister, cared for them, and did the household chores. He also worked part time bringing grass to the market

Turn to Page 2, Col. 1

AND THESE OTHER REGUL

SECTION 1	Page
As You See You	12
Calendar	14

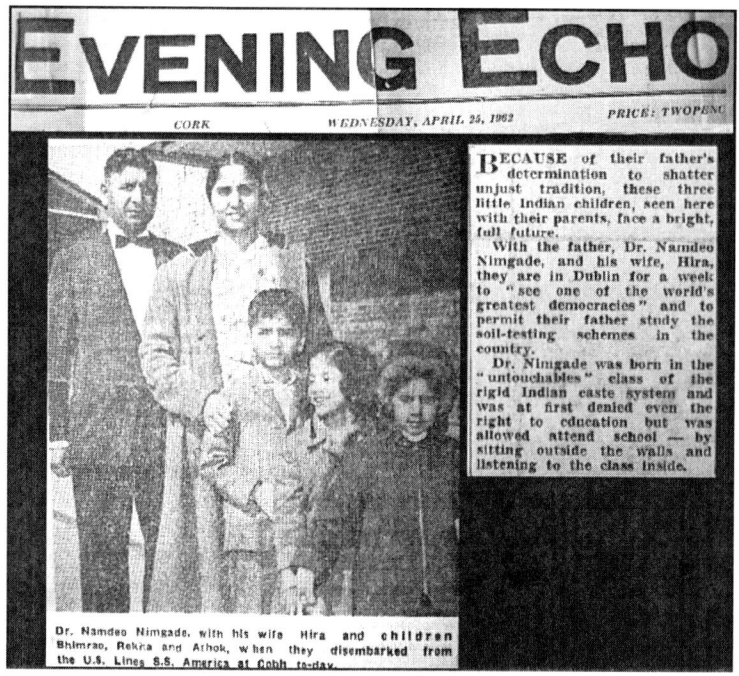

EVENING ECHO

CORK WEDNESDAY, APRIL 25, 1962 PRICE: TWOPENC

BECAUSE of their father's determination to shatter unjust tradition, these three little Indian children, seen here with their parents, face a bright, full future.

With the father, Dr. Namdeo Nimgade, and his wife, Hira, they are in Dublin for a week to "see one of the world's greatest democracies" and to permit their father study the soil-testing schemes in the country.

Dr. Nimgade was born in the "untouchables" class of the rigid Indian caste system and was at first denied even the right to education but was allowed attend school — by sitting outside the walls and listening to the class inside.

Dr. Namdeo Nimgade, with his wife Hira and children Bhimrao, Rekha and Ashok, when they disembarked from the U.S. Lines S.S. America at Cobh to-day.

இப்படியாக நாங்கள் ஊருக்குக் கிளம்பினோம். வெளி நாட்டு அன்பர்களைப் பிரிந்ததில் மனம் சோகத்தில் மூழ்கி யிருந்தது. அவர்கள் எங்களை முழுமனதோடு வரவேற்று ஆதரவு அளித்தவர்கள். பலவிதங்களிலும் உதவி செய்தவர்கள். எங்கள் மேல் அன்பைப் பொழிந்தவர்கள். அங்கே நாங்கள் தீண்டாமை எனும் கொடிய சாபத்திலிருந்து விலகி இருந்தோம். ஒரு வேடிக்கை உங்களுக்குத் தெரியுமா? அமெரிக்காவில் 'தீண்டப் படாதவன்' என்பதைக் குறிக்க 'பிராமின்' என்ற வார்த்தையைப் பயன்படுத்துவார்கள். உதா: பாஸ்டன் பிராமின்!

வீடு நோக்கி

"எதற்காகப் போகவேண்டும்? திரும்பி உன் மாடிசன் வீட்டுக்கே போய்விடு!"

பரபரப்பும் வருத்தமும் கலந்த உணர்வில் 1962 ஏப்ரல் 9இல் நாங்கள் கிரேஹவுண்ட் பஸ்ஸில் ஏறினோம். எங்கள் நலம் விரும்பிகள் பலரும் பேருந்து நிலையம்வரை வந்து விஸ்கான்ஸிலேயே இருந்துவிடும்படி கேட்டுக்கொண்டனர். எங்கள் கண்கள் குளமாயின. அமெரிக்காவின் இடைப் பகுதியிலிருந்து எங்கள் இனிய நண்பர்கள் அனை வருக்கும் கையசைத்து விடைபெற்றுக்கொண்டோம். பஸ் கிளம்பியது. இனி எப்போதாவது இவர்களைப் பார்க்க முடியுமா?

கழிந்த சில வருடங்களாக என் படிப்பை உத்தேசித்து நாங்கள் விஸ்கான்ஸினை விட்டு வேறெங்கும் செல்லவில்லை. எனவே ஊருக்குத் திரும்புகிற வழியில் எவ்வளவு இடங்களைப் பார்க்க முடியுமோ அவ்வளவையும் பார்த்து விடுவதெனத் தீர்மானித்தோம். இனி எப்போது இதுபோன்ற வாய்ப்புக் கிடைக்கப்போகிறது? எவ்வளவு குறைவாக செலவு செய்ய முடியுமோ அவ்வளவு குறைத்து செலவிட வேண்டும். அதுவும் மூன்று சிறு குழந்தைகள், ஏகப்பட்ட சாமான்களுடன். அமெரிக்காவின் குறுக்கே நியூயார்க் நகரம் வரை சுமார் ஆயிரம் மைல் பஸ்ஸில் செல்ல வேண்டும். அங்கிருந்து ஒரு பயணிகள் கப்பலில் அயர்லாந்து செல்லவேண்டும். பின்னர் ஐரோப்பாவில் ரயில் மூலம் யாத்திரை, அப்புறம் பயணிகள் கப்பலில்

இத்தாலியிலிருந்து பம்பாய். அங்கிருந்து ரயிலில் பயணித்து புதுடில்லிபோய் சேரவேண்டும். இதுதான் எங்கள் பயணத் திட்டம். அப்புறம் புதுடில்லியின் இந்திய விவசாய ஆராய்ச்சி நிறுவனத்தில் பழைய வேலையில் சேரவேண்டும்.

எனக்கு புத்தகங்கள் படிப்பதிலும் கற்பதிலும் ஆர்வம் அதிகம். எனவே எந்தப் புத்தகங்களை எடுத்துச் செல்வது, எவற்றை விட்டுவிடுவது என்பது பெரிய பிரச்சனையாயிருந்தது. கொஞ்சம் புத்தகங்களை நாக்புரிலிருக்கும் தம்பி அங்குஷுக்கு அனுப்பிவிட்டேன். இருந்தும் என்னிடம் 22 டிரங்க் பெட்டி நிறைய புத்தகங்கள்! அவற்றை நியூயார்க் நகரிலுள்ள ராக் பெல்லர் பவுண்டேஷனுக்கு என் பெயருக்கு அனுப்பினேன். பின் அவற்றை என்னுடன் ஐரோப்பாவுக்குக் கொண்டுசெல்ல வேண்டும். அங்கிருந்து இத்தாலியில் நான் கப்பலேறும் இடத்துக்கு அவை போய்ச் சேரவேண்டும். டிரங்க் பெட்டிகள் மலைபோல் குவிந்திருந்தன. பிள்ளைகளுக்கு அவற்றின் மேல் ஏறி விளையாடு வது வேடிக்கையாயிருந்தது – ஹீரா அவர்களை அதட்டி நிறுத்து வது வரை.

மூன்று மணிநேரப் பயணத்தில் சிக்காகோ அடைந்தோம். இரண்டொருநாள் அங்கே தங்கினோம். மிகப் பெரிய நகரம் அது. பெரிய பெரிய ஆபீஸ் கட்டிடங்களும் மியூஸியம்களும் இருந்தன. இரவில் லட்சக்கணக்கான விளக்குகள் நகரை அலங்கரித்தன. கண்கொள்ளாக் காட்சி அது.

அடுத்தது நயாகரா நீர்வீழ்ச்சி. முடிவில்லாமல் நீர் கொட்டிக் கொண்டிருக்கும் அந்த பிரமாண்டமான அருவியின் தோற்றம் மலைக்க வைப்பது. நதி இடி முழக்கத்தோடு உயரத்திலிருந்து இடைவிடாது பாய்ந்து பால் நுரையாகக் கடைந்துகொண் டிருக்கிறது. நீர்த்துளிகள் எங்களை நனைத்து குளிப்பாட்டும் வரை அதையே வியப்புடன் பார்த்துக்கொண்டிருந்தோம். அதன் ஒரு பக்கமாக நடந்து சென்று கனடா எல்லைக்கு வந்தபோது அந்த நாட்டு அதிகாரிகள் எங்களைத் தடுத்து நிறுத்தினர். எங்கள் மூன்று வயது அசோக்கை காணவில்லை. கூட்டத்துடன் கூட்டமாக அவன் முன்னே நடந்து கனடா பக்கம் சென்று மறைந்துவிட்டான்.

அதிகாரிகள் எங்களை எல்லை தாண்டி கனடாவுக்குள் நுழைய அனுமதிக்கவில்லை. எங்களைக் காணாமல் அவன் என்ன செய்வான் என்ற நினைப்பில் கதிகலங்கிப் போய் விட்டோம். “ஸார், உங்கள் பக்கம் போய் என் பையனைக் கண்டுபிடித்து உடனேயே திரும்பிவிடுகிறேன்” என்று சொன்னேன். அவர்கள் பிடிவாதமாக மறுத்துவிட்டனர்.

எனக்கு வியர்த்துக் கொட்டியது. என்ன செய்வதென்றே புரிய வில்லை. நல்லவேளை, தான் கூட்டத்தில் எங்களைப் பிரிந்து தனியாகிவிட்டோம் என்பதை உணர்ந்த அசோக் திரும்பி வந்து எங்களுடன் சேர்ந்துகொண்டான். எங்கள் பயணத்தின் முதல் விபத்து தவிர்க்கப்பட்டது.

ஏப்ரல் 13 அன்று தலைநகர் வாஷிங்டன் டி.சி.யை அடைந்தோம். விஸ்கான்சினில் பிரெஞ்சு வகுப்பில் என்னுடன் படித்த ஜேனட் ராபின் நாங்கள் தங்குவதற்கான வசதிகளைச் செட்டி குடும்பத்தின் அபார்ட்மென்டில் செய்திருந்தாள். மறுநாள் அம்பேத்கர் ஜயந்தியை முன்னிட்டு அவள் ஒரு விருந்துக்கு ஏற்பாடு செய்திருந்தாள். வாஷிங்டன் டி.சி.யைச் சுற்றிப் பார்த்தோம். ஜப்பானிய செரி பிளாஸம் மலர்கள், கடைத்தெரு, மலைமேல் செதுக்கிய ஜெபர்சன், லிங்கன், வாஷிங்டன் ஆகியோருக்கான நினைவுச் சின்னங்கள் போன்றவை எங்களை மகிழ்வித்தன. அந்த நினைவுச் சின்னங்கள் அமெரிக்காவின் அடிப்படைக் கொள்கையான சுதந்திரம், சமத்துவம் இரண்டையும் வெளிப்படுத்துகின்றன. இந்த கொள்கைகள்தான் டாக்டர் அம்பேத்கர் இந்திய அரசியல் அமைப்பை உருவாக்கும்போது அவருக்குத் தூண்டுதலாக இருந்தன.

சில நாட்களுக்குப் பிறகு நியூயார்க் நகரை அடைந்தோம். அங்கிருந்துதான் எங்கள் கப்பல் பயணம் தொடங்கியது. நியூயார்க்கில் மிக உயரமான எம்பயர் ஸ்டேட் கட்டிடத்தின் உச்சிவரை லிப்டில் சென்று பார்த்தோம். அப்போது அதுதான் உலகிலேயே மிக உயரமான கட்டிடம். 101 மாடிகளுக்கு உயரே இருந்து பார்க்கும்போது தரையில் நடக்கும் மனிதர்கள் எறும்புகள்போல் தோற்றமளித்தனர். அடிவானத்தின் அழகை மணிக்காணக்காகப் பார்த்து ரசித்தோம். மேகம் எங்கள் தலைக்குமேல் செல்லும்போதெல்லாம் உஷ்ணம் குறைவதை உணர்ந்தோம். சில சமயம் மேகங்கள் எங்களுக்குக் கீழாகவும் கடக்கும்படியான அளவிற்கு நாங்கள் மிக உயரத்தில் இருந்தோம்.

துறைமுகத்தில் அமைந்திருக்கும் சுதந்திர தேவியின் சிலை மற்றொரு அற்புதம். அதன் உள்ளே சென்று உயரே ஏறிப் பார்த்தோம். அவ்வளவு உயரத்திலிருந்து பார்க்கும்போது கீழே அலைகள் எங்களைச் சுற்றி அடிப்பது அற்புதமாக இருந்தது.

அன்று மாலை ஒரு ஹோட்டலில் சில இந்தியர்களை தற்செயலாகச் சந்தித்து அவர்களுடன் பேசிக்கொண்டிருந்தோம். ஓர் இந்திய ஹோட்டல் ஒன்றைக் கண்டோம். அப்போதெல்லாம் அங்கு அதிகம் இந்திய ஹோட்டல்கள் கிடையாது. தாய்நாட்டு உணவை ருசித்து சாப்பிட்டோம்.

ஒரு பெரிய படகில் கடலில் செல்லப்போகிறோம் என்று கூறியபோது குழந்தைகள் மிக ஆர்வத்துடன் இருந்தனர். துடுப்பால் துளாவிச் செல்லப்படும் ஒரு பெரிய படகை அவர்கள் கற்பனைச் செய்திருக்கலாம். எஸ்.எஸ். அமெரிக்கா என்ற பெரிய கப்பலில் நாங்கள் ஐரோப்பாவை நோக்கி பயணம் செய்தோம். அதில் நீண்ட நடைபாதைகள், பூந்தோட்டங் கள், நூல்நிலையம்கூட இருந்தன. அசோக்குக்கு ஒரே ஏமாற்றம். “அப்பா பொய் சொல்லிவிட்டார். ஒரு படகில் போகலாம் என்று சொல்லிவிட்டு ஒரு கட்டிடத்துக்குக் கூட்டிவந்துவிட்டார்” என்றான். கப்பலின் ஓரத்துக்குச் சென்று கடலைக் காட்டிய பிறகுதான் அவனுக்கு உண்மை புரிந்தது. மகிழ்ச்சியில் ஒரு சிறிய டான்ஸே ஆடிவிட்டான்.

ஒரு வாரம் கடலில் பயணம் செய்தபிறகு நாங்கள் அயர்லாந்து எல்லையை அடைந்தோம். ஒரு பத்திரிகை நிருபர் எங்களைப் பேட்டி காண்பதாக ஏற்பாடு செய்யப்பட்டிருந்தது. மறுநாள் பத்திரிகையில் எங்கள் குடும்பப் படம் வந்திருந்தது. பல ஹோட்டல்களில் தங்கி அயர்லாந்தின் பல இடங்களைப் பார்த்தோம். ஓரிடத்தில் சாப்பிடும் இடத்தில் ஜூக் பெட்டியில் ட்விஸ்ட் நாட்டிய பாடல் ஒன்று பாடிக்கொண்டிருந்தது. (ஜூக் பெட்டியில் காசு போட்டால் நாம் விரும்பிய பாட்டைக் கேட்டு ரசிக்கலாம்.) எங்கள் மூன்று குழந்தைகளும் மேடைக்கு ஓடிப்போய் ஜூக் இசைக்கு ஏற்ப ஆடத் தொடங்கிவிட்டனர். ஹோட்டலில் சாப்பிட வந்தவர்கள் அதைப் பார்த்து மகிழ்ந்து மேலும் மேலும் காசுகளை ஜூக் பெட்டியில் போட்டு எங்கள் குழந்தைகள் பாடலுக்கேற்ப ஆடுவதைக் கண்டு ரசித்தனர்.

இங்கிலாந்தில் நாங்கள் டோர்லிக்கர் குடும்பத்துடன் தங்கினோம். டவர் ஆப் லண்டனில் இந்தியாவில் இருந்து கொண்டுவரப்பட்ட கோஹினூர் வைரத்தின் பளபளப்பில் மனம் சொக்கினேன். ஆக்ஸ்போர்டு, கேம்பிரிட்ஜ் போன்ற பல்கலைக்கழகங்களுக்குச் சென்றேன்.

பாரிஸை அடைந்தபோது மொழிப் பிரச்சனை ஏற்பட்டது. கல்லூரியில் அறிவியலை பிரெஞ்சு மொழியில் படித்ததற்கும் பிரெஞ்சு வீதிகளில் அதைப் பேசுவதற்கும் பெரிய வித்தியாசம் இருந்தது. விஸ்கான்ஸினில் என்னுடன் படித்த ஒரு பெண் பாரிஸில் இருந்தாள். மிகவும் கஷ்டப்பட்டு அவளைத் தொடர்பு கொண்டேன். உடனே அவள் ரயில்வே ஸ்டேஷனில் எங்களைச் சந்தித்து தங்குவதற்கும் பயணத்துக்குமான வசதிகளைச் செய்து தந்தாள். பாரிஸில் 300 மீட்டர் உயர ஈபிள் கோபுரத்தைப் பார்த்தோம். 1930வரை அதுதான் உலகிலேயே மிக உயரமானது.

இரவில் ஹீரா குழந்தைகளைப் பார்த்துக்கொள்ள, நான் பாரிஸைச் சுற்றிப் பார்த்தேன்.

மீதி உள்ள பயணத்தின்போது லக்ஸம்பர்க் மற்றும் ஸ்விட்சர்லாந்தில் இறங்கினோம். ஆல்ப்ஸ் மலைகளையும் பள்ளத்தாக்குகளையும் கண்டு மகிழ்ந்தோம். அங்குள்ள தெருக்கள் துளி அழுக்கு இல்லாமல் சுத்தமாக இருந்தன. இந்தியத் தெருக் களுக்கும் இவற்றுக்கும் எவ்வளவு வேறுபாடு! பணத்தைச் சிக்கனப்படுத்துவதற்காக வெளியிடங்களுக்குப் போகும்போது முடியுமானால் உணவையும் எடுத்துச் சென்றோம். ஒரு தடவை ஒரு ஸ்விஸ் குடும்பம் எங்கள் குழந்தைகளுக்கு உணவு தந்தனர். மொழிப் பிரச்சினையால் நாங்கள் அதை ஏற்கவில்லை. பொதுவாக ஸ்விஸ் மக்கள் சற்று விலகியே இருப்பார்கள் என்பதற்கு மாறாக அவர்கள் மீண்டும் மீண்டும் வற்புறுத்தி னார்கள். ஒரு துண்டு ரொட்டியைப் பிய்த்து அது பாதுகாப் பானது என்பதை நிரூபிக்க அவர்களே சாப்பிட்டுக் காட்டினர். எங்கள் குழந்தைகள் அதை ஏற்றுக்கொண்டதும் அங்கே மொழி எல்லையைக் கடந்த மகிழ்ச்சி நிலவியது. பிராங்க்பர்டில் எங்கள் ஹோட்டலில் ரூம் கிடைப்பதில் பிரச்சினை ஏற்பட்டது. ரயில்வே ஸ்டேஷனிலேயே இருந்தோம். நல்லவேளை, அங்கே ஒரு அகதி முகாம் செயல்பட்டுவந்தது. கிழக்கு ஜெர்மனியிலிருந்து தப்பிவரும் மக்களுக்கு புகலிடம் அளிக்க அமைந்தது அது. அவர்கள் ஹீராவையும் குழந்தைகளையும் அங்கே தங்க அனுமதித்தனர். நான் தனியே விடப்பட்டேன். இரவில் நான் நகரைச் சுற்றிப் பார்க்க வேண்டாம் என்று சொல்லி ஹீரா என் செருப்பு, உடுப்பு, பணம் எல்லாவற்றையும் பிடுங்கி வைத்துக்கொண்டாள். இருந்தால் என்ன, 'இரவில் ப்ராங்க்பர்ட்' காட்சியை நான் சுற்றிப் பார்க்கத்தான் செய்தேன்.

இத்தாலியில் நாங்கள் லியோனார்டோ டாவின்ஸி, மைக்கே லேஞ்சலோ போன்ற கலைஞர்களின் படைப்புகளைக் காண முடிந்தது. நாங்கள் பொதுவாக மூன்றாம் வகுப்பிலேயே பயணம் செய்துவந்தோம். வெயில் கடுமையாக இருந்ததால் வாட்டிகன் செல்ல இரண்டாம் வகுப்பு டிக்கெட் எடுத்தோம். ஆனால் அந்தப் பெட்டியை அதிகாரிகள் முதல் வகுப்பாக மாற்றி விட்டு, எங்கள் இடத்தைக் காலிசெய்யச் சொன்னார்கள். நான் மறுத்தேன். நான் இரண்டாம் வகுப்பு டிக்கெட்கள் வாங்கியிருப்பதாகவும், குழந்தைகள் உஷ்ணத்திலும் கூட்டத் திலும் சிரமப்படுவார்கள் என்றும் சொன்னேன். எங்கள் பேச்சு மேலும் மேலும் சூடேறியது. "உங்கள் நாட்டு அதிபருக்குக் கடிதம் எழுதுவேன். மரியாதையற்ற உங்கள் செயல் பற்றி புகார் செய்வேன். உங்கள் பெயரைக்கூட குறிப்பிடுவேன்"

என்று சொல்லிப் பார்த்தேன். மொழிப் பிரச்சனை காரணமாக இவை செவிடர் காதில் விழுந்தது மாதிரி ஆயிற்று.

ரயிலில் இருந்த இரண்டு மூன்று இத்தாலியர்கள் ஆங்கிலம் பேசினர். என்னுடைய பிரச்சனையைக் கவனித்த அவர்கள் அதுபற்றி கேட்டனர். அவர்கள் போப்பைச் சந்திக்க வாட்டிகன் செல்பவர்கள். எனக்கு ஒரு யோசனை தோன்றியது. “நாங்களும் போப்பைக் காண வருகிறோம்” என்றேன்.

இப்போது ரயில் கண்டக்டர் ஒன்றும் செய்ய முடியாமல் எங்களை விட்டுவிட்டான். போப்பைக் காணச் செல்பவர்களை எப்படித் தடுப்பது! அந்த பக்தியுள்ள பயணிகளுடன் நாங்கள் மேற்கொண்ட யாத்திரை மிக வசதியாக இருந்தது. எங்களுக்கு குளிர்பானங்கள், தின்பண்டங்கள் தந்தனர். பெண்கள் எங்கள் குழந்தைகளுக்கு விசிறி விட்டனர். அவர்களுடன் விளையாடினர்.

மறுநாள் நாங்கள் போப்பைப் பார்க்கச் சென்றபோது அங்கு ஆயிரக்கணக்கானோர் குழுமி இருந்தனர். நான் அசோக்கை தோளில் சுமந்து கொண்டு ரேகாவை கையில் தூக்கிக்கொண்டேன். என்னிடம் நுழைவுச் சீட்டைக் கேட்ட போது என் பாக்கெட்கள் எல்லாம் துளாவினேன்.

எங்கோ மறந்து வைத்துவிட்டதுபோன்ற என்னுடைய பரிதாபமான நிலையைப் பார்த்துவிட்டு ஆபிஸர்கள் என்னை நுழைவுச் சீட்டு இல்லாமலே உள்ளே செல்ல அனுமதித்து விட்டனர். போப் மக்களை ஒரு சிறிய மரக்கிளையை வீசியபடி ஆசீர்வதித்துக்கொண்டிருந்தார். அது எங்கள் மீது பட்டதும் மிகுந்த மகிழ்ச்சி ஏற்பட்டது. குழந்தைகளுக்கு அது ஒரு பெரிய விஷயமாக இருந்தது. ஊர் திரும்பி பல வாரங்கள்வரை சிறு கம்பினால் ஒருவரையொருவர் தொட்டு ஆசி வழங்கிக்கொண் டிருந்தனர்.

கடைசியாக நாங்கள் இறங்கியது நேப்பிள்ஸ். கடலை யொட்டிய அழகிய நகரம். பழமைவாய்ந்த கட்டிடங்கள். சிறிய தெருக்கள். மூலை முடுக்கெல்லாம் சர்ச்சுகள். அங்கிருந்து இந்தியா புறப்பட்டோம். 1962 மே 31இல் ‘விக்டோரியா’ என்ற பயணிகள் கப்பலில் பம்பாய் நோக்கி பயணம் மேற்கொண்டோம்.

சூயஸ் கால்வாயில் கெய்ரோவில் இறங்கினோம். நல்ல வெயில். என் குடும்பத்தினர் கப்பலிலேயே தங்கிவிடுவதாகச் சொன்னதால் நான் மட்டும் வேறு சில பயணிகளுடன் கரைக்குச் சென்றேன். சுற்றிப் பார்த்தோம். ஒட்டக சவாரி செய்தோம். வெயிலை சமாளிக்க ஒரு வழி செய்தேன். என் பையன் அசோக்குக்காக நிறைய கை துடைக்கும் டயாபர்கள்

வைத்திருந்தோம். நான் அவற்றைத் தூர எறிய விரும்பவில்லை. மெல்லிய துணியில் செய்யப்பட்டவை அவை. தலையில் போட்டுக்கொண்டபோது வெயிலுக்கு இதமாக இருந்தது. பிரமாண்டமான அற்புத பிரமிட்களைப் பார்த்தோம். அதன் அளவுகளைக் குறித்து வைத்திருந்தேன். 446 அடி உயரம், 740 அடி நீளம். 4500 ஆண்டுகளுக்கு முன் கட்டப்பட்டவை. லட்சக் கணக்கான ஆட்களின் உழைப்பில் எழுப்பப்பட்டவை.

கப்பல் ஏடனில் நின்றபோது நிறையப் பேர் அங்குள்ள கடைகளுக்குச் சென்று பொருட்கள் வாங்கினர். பம்பாயை நெருங்கியபோது அவர்களில் சிலர் எங்களிடம் வந்து கஸ்டம்ஸ் பகுதியை கடந்து செல்வதற்காக சில பொருட்களை நாங்கள் வைத்துக்கொள்ள முடியுமா என்று கேட்டனர். நகைகளைக் கூட அணிந்துகொள்ளலாம் என்றார்கள். நான் அவர்கள் வியாபாரத்தில் பங்குகொள்ள முடியாது என்று மறுத்துவிட்டேன்.

கராச்சியில் பாகிஸ்தானை ஓரளவு பார்க்கலாம் என்று தீர்மானித்தேன். இப்போதில்லாவிட்டால் இனி எப்போது பார்க்க முடியும்? இந்தியாவும் பாகிஸ்தானும் ஒன்றையொன்று சந்தேகத்துடன் பார்க்கின்றன. பல தடவை சண்டைகள்கூட நடந்திருக்கின்றன. பாகிஸ்தான் போவது குறித்து சிலர் என்னை எச்சரித்தனர். அங்கே போனால் என்னை நார் நாராக கிழித்து விடுவார்கள், கொள்ளையடித்துவிடுவார்கள் என்றனர். மக்கள் எங்கேயும் ஒரே மாதிரிதான் என்று நம்புபவன் நான். அத்துடன் என்னிடம் கொள்ளையடிக்க என்னதான் இருந்தது?

ஒரு டாக்ஸியை ஏற்பாடு செய்தேன். டிரைவரிடம் "எங்களிடம் அதிக பணம் இல்லை. இந்தத் தொகைக்கு எங்கெல்லாம் அழைத்துச் செல்ல முடியுமோ அங்கெல்லாம் போ. ஆனால் ஜின்னாவின் நினைவிடத்துக்கு அவசியம் போக வேண்டும்" என்றேன். அவரிடம் நான் இஸ்லாம் பற்றி ஓரளவு படித்திருக்கிறேன் என்று சொன்னேன். அவர் மகிழ்ச்சியுடன் நகரத்தைச் சுற்றிக் காண்பித்தார். மியூஸியம், ஜூ எல்லா வற்றுக்கும் அவரே டிக்கெட் எடுத்தார். குழந்தைகளுக்கு மிட்டாய், எங்களுக்கு வெற்றிலை வாங்கிக் கொடுத்தார். நான் கொடுத்த சொற்ப பணத்தை – இரண்டு டாலருக்கு சமம் – பெரிய அன்பளிப்பாக வாங்கிக்கொண்டார். துரதிஷ்டவசமாக, இந்தியாவுக்கும் பாகிஸ்தானுக்கும் இடையே நிலவும் விரோத உணர்ச்சி காரணமாக, அந்த அற்புத தாராள மனமுள்ள முஸ்லிமுடன் மீண்டும் தொடர்புகொள்ள முடியாமல் போயிற்று.

தாய்த்திருநாடே, வணக்கம்

பம்பாயை நெருங்கும்போது ஒரு புயல் அடிக்கத் தொடங்கியது. கப்பல் அங்குமிங்கும் அசைந்தது. எல்லோரும் வாந்தியெடுக்கத் தொடங்கினர். டெக்கிலோ பொது இடத்திலோ யாரும் நிற்கவில்லை. நாங்களும் எங்கள் அறைக்குள் சென்று படுக்கையில் சோர்ந்து படுத்துக் கொண்டோம். பம்பாய் கண்ணில் தென்பட்டதாக அறிவிப்பு செய்யப்பட்டது.

ஹீரா எழுந்திருந்து சாமான்களை மூட்டை கட்ட முயன்றாள். ஆனால் அவளுக்கு தலையைச் சுற்றவே, மீண்டும் படுக்கையில் படுத்துக் கொண்டாள். நானும் முயற்சி செய்து பார்த்தேன். முடியவில்லை. நேரம் போய்க்கொண்டே இருந்தது. யாரோ கதவைத் தட்டும் ஓசை கேட்டது. கப்பல் அதிகாரிகள் யாராவது இருக்குமோ என்று நினைத்தேன். சிரமத்துடன் கதவைத் திறந்தேன். என்ன அதிசயம், என் தம்பி அங்குஷ் நிற்கிறான். அந்த நேரத்தில் அவன் என் தம்பி அல்ல, என்னைக் காப்பாற்ற வந்த தேவதூதன் என்றே தோன்றியது. கப்பலில் இருந்த பயணிகள் எல்லோரும் இறங்கிப் போய்விட்டனர். எனவேதான் கப்பல் அதிகாரிகள் அங்குஷை கப்பலுக்குள் அனுமதித்து எனக்கு உதவச் செய்தனர். சாமான்கள் எல்லாவற்றையும் எடுத்துக்கொண்டு எங்களையும் கப்பலைவிட்டு இறங்கச் செய்தான். பம்பாய் துறைமுகத்தைப் பார்த்ததும் எனக்கு ஒரு ஸ்லோகம் நினைவுக்கு வந்தது:

ஜனனி ஜன்ம பூமிச்ச ஸ்வா்கதபி கரியசி

(பெற்ற தாயும் பிறந்த பொன்னாடும் நற்றவ வானினும் நனி சிறந்தனவே!)

கப்பல் தளத்தில் ஒரு டஜன் உறவினர்கள் ஆனந்தக் கண்ணீருடன் எங்களை வரவேற்க நிற்பதைக் கண்டேன். ஹீராவும் நானும் அவர்களை நோக்கி விரைந்து சென்றோம். அவர்களை யாரென்று தெரியாத பிள்ளைகள் எங்களுக்குப் பின்னால் மறைந்துகொள்ள முயன்றனர். நாங்கள் அவர்களைத் தொட்டுத் தழுவி, பெரியவர்களிடம் ஆசி பெற்றதும் எங்கள் உள்ளம் மகிழ்ச்சியில் பூரித்தது. என் வாழ்விலே மிகவும் புனித நாள் அது. எங்கள் குழு முழுவதும் ஹீராவின் உறவினரான ஷங்கர்லால் சோன்டெக்கேயின் வீட்டில் தங்கினர். அவர் பம்பாய் விமான தள போக்குவரத்துக் கட்டுப்பாட்டு அதிகாரி. மூன்று நாட்கள் நாங்கள் பரபரப்பான பம்பாயைச் சுற்றிப் பார்த்தோம். ஆனால் பெரும்பான்மையான நேரமும் அமெரிக்கா வைப் பற்றிய கேள்விகளுக்குப் பதில் அளிப்பதிலேயே செலவா யிற்று.

ஜூன் 17இல் நாக்புர் போய்ச் சேர்ந்தோம். அன்று அசோக்கின் பிறந்தநாள். எங்களுக்கு ஒரே களைப்பு, அவனுக்கு "ஹாப்பி பர்த் டே" மட்டும்தான் சொல்ல முடிந்தது.

நாக்புரில் பழைய நண்பர்களையும் வேண்டியவர்களையும் பார்த்து மகிழ்ச்சியடைந்தோம். இரண்டு வாரம் நாக்புர், உம்ரேர், ஸாத்காவ் போன்ற இடங்களில் எனக்கு ஒரே விருந்தும் வரவேற்பும் விழாக்களுமாயிருந்தன. எனது அனுபவங்கள், அமெரிக்கா, அமெரிக்க கல்வி முறை போன்றவை பற்றிப் பேசினேன். எனது எல்லா பெருமைகளுக்கும் சாதனைகளுக்கும் காரணம் பாபா சாகப் அம்பேத்கர் என்பதைக் குறிப்பிட்டேன். இதன் மூலம் பலர் அமெரிக்கா பற்றி அங்கு செல்லாமலே நிறைய விஷயங்களைத் தெரிந்துகொள்ள முடிந்தது.

அந்த நாட்களில் பல மேல் ஜாதிப் பெண்கள் கல்வியில் பின்தங்கியே இருந்தனர். ஜாதி வேற்றுமையை கெட்டியாகப் பிடித்துக்கொண்டிருந்தனர். நாக்புரில், சிலரது வீட்டில் சாப்பிடப் போகும்போது முதலில் என் குழந்தைகள் கை கழுவப் போவார்கள். அங்குள்ள பெண்களில் சிலர் "ஓ, அந்தப் பிள்ளைகள் தண்ணீர் பாத்திரத்தைத் தொட்டுவிடாமல் பார்த்துக்கொள்" என்று கூறுவதை ஜன்னலுக்கு வெளியே இருந்தபடி கேட்டு அதிசயப்பட்டிருக்கிறேன். எத்தனையோ நாடுகள் போயிருக்கிறோம். மக்களிடம் அன்பைக் கண்டிருக் கிறோம். தீண்டாமை என்பதையே மறந்துவிட்டோம். இங்கே,

எனது தாய்நாட்டில், இன்னும் நாங்கள் மஹார்கள் என்றே ஒதுக்கப்பட்டிருக்கிறோம். ஒரு தடவை ஒரு முடி திருத்துபவர் என் பெயரைக் கேட்டார், அப்புறம் ஜாதியைக் கேட்டார். உண்மையைச் சொன்னேன். எனக்கு முடிவெட்ட மறுத்து விட்டார்.

நாங்கள் யாத்திரையில் இருக்கும்போது எனது அமெரிக்க விஸ்கான்ஸின் நண்பர்கள் புரொபஸர் பிக்கெட்டும் அவர் மனைவியும் கல்கத்தா வந்திருப்பதாக கேள்விப்பட்டேன். அங்கே அவர் 'வருகைப் பேராசிரியர்.' நாங்கள் அங்கு சென்று அவரது விருந்தினராக சில நாட்கள் இருந்தோம். அவர் எங்களுடன் காரில் வந்து கல்கத்தாவைச் சுற்றிக் காட்டினார். நாங்கள் டில்லி செல்வதற்கான டிக்கெட்டுகளை அவரே வாங்கித் தந்தார்.

ரயில்வே ஸ்டேஷனில் அவர் என்னிடம் ஒரு கவரைத் தந்து, "ரயில் செல்லும்போது இதைத் திறந்தால் போதும்" என்று சொன்னார். ரயில் புறப்படும்போது எங்கள் வளர்ப்புத் தந்தையைப் பிரியும் சோகம் எங்களை அழுத்தியது. பிறகு அந்தக் கவரைத் திறந்து பார்த்தேன். அதில் இருநூறு ரூபாய் இருந்தது. அத்துடன் இருந்த குறிப்பில், "டில்லி போனதும் ஹீராவுக்கு ஒரு மண்ணெண்ணெய் ஸ்டவ் வாங்கிக் கொடு. பாவம், கரி அடுப்பில் சமையல் செய்ய மிகவும் கஷ்டப் படுகிறாள்" என்று எழுதியிருந்தது. நாங்கள் நெகிழ்ந்து போய் விட்டோம். உண்மையில் எங்களிடம் பணமும் குறைவுதான். மண்ணெண்ணெய் ஸ்டவ் ஒரு நாகரிகப் பொருள்தான். இந்தியக் குடும்பங்களில் கையால் காற்றடைக்கப்படும் ஸ்டவ்வை பயன் படுத்தி வந்தார்கள், அமெரிக்கர்கள் உல்லாசப் பயணத்தின் போது உபயோகிக்கும் அடுப்பு மாதிரி.

தலைநகர் நோக்கி

நாங்கள் டில்லியில் இறங்கியதும் நேரே எங்கள் பழைய வீட்டுக்காரர் முகர்ஜியின் வீட்டுக்குச் சென்றோம். முன்னதாக நாங்கள் வரப்போவதையும் எங்களுடைய அறைகளைத் தயாராக வைத்திருக்கும்படியும் தந்தி அனுப்பி யிருந்தோம். ஆனால் தந்தி போய்ச் சேரவில்லை. இருந்தாலும் முகர்ஜி எங்களை மகிழ்வுடன் வரவேற்று எங்களுக்காக அறைகளை காலி செய்து தந்தார். அவருடைய குழந்தைகள் கோகன், புரு மற்றும் பகன் மனு எங்கள் குழந்தைகளுடன் விளையாடினர். ஆனால் மொழிப்பிரச்சனை உருவாயிற்று.

ஒருநாள் அசோக்கிடம் மனு விளையாடலாமா என்று கேட்டபோது அசோக், 'நாளைக்கு' என்ற அர்த்தத்தில் 'டுமாரோ' என்று சொன்னான். உடனே அவள் அசோக்கை ஓர் அடி அடித்தாள். அசோக் அழுதுவிட்டான். அசோக் 'டுமாரோ' என்று சொன்னதை மனு 'தும் மாரோ' (நீ அடி) என்று சொன்னதாக தவறாகப் புரிந்துகொண்டாள். நாங்கள் சிரித்துவிட்டோம். அதன்பிறகு எங்கள் குழந்தைகளை ஹிந்தி படிக்கச் சொன்னோம்.

அமெரிக்காவில் கல்வி கற்ற அனுபவத்தின் அடிப்படையில் எங்கள் குழந்தைகளையும் ஆங்கில மீடியத்தில் படிக்கவைக்க விரும்பினோம். பல இடங்களிலும் விசாரித்துப் பார்த்தோம். புரபஸர்

பிக்கெட் எங்களிடம் புதுடில்லியிலுள்ள அமெரிக்கன் இன்டர்நேஷனல் ஸ்கூல் பற்றிச் சொன்னார்.

அவருடைய நண்பர் கட்டிடக்கலை நிபுணர் ஜோசப் ஸ்டீன் அந்தப் பள்ளிக்கூடத்தின் புதிய கட்டிடத்துக்கான பிளானை வரைந்துகொண்டிருந்தார். ஸ்கூலின் அடையாளச் சின்னம் ஒரு புலி. இது எனக்கும் பொருத்தமாகப் பட்டது. நுழைவுக்கான நேர்காணலின்போது பீம் எல்லா வினாக்களுக்கும் சரியான பதில் கூறி அசத்தினான். ஆனால் ரேகாவோ பயணத்தின்போது சொல்லிக் கொடுத்த அனைத்தையும் மறந்து ஒரு கேள்விக்குக்கூட சரியாக பதில் கூறவில்லை. அவர்கள் பீமை சேர்த்துக் கொண்டார்கள். பீஸூம் கொடுக்க வேண்டியதில்லை. ஆனால் ரேகாவுக்கு மாதம் ஐம்பது ரூபாய் ட்யூஷன் பீஸ் கட்டவேண்டி வந்தது. நாங்கள் இருக்குமிடத்திலிருந்து அந்த ஸ்கூலுக்கு பஸ் வசதி இல்லை. நான்தான் இருவரையும் சைக்கிளில் கொண்டுபோய் விட்டுவிட்டு மாலையில் திரும்பவும் வீட்டுக்கு அழைத்து வரவேண்டும். வீட்டுக்கும் பள்ளிக்கும் ஐந்து மைல் தூரம். தினசரி இருபது மைல் பயணம்.

அந்த நாட்களில் ஓர் அமெரிக்கப் பல்கலைக்கழகத்திலிருந்து அறிவியலில் முனைவர் பட்டம் பெறுவதென்பது மிகவும் கடினமான காரியம். எனக்கு இயாஜூதின் அகமத் என்ற ஒரு நண்பன் இருந்தான். வீட்டுக்கு அடிக்கடி சாப்பிட வருவான். நாங்கள் இருவரும் புரொபஸர் அட்டோவின் மாணவர்கள். பின்னாளில் அகமத் பங்களாதேஷின் ஜனாதிபதி ஆகிவிட்டான். இது விஸ்கான்ஸின் மாணவர்களின் சிறப்பைக் காட்டுகிறது. ஒரு தடவை இந்தியாவில் பிரபல அரசியல் தலைவர் ஜெயப்பிரகாஷ் நாராயணனுடன் பேசிக்கொண்டிருந்தபோது, நான் விஸ்கான்ஸினில் முனைவர் பட்டம் பெற்றிருக்கிறேன் என்பதை அறிந்து என்னைப் பாராட்டினார். "நான் அமெரிக்காவில் நான்கு பல்கலைக்கழகங்களுக்குப் போயிருக்கிறேன். ஆனால் ஒரு பட்டம் கூட வாங்கவில்லை" என்றார் அவர்.

ஆனால் இந்தியாவில் எனது அமெரிக்கப் பட்டத்துக்கு எந்த மதிப்பும் இல்லை என்றுதான் தோன்றியது. அமெரிக்காவுக்குப் போவதற்குமுன் மாதம் 310 ரூபாய் சம்பளம் வாங்கிக் கொண்டிருந்தேன். பட்டம் பெற்று வந்த பிறகு ஏனோ என் சம்பளம் மாதம் 270 ரூபாயாக குறைந்துவிட்டது.

ஒரு காரணம் இந்தோ – சீனா யுத்தத்தினால் விளைந்த பொருளாதார நெருக்கடியால் ஏற்பட்ட சிக்கன நடவடிக்கை என்று சொல்லலாம். எனது முன்னாள் ஆலோசகர் டாக்டர் ராய் சௌத்ரி ஓய்வுபெற்றுவிட்டார். அவருடைய இடத்தில்

எனக்கு ஜுனியரான ஒருவரை நியமித்துவிட்டார்கள். (அவர் எனது பழைய மாணவரும் கூட.)

பஞ்சாப்ராவ் தேஷ்முக்கிடம் எனது கவலைகளைப் பற்றிக் கூறியபோது, தான் அப்போது விவசாய மந்திரியாக இல்லா விட்டாலும் எங்கள் சொந்த மாநிலமான மகாராஷ்ட்ராவில் ஒரு நல்ல வேலை பார்த்துத் தருவதாகக் கூறினார். ஆனால் எனக்கு டில்லியை விட்டுச் செல்ல மனமில்லை. குழந்தைகள் மிகச் சிறந்த பள்ளியில் படிக்கிறார்கள். இதே காரணத்துக்காக ஜோத்புரில் கிடைத்த ஒரு வேலையையும் ஒதுக்கிவிட்டேன்.

இன்னொரு விவசாய கெமிஸ்ட் விடுப்பில் சென்றபோது எனக்கு தற்காலிக பதவி உயர்வு கிடைத்தது. பின்னர் பழைய பதவிக்கே கீழிறக்கப்பட்டேன். எனக்கு மனசே கசந்துவிட்டது. 1965இல் நான் இந்தியா வந்து மூன்று வருடங்களுக்குப் பிறகு இளநிலை முதல் நிலை விஞ்ஞானியாக, கொஞ்சம் கூடுதல் சம்பளத்துடன், பதவி உயர்வு கிடைத்தது. ஹீரா தனது இரண்டு வருட காலேஜ் படிப்பை முடிக்க உள்ளூர் கல்லூரி ஒன்றில் சேர்ந்திருந்தாள்.

நாங்கள் தங்கியிருந்த இடத்திலேயே வேறொரு பகுதிக்கு இடம் மாறி, பஞ்சாபில் இருந்து வந்த கபூர் குடும்பத்தினர் வீட்டில் வாடகைக்கு வீடு எடுத்தோம். அவர்களுடன் எங்களுக்கு நல்ல உறவு இருந்தது. அவர்களுக்கு அஞ்சலி, டிட்டூ என்று இரண்டு பெண் குழந்தைகள். எங்கள் பிள்ளைகளுடன் விளையாடுவார்கள். ஹீரா காலேஜுக்குப் போனதும் அவர்கள் குடும்பம் எங்கள் குழந்தைகளைக் கவனித்துக்கொள்ளும். பல விஷயங்களில் அவர்கள் முன்யோசனையை நாங்கள் பாராட்டி யிருக்கிறோம். ஒரு தடவை ஹீரா எங்கள் படுக்கைகளை யெல்லாம் வெயிலில் காயப் போட்டிருந்தாள். திடீரென நல்ல மழை பெய்யத் தொடங்கியது. கபூர் குடும்பத்தினரே அத்தனை படுக்கைகளையும் நனைந்துவிடாமல் எடுத்து வீட்டில் கொண்டுபோய் வைத்துவிட்டனர்.

கபூரின் அப்பாவை நாங்கள் பாபுஜி என்று அழைப்போம். சிறந்த பக்திமான். நன்றாகப் பாடுவார், அடிக்கடி பிரார்த்தனை செய்வார். நானும் ஹீராவும் ஏதாவது காரணத்துக்காக உரக்கக் கத்திப் பேசினால் அவரும் தம் குரலை உயர்த்தி 'ஓம் சாந்தி, சாந்தி' என்பார். நாங்கள் சண்டையை நிறுத்தி சிரித்துவிடுவோம்.

எங்களுக்கு அடுத்த வீட்டுக்காரர் பபோரிக்கர் ஒரு மராத்தி பிராமணர். நான்கு குழந்தைகள். பபோரிக்கரை எனக்கு நாக்புரில் வைத்தே தெரியும். அவர் மனைவி மிகுந்த ஆசாரம் பார்ப்பாள். இதைப்பற்றி அவரிடம் சொன்னபோது ஜாதி ஒரு பிரச்சனையே

அல்ல என்று சொல்லிவிட்டார். எங்களிடையே மிகச் சிறந்த நட்பு உருவாயிற்று. உணவுகள்கூட பகிர்ந்துகொள்வோம். அவர் குழந்தைகள் மூலமே எங்கள் குழந்தைகள் மராத்தி கற்றுக் கொண்டனர்.

குடியரசுதின ஊர்வலத்தைப் பார்க்க பபோரிக்கருடன் நாங்களும் சென்றோம். இந்திய அரசியல் சட்டத்தை ஏற்றுக் கொண்டதன் நினைவாக நடக்கும் பரேட் அது. தலைநகரின் முக்கிய வீதிகள் வழியே ஊர்வலம் சென்றது. வழியில் ஆங்கிலேயர் கட்டிய பிரமாண்டமான கட்டிடங்கள். ஒவ்வொரு மாநிலத்தி லிருந்தும் ராணுவத்தினர் வந்து அணிவகுப்பில் பங்கேற்றனர். டாங்கிகள் இருந்தன. தளவாடங்கள் இருந்தன. ஒட்டகங்களும் யானைகளும் குதிரைகளும் அணிவகுத்துச் சென்றன. நாட்டிய குழு இருந்தது. ஜெட் விமானங்கள் ஆகாயத்தை நோக்கி பறக்கும்போது தரை குலுங்கியது. மோட்டார் அணிவகுப்பின் நடுவே பிரதம மந்திரி சென்றார். இந்த ஊர்வலம் எல்லாம் எதற்கு என்று அசோக் கேட்டபோது நான் வேடிக்கையாக இது என் பிறந்தநாள் விழா என்று சொன்னேன். 365 நாட்களில் ஒரு நாள் என்பது வேண்டுமானால் சரியாக இருக்கலாம். ஏனெனில் எனது பிறந்த நாளை என் பெற்றோர்கள் குறித்து வைக்கவில்லை. படிப்பின்மைதான் காரணம். அசோக்குக்கு ஒரு விஷயம் புரியவில்லை. ஜூன் மாதம் வரும் தன்னுடைய பிறந்த நாள் ஏன் இவ்வளவு பிரமாண்டமாக ஆடம்பரத்துடன் கொண்டாடப்படுவதில்லை?

ஹீராவின் பரீட்சை நெருங்கியது. வீட்டின் வேலைப் பளுவை நான் ஏற்றுக்கொண்டபோதுதான் சமையல், குழந்தை களைப் பார்த்துக்கொள்வது என்று வீட்டை சமாளிப்பதில் எவ்வளவு கடினமாக பெண்கள் உழைக்கிறார்கள் என்பதைப் புரிந்துகொண்டேன். அவள் படித்துக்கொண்டிக்கும்போது குழந்தைகளை அழைத்துக்கொண்டு வெளியே போய்விடுவேன். ஆனால் அவள் பரீட்சை எழுதத் தொடங்கியபோது தான் சரியாக படிக்கவில்லையென்றும் தேறுவது சிரமம் என்றும் நினைத்துக் கவலைப்பட்டாள். பரீட்சை முடிந்து ரிசல்ட் வந்தபோது நான் போய்ப் பார்த்தேன். பாஸாகி இருந்தாள். நிறைய இனிப்புகள் வாங்கிக்கொண்டு வீட்டுக்குப் போனேன். ஆனால் ஹீராவுக்கு நம்பிக்கை ஏற்படவில்லை. நான் ஏதோ வேடிக்கைக் காட்டுகிறேன் என்றுதான் நினைத்தாள். “எதற்காக இத்தனை விலை கூடிய பண்டங்களை வாங்கிவந்து என்னை ஏமாற்றப் பார்க்கிறீர்கள்? விளையாடுகிறீர்களா?” என்று கோபத்தில் கத்தினாள். நான் விளையாடவில்லை என்று அவளுக்குப் புரியவைக்க நீண்ட நேரமாயிற்று.

நிம்கடே ஹோட்டல்

1966இல் தாழ்த்தப்பட்ட வகுப்பினரின் இந்திய குடியரசுக் கட்சி, அம்பேத்கர் வாசகர் வட்டம் போன்ற பல அமைப்புகள் பாராளுமன்ற வளாகத்தில் டாக்டர் அம்பேத்கரின் சிலை ஒன்றை நிறுவுவதற்காக ரூ. 65000வரை சேகரித்தனர். நன்கொடைக்காக நான் மிகவும் உழைத்தேன். சிலை திறப்பு விழாவில் எங்கள் ஜாதியைச் சேர்ந்த ஆயிரக்கணக்கானோர் பாராளுமன்ற வளாகத்தில் கூடினர். இந்தியக் குடியரசுத் தலைவர் டாக்டர் எஸ். ராதாகிருஷ்ணன் கூட்டத்தில் பேசினார். சிலை முழு உருவத்தில் இருந்தது. ஒரு கை தாம் உருவாக்கிய அரசியல் அமைப்புச் சட்டத்தைப் பிடித்திருக்க, இன்னொரு கை பாராளுமன்ற கட்டடத்தை சுட்டிக்காட்டியது.

அதே வருடம் எங்களுக்கு அரசாங்க குடியிருப்பில் வீடு கிடைத்தது. அன்பான உள்ளங்களைப் பிரிந்து செல்வதில் எங்களுக்கு மிகுந்த வருத்தம் ஏற்பட்டது. ஒரு மாட்டு வண்டியில் எங்கள் சாமான்களை ஏற்றிக்கொண்டு புதிய வீட்டுக்கு மாறினோம். இரண்டு அறைகள், ஒரு குளியல் அறை, கக்கூஸ், சமையல் அறை, ஒரு சிறிய வராந்தா கொண்ட வீடு அது. ஏதோ அரண்மனைக்குள் நுழைவது போல்தான் உணர்ந்தோம்!

விஸ்கான்ஸிலிருந்து திருமதி வீரா மெயர் இந்த வீட்டுக்கும் வந்திருந்தார். ஒரு வாரம் எங்களுடன் தங்கினார். என் ஆபிஸ் தோட்டக்காரன் மூலம் பூக்கள் பெற்று அவளுக்குக் கொடுப்பேன்.

ஒருநாள் மலர்களை அவளுக்குக் கொடுத்தபோது அவள் என் கன்னத்தில் முத்தமிட்டாள். அதேசமயம் அந்த வழியாகப் போய்க்கொண்டிருந்த பழைய கிழிந்த துணிகள், உடைந்த பொருட்கள் வாங்கும் கபடிவாலா இதைப் பார்த்துவிட்டான். ஒரு நொடியில் இந்தச் செய்தி ஊரெங்கும் பரவிற்று. "இந்த நிம்கடே ஐயா இரண்டு பெண்சாதிகளை ஒரே வீட்டில் வைத்திருக்கிறார். ஒருத்தி வெள்ளைக்காரிச்சி." எங்களுக்கும் இந்த வதந்தி எட்டியபோது நாங்கள் விழுந்து விழுந்து சிரித்தோம்.

இந்தியாவின் பல பாகங்களிலிருந்தும் எங்கள் வீட்டுக்கு விருந்தினர்கள் வந்த வண்ணம் இருந்தனர். காலேஜ் அட்மிஷனுக் காக மாணவர்கள் வருவார்கள். சிலவேளை அவர்கள் ஊருக்குத் திரும்பிச் செல்ல ரயில் டிக்கட்டுகள் எடுத்துக் கொடுத்திருக் கிறேன். அது கொஞ்சம் கையைக் கடிக்கத்தான் செய்தது. எங்கள் தாழ்த்தப்பட்ட இன மாணவர்கள் படும் கஷ்டம் எனக்குத்தான் தெரியும். மிஸ்டர் பட்டாச்சார்ஜி ஒருமுறை என்னிடம், "உங்கள் வீடு ஒரு ஹோட்டல், தகவல் நிலையம், தங்கும் விடுதி மூன்றும் ஒன்றாக இணைந்தது" என்று ஜோக் அடித்தார்.

ஒரு தடவை வெளியே போய்விட்டு வீட்டுக்கு வந்து கதவைத் தட்டியபோது கதவைத் திறந்தது நான் முன்பின் பார்த்திராத ஆசாமி. நிஜார் போட்டுக்கொண்டு, முகம் நிறைய சோப்புடன், கையில் ஒரு ரேஸரை வைத்துக்கொண்டு நின்று கொண்டிருந்தான். எரிச்சலுடன் என்னைப் பார்த்து, "மிஸ்டர் நிம்கடே வீட்டில் இல்லை, போய்விட்டு அப்புறம் வா" என்று சொல்லியபடி கதவை என் முகத்துக்கெதிரே சாத்தினான்.

நான் கதவைத் தள்ளித் திறந்துகொண்டு உள்ளே சென்றேன். இது ஒரு சாதாரண சம்பவமாயிருந்திருக்கலாம். ஆனால் அவன் ஒரு மோசடிப் பேர்வழி என்று பின்னால் தெரிந்தது. ரயில்வே ஸ்டேஷனில் யாரோ தன் பர்ஸைத் திருடிவிட்ட தாகவும், டில்லி எல்லாம் சுற்றி அலைந்துவிட்டு, இங்கு வந்தால் உதவி கிடைக்கும் என்று யாரோ சொன்னதால் வந்ததாகவும் கூறினான்.

ஆனால் ஹீராவிடம் அவன் சொல்லியிருந்த கதை வேறு மாதிரி. அவன் என்னுடைய பழைய சினேகிதன் என்று சொல்லியிருக்கிறான். பர்ஸ் திருடு போனது பற்றி போலிசிடம் புகார் செய்திருக்கலாமே என்று கேட்டதற்கு அவன் சற்று பரபரப்படைந்தான். "போலிஸால் என்ன செய்ய முடியும்" என்று முனகினான். என் நண்பர்கள் சிலர் உதவியால் அவனை வீட்டிலிருந்து கிளப்பினேன். அடுத்த பஸ்ஸில் ஊர் போய் சேருவதற்குக் கொஞ்சம் பணமும் கொடுத்தேன். அதன் பிறகு

ஹீராவும் நானும் விருந்தினர்களிடம் சற்று விழிப்புடன் இருக்க வேண்டும் என்று தீர்மானித்தோம்.

மகாராஷ்ட்ராவிலிருந்து கிருஷ்ண ஸோடேப் என்பவன் தனது ஐந்து வயது மகனையும் தூக்கிக்கொண்டு வந்துவிட்டான். கிராமத்தில் மனைவியுடன் சண்டை போட்டுக்கொண்டு ரயிலேறி டில்லி வந்துவிட்டான். என் பெயர் மட்டும் அவனுக்குத் தெரியும். விலாசம் தெரியாது. ரயில்வே ஸ்டேஷனில் விசாரித்திருக்கிறான். உள்துறை அமைச்சர் ஆபீஸில் கேட்டிருக்கிறான். (அவர் மகாராஷ்டிரக்காரர்.) எப்படியோ என் வீட்டைக் கண்டுபிடித்து வந்துவிட்டான். பலர் வேலை விஷயமாகவோ, சமூக வேலை குறித்தோ புதுடில்லி வருவார்கள். இவனோ மனைவியுடன் சண்டை போட்டுக்கொண்டு வந்திருக்கிறான்.

ஒரு மாதம்வரை அவனும் அவன் பிள்ளையும் என் வீட்டில் தங்கினார்கள். அவன் பீடிப் புகையால் வீடே நாறியது. மகனுடைய அலறல் வீட்டைக் குலுக்கியது. டில்லியில் வேலை பார்த்துக்கொண்டு என் வீட்டிலேயே தங்கிவிடலாமென்பது அவன் எண்ணம். நான் அவனிடம் பேச வேண்டும் என்றாள் ஹீரா. நான் அவனிடம் அவன் மனைவியின் கோபம் இப்போது தணிந்திருக்கும் என்றும், இருவரும் ஒத்துப்போய்விடலாம் என்றும் கூறினேன். வேறு விருந்தினர்கள் வருவார்கள் என்றும் இந்நிலையில் நம் ஆட்களுக்கு வேண்டிய உதவி செய்ய முடியாமல் போய்விடும் என்றும் விளக்கினேன்.

நான் சொன்னதில் பலன் இருந்தது. டில்லியில் வேறொரு இடம் பார்த்துக்கொண்டு காய்கறி விற்கத் தொடங்கினான். உள்ளூர்ப் பெண் ஒருத்தியைத் திருமணம் செய்துகொண்டான். ஒருநாள் அவளையும் அவள் குழந்தைகளையும் அழைத்துக் கொண்டு என் வீட்டுக்கே வந்துவிட்டான். ஹீரா அந்தச் சமயம் குழந்தைகளுடன் நாக்பூர் போயிருந்தாள். அந்தப் பெண் தன் குழந்தைகளுக்கு ஸ்வெட்டர்கள் வேண்டும் என்று கேட்டாள். ஹீரா பின்னி வைத்திருந்த நல்ல ஸ்வெட்டர்கள் சிலவற்றை அவளிடம் கொடுத்தேன். பின்னர் அவள் ஸோடேப்பை விட்டு விலகிவிட்டதாகவும், அவன் சொந்த ஊருக்குத் தன் ஒரிஜினல் மனைவியுடன் போய்ச் சேர்ந்து விட்டதாகவும் கேள்விப்பட்டேன்.

ஸோடேப்பிடம் வீட்டுக்கு வேறு விருந்தினர்கள் வரப்போவதாகச் சொல்லியிருந்தேன் அல்லவா, நிஜமாகவே மறு வாரத்தில் பிக்கெட் டாடி வந்துவிட்டார். விதவிதமான கதைகளும் ஜோக்குகளும் சொன்னார். எல்லோரும் வீட்டின் பின்பக்கம் கொசுவலை கட்டிய கட்டிலில் படுத்துத் தூங்குவோம். ஒருநாள் அதிகாலையில் பிக்கெட்டின் கொசுவலைக் கூடாரத்திலிருந்து

கை தட்டும் ஓசை கேட்டது. அவர் இந்திய பஜனை பாடலை யும் கற்றுக்கொண்டு விட்டாரோ என்று நினைத்தேன். அவர் கை தட்டி பஜனை பாடல் பாடவில்லை. வலைக்குள் நுழைந்து விட்ட கொசுக்களைத்தான் விரட்டிக்கொண்டிருந்தார்.

நான் அவரைப் பார்த்தது அதுதான் கடைசி முறை. சில மாதங்களுக்குப் பிறகு அவர் மாடிஸனில் இறந்துவிட்டதாக அறிந்தேன். அந்த செய்தி கேட்டு நாங்கள் எல்லோருமே அழுதுவிட்டோம். ஏதோ, எங்களுக்குத் தந்தை போல் இருந்தார். அவர் மனைவியுடன் நீண்ட நாள் கடிதத் தொடர்பு வைத்திருந் தோம். 1980களில் அவரும் காலமானார்.

மாடிஸனிலிருந்து வேறு சிலரும் டில்லி வரும்போது எங்கள் வீட்டுக்கு வந்திருக்கின்றனர். டாக்டர் மிச்சலும் அவரது மனைவியும் எங்களுடன் தங்கினார்கள். மிச்சல் குடும்பத்தி லிருந்து அவர்கள் பிள்ளைகள் உலகச் சுற்றுப் பயணத்தின் போது வந்திருந்தார்கள். ஆனால் அந்தச் சமயம் நாங்களும் பயணத்தில் இருந்தோம். ஆனால் பக்கத்து வீட்டுக்காரரிடம் அவர்கள் வருவதைப் பற்றிச் சொல்லியிருந்ததால் அவர் மிச்சல் குழந்தைகளைக் கவனித்துக்கொண்டார். சில வருடங்களுக்குப் பிறகு பாப் மற்றும் பில் மிச்சல் வந்து தங்கினர்.

அம்பேத்கர் இயக்கம் பற்றியும், தலித்கள் புத்த மதத்திற்கு மாறியது பற்றியும் ஆராய்ச்சி செய்த அறிஞர்களில் டாக்டர் எலினார் ஸெல்லியாட்டும் ஒருவர். மராத்தியிலிருந்து பல நூற்களை மொழிபெயர்த்து, தலித் இலக்கியம் பற்றி எழுதி யிருக்கிறார். அவரும் எங்களுடன் தங்கியிருக்கிறார். 1964இல் ஆராய்ச்சி நிமித்தம் டில்லி வந்திருந்தபோது நான் அவரை டில்லி மற்றும் சுற்றுப்புற கிராமங்களுக்கு அழைத்துச் சென்று சமூக சேவகர்களுடன் பேச வைத்திருக்கிறேன். அவர் நன்றாக மராத்தி பேசுவார், ஆனால் ஹிந்தி வராது. அவர் இங்கே இருந்தபோதுதான் டாக்டர் அம்பேத்கர் வாசகர் வட்டத்தை அம்பேத்கர் பவனில் தொடங்கினேன். தலித் இயக்கம் பற்றி நிறைய எழுதிய பகவான் தாஸை சந்தித்தோம். அவரது ‘அம்பேத்கர் இவ்வாறு பேசினார்’ என்ற நான்கு தொகுதி களில் முதல் தொகுதி அப்போதுதான் வெளிவந்திருந்தது. பலவருடங்களுக்குப் பிறகு கொலம்பியா பல்கலைக்கழகத்தில் நடைபெற்ற அம்பேத்கர் ஜயந்தியின்போது எலினார் ஸெல்லியாட் கூறினார்: “அம்பேத்கருக்குப் பிறகு அமெரிக்கா வில் டாக்டர் பட்டம் பெற்ற இரண்டாவது மஹார் நிம்கடே தான்.”

அசோக் பள்ளிக்கூடம் செல்லத் தொடங்கியதும் மூன்று பேரையும் சைக்கிளில் வைத்துக்கொண்டு ஓட்டுவது சிரமமா

பாராளுமன்றத்தின் முன் என் உதவியில் கட்டப்பட்ட
டாக்டர் அம்பேத்கரின் சிலையின் முன்.

யிருந்தது. பஸ்ஸில் அவர்களை அனுப்பினேன். ஆனால் பஸ் சமயத்தில் வருவதில்லை. ஒரே கூட்டம் வேறு. எனவே, ஆட்டோ ரிக்ஷாவில் அனுப்பினேன். செலவு அதிகமாக இருந்தது. பிறகு பக்கத்து வீட்டில் வசிக்கும் திருமதி வாச்சர் என்ற அவர்களது ஸ்கூல் டீச்சர் தம் குழந்தைகளுடன் இவர்களையும் தம்முடைய காரில் கொண்டுசெல்ல அன்புடன் ஒப்புக்கொண்டார்.

அசோக் நன்றாகச் சாப்பிடுவான். ஒரு தடவை தன் டிபனை தூர எறிந்துவிட்டான். எனக்கு ஒரே கோபம். சின்ன வயதில் சாப்பாட்டுக்கு நான் பட்ட கஷ்டம் எனக்குத் தெரியும். அவர்களுக்கு ஒரு பாடம் கற்பிக்க வேண்டும். அவர்கள் ஒருநாள் பட்டினி கிடக்கட்டுமே என்று அன்று சமைக்காமலே இருந்துவிட்டோம். பசியால் தவித்த அசோக் மன்னிப்புக் கேட்டான். அவனுடைய வயதில் நான் பட்டினியோடு வயல்களில் வேலை செய்தது பற்றிக் கூறினேன். வீட்டில் எல்லோருக்கும் உணவு வழங்கும் அவன் அம்மாவின் காலைத் தொட்டு வணங்கும்படிச் சொன்னேன்.

குழந்தைகள் இந்தப் பாடத்தை நன்கு கற்றுக்கொண்டனர். அவர்கள் அமெரிக்காவில் படித்துக்கொண்டிருந்தபோது எழுதிய

கடிதம் ஒன்றில், சாப்பாட்டு அறையில் எவ்வளவு உணவு வீணாகிறது என்று சொல்லி வருத்தப்பட்டு எழுதியிருந்தார்கள். இப்போதெல்லாம் அவர்கள் சாப்பிடும்போது உணவை வீணாக்குவதில்லை. எனது சிறுவயது ஏழ்மை அவர்கள் நினைவிலிருக்கிறது.

அசோக் அடிக்கடி லஞ்ச் பாக்ஸ், கண்ணாடி போன்ற பொருட்களை மறந்து வைத்துவிடுவான். அல்லது உடைத்து விடுவான். ஷூவை எதிலாவது உரசிவிடுவான் அல்லது ஸாக்ஸை கிழித்துவிடுவான். ஒருநாள் காலையில் ஸ்கூலுக்குப் புறப்படும்போது அவனது ஷூக்களைக் கட்ட உதவிக்கொண் டிருந்தேன். அவன் ஒத்துழைக்கவில்லையென்று எனக்கு கோபம் வந்தது. ஒரு அடி கொடுக்கக் கையை ஓங்கினேன். நான் உட்கார்ந்திருந்த ஸ்டூலின் முன்பக்கம் உயர்ந்தது. பயத்தில் அசோக் ஸ்டூலை உயர்த்தவே நான் குப்புற கீழே விழுந்தேன். ஒரேயடியாகப் பயந்துபோய் ஓடி தன் அம்மாவின் பின்பக்கம் மறைந்துகொண்டான்.

நான் கோபத்துடன் அவனை அணுகினேன். ஹீரா என்னைக் குற்றம் சாட்டினாள். "அடுத்தவர்கள் தேவைதான் உங்கள் கண்ணில் படுகிறது. உங்கள் குழந்தைகளை எங்கே கவனிக்கிறீர்கள். நான் கஷ்டப்பட்டு குழந்தைகளுக்காக பின்னிய ஸ்வெட்டர்களை யாருக்கோ தூக்கிக் கொடுத்து விட்டீர்கள். நான் போய்விட்டால் நீங்கள் இவர்களை கவனிக்கவே மாட்டீர் கள். அவர்களை என் சமாதிக்குத்தான் அழைத்துக்கொண்டு வருவீர்கள்" என்று கத்தினாள்.

"சமாதி எதற்கு? அதைக் கட்டும் பணத்தில் எனக்கு ஒரு நல்ல மனைவியைப் பார்த்துக்கொள்வேனே" என்றேன்.

"ஓஹோ, அதுதான் உங்கள் திட்டமா? அப்படியானால் நான் சாகப்போவதில்லை. உங்களுக்கு ஒரு புது மனைவி கிடைக்கப் போவதும் இல்லை."

இந்த சமயத்தில் எங்கள் விவாதம் முடிந்து நாங்கள் சிரித்துவிட்டோம். இப்போதெல்லாம் அந்த சந்தர்ப்பத்தை நினைக்கும்போது இருவரும் சிரித்துவிடுவோம். உண்மையில் சமூகம் எங்கள் குடும்பத்திற்கு எவ்வளவோ கஷ்டங்களைக் கொடுத்திருக்கிறது. ஆனால் கடவுள் எனக்கு ஒரு நல்ல மனைவியையும் குடும்பத்தையும் தந்திருக்கிறார். நாங்கள் இப்படி சேர்ந்தே போராடினோம், சிலவேளை சண்டை பிடிப்போம், சமாதானம் அடைவோம், வாழ்க்கையின் இன்ப துன்பங்களை பகிர்ந்துகொள்வோம்.

உலகப் புகழ்பெற்ற ஒரு தலித்

1968இல் ஆஸ்திரேலியாவின் அடிலெய்ட் நகரில் நடைபெற்ற அகில உலக அறிவியல் கூட்டத்தில் என்னுடைய ஆராய்ச்சி சம்பந்தமாக ஒரு கட்டுரை படிக்க அழைத்திருந்தார்கள். ஜாதி அரசியலும் அதிகார வர்க்கமும் இங்கும் என்னைத் தொடர்ந்தன. தொல்லை கொடுத்தன. என்னுடைய மேலதிகாரி எனக்குப் பதிலாகத் தாமே ஆஸ்திரேலியா போக விரும்பினார். நான் எம்.எஸ். சுவாமிநாதனைப் போய் பார்த்தேன். உலகப் புகழ் பெற்ற விஞ்ஞானி அவர். திறந்த மனம் கொண்டவர். இந்திய பசுமைப் புரட்சியின் தலைவர். எனக்கு ஆஸ்திரேலியா போக அனுமதி கிடைத்தது.

அனுமதி கிடைத்தாலும் விசா கிடைப்பது சிரமமாயிருந்தது. மற்ற மூன்று விஞ்ஞானிகளும் சீக்கிரமாகவே தேர்ந்தெடுக்கப்பட்டு, விசா வாங்கி, உரிய சமயத்தில் ஆஸ்திரேலியாவுக்குப் புறப்பட்டு விட்டனர். விசா பெறும் விஷயம் இழுத்தடித்துக் கொண்டிருந்தது. கடைசியில் அர்ஜுன் ஸ்ரீபால் கஸ்தூரே என்ற எம்.பியை பிடித்த பின்தான் பாஸ்போர்ட்டும் விசாவும் கிடைத்தன. வேறு தடைகளும் இருந்தன. விவசாயத் துறையிலிருந்து பணம் வரவேண்டியிருந்தது. ரிசர்வ் வங்கியின் அனுமதி கிடைக்க வேண்டும். இதெல்லாம் ஒரு வழியாக முடித்துவிட்டு புறப்படத் தயாரானால் விமானத்தில் இடமில்லை.

திக்குமுக்காடிப்போய், டாக்டர் தான்சிங்கைப் போய் பார்த்தேன். விமானப் போக்குவரத்து அமைச்சர் அவர். ஒரு தாழ்த்தப்பட்டவன் என்ற நிலையில் எனக்கேற்படும் சிரமங் களைக் கூறினேன். அவர் விமானத்தில் ஒரு இருக்கைக்கு ஏற்பாடு செய்து தந்தார். அடிலெய்ட் அறிவியல் கூட்டத்தில் இரண்டு நாள் தாமதமாகக் கலந்துகொண்டேன்.

அடுத்த சில தினங்களில் அங்குள்ள நூல்நிலையத்தில் எனது கட்டுரைக்கான பல புதிய விஷயங்களைத் தேடிப் பார்த்தேன்.

நான் பேச வேண்டிய நேரம் வந்தது. முதலில் டாக்டர் அம்பேத்கரைப் பற்றிக் குறிப்பிட்டேன். எப்படி அவர் முயற்சியின் பேரில் எனது இந்தக் கட்டுரையை சமர்ப்பிக்க முடிந்தது என்பதைச் சுருக்கமாகக் கூறினேன். மற்ற விருந்தாளிகளின் பேச்சுக்கும் எனது உரைக்கும் நிறைய வித்தியாசம் இருந்தது. நான் பேசும்போது நிறைய கதைகளையும் ஹாஸ்யத்தையும் சேர்த்துக்கொண்டேன். மனம் திறந்து பேசினேன். அதைக் கூட்டத்தினர் பெரிதும் ரசித்தனர். என்னுடைய கட்டுரை மிகச் சிறந்த ஆறு கட்டுரைகளில் ஒன்றாகப் பாராட்டப்பட்டது. மறுநாள் ஆகஸ்ட் 15. அடிலெய்டின் முக்கிய பத்திரிகையான ‘அடிலெய்ட் அட்வர்ட்டைசர்’ என்னைப்பற்றி ‘தாழ்த்தப்பட்ட ஒருவன் உலக தரத்துக்கு உயர்ந்துவிட்டான்’ என்ற கட்டுரையை பிரசுரித்தது. இதன் காரணமாக வேறு சில பத்திரிகைகளுக்கும் டி.வி.க்கும் பேட்டி கொடுக்கவேண்டியிருந்தது.

இந்திய விவசாய ஆராய்ச்சி கவுன்சிலின் உதவி டைரக்டர் ஜெனரல் டாக்டர் கன்வார் எனக்கு டெலிபோன் செய்து நான் ஆஸ்திரேலிய பத்திரிகைகளுக்குப் பேட்டி கொடுத்தது பற்றி இந்திய அரசாங்கம் அதிருப்தி அடைந்திருப்பதாகத் தெரிவித்தார். நான் நமது நாட்டின் நல்லெண்ணத்தைத்தான் பரப்பினேன் என்றும் அதை சீர்குலைக்கவில்லை என்றும் பதிலளித்தேன்.

இதற்கிடையில் நான் அந்தச் செய்திப் பத்திரிகையில் வெளிவந்த கட்டுரையை எங்கள் நிறுவனத் தலைவர் டாக்டர் எம்.எஸ். சுவாமிநாதனுக்கு அனுப்பினேன். அதைப் பார்த்து அவர் மகிழ்ச்சியடைந்ததாகத் தெரிந்தது. பிரதம மந்திரி இந்திரா காந்திக்கும் ஒரு நகல் அனுப்பினேன்.

தெற்கு ஆஸ்திரேலிய பிரதமர் டாக்டர் ஹாலுக்கு அளித்த விருந்தொன்றில் நான் கலந்துகொண்டேன். அவருடன் கை குலுக்கிவிட்டு ஆஸ்திரேலியாவில் விவசாயம் எப்படி நடைபெறு கிறது என்பதை நேரில் பார்க்க விரும்புவதாகச் சொன்னேன். அவர் அதற்கு தாம் உதவுவதாக உறுதி அளித்தார். ஆகஸ்ட்

டெல்லி, இந்திய விவசாய ஆராய்ச்சி நிலைய வயல்களில்.

17 அன்று அவர் தம் அலுவலகக் காரில் என்னை அவருடைய சொந்தப் பண்ணைக்கு அழைத்துச் சென்றார். அங்கே அவருடைய பெற்றோர்களைப் பார்த்தேன். அவர்களுடன் உணவருந்தினேன்.

ஆஸ்திரேலியர்களின் விருந்தோம்பல் எனக்கு மிக்க மகிழ்ச்சி யளித்தது. விஸ்கான்ஸினில் கழித்த நாட்கள் நினைவுக்கு வந்தன. ஷீயார குடும்பம், கூப்பர் குடும்பம், பாதிரியார் கவன்ட்ரி போன்றோர் என்னை தங்கள் வீட்டில் தங்கச் செய்தனர். ஒரு விதத்தில் இது எனக்கு வசதியாக இருந்தது. ஏனெனில் என் கையிலுள்ள பணம் மிகவும் குறைவாக இருந்தது. வீடு திரும்பும்போது பிலிப்பைன்ஸ், ஹாங்காங் வழி வர வேண்டும். என்னுடைய பயணத் திட்டத்தை வடிவமைத்தவர்கள் நான் பிலிப்பைன்ஸில் இருக்கும் டாக்டர் சான்ட்லரை சந்திக்க அனுமதிக்கவில்லை. அவருடைய அன்பான பரிந்துரையால் தான் ராக்பெல்லர் பவுண்டேஷன் எனக்கு அமெரிக்காவில் படிக்க உதவி செய்தது. எனது பல வெற்றிகளுக்கும் அது காரணமாயிற்று.

எனது மேலதிகாரி நான் ஆஸ்திரேலியா சென்றதற்காக என்னைப் பழிவாங்கிவிட்டார். அமெரிக்க அரசின் பி.எல்.480 திட்டத்தின்படி எனக்கு வழங்கப்பட்டு வந்த நிதி உதவியை நிறுத்திவிட்டார்.

நான் என் தரப்பு வாதத்தை பிரதம மந்திரி இந்திரா காந்தியிடம் நேரடியாகக் கூறினேன். இந்த உதவித்தொகை திடீரென நிறுத்தப்பட்டதற்குக் காரணம் நான் ஆஸ்திரேலிய பத்திரிகைகளுடன் சுதந்திரமாகப் பேசியதுதான் என்பதைத் தெரிவித்தேன். “அந்தப் பத்திரிகையாளருடன் நான் பேசியது தவறா?” என்று பிரதமர் இந்திரா காந்தியிடம் கேட்டேன். அவர் புன்னகையுடன்தான் அந்தக் கட்டுரையைப் படித்து விட்டதாகக் கூறினார். “இல்லை. இதன் மூலம் நீ நம் நாட்டில் ஜனநாயகம் இருக்கிறது என்பதைத்தான் நிரூபித்திருக்கிறாய்” என்றார்.

நல்லவேளை, எனது மேலதிகாரி பதவி உயர்வு பெற்று வேறு எங்கோ மாற்றலாகிப் போய்விட்டார். அந்த இடத்துக்கு டாக்டர் ராமமூர்த்தி நியமிக்கப்பட்டார். அவருக்கு என் நிலைமை தெரியும். என்னை சீனியர் கிளாஸ் 1 ஆபிஸராக பதவி உயர்வு செய்தார். ஒரு வருடம் கழித்து என் பதவியை நிரந்தரமாக்குவதற்காக நடைபெற்ற நேர்காணலுக்கு பழைய டாக்டர் கன்வாரே வந்து சேர்ந்தார். ஆஸ்திரேலியாவில் நடைபெற்ற பிரஸ் கான்பரன்ஸ் பற்றி ஆத்திரப்பட்ட அதே டாக்டர் கன்வாரேதான். இப்போது பழிவாங்க அவருக்கு ஒரு நல்ல சந்தர்ப்பம். அந்தப் பதவியைப் புதிதாக வேலைக்குச் சேர்ந்த, என்னைவிட ஜூனியரான ஒருவருக்குக் கொடுத்து விட்டு, என்னை பழைய வேலைக்குப் பதவி இறக்கம் செய்து விட்டார்.

நல்லவேளை, சற்று முன்யோசனை உள்ள டைரக்டர் ஜெனரல் டாக்டர் பால் என்னை சீனியர் முதல் வகுப்பு விஞ்ஞானியாக ஒரு புதிய பதவியில் அமர்த்தினார். இது விவசாயம் பொருளாதாரம் சம்பந்தப்பட்டது. சற்று வித்தியாச மான பிரிவு. அப்போது எனக்கு மேலதிகாரியாக இருந்தவர் டாக்டர் பெய்ன்ஸ் என்ற சீக்கியர், மிகவும் நேர்மையானவர். அவருடன் வேலை பார்த்ததில் எனக்கு மிகுந்த மகிழ்ச்சி இருந்தது.

என் பதவி உயர்வு தாழ்த்தப்பட்ட மாணவர்களுக்குத் தேவையான சான்றுகள் அளித்து சிபாரிசு செய்ய உதவியாக அமைந்தது. அதனால் அதிகார வர்க்கத்தில் அவர்களுக்கு ஏற்படும் முட்டுக்கட்டைகளை அகற்ற முடிந்தது. இந்த முன்னாள் மாணவர்கள் இப்போது இந்தியா முழுக்க நல்ல பதவியில் இருந்து வருகிறார்கள். நான் பயணம் செய்யும் இடங்களில் அவர்கள் என்னைத் தங்கள் வீடுகளுக்கு அழைத்து தங்க வைத்து உபசரிக்கிறார்கள்.

சில மாதங்களுக்குப் பிறகு பயிற்சி நிலைய டைரக்டர் டாக்டர் சுவாமிநாதன் என்னை அவரது அலுவலகத்திற்கு

அழைத்து வருவதற்காக ஒரு ஜீப்பை அனுப்பினார். நான் சென்றதும் அவர், "நிம்கடே, நான் உன்னை இந்தப் பயிற்சி நிலையத்தின் ஹாஸ்டல் வார்டனாக நியமிக்க விரும்புகிறேன். அதற்கு நீதான் தகுதியான ஆள். மாணவர்களுடன் உனக்கு நல்ல உறவு இருக்கிறது" என்றார்.

என்னிடம் அவர் இவ்வளவு நம்பிக்கை வைத்திருக்கும் போது நான் எப்படி மாட்டேன் என்று சொல்வது? ஆனால் அந்த 400 ஆண் மற்றும் 50 பெண் மாணவர்களை எப்படி கவனிப்பது என்று கவலையாக இருந்தது. இதற்கு முன் இருந்த சில ஹாஸ்டல் வார்டன்களுக்கும் மாணவர்களுக்கும் ஒத்துப் போகவில்லை. எனவே அவர்கள் வேலையை விட்டுவிட்டுப் போய்விட்டார்கள். நான் ஹீராவிடம் ஆலோசனை கேட்டேன். அவள், "இதில் பயப்பட என்ன இருக்கிறது! இந்தப் பதவிக்குத் தேவை மாணவர்களிடம் சற்று உணர்வுப்பூர்வமாக நடந்து கொள்வதுதான். அத்துடன் அவர்கள் சிரமப்படும்போது உதவிகள் செய்து அறிவுரைகள் வழங்குவதுதான். இதுவரை நீங்கள் மாணவர்களுக்கு விரோதமில்லாமல் இவற்றைத்தான் செய்து வருகிறீர்கள். எல்லாம் நல்லபடியாக நடக்கும்" என்றாள்.

அதன்பிறகு நான் வேலைகள் முடிந்தபிறகு மூன்று ஹாஸ்டல்களையும் சைக்கிளில் சென்று சுற்றிப் பார்த்து, அவர்கள் எப்படி இருக்கிறார்கள் என்று விசாரிப்பேன். யாருக்காவது உடல்நலம் சரியில்லையென்றால் அவர்களை நகரத்திலுள்ள ஆஸ்பத்திரிக்கு அனுப்ப ஏற்பாடு செய்வேன். ஒரு தடவை புதிய ஹாஸ்டலுக்குத் தேவையான சாமான்கள் வழங்குவதில் எனக்கும் காண்ட்ராக்டருக்கும் இடையே மோதல் ஏற்பட்டது. ஹாஸ்டலுக்கு நல்ல தரமான பொருட்கள் சப்ளை பண்ண வேண்டும் என்று திரும்பத் திரும்பச் சொல்லியும் அவர் தரம் குறைந்த பொருட்களையே தந்துகொண்டிருந்தார். நான் அவற்றை ஏற்க மறுத்துவிட்டேன். ஒருநாள் அவர் என் வீட்டுக்கு வந்து என்னிடம் நான் என்ன மாதிரி கமிஷன் எதிர்பார்க்கிறேன் என்று கேட்டார். இது ஒருவித லஞ்சத்திற்கு முன்னோட்டம். நான் அவரிடம் எனக்குத் தேவையான கமிஷன் மாணவர்களின் திருப்தியும் மகிழ்ச்சியும்தான் என்று சொல்லி விட்டேன்.

திருமணமான மாணவர்களுக்கு தனியாக இருப்பிடம், தாழ்த்தப்பட்ட மாணவர்களுக்கு உதவித்தொகை, இட ஒதுக்கீடு, நேர்காணலுக்கான தனி வகுப்புகள், வெளியூர்களிலிருந்து வரும் கல்வித்துறை சார்ந்தவர்களுக்குப் பயணப்படி வழங்குதல் போன்ற வற்றுக்கு ஏற்பாடுகள் செய்தேன். ஹாஸ்டல் வார்டனாக எனக்கு நல்ல பெயர் கிடைத்தது. ஆயினும் நான்கு வருடங் களுக்குப் பின் அதிலிருந்து விலகிவிட்டேன். எனக்கு ஒரு

சிறு தொகைதான் அதிகப்படி சம்பளமாகக் கிடைத்தது. அதை நான் தேசிய பாதுகாப்பு நிதிக்கு நன்கொடையாகக் கொடுத்து விட்டேன். அத்துடன் வீட்டுக்கு தொலைபேசி வசதியும் கிடைத்தது. ஆனால் இது இரண்டு பக்கமும் கூர்மையான கத்தி போன்றது. அந்தக் காலத்தில் நிறைய பேர்களுக்கு போன் வசதி கிடையாது. எனவே இரவு பகல் என்று எந்த நேரமுமின்றி ஆட்கள் போன் செய்ய வந்து கதவைத் தட்டிய படி இருப்பார்கள்.

நான் தாழ்த்தப்பட்ட இனத்தவர்களுக்கும் தாழ்த்தப்பட்ட மலை ஜாதியினருக்குமான நல உதவி சங்கம் ஒன்றை விவசாய ஆராய்ச்சி நிலையத்தில் அமைத்தேன். எல்லோரும் சேர்ந்து என்னை அதன் தலைவராக ஆக்கினார்கள். நான் ஓய்வு பெறும்வரை அந்தப் பதவியை வகித்து வந்தேன். தற்கால பணி நீக்கம் போன்றவற்றை ஆய்வு செய்வது, கண்காணிப் பாளர்களை சந்திப்பது போன்றவை என் பணிகள். எங்கள் சந்திப்புகள் மரத்தடியிலும் நடக்கும், என் வீட்டிலும் நடக்கும். ஆட்கள் அதிகரித்தபின் ஒரு பெரிய ஹாலில் வைத்து நடத்தினோம்.

எங்களிடையே இருந்த புத்த மதத்தினருக்காக சித்தார்த்தா நல வாழ்வு மையம் ஒன்றை ஏற்படுத்தினோம். அதற்கும் நான்தான் தலைவர். அம்பேத்கர் ஜயந்தியையும் புத்தர் ஜயந்தியை யும் நாங்கள் எல்லோரும் சேர்ந்து கொண்டாடினோம். இது போன்ற மையங்களை பம்பாய், புனே, நாக்புர், இந்தோர், பாட்னா, போபால் போன்ற இடங்களிலும் நிறுவினோம். தாழ்த்தப்பட்டவர்கள் புத்தமதத்தில் சேரவேண்டிய உதவிகள் செய்தோம். கட்டுரைப் போட்டிகள், விவாத மேடைகள், கலைவிழாக்கள், விளையாட்டுக்கள், கல்வி சம்பந்தமான நிகழ்ச்சிகள் நடத்தினோம். விளையாட்டுப் போட்டிகளில் ஹீராவும் கலந்துகொண்டு முதல் பரிசுகள் பெறுவாள். நான் கடைசியில்தான் வருவேன். அத்துடன் மக்கள் நலவாழ்வுக் காக அரசு செலவிடும் தொகை அரசியல்வாதிகளின் சட்டைப் பைக்குள் போய்விடாதபடி கவனித்துக்கொண்டும் இருந்தோம். எங்கள் மக்களுக்கு இழைக்கப்படும் அநீதிகள் குறித்து முக்கிய அரசியல் தலைவர்களிடம் முறையிட்டோம். இதன் தலைவ ராக நான் 20 ஆண்டுகள் தொடர்ந்து பணியாற்றினேன். துணைத் தலைவராக ஹீரா இரண்டு வருடங்கள் இருந்தாள்.

1969 நவம்பரில் இந்திரா காந்தியின் பிறந்த தின விழாவின் போது அவர் வீட்டுக்கு நான் ஹீராவை அழைத்துச் சென்றிருந் தேன். இந்திரா காந்தி சிறு பெண்ணாக இருந்தபோது ஒரு கூட்ட நெரிசலிலிருந்து அவளை நான் காப்பாற்றினேன் என்று

சொன்னபோது ஹீரா அதை நம்பவில்லை. அதை நிரூபிப்பதற்கு இதுதான் நல்ல சந்தர்ப்பம். இப்போது இந்திரா காந்தி ஐந்து வருடமாக பிரதம மந்திரியாக இருக்கிறார். மிகவும் பிரபலமாகிவிட்டார். அவரது தலைமுடி சற்று வெள்ளையாக மாறிக்கொண்டிருக்கிறது. அவரது வீட்டில் ஆயிரக்கணக்கான மக்கள் பூங்கொத்துகளுடனும் மாலைகளுடனும் காத்துக் கொண்டிருக்கிறார்கள். ஹீராவும் நானும் இந்திராவை நெருங்கியதும் அவர் என்னைக் கவனித்துவிட்டு கையை அசைத்து "தம்பி வா" என்று அருகே வரும்படி சைகை செய்தார். நாங்கள் முன்னேறிச் சென்றோம். "இதுதான் என் மனைவி" என்று அறிமுகம் செய்தேன். ஹீரா ஓரடி முன்னே வந்து வெட்கத்துடன் "பிறந்த நாள் வாழ்த்துக்கள்" என்றாள்.

"ஓ பாபிஜி, கொஞ்சம் ஸ்வீட் எடுத்துக்கொள்ளுங்கள்" என்றார் இந்திரா. தட்டிலிருந்து ஒரு பண்டத்தை எடுத்து ஹீராவின் குவித்த கைகளுக்குள் திணித்தார்.

டாக்டர் பெயின்ஸ் திடீரென காலமானதும் மகாராஷ்ட்ராவைச் சேர்ந்த ஒரு விஞ்ஞானி என் மேலதிகாரியாக வந்தார். நாங்கள் இருவரும் ஒரே மாநிலத்தைச் சேர்ந்தவர்கள்தான். ஆனால் அவர் எனக்கு எவ்வளவு உபத்திரவம் தர முடியுமோ அத்தனையும் செய்தார். மற்றவர்களையும் அப்படித்தான் துன்புறுத்தினார். அவர் தமது மனைவியையும் பிள்ளைகளையும் வீட்டைவிட்டே விரட்டிவிட்டார் என்பதைக் கேள்விப்பட்டேன். ஒருவரிடம் பாரபட்சம் காட்டுவதற்கும் மற்ற அநியாயங்களுக்கும் ஏதோ சம்பந்தம் இருக்கத்தான் செய்கிறது.

நான் பங்களூர் செல்வதற்காக பல மாதங்களாகத் திட்டம் வகுத்திருந்தேன். கடைசி நிமிஷத்தில் அவர் அதை ரத்துசெய்துவிட்டார். டாக்டர் சுவாமிநாதன் கல்கத்தாவில் நடைபெறும் தேசிய ஒருமைப்பாட்டுக் கழகக் கூட்டத்திற்கு தனக்குப் பதிலாக என்னைப் போக கேட்டுக்கொண்டார். என் மேலதிகாரியிடம் டாக்டர் சுவாமிநாதனின் கடிதத்தைக் காட்டியதும் அவருடைய முகபாவமே மாறிவிட்டது. தான் வேட்டையாட வந்த மிருகம் தப்பிச் செல்வதைப் பார்க்கும் ஒரு வேடனைப் போல.

அந்தக் கூட்டத்தில் அமைப்பாளர்களாக நிறைய வங்காள இளைஞர்கள் வந்திருந்தனர். அவர்கள் வங்காளிகள் தவிர மற்றவர்கள் பேசும்போது அமைதியைக் குலைக்கத் தொடங்கினர். நான் மேடைக்குச் செல்லுமுன் இதுபற்றி சிலர் என்னை எச்சரித்திருந்தனர். நான் இவ்வாறு பேசினேன்:

> நண்பர்களே, இருபது வருடங்களுக்கு முன் நானும் உங்களைப் போல் துடிப்புள்ள இளைஞனாகத்தான்

இருந்தேன். 1946இல் மாநிலத் தேர்தலின்போது நாக்புரில் கலவரங்கள் வெடித்தன. கூட்டத்தின் மீது துப்பாக்கிச் சூடு நடந்தது. அங்கே நான் எனது ஜாதியைச் சேர்ந்த ஒரு வேட்பாளருக்காக பிரச்சாரம் செய்துகொண்டிருந்தேன். ராமதாஸ் டோங்ரே என்ற எனது நண்பன் துப்பாக்கிக் குண்டுக்கு இரையானான். நான் தப்பிப் பிழைத்தேன். அதனால்தான் இப்போது உங்கள் முன் நிற்க முடிகிறது. அரசியல் நிர்ணய சபைக்கு டாக்டர் அம்பேத்கரைத் தேர்வு செய்தது வங்காளிகளான நீங்கள்தான். நல்லுள்ளம் படைத்த உங்களுக்கு நன்றி தெரிவிக்கிறேன்.

அதனால்தான் அவர் உலகிலேயே சிறந்த அரசியல் சட்டங்களில் ஒன்றைத் தயாரிக்க முடிந்தது. இதன்மூலம் வங்காளிகள் வெவ்வேறு மாநிலங்களுக்கிடையே ஒற்றுமை நிலவச் செய்துவிட்டனர். நாம் நமது வேறுபாடுகளை மறந்து முழு மனதுடன் நமது தாய் திருநாட்டின் முன்னேற்றத்திற்காகப் பாடுபடுவோம்.

இந்தச் சிறிய உரை நல்ல வரவேற்பைப் பெற்றது. குறிப்பாக விழாவை நடத்தும் வங்காளிகள் மிகவும் மகிழ்ச்சியடைந்தனர். மாநாட்டின் போக்கையே இது மாற்றிவிட்டது.

1970களின் தொடக்கத்தில் போர்டு பவுண்டேஷன் நீர் தொழில்நுட்ப மையம் ஒன்றை இந்திய விவசாய ஆராய்ச்சி நிலையத்தில் நிறுவியது. நான் அங்கே பணிபுரிய அனுப்பப் பட்டேன்.

டாக்டர் வினோத் ஷா ஒரு விவசாய விஞ்ஞானி. உயர்ந்த ஜாதி. செல்வக் குடும்பத்தைச் சேர்ந்தவர். எனக்கு மேலாக பதவி உயர்வு பெற்றவர். ஆனால், பாவம், அவரும் அதிகார வர்க்கத்தாலும் அரசியலாலும் இரையாக்கப்பட்டார். அவரது பதவி உயர்வுகள் மறுக்கப்பட்ட விரக்தியில் தற்கொலை செய்து கொண்டார். இதனால் பெரிய எதிர்ப்புக் குரல்கள் எழுந்தன. ஓய்வுபெற்ற முதன்மை நீதிபதி தலைமையில் விசாரணை கமிஷன் ஒன்று அமைக்கப்பட்டது. நிறைய ஆவணங்களைப் பார்த்து, பல விஞ்ஞானிகளிடம் நேர்காணல் நடத்தியபின் என்னிடமும் நேர்காணல் நடத்தினார். நீதிபதி கஜேந்திர கட்கர் என்னிடம் "நிம்கடே, பல தடவை உனக்குக் கீழே இருந்தவர்கள் பதவி உயர்வு அளிக்கப்பட்டிருக்கின்றனர். உங்கள் கோரிக்கை நிராகரிக்கப்பட்டிருக்கிறது. நீங்கள் விரக்தியில் தற்கொலை செய்துகொள்ள நிறைய காரணங்கள் இருந்திருக் கின்றன. எனினும் நீங்கள் அப்படிச் செய்யவில்லை எப்படி?" என்று கேட்டார்.

"வாழ்க்கை என்பது நமது பெற்றோரிடமிருந்து நமக்குக் கிடைத்த பரிசு. அதை அழித்துவிடக் கூடாது. நான் ஒரு குக்கிராமத்தில் தாழ்த்தப்பட்ட குடும்பத்தில் பிறந்தவன். தற்கொலை என்ற ஆடம்பரச் செயலுக்கு நான் தகுதியுடையவன் அல்ல. நான் உலகை எதிர்க்க வேண்டும். கடுமையாகப் போராட வேண்டும். என்னை விட மேலாக என் குழந்தைகளை படிப்பிக்க வேண்டும். டாக்டர் பாபா சாகப் அம்பேத்கர்தான் இந்த விஷயத்தில் எனக்கு வழிகாட்டி" என்றேன்.

இந்த வார்த்தைகள் நீதிபதி கஜேந்திரகட்கருக்கு மகிழ்ச்சி அளித்தன. அவர் அம்பேத்கரை என்னைவிட நன்கு அறிந்தவர்.

அமெரிக்கன் இன்டர்நேஷனல் ஸ்கூலில் என் மூன்று பிள்ளைகளும் நன்கு படித்து முதல் அல்லது இரண்டாம் வகுப்பில் தேறி பட்டம் பெற்றனர். பட்டமளிப்பு விழாவில் பேசினர். நிம்கடே பெயர் அமெரிக்கன் இன்டர்நேஷனல் ஸ்கூலில் வெகு பிரபலமாகிவிட்டது. அவர்கள் ஒவ்வொருவரும் மேற்படிப்புக்கு அமெரிக்கா செல்ல விரும்பினர். அந்த நாட்களில் கல்விக்காக அமெரிக்கா செல்வது அபூர்வம். பக்கத்து வீட்டு ஆட்களுக்கெல்லாம் எங்கள் குழந்தைகளைப் பற்றிப் பெருமை, மகிழ்ச்சி. அவர்கள் அமெரிக்கா செல்லும் போதெல்லாம் ஒரு பஸ் நிறைய நண்பர்களும் நலம் விரும்பிகளும் விமான நிலையம் வந்து வழி அனுப்பினர்.

எங்கள் பெரிய பையன் பீம் விஸ்கான்சின் பல்கலைக் கழகத்துக்குச் சென்றான். அங்கேதான் நானும் படித்து, கடினமாக உழைத்து, பல நண்பர்களைப் பெற்றிருந்தேன். முதல் வருடம் அவன் என் நண்பர் மிச்சல் குடும்பத்துடன் தங்கினான். அவருடைய குழந்தைகளான பார்பரா, ஜீன், டாம், ஸ்டீவ், பாப், பில் ஆகியோருக்கு அண்ணனாகத் திகழ்ந்தான்.

பதினாறு வயதில் பட்டதாரி ஆனபோது ரேகா மெலிந்த உடம்பைக் கொண்டிருந்தாள். விமானநிலைய அதிகாரிகள் முதலில் அவளை அமெரிக்கா செல்ல அனுமதிக்கவில்லை. காரணம் ஹார்வர்ட் பல்கலைக்கழகமே அவள் சொந்தச் செலவுகளை ஏற்றுக்கொள்ளும் என்று சொல்ல ஒரு துண்டு காகிதம் இல்லை என்பதால்தான். ரேகா பணிவாக, ஆனால் உறுதியாக விளக்கினாள். என்னுடைய படிப்பு, அறை, உணவு போன்ற செலவுகளையெல்லாம் அவர்களே ஏற்றுக்கொண் டிருக்கும்போது சொந்தச் செலவுகளை மட்டும் மறுத்துவிடுவார் களா? என்று கேட்டாள். அவள் பாஸ்டனில் இறங்கினாள். மாசசூசட்ஸில் உள்ள லெக்ஸிங்டனில் க்ராக் குடும்பத்துடன் தங்கினாள். அவர்கள் ரேகாவின் காலேஜ் படிப்பு முடிவதுவரை அவளை நன்கு கவனித்துக்கொண்டனர்.

ரேகாவின் மெலிந்த உடம்பும் இளமையும் ஒருவிதத்தில் அவளுக்கு உதவியாகவே இருந்தன. மக்கள் அவளைப் பார்த்த துமே தாமாக உதவ முன்வந்தனர். ஹார்வார்டின் அட்மிஷன் ஆபீசர் விக்கி ஸ்மித் தமது சகோதரிகளான டெயின், ஸாண்டி, வெண்டி மற்றும் பெற்றோர்கள் ஹோவார்டு பெட்ஸியை ரேகாவின் மேல் எப்போதும் ஒரு கண் வைத்திருக்கும்படி சொல்லியிருந்தார். ரேகாவுக்கு இப்படி ஒரு குடும்பமே மேற்கில் கிடைத்துவிட்டது. ஸான்டி இந்தியாவைச் சேர்ந்த ரங்கநாத் நாயக் என்பவரை மணந்திருந்தாள். அவர் ஓர் பொறியாளர். ஒரு இந்திய வணிக நிறுவனத்தின் மேலாண்மை அதிகாரி. ஸான்டி இந்தியாவுக்கும் அமெரிக்காவுக்கும் ஒரு பாலமாக விளங்கினாள். இது ரேகாவின் மன அழுத்தத்தைக் குறைத்தது. இதனால்தானோ என்னவோ, பின்னால் ரேகாவின் திருமணம் டெயின் – ரிச்சர்ட் மெடோவின் வீட்டில் வைத்துத்தான் நடந்தது.

எங்கள் மூன்று குழந்தைகளும் பிரசித்திபெற்ற ஹார்வர்ட் பல்கலைக்கழகத்தில் படித்ததால், அங்குள்ள பல மாணவர்கள் எங்கள் வீட்டுக்கு வந்திருக்கிறார்கள். அதில் ஒருவன் தைவானைச் சேர்ந்த சாம்சன். ஹீரா சமையல் செய்யும்போது அடுக்களை யில் அவள் அருகே நின்றுகொண்டு சமையல் நுணுக்கங்களை எழுதிக்கொண்டிருப்பான்.

ஒருநாள் நல்ல மழை பெய்துகொண்டிருக்கும்போது யாரோ கதவைத் தட்டும் சப்தம் கேட்டது. கதவைத் திறந்ததும் எதிரே ஒரு காக்கேசியன் பெண் நிற்கிறாள். இருபது வயதிருக்கும். குனிந்து இந்திய முறைப்படி என் காலைத் தொட்டு வணங்கி னாள். எனக்கு வியப்பாக இருந்தது. பின்னால் தெரிந்தது, அவள் ரேகாவின் காலேஜ் தோழி எலிசபெத் டோல். ரேகாவின் அறையில் தங்கியிருக்கிறாள். இருவரும் சகோதரிகள் போல் பழகினர். இந்திய பழக்கவழக்கங்களை ரேகாவிடமிருந்து எலிசபெத் கேட்டுத் தெரிந்திருக்கிறாள். அவளது வருகை பற்றி ரேகா எழுதியிருந்தாள். ஆனால் அந்தக் கடிதம் இரண்டு நாள் கழித்தே எனக்குக் கிடைத்தது.

இதற்கிடையில் எலிசபெத் எங்களோடு நன்கு இணைந்து கொண்டாள். என்னை மாமா என்றும் ஹீராவை மாமி என்றும் அழைத்தாள். உடன்பிறப்பு இல்லாத அவளுக்கு அசோக் தம்பியானான். அவளும் அசோக்கும் ஒருநாள் என் அம்மாவிடம் விளையாட நினைத்தனர். அம்மா அப்போது எங்களுடன்தான் தங்கியிருந்தாள். சற்றுக் குள்ளம். அசோக் தனது நீண்ட குர்தாவை அவன் பாட்டிக்கு அணிவித்தான். அது அவள் குதிகால்வரை எட்டியது. எலிசபெத் அவளது பச்சை நிறத் தொப்பியை அம்மா தலையில் மாட்டினாள்.

வேடிக்கையாக இருந்தது. 'மனித முள்ளங்கி' என்று அழைத்தோம். அம்மாவும் இந்த வேடிக்கையை ரசித்தாள். தோட்டத்தில் நின்றபடி பல போட்டோக்களுக்கு 'போஸ்' கொடுத்தாள்.

இரண்டு வாரம் எலிசபெத் எங்களுடன் தங்கினாள். அடிக்கடி என் கால்களை அழுத்திவிடுவாள். அப்போது எனக்கு உடம்பு சரியில்லாமல் இருந்தது. எலிசபெத் வருவதற்கு சில நாட்கள் முன்பு எனது கல்லூரியின் தோட்டத்தில் இருக்கும் போது லேசாக நெஞ்சுவலி இருந்தது. என்னை பரிசோதித்த டாக்டர் எனக்கு ரத்த அழுத்தம் இருப்பதாகத் தெரிவித்தார். உடனே ஓய்வெடுக்கத் தொடங்கினேன். உப்பைத் தவிர்த்தேன். ஆனால் தொடர்ந்து விக்கல்கள் வர ஆரம்பித்தன. இரவும் பகலும் விக்கல் தொடர்ந்ததால் சாப்பிடவோ தூங்கவோ முடியவில்லை. கடைசியில் டாக்டர் என்னைத் தீவிரமாகப் பரிசோதித்து, உப்பை முற்றிலுமாகத் தவிர்த்ததால்தான் இது சரியாகும் என்றார். சில துளி அயோடின் தந்ததும் விக்கல்கள் மறைந்துவிட்டன.

இதில் ஒரு நன்மையும் இருந்தது. என் எடை குறைந்து விட்டது. அன்றிலிருந்து அந்த குறைந்த எடையைத் தக்க வைத்துக்கொண்டேன். நாள்தோறும் காலையில் நடைப்பயிற்சி செய்தேன். நாட்டு மருந்துகளில் நாட்டம் சென்றது. சிறுவயதில் கிராமத்தில் படித்த விஷயங்கள் உதவி செய்தன.

நாட்பட என் நடைப்பயிற்சி குறைந்துவிட்டது. 2003இல் நாங்கள் மீண்டும் அமெரிக்கா சென்றபோது என் மகன் அசோக் (பாஸ்டனில் டாக்டர்) நிறைய நடப்பது நல்லது என்றான். ஹீராவும் நானும் கொஞ்சம் நடப்போம். பிறகு நடையின் தூரம் அதிகரித்தது. நடக்கும்போது நின்று வழியில் சந்திப்போர்களுடன் பேசுவதே இதற்குக் காரணம். அங்கிருந்த கடைசி வாரத்தில் நாங்கள் நீண்ட தூரம் நடந்ததில் திரும்பி வர வழி தெரியவில்லை. அந்த மலைப் பகுதியில் இரண்டு மணி நேரம் அங்குமிங்கும் அலைந்தோம். அசோக் இந்தக் கதையை தன்னைப் பார்க்க வரும் பருமனான நோயாளி களிடம் சொல்வான். வியர்வை சொட்டச் சொட்ட ஒரு நோயாளி அவன் ஆபிஸுக்கு வந்தான். என்னை உதாரண மாகக் கொண்டு கிளினிக்குக்கு வேகமாக நடந்து வந்ததாகச் சொன்னபோது அசோக்குக்கு மிக மகிழ்ச்சியாக இருந்தது.

இந்தியாவில் பொதுவாக மக்களின் உடல்நலம் கணிசமாக மாறிவிட்டது. நான் சிறுவனாக இருந்தபோது நிறைய குழந்தை கள் மழலைப் பருவத்திலேயே இறந்து போயின. என் தங்கை ருக்மிணியின் குழந்தைகள், ஹீராவின் குழந்தைகள் உட்பட. செல்வச் செழிப்பாலும் நீண்ட ஆயுள் காரணமாகவும் இந்தியர்கள்

மட்டுமல்ல, உலகமக்கள் பலரும் நீரிழிவு, ஆஸ்த்மா, ரத்த அழுத்தம் போன்ற நோய்களால் தாக்கப்படுகின்றனர். இந்தப் பிரச்சனைகளை கையாளுவது பற்றி நாம் கற்றுக்கொள்ள வேண்டும். புத்த மதத்தில் இதற்கான வழிகள் இருக்கின்றன. மன அமைதி, விபஸ்ஸான தியானம் போன்றவை. கிராமத்தில் வசித்தபோது உண்ட எளிய உணவைக் கடைபிடிக்கிறேன். ஒரு முழு சுற்று சுற்றி ஆரம்ப நிலைக்கு வந்திருக்கிறேன்.

எனது கடைசி குழந்தையும் கூட்டை விட்டுப் பறந்து சென்ற பிறகு நாங்கள் தனிமையை உணர்ந்தோம். என் அம்மா அவ்வப்போது என்னைப் பார்க்க வருவாள். குழந்தைகளை நினைவூட்டுவாள். ஹீராவுக்கு இப்போது வீட்டுவேலை செய்ய சிரமமாயிருக்கிறது. சமைக்கவே கஷ்டப்படுகிறாள். அதேசமயம் நோய் குணமாகிவிட்டதால் எனக்கு பசியும் அதிகமாயிருக்கிறது.

ஹீராவிடம் சொன்னேன்: “நீ நோயால் கஷ்டப்படுகிறாய், நாங்கள் பசியால் கஷ்டப்படுகிறோம்.” பின்னர் நிலைமை சீராகத் தொடங்கியது. புதிய விஷயங்களில் ஈடுபட்டோம். இந்திய சர்வதேச மையத்தில் பல நிகழ்ச்சிகளில் கலந்து கொண்டோம். தலாய்லாமா மற்றும் புத்தமதத் துறவிகள் நடத்திய சடங்குகளில் பங்கெடுத்தோம்.

ஒருநாள் உணவு இடைவேளையின்போது நான் ராம்பாஜ் என்பவனோடு பேசிக்கொண்டிருந்தேன். ஹரியானாவில் ஒரு கிராமத்திலிருந்து வந்திருந்தான். அவனை வீட்டுக்கு சாப்பிட அழைத்தேன். அவன் மரியாதையுடன் மறுத்தான். ஒரு மேலதிகாரியுடன் சாப்பிடுவது சரியல்ல என்றான். என்னைப் பொறுத்தவரை அது ஒரு விஷயமல்ல என்றேன். ஒரு தலித் துடன் சாப்பிடுவதில் அவனுக்கு பிரச்சனை ஏதாவது இருக்கிறதா என்று கேட்டேன். ராம்பாஜின் கண்கள் மலர்ந்தன. தானும் ஒரு தாழ்த்தப்பட்டவன்தான் என்றான். என் வீட்டில் மாட்டப் பட்டிருந்த அம்பேத்கர், புத்தர் படங்களை ஆர்வத்துடன் பார்த்தான். அவர்களைப் பற்றி விசாரித்தான். நான் விவரமாக விளக்கினேன். நான் அவர்களைப் பற்றிய ஹிந்திப் புத்தகங்கள் கொடுத்தால் அவற்றைப் படிக்க ஆர்வம் உள்ளது என்றான். பள்ளியில் சில வகுப்புகளே படித்திருந்தாலும் புத்திசாலி என்று தோன்றியது. அஞ்சல் வழி கல்வி மூலம் படிக்கச் சொல்லி ஊக்கப்படுத்தினேன். அப்படியே செய்து பள்ளி மற்றும் கல்லூரி வகுப்புகளை முடித்தான். நானும் அவ்வப் போது பல பாடங்களை அவனுக்குக் கற்பித்தேன்.

இப்போது அவன் இந்திய விவசாய ஆராய்ச்சி மையத்தில் ஒரு தொழில் பிரிவு உதவியாளராக இருக்கிறான். கடின

உழைப்பின் மூலமாக கல்வியின் பலனை அனுபவித்துக் கொண்டிருக்கிறான். நல்ல வீடு இருக்கிறது. ஒரு கார் வைத்திருக் கிறான். மற்றவர்களை புத்தமதத்தில் சேர ஊக்குவிப்பதுடன் புத்த துறவிகளை வீட்டுக்கு அழைத்து உணவளிக்கிறான். அவனுடைய குழந்தைகள் நன்றாகப் படித்திருக்கிறார்கள். புத்த மதப்படியே திருமணம் செய்திருக்கிறார்கள்.

இதுபோலவே நான் பல மாணவர்களையும் ஊக்கப்படுத்தி யிருக்கிறேன். குறிப்பிட்டுச் சொல்வதானால் பன்வாரிலால் சுமன் தொழில் பிரிவு உதவியாளன். ஹீராவும் நானுமாக அவனை பி.எஸ்சி. படிக்கச் சொன்னோம். இப்போது அவன் முனைவர் பட்டம் பெற்றுவிட்டான். அவன் திருமணத்தை நான்தான் புத்தமத சடங்குப்படி நடத்தி வைத்தேன். அவனுடைய அம்மாவுக்கு ஒரு கண் ஆப்பரேஷன் நடந்திருந்தது. எனவே ஹீராதான் அவன் அம்மா இடத்தில் இருந்து நடத்தினாள். பன்வாரி மனம் பூரித்து, “நான் பிறந்தபோது எனக்கு ஒரு அம்மா இருந்தாள். இப்போது திருமதி நிம்கடே என் அம்மா ஸ்தானத்தில் இருந்து என் கல்யாணத்தை நடத்தி வைத்திருக் கிறாள். நான் இரண்டு அம்மாக்கள் உடைய அதிர்ஷ்டசாலி” என்றான்.

1977 மே மாதம் ஹீராவின் கடைசித் தம்பி யுவராஜின் திருமணம் நாக்புரில் நடந்தது. இந்த சந்தர்ப்பத்தைப் பயன் படுத்தி என் அம்மா பழையபடி கிராமத்துக்குப் போகலாம் என்று தீர்மானித்தாள். ஆக, டில்லியில் இப்போது எனது வீடு வெறுமையாகக் காட்சியளித்தது.

கல்யாணமோ, விசேஷங்களோ, நாங்கள் நிறைய பயணம் செய்வதென்று தீர்மானித்தோம். அடுத்த வருடம் வந்த எங்கள் திருமண வெள்ளிவிழாவையொட்டி தென் இந்தியா முழுக்க பயணம் செய்தோம். மூலை முடுக்கெல்லாம் சுற்றினோம். 1984 பிப்ருவரியில் பம்பாயில் டாக்டர் அம்பேத்கர் நினைவாக ஒரு கலாச்சார விழா நடைபெற்றது. எங்கள் இனத்தைச் சேர்ந்த சில எழுத்தாளர்கள், விஞ்ஞானிகள் கௌரவிக்கப் பட்டனர். இந்தப் பெருமையைப் பெற்ற அதிர்ஷ்டசாலிகளில் நானும் ஒருவன்.

தொடர்ந்து வந்த ஆண்டுகளில் எங்கள் குழந்தைகள் பல தடவை அமெரிக்கா சென்றனர். நாங்களும் சென்றிருந்தோம். ஒரு தடவை அசோக் டில்லி வந்திருந்தபோது, பக்கத்து வீட்டு அக்ஷயுடன் டில்லி மிருகக்காட்சி சாலைக்குச் சென்றிருந்தோம். பழைய கோட்டைக்குப் பின்னால் இருக்கிறது அது. அசோக் புகைப்படங்கள் எடுத்துக்கொண்டிருந்தபோது நான் அவனுடைய

பிளேசர் கோட்டை புலிக்கூண்டின் பக்கமாகப் புல்லில் போட்டிருந்தேன். புலி அதை நோக்கிவந்து அதில் தாராளமாக ஒன்றுக்கிருந்துவிட்டது. என் பையன் திடுக்கிட்டுவிட்டான். நான் அவனை சமாதானப்படுத்தினேன். “புலி ஒன்றுக்கிருந்த கோட்டை அணிகிறவன் அமெரிக்காவில் நீ மட்டும்தான் இருக்கப்போகிறாய்” என்றேன்.

மாடிஸனுக்குப் போயிருந்த ஒரு சந்தர்ப்பத்தில் விஸ்கான்ஸின் பல்கலைக்கழகத்தில் புத்தமத பாடங்கள் படிப்பவர் எண்ணிக்கை அதிகமாக இருப்பதைக் கண்டு மகிழ்ச்சியடைந்தோம். நாங்கள் சென்ற சமயம் ஒரு புத்தமத மாநாடு நடந்துகொண்டிருந்தது. ‘மான் பூங்கா’ என்ற பெயரில் திபத்திய புத்தமத மையம் ஒன்று மாடிஸனுக்கு வெளியே கிராமப் பகுதியில் நிறுவப்பட்டிருந்தது. மான் பூங்காவில் நடந்த வழிபாடுகளில் தலாய்லாமாவும் கலந்துகொண்டிருக் கிறார். எங்கள் மகன் பீம் பருவமழை சம்பந்தமான ஆராய்ச்சி குறித்து இந்தியா சென்ற சர்வதேச விஞ்ஞானிகள் கோஷ்டி யுடன் அமெரிக்காவிலிருந்து இந்தியாவுக்குச் சென்றான். ஓர் ஆராய்ச்சி விமானத்தில் கடலுக்கும் மேகங்களுக்கும் மேலே பறக்கும் அனுபவம் அவனுக்குக் கிடைத்தது.

கனடாவின் டொரோண்டோவில் எங்கள் ஜாதியைச் சேர்ந்த யோகேஷ் வர்ஹடே என்பவரைப் பார்த்தேன். நல்ல அறிவாளி. அவருக்காக நான் பதினாறு சிபாரிசு கடிதங்கள் எழுதிக் கொடுத்திருக்கிறேன். இப்போது அவர் பொறியியல் படிப்பை முடித்துவிட்டு ஒரு வெற்றிகரமான வியாபாரியாக இருக்கிறார். இந்தியாவின் தாழ்த்தப்பட்ட, ஒதுக்கப்பட்ட மக்களுக்காக உழைப்போர் சங்கம் ஒன்றை நடத்திவருகிறார்.

1981இல் நாங்கள் அமெரிக்கா சென்றிருந்தபோது அமெரிக்கா வின் இந்தியத் தூதுவர் கே.ஆர். நாராயணனை சந்திக்க முயன்றோம். அவரும் தாழ்த்தப்பட்ட இனம்தான். நாங்கள் டெலிபோனில் பேசிக்கொண்டோம். “டாக்டர் அம்பேத்கரின் கடின உழைப்பாலும் கருணையாலும் நான் ஒரு விஞ்ஞானி யாக இருக்கிறேன், நீங்கள் தூதுவராக இருக்கிறீர்கள்” என்றேன். பல ஆண்டுகளுக்கு முன் புதுடில்லியில் அவர் தூதுவராக நியமனம் பெற்றபோது நான் தலைவராக இருந்த தாழ்த்தப் பட்டோர் சங்கம் அவருக்கு விருந்தளித்து பாராட்டியது. அதை அவருக்கு நினைவூட்டினேன். அவர் எங்களை தம் வீட்டுக்கு உணவருந்த அழைத்தார். போக முடியவில்லை. பலவருஷங்களுக்குப் பின்னர் 1997இல் அவர் இந்திய குடியரசுத் தலைவராக உயர்ந்ததைக் கண்டு மிகவும் பெருமை அடைந்தோம்.

இரண்டாம் தலைமுறை புத்த திருமணம்

அம்மாவின் உடல் மோசமாகிக்கொண்டே வந்தது. 1985 மார்ச் 31இல் அவள் காலமானாள். நாங்கள் அவசர அவசரமாய்ப் புறப்பட்டோம். ஆனால் அவள் இறுதிச் சடங்குகளில் கலந்து கொள்ள முடியவில்லை. இப்போதுகூட அவள் மூத்தமகன் என்ற முறையில் அவளுக்கு நான் செய்ய வேண்டிய இறுதிக் கடன்களைச் செய்ய முடியாமல் போயிற்றே என்ற வருத்தம் இருக்கிறது. அவள் வாழ்க்கை எத்தனையோ மாற்றங்களைக் கண்டிருக்கிறது. விளக்கோ குடிநீரோ இல்லாத பட்டிக்காட்டிலிருந்து மனிதன் சந்திரனை எட்டிப் பிடித்த காலங்கள் அவை. அவள் அன்பே என் ஜீவாதாரம். ஒரு மராத்திக் கவிதை நினைவுக்கு வருகிறது.

ஸ்வாமீ தீன்ஹீ ஜகாசா ஆயீ பினா பிகாரீ

(மூன்று உலகை ஆளும் இறைவனும் தாயில்லா விட்டால் ஒரு பிச்சைக்காரனே.)

ஒரு மாதம் கழித்து, 1985 ஏப்ரலில் இந்திய விவசாய ஆராய்ச்சி நிறுவனத்திலிருந்து நான் ஓய்வுபெற்றேன். முப்பத்து மூன்று வருட சேவை. அனேக பிரிவுபசார விழாக்கள் நடந்தன. நீர் ஆதார மையத்தின் இயக்குநரிலிருந்து கூட்டுபவன் வரை விழாவில் கலந்துகொண்டு ஒரு பெரிய கடிகாரத்தை அன்பளித்தனர். தாழ்த்தப்பட்டோர் நலவாழ்வு சங்கம் என்னைப் பாராட்டி எனக்கு

ஒரு வெங்கல புத்தர் சிலையை அளித்தது. நான் பணிபுரிந்த வெவ்வேறு அலுவலகங்களிலும் பிரிவுபசார விருந்துகள் நடைபெற்றன.

நான் ஓய்வுபெற்ற முதல் நாள் காலையில் சற்று பிந்தியே உறக்கத்திலிருந்து விழித்தேன். பத்திரிகை படித்தேன். அவசரப்பட வேண்டிய அவசியமில்லை. ஹீராவிடம் என் அனுபவங்களையும் எண்ணங்களையும் கூறினேன். இரண்டு மணிநேரம் பொறுமையாய் கேட்டுவிட்டு, "நீங்கள் ஓய்வுபெற்று விட்டீர்கள். நான் பெறவில்லை. இன்னும் எனக்குச் செய்யவேண்டிய வீட்டு வேலைகள் நிறைய இருக்கிறது" என்றாள்.

சற்று திகைத்துப்போய், "சரி, நானும் சமைப்பதற்கு உதவுகிறேன்" என்றேன். ஒரு கத்தியை எடுத்து காய்கறிகளைச் சீவத் தொடங்கினேன். "நீங்கள் இப்படிச் செய்ய ஆரம்பித்தால் நான் ஓய்வுபெற வேண்டியதுதான்" என்றாள் வேடிக்கையாக. இருவரும் சிரித்தோம். எங்கள் பரம்பரையில் கணவனை அடுக்களையில் வேலை செய்ய அனுமதித்திருக்கும் ஒரே பெண் அவள்தான்.

ஓய்வுபெற்ற பின்னும் என் இனத்துக்காக உழைக்க முடிந்தது. பாபாசாகபின் பிறந்த இடத்தில் அவருக்காக ஒரு நினைவுச் சின்னம் எழுப்ப கஸ்துரே என்ற எம்.பி.யிடம் கூறினேன். டாக்டர் அம்பேத்கரின் பிரசுரிக்கப்படாத எழுத்துக்களை புத்தகமாக்க யாருடைய உதவியை நாடலாம் என்று கேட்டபோது நான் வசந்தராவ் மூனை சிபாரிசு செய்தேன். அவர் எனது சகலை என்பதால் அல்ல, நான் அவரை நன்றாக அறிந்தவன், அவர் திறமைகள் எல்லாம் எனக்கு நன்றாகத் தெரியும் என்பதால்தான். "இந்தப் பணியை அவர் சிறப்பாகச் செய்வார்" என்றேன். திரு மூன் என் நம்பிக்கையை வீணாக்கவில்லை. மிகவும் சிரமப்பட்டு பதினேழு தொகுதிகளை வெளிக்கொணர்ந்தார்.

நல்லவேளையாக நானும் ஹீராவும் ஏற்கனவே என் ஓய்வுக்குப் பிறகு நிறைய காரியங்களை நிறைவேற்ற திட்டமிட்டிருந்தோம். என் சொந்த ஊரான ஸாத்காவுக்குப் பலமுறை சென்று அங்கு நடைபெறும் வளர்ச்சிப் பணிகளைக் கண்டு மகிழ்ந்தோம். அங்கு புத்தர், அம்பேத்கரின் ஓவியங்களும் சிலைகளும் காட்சியளித்தன. பஞ்சசீலக் கொடிகள் மூலை முடுக்கெல்லாம் பறந்தன. கிராமவாசிகளுக்கு மின்சாரமும் குழாய்த் தண்ணீரும்கூட கிடைத்தன.

ரேகா 1987இல் தன் திருமணத்திற்காக என் சம்மதத்தைக் கேட்க இந்தியா வந்தாள். கிருஷ்ண துரைசாமி (சந்துரு) என்ற,

ரேகாவின் திருமணத்தின்போது. அசோக், ரேகா, கிருஷ்ணா, பீம், மீனாட்சி மூன், ஹீரா மற்றும் நான். ஹீராவின் சகோதரி மீனாட்சி மூன் அம்பேத்கர் இயக்கத்தில் பெண்கள் பங்கு பற்றி மராத்தியில் நிறைய புத்தகங்கள் எழுதியிருக்கிறாள். இறப்பதற்கு சில வருடங்களுக்கு முன் (2004இல்) அம்ஹி மைத்ராணி (நாங்கள் பெண் சினேகிதிகள்) என்ற மராத்தி இதழைத் தொடங்கினாள். அம்பேத்கரிய பெண்களின் குரலுக்கும் போராட்டத்துக்கும் மேடையாக அமைந்தது அது.

சற்று உயரமான, விஞ்ஞானியை சந்தித்து நட்புகொண்டிருக்கிறாள். அவர் தமிழ் பிராமண குடும்பத்தைச் சேர்ந்தவர். சற்று முற்போக்குக் கருத்து உடையவர். ஜாதி பற்றிய கவலை இல்லாதவர். ஒரு மருமகனுக்கு இருக்கவேண்டிய தகுதிகள் – கல்வி, அன்பு, அறிவு – எல்லாம் இருந்தன. ஒருவரையொருவர் மணந்துகொள்ள ஜாதி ஒரு தடையாக நிற்கவில்லை.

அடுத்த பல மாதங்களாக நான் ரேகாவின் திருமண வேலைகளில் மூழ்கியிருந்தேன். கல்யாணத்துக்கு ஒரு வாரம் முன்னால் கையில் ஒரு கட்டு அழைப்பிதழ்களுடன் ஏதோ சிந்தனையில் நடந்துகொண்டிருந்தபோது காலில் ஏதோ பலமாக மோதியது. அழைப்பிதழ்கள் பறந்து சிதறின. தரையில் விழும் போது 'என் மகளின் கல்யாணம்...' என்ற வார்த்தைகள் என் வாயிலிருந்து வெளிவந்தன.

காலில் பயங்கர வலியை உணர்ந்தேன். எழுந்திருக்க முயன்றேன், ஆனால் கால்கள் ஒத்துழைக்க மறுத்தன. ஒரு ஸ்கூட்டர் என்மேல் இடித்திருக்கிறது. நல்லவேளை, அதை ஓட்டியவன் ஓடிப்போகாமல் எனக்கு உதவ வந்தான். போலிஸ் வந்தது. ஒரு கேஸ் புக் பண்ணலாமா என்று கேட்டார்கள். கேஸ் நடந்தால் என் பயணத்திட்டம் எல்லாம் பாழாகிவிடும். "வேண்டாம், இது என் தவறு. கவனிக்காமல் இருந்துவிட்டேன். வயதாகிவிட்டது, ஏதோ நினைப்பில் என்னை மறந்துவிட்டேன்" என்றேன்.

முழங்கால் சில்லு பிசகி ஒரு பக்கமாக விலகிவிட்டது. ஒரு துணிச்சலில் அதைப் பிடித்து பழைய இடத்துக்கு வரும்படி அழுத்தினேன். ஆஸ்பத்திரி போகவும் விரும்பவில்லை. காலில் கட்டு போட்டுவிட்டு அங்குமிங்கும் அசையாமல் கிடத்தி விட்டால் என்ன செய்வது?

அதே ஸ்கூட்டரின் பின்பக்கம் அமர்ந்து வீட்டுக்குப் போனேன். அவனுக்கும் ஒரு அழைப்பிதழ் கொடுத்தேன். என் காயத்தை ஹீராவிடமிருந்து மறைக்க முயன்றேன். ரேகாவின் கல்யாணத்துக்கு போகவிடாமல் ஆக்கிவிடுவாள். அடுத்த வீட்டுக்குச் சென்று என் நண்பரான டாக்டர் மார்வாவிடம் விஷயத்தைக் கூறினேன். அவர் என்னுடன் வேலை பார்த்த விவசாய விஞ்ஞானி. பூச்சிகள் பற்றி ஆராய்ச்சி செய்பவர். குழந்தைகளுக்கு அவருடைய சிகிச்சை வேடிக்கையாக இருக்கும். கீழே விழுந்து சிராய்ப்பு ஏற்பட்டாலும், அப்பா அடித்தாலும் அழுகிற குழந்தையிடம் முதலில் அவர் சொல்வது, "போய் ஒரு டம்ளர் தண்ணீர் குடித்துவிட்டு வா" என்பதுதான். அதன் பிறகே குழந்தையைக் கவனித்து மருந்து கொடுப்பார். கைவசம் நிறைய மருந்துகள் ஸ்டாக் வைத்திருப்பார். என் குழந்தை களுக்கு அவர்தான் சைல்ட் ஸ்பெஷலிஸ்ட்.

டாக்டர் மார்வாவின் பையன் நிஷுவும் என் குழந்தை களும் எங்கள் பக்கத்து வீடுகளில் புகுந்து சுதந்திரமாகச் சுற்றி வருவார்கள். டாக்டர் மார்ஷா எனக்கு சில நாட்டு மருந்துகள் தந்து காலை நன்கு தடவிவிட்டார். இருந்தும் நான் நொண்டி நடப்பதையும் அவ்வப்போது காலைத் தடவிக்கொண்டிருப் பதையும் ஹீரா கவனித்துவிட்டாள். அத்துடன் காலும் வீங்கத் தொடங்கியது. அடுத்த சில நாட்களாக நான் காலைத் தூக்கிய படியே நடந்தேன். நல்லவேளை, கைத்தடி உபயோகிக்க வேண்டிய தேவை ஏற்படவில்லை.

ரேகா – சந்துரு திருமணம் புத்தமத முறைப்படி ரேகாவைத் தத்தெடுத்துக்கொண்ட ரிச்சர்டு – டேயின் மெடோவின்

அழகான வீட்டில் பாஸ்டனின் அருகாமையிலுள்ள காண்டன் நகரில் நடைபெற்றது. ரிச்சர்டின் பெற்றோர்களான ஹென்ரி – மேரி உதவியுடன் ஒரு அழகான கூடாரம் அமைத்து, ஹவாயிலிருந்து வருவித்த மலர்களால் அலங்கரித்திருந்தனர். என் நண்பர் கோகேஷ் வர்ஹேடே திருமணச் சடங்குகளை நடத்துவதற்காக டொரோன்டாவிலுள்ள புத்த ஆலயத்திலிருந்து இலங்கை புத்த துறவி ஒருவரை அழைத்துவந்திருந்தார். டெயின் மெடோவின் பெற்றோர்கள் ஹோவார்டு – பெட்சி டாம்சின்ஸ் திருமணச் சடங்குகளைப் பற்றி விரிவாக எழுதி அச்சிட்டு வந்தவர்களுக்கு வழங்கினார். இருந்தும் சிலருக்கு அந்தச் சடங்குகள் சற்றுக் குழப்பத்தையே ஏற்படுத்தியது.

ரேகா ஒரு ஸாரி உடுத்தியிருந்தாள். சந்துரு குர்தா – பைஜாமா. துறவி பாண்டே புன்னாஜி தலையை மொட்டையடித்து, காவி உடையை அணிந்திருந்தார். ரேகாவின் தத்தெடுத்த தங்கைகள் – விக்கி, டேயின், ஸான்டி, பெண்டி – அனைவரும் வண்ணமிகு ஸாரிகளில் ஜொலித்தனர். விருந்தினர்களில் ஒருவரான ராபர்ட் கோர்டன் பழைய ஸ்காட்லாந்து உடையான வண்ணமிகு குட்டைப் பாவாடையுடன் காட்சி அளித்தார். கார்டனுடைய உரத்த குரலும் கவர்ச்சிமிகு உடையும் வாசலில் கம்பீரமாக நின்று எல்லோரையும் வரவேற்ற விதமும் புத்த துறவியை பிரமிக்க வைத்தன. ரேகாவின் ஒரு முஸ்லிம் நண்பன் சற்று தாமதமாகவே வரவேற்புக்கு வந்தான். திருமண நிகழ்ச்சியை பார்க்க முடியவில்லை. வரவேற்பு வரிசையில் நின்றபடி மணமகளை மகிழ்வுடன் அணைத்துக்கொண்டான். மணமகன் யாரென்று தெரியாமல் புத்த துறவியின் கைகளைப் பிடித்துப் பலமாகக் குலுக்க முயன்றான். நல்லவேளையாக, சந்துரு தன் கையை நீட்டி அவன் கையைப் பற்றிக் குலுக்கிவிட்டு அசம்பாவிதம் ஏற்படாமல் தவிர்த்தான்.

சந்துருவின் அம்மா ஒரு ஷாம்பேன் கிளாஸில் குளிர் பானத்தை ஊற்றி எல்லோருக்கும் வாழ்த்து கூறினாள். நான் வாழ்த்து கூறுகையில், "இந்த அற்புத திருமண நிகழ்ச்சியையும் வரவேற்பையும் கண்டு உள்ளம் பூரிக்கிறேன். ரேகாவை பெற்றெடுத்தது நாங்கள். ஆனால் அவளை வளர்த்தது மெடோஸ், டாம்கின்ஸ், மிச்சல்ஸ், டோல்ஸ், க்ளியன்ஸ்கிஸ் போன்ற அவளுடைய அமெரிக்க சகோதரிகளும் அவர்களுடைய குடும்பமும் ஆகும். புத்த பெருமான், டாக்டர் அம்பேத்கருடைய போதனைகள் இந்த இளம் தம்பதியினரின் வாழ்க்கையை மகிழ்ச்சியாக வளமிக்கதாக ஆக்கட்டும்" என்றேன்.

ரேகாவும் சந்துருவும் தங்கள் ஹனிமூனுக்காக ஐரோப்பா சென்றதும் ஹீராவும் நானும் எங்கள் இரண்டாவது தேனிலவைக் கொண்டாடினோம்.

ரேகாவுக்கு இரண்டு பிள்ளைகள். அவர்களுக்கு கருண் மற்றும் ராஹுல் என்று பெயரிட்டோம். புத்தரின் பெயர்கள். சமூக ஊழியரான பார்பரா ஜோஷியின் அழைப்பின் பேரில் அம்னெஸ்டி இன்டர்நேஷனல் ஆதரவில் நடைபெற்ற ஒரு மாநாட்டில் நான் இந்தியாவின் தலித்கள் படும் கஷ்டங்களைக் குறித்துப் பேசினேன். எங்களுடன் ஹீராவின் தங்கை மீனாட்சி மூனும் வந்திருந்தாள். அவள் இப்போது ஒரு பிரபல எழுத்தாளர். தலித் பெண்கள் இயக்கம் பற்றி எழுதுகிறாள். MITயில் நடைபெற்ற எங்கள் மகன் அசோக்கின் பட்டமளிப்பு விழாவில் கலந்து கொண்டோம். மாசசூசெட்ஸில் ஜப்பானிய புத்தத் துறவிகளால் கட்டப்பட்ட அழகிய அமைதி பகோடா கோபுரத்தைப் பார்த்து மிகவும் மகிழ்ச்சியடைந்தேன்.

2003இல் அமெரிக்கா சென்றிருந்தபோது ஹீராவும் நானும் எங்கள் திருமணப் பொன்விழாவைச் சிறப்புடன் கொண்டாடினோம். இந்தியாவின் பல்வேறு பகுதிகளைச் சேர்ந்தவர்களும்

எங்கள் திருமணத்தின் ஐம்பதாவது வருடக் கொண்டாட்டத்தின்போது நானும் ஹீராவும் மாலை மாற்றிக் கொண்டோம். அருகே நிற்பது எங்கள் குழந்தைகள்.

பாபா சாகபின் மதமாற்ற நிகழ்வின் பொன்விழா நிகழ்ச்சியின்போது டாக்டர் கிறிஸ்தபர் க்வின் ஹார்வாட் யூனிவர்சிட்டியிலிருந்து எங்கள் குடும்பத்துக்கு விஜயம் செய்திருந்தார். எங்கள் திருமண புகைப்படத்தை ஹீரா கையில் வைத்திருக்கிறாள். அமர்ந்திருப்பது அசோக்.

பல பண்பாடுகளைக் கொண்டவர்களும் அதில் கலந்து கொண்டனர். கேக்கில் எங்கள் திருமண புகைப்படம் வைக்கப் பட்டிருந்தது. எங்கள் ஐம்பதாண்டு இணைபிரியா வாழ்க்கையை அது நினைவுபடுத்தியது. மேஜைகளைச் சுற்றி விளையாடிய குழந்தைகளின் மகிழ்ச்சி நிறைந்த ஆரவாரம் எந்த ஜாதி பாகுபாடுமின்றி இவர்கள் ஒற்றுமையாக வாழப்போகிறார்கள் என்ற நம்பிக்கையை என் மனதில் நிறைத்தன.

இந்திய எல்லைக்குள் கிராமங்களிலும் சில நகரங்களிலும் கூட அதிர்ஷடம் குறைந்த பல குழந்தைகள் இன்னும் பல்லாண்டு களாக ஜாதி வேறுபாடுகளுக்கு எதிராக போராட வேண்டி யிருக்கும். ஜாதியின் பெயரால் கொடுமைகள் இன்னும் நடை பெற்றுத்தான் வருகின்றன. அமெரிக்காவில் நிற வேறுபாடு களைக் களைய நூறாண்டுகளாகப் போராடி வருகின்றனர். இன்னும்கூட அவை தலைகாட்டத்தான் செய்கின்றன.

புத்தரும் டாக்டர் அம்பேத்கரும், கபீர், ஏசு, மகாத்மா, ஜோதிபா புலே போன்றவர்களும் பலநூற்றாண்டுகளாக நமக்கு நல்ல வழிகளைக் காட்டியிருக்கிறார்கள். அவர்கள் உபதேசங் களை நாம் நினைத்துப் பார்க்கலாம். டாக்டர் அம்பேத்கர் தம் பலமுனை அறிவுத்திறனால் அரசியல், சட்டம், சமூகம், மதம் போன்ற அமைப்புகள் மூலம் ஜாதி, இனம் போன்றவற் றால் தோன்றும் வேறுபாடுகளை களையப் பாடுபட்டிருக்கிறார்.

என் வாழ்வைத் திரும்பிப் பார்க்கையில் டாக்டர் அம்பேத்கரின் உதாரணம் எப்படி என்னை வழிகாட்டியது என்பதைப் பார்க்கிறேன். அவர் மக்கள் தங்களை முன்னேற்றிக் கொள்ளவும் தங்கள் ஜாதியை முன்னுக்குக் கொண்டுவரவும் ஊக்குவித்தார். எனக்கும் பல நண்பர்கள் – எங்கள் எளிய கிராமத்திலிருந்தும் உலகம் முழுவதிலிருந்தும் – முன்னேற உதவி யிருக்கிறார்கள். நான் எனது துறையான விவசாயத்தில் மிகக் கடினமாக உழைத்தேன். பிறகு மாணவர்களை முன்னுக்குக் கொண்டுவந்தேன். சமூக சீர்திருத்தத்துக்கும் பாடுபட்டேன். நான் பட்ட கஷ்டங்களையும் அதிலிருந்து எவ்வாறு மீண்டேன் என்பதையும் கூறி மற்றவர்களுக்கு நேரடியாக உதவ முயன்றேன்.

நாக்புரில் லட்சக்கணக்கான மக்கள் கூட்டாக அம்பேத்கர் தலைமையில் தீக்ஷா பூமியில் புத்த மதத்தைத் தழுவிய நிகழ்ச்சி யின் ஐம்பதாவது ஆண்டு நிறைவு நிகழ்ச்சியில் நன்றி உணர்வுடன் கலந்துகொண்டேன். ஆயிரக்கணக்கான மக்கள் அதில் பங்கேற்றனர். கிராமங்களிலிருந்து மட்டுமல்ல, இந்தியா முழுவதிலிருந்தும், ஏன் உலகின் பல பாகங்களிலிருந்தும் வந்திருந்தனர். நம்நாட்டுப் பத்திரிகைகள் அதை இருட்டடிப்பு செய்தன. ஆனால் ஜப்பான், ஐரோப்பா, அமெரிக்கா போன்ற இடங்களிலிருந்தும் ஹார்வர்டிலிருந்தும் டாக்டர் கிருஸ்தபர் க்வீன் போன்ற பல அறிஞர்கள் வந்து அதில் கலந்துகொள் வதைத் தடுக்க முடியவில்லை. நாக்புரின் புதிய, அலங்கரிக்கப் பட்ட, விமான நிலையத்தில் அவர்கள் வந்து இறங்கினர். அது இப்போது 'டாக்டர் பாபா சாகப் அம்பேத்கர் விமான நிலையம்' என்று பெயர் சூட்டப்பட்டுள்ளது.

தீக்ஷா பூமியில் பாபா சாகபின் அஸ்தி வைக்கப்பட்டுள்ள இடத்தைச் சுற்றி ஒரு பெரிய ஸ்தூபி கட்டப்பட்டிருக்கிறது. நான் குடும்பத்துடன் அதை வலம் வந்தேன். அவர் உயிருடன் இருந்தபோது நான் அவரது கால்களைத் தடவி கொடுத்திருக் கிறேன், பெரும் கூட்டங்களின் இடையே பாதுகாப்புக் கொடுத் திருக்கிறேன். இப்போது அவரது பூத உடல் மறைந்துவிட்டது.

நாக்பூரில் தீட்சா பூமியில் பாபா சாகப் நடத்திய
மாபெரும் புத்த மத மாற்றத்தின் ஐம்பதாவது ஆண்டு விழாவின்போது.
உடனிருப்பது ஹீராவும் அசோக்கும்.

ஸ்தூபியின் உள்ளே சாம்பலும் தூசியுமாக மாறிவிட்டது. ஆனால் அவர் அளித்த இந்திய அரசியல் அமைப்பு இன்னும் உயிரோடு இருக்கிறது. உலகின் மிகப் பெரிய குடியரசின் கோடிக்கணக்கான மக்களின் விதியை நடத்திச் சென்று கொண்டிருக்கிறது. பெரியவர்களின் வெடிக்கும் குரலில் அவர் என்னை கண்டித்திருக்கிறார்; பெருமை பெற்ற ஒரு தந்தையின் குரலில் என்னை எச்சரித்திருக்கிறார்; பெருமை பெற்ற ஒரு தந்தையின் குரலில் என்னைப் பாராட்டியிருக்கிறார்; அந்த ஒலிகள் இப்போதும் என் காதுகளில் விழுகின்றன. அவருடைய சக்தி வாய்ந்த ஆத்மா என் வாழ்வை ஒளிமயமாக்கி என்னை வழிநடத்திச் செல்லும்.

ஒரு கிராமத்துச் சிறுவன் வீடு திரும்புகிறான்

எனது பூர்வீக வீட்டுக்கு நான் பல தடவை சென்றிருக்கிறேன். ஒவ்வொரு தடவையும் நான் அனுபவித்த ஏழ்மை, கடின உழைப்பு, அவமரியாதை நிறைந்த பழைய நாட்கள் நினைவுக்கு வரும். 1998இல் நான் ஓய்வுபெற்ற பிறகு, மனைவி ஹீராவுடன் உம்ரேருக்குச் சென்றிருந்தேன். வாலிப வயதில் நான் மனதை பறிகொடுத்த தாராவை என் மனைவிக்கு அறிமுகப்படுத்தினேன். மராத்தியில் நான் எழுதிய என் சுய சரிதையை அவளுக்குக் கொடுத்தேன். அவளுக்கு மிகவும் மகிழ்ச்சி. ஹீராவின் எதிரிலேயே என் கைகளைப் பிடித்துக்கொண்டு, "நாம்தேவ், நான் எப்போதுமே உன்னை காதலித் திருக்கிறேன், இனியும் காதலிப்பேன்" என்றாள். என் மனைவியைப் பார்த்து, "நீ மிகவும் அதிர்ஷ்ட சாலி" என்றாள். புனிதமான மனித பாசத்தின் அற்புதமான வெளிப்பாடு இது என்று நானும் ஹீராவும் உணர்ந்தோம்.

இடையே, தாரா ஒரு டிக்கட் பரிசோதகரை மணந்திருந்தாள். அவளுக்கு மூன்று பெண் குழந்தை கள். ஆனால் திருமணம் முடிந்து ஐந்து ஆண்டுகளில் அவளுக்கு சோதனை ஏற்பட்டது. அவள் கணவர் ஓடும் ரயிலிலிருந்து தவறி விழுந்து மரணமடைந் தார். அவளது ஒரு மகள் ஒரு கோடீஸ்வரனின் மகனை மணந்துகொண்டாள். பையன் வீட்டில் அதற்குப் பெரிய எதிர்ப்பு. அவர்கள் ஒரு பணக்கார மருமகளை எதிர்பார்த்திருந்தனர். ஆனால் காதல்

தான் வெற்றிபெற்றது. இந்த மருமகன் என்னிடம் இனிமையாகப் பழகினான். சின்ன வயசில் தாராவுக்கும் எனக்குமிடையே இருந்த காதலைப் பற்றி அவள் அவனிடம் கூறியிருந்ததாகச் சொன்னான்.

நான் டாக்டர் பட்டம் பெற்ற பிறகு ஒரு தடவை உம்ரேர் சென்றபோது என்னுடன் பள்ளியில் படித்த சிமுக்கர் என்பவனை சந்தித்தேன். படிக்கும்போது அவன் என்னிடம் கடுமையாக நடந்துகொள்வான். தான் பெரியவன் என்று காட்டுவதற்காக என்மீது ஒன்றுக்குக்கூட இருந்திருக்கிறான்.

"நான் இந்த சின்ன இடத்தில் என் வாழ்நாள் முழுவதை யும் கழித்துவிட்டேன். நீயோ உலகம் பூராவும் சுற்றியிருக்கிறாய்" என்றான் மெல்லிய குரலில்.

"எல்லாம் நீ அபிஷேகம் செய்த புனித நீர்தான் என்னை இந்த நிலைக்குக் கொண்டுவந்தது" என்றேன். இருவரும் மனதார சிரித்தோம்.

வாழ்க்கைச் சக்கரத்தின் சுழற்சியில் எதுவுமே நிலையற்றது தான். அதிர்ஷ்டசாலியை அசைத்துத் தள்ளிவிடுகிறது. அதிகாரம் படைத்தவனை அவன் பதவியிலிருந்து கீழே இறக்கிவிடுகிறது. நசுக்கப்பட்ட ஏழை உயர்ந்தெழுகிறான். 1962இல் என் ஆராய்ச்சியை முடித்து பட்டம் பெற்றதும் நண்பர்களையும் உறவினர்களையும் சந்திக்க உம்ரேர் சென்றேன். பஸ்ஸை விட்டு இறங்கியதும், ஒரு மனிதன் கந்தல் உடையில் காலை இழுத்தபடி என்னை நோக்கி வருவதைக் கண்டேன். அவன் தலை தாறுமாறாகக் கலைந்திருந்தது. குளித்து எத்தனை நாளாகி யிருக்குமோ!

"ஸார், ஏதாவது காசு இருந்தால் கொடுங்கள்" என்றான் பரிதாபமாக. "சாப்பிட்டு எத்தனையோ நாட்களாகிறது."

அவன் குரலைக் கேட்டதும் அவனை நெருங்கிப் பார்த்தேன். என்ன ஆச்சரியம்! அது நிலகாந்த்ராவ் முத்தே. தன் மகள் திருமணத்திற்காக ஆயிரக்கணக்கானவர்களுக்கு பிரமாண்டமான விருந்து அளித்தவர். அந்த விருந்தின் எச்சில் இலைகளை நானும் என் கஸின் பஜீத்தும் பொறுக்கி சாப்பிட் டிருக்கிறோம். எப்படியிருந்த மனிதன் இப்படி சில பைசாக் களுக்காக கையேந்தி நிற்கிறான்! எங்கே போயிற்று அவன் செல்வ வளமெல்லாம்? அவனது பெரிய குடும்பம் எங்கே மறைந்தது? கபீர் பாடியது எவ்வளவு உண்மை! "இஸ்ஸா தானா டானா கீ கோன் பதாயீ? தேக்கதா நைநா மிட்டீ மிலாயீ!" (உன் அழகையும் செல்வத்தையும் நினைத்து ஏன் பெருமைப்படுகிறாய்? நீ பார்த்துக்கொண்டிருக்கும்போதே அவை மண்ணாகி மறைந்துவிடுகிறதே!) எனக்கு அவனிடம்

இரக்கம் தோன்றியது. நான் பணக்காரன் அல்ல. என்னிடம் அதிர்ஷ்டவசமாக கல்விச் செல்வம் இருக்கிறது. நான் அவனை அழைத்துக்கொண்டு பக்கத்திலிருந்த ஹோட்டலுக்குச் சென்றேன். வயிறு நிறைய சாப்பிட வைத்தேன். காலமும் சூழ்நிலையும் ஒருவனை ஒன்றுமில்லாதவனாக்கிவிடும் விசித்திரத்தை எண்ணிப்பார்த்தேன். வடமொழியில் ஒரு சுலோகம் உண்டு. "கலயா தஸ்மயா நமஹ!" (காலமே, உனக்குத் தலை வணங்கு கிறேன்.)

1968இல் ஒரு தடவை எனது நண்பனின் காரில் மகாராஷ்டிராவில் ஒரு கிராமத்துச் சந்தைப் பக்கம் போய்க் கொண்டிருந்தேன். கார் என்பது அப்போது ஒரு அதிசயம். பணக்காரனின் அடையாளம். கார் ஜன்னல் வழியே கிழிந்த உடையும் வெறும் காலுமாக ஒருவர் நிற்பதைக் கண்டேன். ரொம்ப நாட்களுக்கு முன் என் முதுகில் பிரம்பால் அடித்த என் பள்ளி ஆசிரியர் அவர். டிரைவரிடம் காரை நிறுத்தச் சொல்லி அவரை அழைத்தேன், "குருஜி, இது நான்தான், நாம்தேவ்" என்றேன். நினைவுகள் அவர் முகத்தில் பளிச்சிட்டன. ஒரு தர்ம சங்கடமான நிலை கண்களில் தெரிந்தது.

காரைவிட்டு இறங்கினேன். "ஸார், இது சுதந்திர நாடு. தீண்டாமை என்பது ஒரு குற்றம். ஒருவரையொருவர் தொட்டுக் கொள்ளலாம். எனக்கு நீங்கள் புகட்டிய கல்விக்காக நான் உங்களுக்கு நன்றி சொல்ல பல வருடங்களாகக் காத்திருந்தேன். ஆகவே குருஜி, ஒரு ஆசிரியருக்குரிய மரியாதையை நான் செலுத்த விரும்புகிறேன்" என்று சொல்லிவிட்டு அவர் கால்களைத் தொட்டு வணங்கினேன். அவர் விலகிச் செல்ல முயற்சிக்க வில்லை. தன் கையை என் மேல் வைத்தார். அவர் என்னைத் தொட்டு எழுப்பும்போது அவர் கண்களில் நீர் நிறைந்திருந்தது.

அதிர்ஷ்டம் எப்படி தலைகீழாக மாறுகிறது என்பதை மேற்படி சம்பவங்கள் நிரூபிக்கின்றன என்பதை எண்ணிப் பார்த்தேன். நான் நேர்மையாக பாடுபட்டு வெற்றியடைந்தேன். பிறகு என் குடும்பத்திற்காக மிகவும் கஷ்டப்பட்டு உழைத்தேன். வருடக் கணக்கில் என்னால் தவிர்க்க முடியாத அளவு தாழ்வும் அவமானமும். போதிய உணவின்றி, வசதிகள் இன்றி என் சகோதரிகள் ஒருவர் பின் ஒருவர் நோய்வாய்ப்பட்டு கஷ்டப் படுவதைக் கண்டிருக்கிறேன். நல்ல உணவும் பாதுகாப்பும் கிடைத்திருந்தால் எனது உறவினர்கள், நண்பர்கள் பலரும் நீண்ட நாள் ஆரோக்கியத்துடன் வாழ முடிந்திருக்காதா? இந்தியா பொருளாதாரத்திலும் அறிவு வளர்ச்சியிலும் எவ்வளவோ முன்னேறிவிட்டது. ஆனால் கோடிக்கணக்கான மக்கள் இன்னும் ஏழ்மையின் பிடியில்தான் சிக்கித் தவிக்கிறார்கள்.

எனது அற்புத அடையாள அட்டை

அண்மையில் நானும் ஹீராவும் பம்பாய்க்கு உல்லாசப் பயணம் சென்றிருந்தபோது இந்தியாவின் பாபா அணுசக்தி நிலையத்துக்குச் சென்றிருந்தோம். அது மிகவும் பாதுகாக்கப்பட்ட இடம். எப்போதும் ஆயுதம் தாங்கிய காவலர்கள் நிற்பார்கள். நான் ஒரு வருகை விஞ்ஞானியாக அங்கு செல்ல ஏற்பாடுகள் செய்திருந்தாலும், வருகையாளரின் பட்டியலில் என் பெயர் இடம்பெற்றிருந்தாலும் அடையாள அட்டை எதுவும் எடுத்துவர மறந்துவிட்டேன். பாதுகாப்பாளர் எனக்கு உதவ முன்வந்தார். அடையாளமாக ஏதாவது இருக்கிறதா? ரேஷன்கார்டு? அறிமுகக் கடிதம்? அவர் அங்கு வேலை பார்க்கும் என்னைத் தெரிந்த ஒரு விஞ்ஞானியை அழைக்க முயன்றார். ஆனால் அவர் ஒரு மீட்டிங்கில் இருந்தார்.

அப்போது எனக்கு ஒரு விஷயம் நினைவுக்கு வந்தது. "ஸார், என்னிடம் ஒரு நிரந்தர அடையாளச் சின்னம் இருக்கிறது. அது எப்போதும் என்னிடமே இருக்கும். அதை நான் ஒருபோதும் இழக்க மாட்டேன், அதுவும் என்னைவிட்டுப் போகாது. அப்படி ஒரு நம்பிக்கையான சக்தியுள்ள அடையாளம் என்னிடம் இருக்கிறது" என்றேன்.

"காட்டுங்கள் அந்த அதிசய அடையாள அட்டையை" என்றார் பாதுகாவலர்.

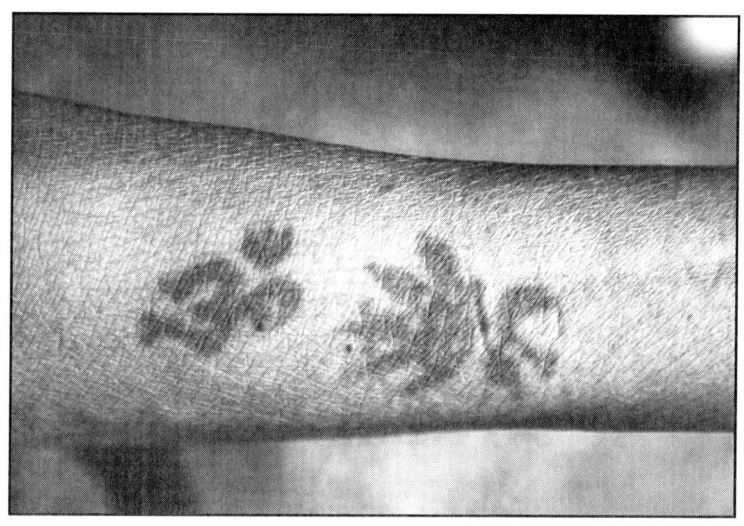

குழந்தைப் பருவத்தில் நான் போட்டுக்கொண்ட பச்சை குத்தல். இப்போது மங்கிப் போய்விட்டது. பச்சை குத்தியவருக்குக் கிடைத்த கூலி இரண்டு கைப்பிடி மிளகு வத்தல்தான்.

நான் என் வலது கையை உயர்த்தி, சட்டைக் கையை இழுத்துக் காட்டினேன். சிறு வயதில் கிராமத்தில் கையில் பச்சை குத்திய அடையாளம் மங்கலாகத் தெரிந்தது. ஒரு இந்துக் கடவுளின் உருவத்தின் அருகே "நாம்தேவ் மாரோதி நிம்கடே" என்ற எழுத்துக்கள் தெரிந்தன. பாதுகாவலர் வியப்படைந்தார். "நீங்கள் எவ்வளவோ படித்தவர். ஒரு சிறந்த விஞ்ஞானி ஆனால் இந்தப் பச்சை குத்தல் – ஒரு கிராம வாழ்வின் ஆரம்ப அடையாளம்! எப்படி இது?" என்றார்.

ஒரு சில நிமிடங்களில் அவரிடம் என் கதையைச் சொன்னேன். அதாவது இந்தப் புத்தகத்தின் சுருக்கம். ஏழை, படிப்பற்ற, தாழ்த்தப்பட்ட சிறுவன் டாக்டர் பாபா சாகப் அம்பேத்கரின் பாதையைப் பின்பற்றி ஏழ்மை மற்றும் தாழ்ந்த ஜாதி என்ற களைகளை அறுத்துக்கொண்டு வந்திருக்கிறான் என்ற கதை. ததாகத். ஜெய் பீம்!